प्रे
सावज

लेखक
मायकेल क्रायटन

अनुवाद
डॉ. प्रमोद जोगळेकर

मेहता पब्लिशिंग हाऊस

✆ +91 020-24476924 / 24460313 / Mob. No. 9545000513
Email : production@mehtapublishinghouse.com
Website : www.mehtapublishinghouse.com

PREY by Michael Crichton

Translated into Marathi Language by Pramod Joglekar

प्रे (सावज) / अनुवादित कादंबरी

TBC

अनुवाद : डॉ. प्रमोद जोगळेकर

Email : author@mehtapublishinghouse.com

मराठी अनुवादाचे व प्रकाशनाचे हक्क : मेहता पब्लिशिंग हाऊस, पुणे - ३०.

प्रकाशक : सुनील अनिल मेहता, मेहता पब्लिशिंग हाऊस,
१९४१, सदाशिव पेठ, माडीवाले कॉलनी, पुणे - ४११०३०.

मुद्रक : ट्रिनिटी ॲकॅडमी फॉर कॉर्पोरेट ट्रेनिंग लिमिटेड

मुखपृष्ठ : चंद्रमोहन कुलकर्णी

प्रथमावृत्ती : ऑक्टोबर, २००६

किंमत : ₹ ३००

P Book ISBN 9788177667547

मनोगत

विज्ञानावर आधारित कथाकल्पना घेऊन त्या फुलवणाऱ्या मायकेल क्रायटन यांची मी अनुवाद केलेली ही चौथी कादंबरी. ह्या चार कादंबऱ्या मराठी वाचकांसाठी आणत असताना मला लेखकाची शैली, त्याची विचार करण्याची दिशा आणि निश्चित वैचारिक भूमिका हे सारे जाणवले. त्यामधील काही गोष्टी मी वाचकांपुढे ठेवत आहे.

मायकेल क्रायटन यांच्या कादंबऱ्यांमध्ये विज्ञान खूपच प्रमाणात आहे. सर्व कादंबऱ्या जरी काल्पनिक असल्या तरी त्यांना सत्याचा मोठाच पाया आहे. 'ज्युरॅसिक पार्क' आणि 'द लॉस्ट वर्ल्ड' ह्या डायनोसॉर या विषयावरील दोन्ही कादंबऱ्यांचा आधार असणारे संशोधन नवीन आहे. प्राचीन काळातील सजीवांचे डी.एन्.ए. रेणू मिळवता येण्याची कल्पना नवीन आहे. प्रारंभी हा अनेकांना निरर्थक खटाटोप वाटला होता. पण प्रत्यक्षात प्राचीन रेणू टिकून राहातात आणि त्यांचा उपयोग करता येईल ही आता निव्वळ कल्पना राहिलेली नाही. कादंबऱ्यांमध्ये लेखकाने तसे करता येते हे दाखवून त्यावर आपली कथा उभारली आहे हे खरे. पण तसे खरोखरच करता येते हे आता जैवतंत्रज्ञानाने सिद्ध करून दाखवले आहे. इतकेच नव्हे तर आता प्राचीन डी.एन.ए. रेणूंचा अभ्यास करणारी नवीन शाखा उदयास आली आहे. माझा या उदयाला येणाऱ्या विषयाशी संशोधक म्हणून संबंध असल्याने मला क्रायटनच्या कादंबरीचे महत्त्व प्रकर्षाने जाणवले. पुढे काय घडू शकेल याचे अचूक चित्रण क्रायटननी केलेले आहे.

त्याच भौतिक विज्ञानातील क्वांटम सिद्धांत, संगणक विज्ञानातील प्रगती आणि टेलिपोर्टेशन हा विस्मयजनक शोध यांचा वापर करून क्रायटननी 'टाइम लाइन' या कादंबरीत इतिहासात मागे जाण्याची भन्नाट कल्पना वापरली आहे. या कादंबरीतही कथानक संपूर्णपणे काल्पनिक असले तरी त्यामागचे विज्ञान सत्य आहे. त्या विज्ञानाची अधिक माहिती मिळवण्यासाठी लेखक आपल्याला संदर्भांची यादीही पुरवतो. हे क्रायटनच्या कादंबरीचे वैशिष्ट्य आहे. तसेच कथानक सांगण्याच्या ओघात लेखक अनेक नवनवीन वैज्ञानिक संकल्पना वाचकांपुढे ठेवतो. त्या स्पष्ट

होण्यासाठी मी प्रत्येक अनुवादासोबत टीपा देतो. ह्या कादंबरीतदेखील त्या दिलेल्या आहेत. कथानक समजावून घेताना वाचकांना त्या नक्कीच उपयोगी पडतील अशी आशा आहे.

क्रायटनच्या कादंबऱ्यांमध्ये आधुनिक तंत्रज्ञानाने गाठलेल्या विस्मयकारक टप्प्यांची माहिती तर असतेच, पण त्याचबरोबर तंत्रज्ञानाचा आंधळा वापर केला तर काय घडू शकेल याचे काळे चित्र उभे केलेले असते. ज्युरॅसिक पार्कमध्ये पैसा कमावण्यासाठी जैवतंत्रज्ञानाचा उपयोग करणारे वैज्ञानिक आणि भांडवलदार आहेत. कोणतेही तंत्रज्ञान एकाच वेळी उपयुक्त आणि विध्वंसक असल्याने त्याच्या वापरावर योग्य विचार न केल्यास मानवजातीवर भविष्यकाळात संकटे येऊ शकतात. पैसा जमा करण्याची लालसा आणि बेफिकिरीने पर्यावरणाशी खेळण्याची मानवी वृत्ती बदलली नाही तर नवीन व अतिप्रगत तंत्रज्ञान मानवजातीच्याच मुळावर उठू शकेल ह्याचा विचार सर्वांनी केला पाहिजे असा लेखकाचा सर्वच कादंबऱ्यातील मुख्य सूर आहे. मूळ लेखक किंवा मी तंत्रज्ञानाच्या विरोधी नक्कीच नाही. प्रगती हवी असेल तर वैज्ञानिक विचारसरणी आणि तंत्रज्ञान यांना पर्याय नाही हे खरेच. पण त्यामधल्या धोक्यांची जाणीव आपल्या सर्वांना व्हावी ही माझी अनुवाद करण्यामागची मुख्य भूमिका आहे.

या पुस्तकाच्या अनुवादासाठी परिश्रम घेणाऱ्या श्री. सुनील मेहता व त्यांचे सहकारी यांचे मी आभार मानतो.

–डॉ. प्रमोद जोगळेकर
pramjog@yahoo.com.in

येत्या पन्नास-शंभर वर्षांत नवीन प्रकारचे सजीव उदयाला येण्याची शक्यता आहे. मुळात मानवाने त्यांची रचना केली त्या अर्थाने ते कृत्रिम म्हणता येतील. ते पुनरुत्पादन करू शकतील आणि त्यांच्या मूळच्या स्वरूपापेक्षा ते वेगळ्या स्वरूपात "उत्क्रांत" होतील. जिवंतपणाच्या कोणत्याही सामान्य व्याख्येत बसल्याने त्यांना 'जिवंत' म्हणता येईल. ह्या सजीवांची उत्क्रांती फारच निराळ्या पद्धतीने होईल... उत्क्रांतीचा वेग... फारच जोरात असेल... त्यांचा मानवजातीवर आणि जैवमंडलावर होणारा परिणाम विलक्षण असेल. हा परिणाम औद्योगिक क्रांती, अण्वस्त्रे अथवा पर्यावरण प्रदूषण ह्यापेक्षा प्रचंड प्रमाणात असेल. आपण आता ह्या कृत्रिम सजीवांच्या निर्मितीसाठी पावले टाकायला सुरुवात करायला हवी...

—डॉयन फार्मर आणि ॲलेट्टा बेली, १९९२.

भविष्यकाळात ह्या तंत्रज्ञानाचे काय परिणाम होतील ह्याबद्दल अनेकजणांच्या मनात शंका आहेत. मी देखील त्यामधलाच एक आहे.

—के. एरिक ड्रेक्सलर, १९९२.

एकविसाव्या शतकातील कृत्रिम उत्क्रांती

आपल्या सभोवतालचे जग सतत उत्क्रांत होत आहे ह्या कंटाळवाण्या कल्पनेचा खरा अर्थ आपल्या सहजासहजी लक्षात येत नाही. उदाहरणार्थ एखादी साथ प्रत्यक्ष सुरू असताना रोगामध्ये सतत बदल होत असतो. ह्याचा आपण सामान्यत: विचार करत नाही. अगदी आठवड्यांच्या कालावधीत प्राणी आणि वनस्पतींमध्ये उत्क्रांती होत असते ह्याचाही आपण विचार करत नाही. त्याचप्रमाणे आपल्या सभोवताली हिरव्या विश्वामध्ये एक रासायनिक युद्ध सतत चाललेले आहे हे आपल्या लक्षात येत नाही. कीटकांच्या हल्ल्याला प्रतिकार करण्यासाठी वनस्पती कीडनाशके बनवत असतात आणि कीटक त्यांना तोंड देण्यासाठी तयारी करत असतात. हे युद्ध सतत चालू असूनही आपल्याला त्याची कल्पना नसते.

आपल्याला जर निसर्गाचा खरा स्वभाव कळू शकला, किंवा आपण उत्क्रांतीचा खराखुरा अर्थ समजू शकलो तर आपल्याला हे जाणवेल की ह्या जगातले सर्व कीटक, प्राणी आणि वनस्पती इतर सर्व कीटक, प्राणी व वनस्पतींना प्रतिसाद देत असताना क्षणोक्षणी बदलत जातात. सजीवांचे अख्खे समूह सतत बदलतात, उदयाला येतात आणि अस्ताला जात असतात. हा सतत होणारा बदल अटळ आहे, नित्य आहे आणि तो कधीच थांबवता येणारा नाही. ही बदलाची प्रक्रिया भरती-ओहोटीसारखीच नित्याची आणि अटळ बाब आहे. ह्याचा मतितार्थ असा की सर्वच मानवी व्यवहारांचे परिणाम काय होतील हे समजणे शक्य नसते. आपण ज्याला **जैवमंडल** म्हणतो ती प्रणाली एवढी गुंतागुंतीची आहे की आपण जे काही करतो त्याचे नेमके परिणाम काय होतील हे आपल्याला अगोदर कळू शकत नाही.[१]

---

१. अनाकलनीयपणा हा सर्व प्रणालींचा गुणधर्म आहे. मानवनिर्मित प्रणाली त्याला अपवाद नाहीत. ऑक्टोबर १९८७ मध्ये अमेरिकन शेअरबाजार एका दिवसात २२ टक्के एवढा कोसळल्यानंतर हे पुन्हा पडू नये म्हणून नवीन नियम वापरात आले. पण हे नवीन नियम वापरल्यानंतर शेअर बाजारात स्थिरता येईल की परिस्थिती आणखी बिघडेल हे अगोदर कळायचा काहीच मार्ग उपलब्ध नाही. जॉन एल-कास्टी ह्याच्या मते नवीन नियम लादणे ह्यात (शेअरबाजार चालवणाऱ्यांनी) एक जाणीवपूर्वक घेतलेली जोखीम होती. कास्टीचे १९९७ मध्ये प्रकाशित झालेले 'वुड-बी वनर्ल्डस' हे पुस्तक वाचनीय आहे.

म्हणूनच भरपूर ज्ञान असूनही मागच्या काळात आपण केलेल्या प्रयत्नांचे परिणाम अनपेक्षित होते. ह्याचे कारण म्हणजे एकतर आपले ज्ञान पुरेसे नव्हते किंवा आपण केलेल्या क्रियांना सतत बदलणाऱ्या विश्वाने सर्वस्वी अनपेक्षित प्रतिक्रिया दिली असावी. ह्या दृष्टीकोनातून पाहिले तर पर्यावरणातील प्रदूषणाच्या इतिहासाएवढाच पर्यावरण संरक्षणाचा इतिहास निरुत्साह करणारा आहे. काहीजण असा युक्तिवाद करतील की आग प्रतिबंधक उपायांचे धोरण जितके पर्यावरणाला घातक आहे त्यापेक्षा औद्योगिक कारणांसाठी जंगले तोडून साफ करणे जास्त हानिकारक आहे. पण हे लोक ही गोष्ट विसरतात की दोन्ही धोरणे जोरदारपणे वापरात आहेत आणि दोघांमुळे मुळातील जंगलाचा अपरिवर्तनीय ऱ्हास होतच असतो. अहंमन्य मानवी दुराग्रहाची दोन्ही अगदी साधी उदाहरणे आहेत.

आपण जे काही करतो त्याला जैवमंडलाचा प्रतिसाद काय मिळेल हे नक्की सांगता येत नाही, हे खरे असले तरी त्याचा अर्थ आपण काहीच करू नये असा मात्र नाही. उलट आपण ज्यावर विश्वास ठेवतो ते तात्पुरते असू शकते आणि आपण काय करतो त्याकडे खबरदारीने पाहण्याची गरज आहे असा चांगला युक्तिवाद त्यातून करता येईल. दुर्दैवाने आपल्या प्रजातीने मागच्या काळात खबरदारी घेतलेली नाही हे ठळकपणे जाणवते. आपण भविष्यकाळात ह्यापेक्षा वेगळे वागू अशी अपेक्षा ठेवता येणार नाही.

आपल्याला वाटते की आपण काय करतो ते आपल्याला कळते. आपल्याला कायमच तसे वाटत आले आहे. आपण कधीच ही गोष्ट मान्य करत नाही की आपण मागच्या काळात चुका केल्या आहेत आणि भविष्यकाळातही आपण चुका करणारच आहोत. उलट काय होते की प्रत्येक पिढी मागच्या पिढ्यांमधील लोकांची विचारशक्ती कमी होती असे म्हणून त्यांच्या चुकांकडे दुर्लक्ष करते- आणि मग अत्यंत आत्मविश्वासाने नवीन चुका करायला सज्ज होते.

पृथ्वीतलावरच्या एवढ्या प्रचंड प्रजातीपैकी फक्त तीन प्रजातींमध्ये स्वत्वाची जाणीव आहे आणि आपली प्रजाती त्यांच्यापैकी एक आहे.[२] हे खरे असले तरी आपल्यामधला स्वत:बद्दलचा भ्रम हा मानवजातीचा खास गुणधर्म आहे.

---

२. फक्त मानव, चिम्पँझी आणि ओरांगउटान ह्यांच्यात स्वत्त्वाची जाणीव असते हे निर्विवादपणे सिद्ध झाले आहे. डॉल्फिन, माकडे व अशा अनेक प्राण्यांना आपण कोण आहोत हे समजते असे सर्वसामान्यपणे मानले जात असले तरी ह्या प्राण्यांमध्ये स्वत:बद्दल भान असते हे निर्विवाद सिद्ध झालेले नाही.

एकविसाव्या शतकात कधीतरी आपल्या संभ्रमातून उद्‌भवलेल्या बेदरकारपणाची आणि आपल्या वाढत्या तंत्रज्ञानामधील शक्तीची टक्कर होणार आहे. ह्या टक्करीचा एक **बिंदू नॅनोतंत्रज्ञान, जैवतंत्रज्ञान** आणि संगणक तंत्रज्ञान यांच्यामधील मीलनरेषेवर असणार आहे. त्या तिघांमध्ये एक समानता आहे. ती म्हणजे तिघांमधूनही पर्यावरणात स्वत:ची प्रतिकृती करू शकणाऱ्या वस्तू सोडण्याची क्षमता आहे.

ह्यांपैकी एका प्रकारच्या, स्वत:ची प्रतिकृती निर्माण करू शकणाऱ्या वस्तूंचा आपल्याला काही काळ तरी अनुभव आहे. त्या वस्तू म्हणजे संगणक विषाणू. त्याचप्रमाणे आपल्याला आता जैवतंत्रज्ञानाच्या प्रत्यक्ष वापरामुळे त्यामधील काही समस्या कळू लागल्या आहेत.

प्रचंड प्रयत्न करूनही आणि तसे होऊ नये म्हणून काही कायदे असले तरी अलीकडच्या काळात हे निदर्शनास आले आहे की फेरबदल केलेल्या मक्यामधील काही जनुक मेक्सिकोमधील स्थानिक मक्यामध्ये आढळून आले. आपल्याला तंत्रज्ञानाला किती ताब्यात ठेवावे लागेल आणि तो प्रवास किती खडतर असणार आहे हे कळण्याची ही निव्वळ सुरवात आहे. अनेक जीवशास्त्रज्ञ अगदी १९७० नंतरपासून असे मानतात की जैवतंत्रज्ञान मुळात सुरक्षित आहे. वरील उदाहरणातून हे स्पष्ट दिसते की हा विश्वास आता तितकासा भक्कम वाटत नाही. ऑस्ट्रेलियन संशोधकांना अपेक्षित नसतानाही त्यांच्या हातून सन २००१ मध्ये एका अत्यंत घातक विषाणूची निर्मिती होणे ही घटना पाहून आता अनेकजण आपल्या जुन्या गृहितकांचा फेरविचार करू लागले आहेत.[३] अर्थातच आपण पूर्वीइतके भविष्यकाळात ह्या तंत्रज्ञानाबद्दल निष्काळजीपणाने वागणार नाही.

ह्या तीन तंत्रज्ञानांमधील नॅनोतंत्रज्ञान सर्वात नवीन आहे, आणि काही प्रकारे ते इतरांपेक्षा अत्यंत वेगळे आहे. ह्यामध्ये आपण अतिशय सूक्ष्म यंत्रे निर्माण करण्याचा ध्यास घेतलेला आहे. ही यंत्रे १०० नॅनोमीटर इतकी छोटी असणार आहेत. म्हणजे ही यंत्रे मानवी केसांच्या जाडीपेक्षा १००० पट लहान आकाराची असतील. ह्या क्षेत्रातील पंडितांचे भाकित आहे की ही यंत्रे संगणकाच्या सूक्ष्म सुट्या भागापासून ते कर्करोगावरचे उपचार आणि भविष्यकाळातील अस्त्रे इथपर्यंत सर्व काही बनवू शकतील.

---

३. Jackson, R.J., A.J.Ramsay, C.D.Christensen, S. Beaton D.F. Hall and I.A.Ramshaw 2001. ``Expression of Mouse Interlukin-4 by a Recombinant Ectromelia virus suppresses Cytolytic Lymphocyte Responses and Overcomes Genetic Resistance to Mousepox'' **Journal of Virology** 75 : 1205-1210.

एक संकल्पना ह्या स्वरूपात नॅनोतंत्रज्ञानाचा उगम रिचर्ड फेनमन ह्यांच्या १९५९ मधील एका भाषणात शोधता येतो.[४] ह्या भाषणाचे शीर्षक होते, "तळाशी भरपूर जागा उपलब्ध आहे." ह्यानंतर चाळीस वर्षे उलटली असली तरी अजून हे क्षेत्र अर्भकावस्थेतच आहे. प्रसारमाध्यमे जरी सतत काहीही गाजावाजा करत असली तरी हे खरे आहे. आता मात्र काही व्यावहारिक स्वरुपाची प्रगती व्हायला सुरुवात झाली आहे. आता ह्या क्षेत्रासाठी बराच निधी उपलब्ध होऊ लागला आहे. आय.बी.एम., फुजित्सू आणि इंटेल ह्यांच्यासारख्या मोठ्या कंपन्या आता ह्या क्षेत्रातल्या संशोधनासाठी पाण्यासारखा पैसा ओतत आहेत. गेल्या दोन वर्षात अमेरिकन सरकारने नॅनोतंत्रज्ञानासाठी एक अब्ज डॉलर खर्च केले आहेत.

आता सनस्क्रीन बनवणे, डाग न पडणारे कापड आणि गाड्यांमध्ये वापरण्यासाठी विशिष्ट पदार्थ तयार करण्यासाठी नॅनोतंत्रांचा वापर अगोदरच सुरू झाला आहे. लवकरच संगणकाचे भाग आणि स्मृतीचे अतिसूक्ष्म घटक तयार होऊ लागतील.

दीर्घकाळ ज्यांची प्रतिक्षा केली जात आहे अशी 'जादुई' उत्पादने तयार व्हायला ह्या अगोदरच सुरवात झाली आहे. सन २००२मध्ये एका कंपनीने आपली आपण स्वच्छ करत राहणारी खिडकीची काच बनवली आहे. आणखी एका कंपनीने नॅनोआकाराचे स्फटिक असणारे बॅन्डेज बनवले आहे. ह्या बॅन्डेजमध्ये प्रतिजैविक आणि सूज प्रतिबंधक गुणधर्म आहेत. सध्याचे नॅनोतंत्रज्ञान मुख्यत: पदार्थांशी संबंधित आहे, पण ह्या तंत्रज्ञानामधील सुप्त क्षमता त्यापेक्षा कितीतरी जास्त आहे. गेली अनेक दशके स्वत:चे स्वत: पुनरुत्पादन करणाऱ्या यंत्रांसंबंधी चर्चा केली जात आहे. सन १९८०मध्ये 'नासाच्या' एका शोधनिबंधात अशी यंत्रे बनवण्याच्या निरनिराळ्या तंत्रांसंबंधी विचार केला गेला होता. दहा वर्षांपूर्वी दोघा अत्यंत ज्ञानी वैज्ञानिकांनी ह्या विषयाकडे गंभीर लक्ष पुरवले होते :

> "येत्या पन्नास-शंभर वर्षांत नवीन प्रकारचे सजीव उदयाला येण्याची शक्यता आहे. मुळात मानवाने त्यांची रचना केली ह्या अर्थाने ते कृत्रिम म्हणता येतील. पण ते पुनरुत्पादन करू शकतील आणि त्यांच्या मूळच्या स्वरुपापेक्षा ते वेगळ्या स्वरुपात "उत्क्रांत" होतील. जिवंतपणाच्या कोणत्याही सामान्य व्याख्येत बसल्याने त्यांना "जिवंत" म्हणता येईल. ह्या सजीवांची उत्क्रांती फारच निराळ्या पद्धतीने होईल... उत्क्रांतीचा वेग फारच प्रचंड असेल... त्यांचा मानवजातीवर आणि जैवमंडलावर होणारा परिणाम विलक्षण असेल.

---

४. Feynman, R.P.1960. ``There's Plenty of Room at the Bottom", **England and Science** 23, p. 22.

हा परिणाम औद्योगिक क्रांती, अण्वस्त्रे अथवा पर्यावरण प्रदूषण ह्यापेक्षा प्रचंड प्रमाणात असेल. आपण आता ह्या कृत्रिम सजीवांच्या निर्मितीसाठी पावले टाकायला सुरवात करायला हवी...''[५]

आणि नॅनोतंत्रज्ञानाचा पुरस्कार करणाऱ्यांपैकी मुख्य असणाऱ्या के. एरिक ड्रेक्सलर यांनी ह्या विषयासंबंधी त्यांना वाटणारी काळजी व्यक्त केली आहे:

> ''भविष्यकाळात ह्या तंत्रज्ञानाचे काय परिणाम होतील ह्याबद्दल अनेकजणांच्या मनात शंका आहेत. मी देखील त्यामधलाच एक आहे. आपण इतक्या गोष्टी बदलण्यासंबंधी चर्चा करतो आहोत. पण त्यांना हाताळण्याची तयारी अपुरी असल्याने समाज त्यांचा वापर नीट प्रकारे न करण्याचा मोठाच धोका आहे.''[६]

अगदी सर्वात जास्त आशावादी (आणि दारुण) भाकितांनुसार असे सजीव पुढची कित्येक दशके तयार होऊ शकणार नाहीत. असे सजीव प्रत्यक्षात तयार होऊ लागतील तेव्हा अशा स्वनिर्मितीक्षम तंत्रज्ञानावर नियंत्रण ठेवण्यासाठी आवश्यक आंतरराष्ट्रीय व्यवस्था तयार असेल अशी आपण आशा करू या. ह्या नियंत्रणांची कठोर अंमलबजावणी केली जाण्याची अपेक्षा आहे. वीस वर्षांपूर्वी ज्याची कल्पना केली जात नव्हती अशा कठोरपणाने आपण आता संगणक विषाणू बनवणाऱ्यांना जरब बसवण्याचे तंत्र शिकलो आहोत. आपण आता **हॅकर्सना** तुरुंगात टाकतो. वाट चुकलेले उपद्रवी जीवशास्त्रज्ञ लवकरच त्यांच्याशेजारी बसलेले दिसतील.

पण हे देखील शक्य आहेच की आपण अशी नियंत्रणे निर्माण करू शकणार नाही किंवा असेही होईल की आपण अपेक्षा करतो आहोत त्यापेक्षा कितीतरी अगोदर कोणीतरी स्वनिर्मितीक्षम कृत्रिम सजीव तयार करून बसेल. अशा प्रसंगाचे काय परिणाम होतील हे सांगणे अवघड आहे. माझ्या ह्या कादंबरीचा विषय नेमका हाच आहे.

–मायकेल क्रायटन
लॉस एंजेलीस, २००२.

---

५. Farmer, J. Doyne and Alletta d'A. Bolin. 1992. ``Artificial Life : Coming Evolution", in **Artificial Life II** (Edited by C. G. Langtoh and others), P. 815. Redwood City : Addison-Wiley.

६. K. Eric Drexler 1995. "Introduction to Nanotechnology", in **Prospects in Nanotechnology Toward Molecular Manufacturing** (Edited by Markus Krummenacker and James Lewis). p. 21. New York : Wiley & Sons.

आता मध्यरात्र झालेली आहे. घरात अंधार आहे. ह्यामधून काय निष्पन्न होणार हे मला माहिती नाही. माझी मुले अतिशय आजारी आहेत. माझा मुलगा आणि मुलगी वेगवेगळ्या बाथरूममध्ये ओकत असल्याचे आवाज मला ऐकू येत आहेत. मी काही मिनिटांपूर्वी जाऊन ओकारीत बाहेर काय पडत आहे ते पाहून आलो. मला माझ्या लहानग्या मुलीबद्दल फार काळजी वाटत आहे. पण तिलाही असे आजारी करण्याखेरीज माझ्यापुढे काही पर्याय नव्हता. आशेचा तो एकुलता एक मार्ग आहे.

मला वाटतेय की मी ठीक आहे. निदान ह्या क्षणीतरी. अर्थात काहीही सांगणे अवघड आहे. कारण ह्या सगळ्यात गुंतलेले बहुतेक सर्व लोक अगोदरच खलास झालेले आहेत. शिवाय सगळ्याच गोष्टी मला कळल्या आहेत असेही म्हणता येत नाही.

ती फॅसिलिटी नष्ट करण्यात आली असली तरी आम्ही ते वेळेत केले की नाही याची खात्री देता येत नाही.

मी मेची वाट पाहतो आहे. ती बारा तासांपूर्वी पालो आल्टोमधल्या प्रयोगशाळेकडे गेली आहे. ती तिच्या कामात यशस्वी होईल. त्यांना ती परिस्थितीचे गांभीर्य समाजावून सांगू शकेल अशी आशा करतो आहे. मी वाट पाहातोय पण तिच्याकडून अजून काहीही कळलेले नाही.

माझ्या कानात घंटा वाजल्याचे आवाज येत आहेत. हे लक्षण चांगले नाही. माझ्या पोटात आणि छातीत थरथर होते आहे. छोटी ओकत नाही पण ती नुसतीच थुंकते आहे. मला गरगरल्यासारखे होत आहे. मी बेशुद्ध झालो नाही म्हणजे मिळवली. मुलांना माझी गरज आहे. विशेषत: छोटीला. मुले कमालीची भेदरली आहेत. मी त्यांना त्याबद्दल दोष देणार नाही. मी देखील घाबरलो आहे.

आत्ता अंधारात इथे बसलेलो असताना माझा त्या गोष्टीवर अजिबात विश्वास बसत नाही की एक आठवड्यापूर्वी माझ्यापुढची सर्वात मोठी समस्या नोकरी मिळवणे ही होती. आता तो विचार जवळजवळ हास्यास्पद वाटतो आहे.

पण आपल्या अपेक्षेप्रमाणे गोष्टी कधीच घडत नाहीत.

घर

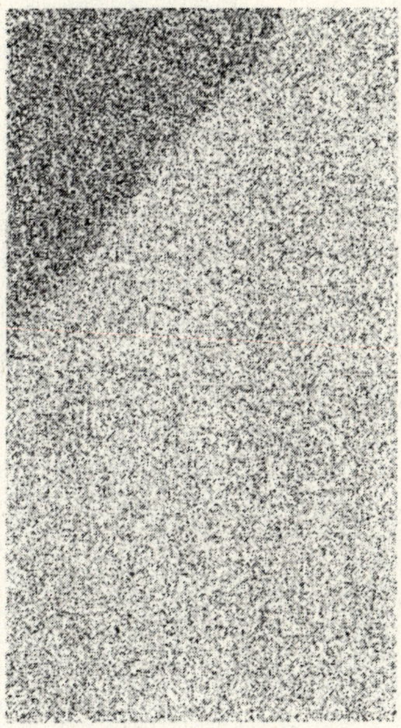

पहिला दिवस
सकाळी १० वाजून ४ मिनिटे

आपल्या अपेक्षेप्रमाणे गोष्टी कधीच घडत नाहीत.

मी एखादा 'घर-नवरा' होईन असे मला कधीच वाटले नव्हते. मी आज जो काही आहे त्याला तुम्ही घरी बसणारा नवरा म्हणा किंवा पूर्णवेळ काम करणारा बाप म्हणा हवंतर. कारण ह्यापेक्षा वेगळा चांगला शब्दच नाही त्याला. पण मी गेले सहा महिने तसा झालो आहे खरा. आत्ता मी सान जोस गावातल्या क्रेट अॅन्ड बॅरेल ह्या दुकानात थोडे ग्लास खरेदी करत होतो. माझ्या लक्षात आले की जेवणाच्या टेबलावर ठेवण्याची मॅट त्यांच्याकडे चांगली आहेत. आम्हाला ह्या मॅटची गरज होतीच. कारण एक वर्षापूर्वी ज्युलिआने आणलेली लंबवर्तुळाकार मॅट आता वापरून खराब झाली होती. त्यांच्या विणकामात लहान मुलांनी सांडलेले अन्नपदार्थ अडकले होते. ह्या मॅटच्या बाबतीत अडचण अशी होती की ती विणलेली असल्याने ती धुता येत नव्हती. त्यामुळे मी ह्या दुकानात नवीन मॅट मिळतात का ते पाहत होतो. मला फिक्कट निळ्या रंगाची काही मॅट मिळाली. ती उत्तम दिसत होती. मी त्याचबरोबर काही पांढरे नॅपकिन घेतले. नंतर माझी नजर पिवळ्या रंगाच्या मॅटवर पडली. ही मॅट झगझगीत होती आणि नजर वेधून घेणारी होती. मी ही मॅटदेखील घेतली. पण त्या ठिकाणी तशी सहा मॅट नव्हती. मला वाटले की सहा घ्यावीत. म्हणून मी तिथल्या सेल्सगर्लला आत आणखी आहेत का ते पाहायला सांगितले. ती आत गेली. मी हातातले मॅट टेबलावर ठेवले. त्यावर पांढरी डिश ठेवली आणि बाजूला पिवळा नॅपकिन ठेवला. ही रचना मला छान वाटली. मग माझ्या मनात सहा ऐवजी आठ मॅट घ्यावीत असा विचार आला. त्याचवेळी माझा सेलफोन वाजला.

फोन ज्युलिआचा होता, "...हाय हनी."

"हाय ज्युलिआ. सर्व ठीक आहे ना?" मी म्हणालो. मला ज्युलिआच्या मागचा संथ थडथड असा यंत्रांचा आवाज ऐकू येत होता. बहुदा तिथे इलेक्ट्रॉन मायक्रोस्कोपसाठी लागणारा व्हॅक्युम पंप चालू असावा. ज्युलिआच्या प्रयोगशाळेत अनेक स्कॅनिंग इलेक्ट्रॉन मायक्रोस्कोप होते.

"तुझं काय चाललंय?" ज्युलिआने विचारले.

"टेबलावरची मॅट घेतोय."

"कुठं?"

"क्रेट ॲन्ड बॅरेल."

ज्युलिआ हसली. "तिथं तू एकटाच पुरुष असशील ना?"

"नाही..."

"ओहो. हे ठीक आहे म्हणा." ज्युलिआ म्हणाली खरी. पण ह्या संभाषणात तिला अजिबात रस नाही हे माझ्या लक्षात आले. तिच्या मनात काहीतरी वेगळा विचार घोळत असावा. "हं. ऐक जॅक. मला तुला हे सांगायचं आहे...मला सांगताना वाईट वाटतंय. पण मला आजही यायला बराच उशीर होईल."

"हं...हं..." मी म्हणालो. दरम्यान सेल्सगर्ल आणखी पिवळी मॅट घेऊन आली होती. फोन तसाच कानाला लावून मी तिला तीन बोटे दाखवून खूण केली. तिने तीन मॅट काढून दिली. मग मी फोनवर म्हणालो, "सर्वकाही व्यवस्थित आहे ना?"

"होय. नेहमीप्रमाणेच सगळा वेडेपणा! आम्ही आज आशिया आणि युरोपमधल्या संभाव्य भांडवलदारांसाठी सॅटेलाईट वापरून डेमो देणार आहोत. पण आमच्या इथं अडचण उद्‌भवली आहे. कारण त्यांनी जो व्हिडियो ट्रॅक पाठवला होता...ओह! नाही. तुला हे कशाला सांगत बसले आहे मी...ते जाऊ दे. हनी, आम्हाला दोन तास उशीर होणार आहे. मी आठ वाजेपर्यंत तर नक्कीच परत येऊ शकत नाही. तू मुलांना जेवायला घालून झोपवशील का?"

"हरकत नाही." मी म्हणालो आणि खरोखरच काही अडचण नव्हती. मला आता त्याची सवय झाली होती. अलीकडे ज्युलिआचे कामाचे तास खूपच वाढलेले होते. बहुतेक वेळा ती रात्री घरी परत येई तेव्हा मुले झोपी गेलेली असत. ती ज्या कंपनीत काम करत होती ती कंपनी 'झायमॉस टेक्नॉलॉजी' सध्या आणखी भांडवल उभे करण्याच्या प्रयत्नात होती. आणखी वीस दशलक्ष डॉलर्स. त्यामुळे त्यांच्यावर बराच ताण पडत होता. त्याचे मुख्य कारण म्हणजे कंपनी नवीन तंत्रज्ञानाचा विकास करत होती. झायमॉसचे लोक ह्या तंत्रज्ञानाला 'रेण्वीय उत्पादन' म्हणत असत. ह्यालाच इतर लोकांच्या भाषेत नॅनोतंत्रज्ञान म्हणतात. अलीकडच्या काळात भांडवल गुंतवणाऱ्यांना नॅनो हा शब्द फारसा आवडत नाही. ह्या शब्दाचा वापर होत असलेल्या ठिकाणी भांडवल घालून गेल्या दहा वर्षात अनेकजण खलास झाले. आता जवळजवळ तयार होणार, मग तयार होणार असा गाजावाजा झालेली अनेक उत्पादने प्रयोगशाळेतून कधीच बाहेर पडू शकली नाहीत. त्यामुळे भांडवलदार नॅनोतंत्रज्ञान म्हणजे निरुपयोगी शक्यता मानतात.

अर्थात ज्युलिआला हे सांगत बसायची गरज नव्हती. कारण तिने स्वत: अशा दोन गुंतवणुकदार फर्मसाठी काम केलेलं होतं. मुळात ज्युलिआने बालमानसशास्त्रात शिक्षण घेतलं होतं खरं. पण आता मात्र, ती निराळेच काम करत होती. तिच्या कामाला ती 'तंत्रज्ञान उबवणे' म्हणायची. नवीन तंत्रज्ञान वापरून उडू पाहणाऱ्या कोवळ्या कंपन्यांना ती मदत करत होती. आपण अजूनही लहान मुलांच्या मानसशास्त्राचा वापर करतो आहोत असे ज्युलिआ गंमतीने म्हणत असे. हे काम करता करता ज्युलिआने फर्मना सल्ला देण्याचे काम थांबवलं आणि एका कंपनीत पूर्णवेळ काम पत्करलं. आता ती झायमॉस कंपनीत उपाध्यक्ष होती.

ज्युलिआच्या मते झायमॉसने अनेक महत्त्वाचे शोध लावले होते आणि त्यांच्या क्षेत्रामधल्या इतरांपेक्षा तिची कंपनी खूपच पुढे गेलेली होती. प्रत्यक्ष बाजारात उत्पादन आणणे म्हणजे अवघ्या काही दिवसांचा प्रश्न आहे असे ती म्हणत होती. पण मी तिचे हे म्हणणं फारसं गंभीरपणानं घेतलं नव्हतं.

"जॅक मला तुला एक सूचना द्यायची आहे." ज्युलिआ फोनवर मला अपराधी स्वरात सांगत होती. "एरिक वैतागणार आहे."

"का?"

"कारण...मी त्याच्या खेळाच्यावेळी येईन असं म्हणाले होते."

"ज्युलिआ हे कशासाठी? आपण अशाप्रकारे कबूल करण्याबद्दल या अगोदर बोललो आहोत. तू त्याचा खेळ पाहायला येऊच शकत नाहीस. त्याची मॅच तीन वाजता आहे. तू त्याला येते म्हणून का कबूल केलंस?"

"मला वाटलं होतं, मला जमेल."

मी सुस्कारा टाकला. मुलांची काळजी घेण्याची तिची तऱ्हा अशी आहे तर. हे मी स्वत:शीच म्हणालो, "ठीक आहे. हनी, काळजी करू नकोस. मी सांभाळतो सगळं."

"थँक्स् जॅक? त्या मॅटचं काय? काहीही आण पण ती पिवळी मॅट आणू नकोस. ओके?"

ज्युलिआने फोन बंद केला होता.

मी रात्रीच्या जेवणासाठी स्पॅघेटी बनवली. कारण त्या बाबतीत कधीच वादविवाद होत नसे. आठ वाजेपर्यंत धाकटी दोन्ही मुलं झोपी गेली होती. निकोल तिचा घरचा अभ्यास पुरा करत होती. ती बारा वर्षांची होती. निकोलने

रात्री दहा वाजता झोपणं अपेक्षित होतं. अर्थात आपल्यावर हे बंधन आहे हे तिला आपल्या मैत्रिणींना कळू द्यायची इच्छा नव्हती.

सर्वात धाकटी अमान्डा अवघी नऊ महिन्यांची होती. ती आता घरभर रांगायला लागली होती आणि कशाला तरी धरून मधूनमधून उभी राहण्याचा प्रयत्न करत होती. एरिक आठ वर्षांचा होता. त्याला फुटबॉल फार आवडत होता आणि त्याला सतत खेळण्यात रस होता. काहीवेळा तो सरदारासारखा पोशाख करून हातात प्लॅस्टिकची तलवार उंच धरून आपल्या मोठ्या बहिणीच्या मागं लागत असे.

निकोल सध्या उमलण्याच्या नाजुक वयात होती. एरिक अनेकदा तिची ब्रा घेऊन घरभर धिंगाणा घालायचा. "निकीची ब्रा! निकीची ब्रा!" हे पाहिल्यावर निकोलला त्याच्या मागे धावायची शरम वाटे. ती दातओठ खात म्हणे, "डॅड?...डॅड! पहा तो पुन्हा तसं करतोय." मग मी त्याच्या पाठीमागे धावून त्याला पकडून आणी आणि आपल्या बहिणीच्या वस्तूंना हात लावायचा नाही हे बजावत असे.

माझं आयुष्य सध्या हे असं झालं होतं. सुरवातीला माझी मिडीआट्रॉनिक्समधली नोकरी गेल्यावर काही काळ भावाबहिणीमधली दंगामस्ती पाहायची मजा वाटली. ती पाहून मला आपणही जे काम करत होतो ते त्यापेक्षा फारसं वेगळं आहे असं वाटत नव्हतं. मिडिआट्रॉनिक्समध्ये मी एका प्रोग्रॅम विभागाचा मुख्य होतो. संगणकाला लागणाऱ्या आज्ञावली लिहिणाऱ्या हुशार तरुण पोरांच्या एका कळपावर मी देखरेख करत असे. संगणकाची आज्ञावली लिहिणं हे तरुणांचं काम आहे. वयाच्या चाळिसाव्या वर्षी मी स्वत: आज्ञावली लिहिणं शक्यच नव्हतं. म्हणून मग मी तरुण पोरांच्याकडून काम करून घेऊ लागलो होतो. सिलिकॉन व्हॅलीमधील इतर कोणाही प्रोग्रॅमरप्रमाणे माझंही काम पूर्णवेळेचं होतं, आणि नेहमीच आमच्या इथंही काही ना काही घोटाळे होतच असत. पोर्श गाड्यांचे अपघात, लफडी-कुलंगडी, विवाहबाह्य संबंध, पोरांना सांभाळण्याचे प्रश्न, ड्रग्ज् घेतल्यानं उद्भवणाऱ्या भानगडी ह्या सगळ्यामुळं आमच्या इथेही सतत आणीबाणीची परिस्थिती असायचीच. त्यातच नेहमीप्रमाणेच कायम वेळेशी सामना करण्यासारखे प्रचंड काम असायचं. साहजिकच पोरं रात्ररात्र जागून डायट कोक आणि सन चिप्स्ची पुडकी फस्त करत कामं करत बसायची.

हे सगळं असूनही अत्यंत महत्त्वाच्या क्षेत्रातील माझं काम फारच छान होते. आम्ही जे प्रोग्रॅम लिहित होतो त्यांना वितरीत समांतर संगणक प्रक्रिया किंवा एजंटवर आधारित संगणक कार्यक्रम म्हणतात. ह्या कार्यक्रमांमध्ये सजीवसृष्टीतील प्रक्रियांची एकप्रकारे प्रतिकृती केली जाते. आम्ही संगणकामध्ये

आभासी एजंट तयार करत असू. मग ह्या एजंटांना प्रत्यक्ष समस्या सोडवण्यासाठी एकमेकांशी संपर्क करता येत असे. हे कदाचित ऐकायला चमत्कारिक वाटेल. पण त्यामुळे काम होत असे. उदाहरणार्थ आम्ही मुंग्यांच्या अन्न गोळा करण्याची नक्कल करणारा एक प्रोग्रॅम लिहिला होता. मुंग्या अन्नाकडे जाण्याचा सर्वात जवळचा मार्ग कसा शोधतात हे पाहून आम्ही त्या कल्पनेचा वापर टेलिफोनच्या जाळ्यांमध्ये संदेशवहन करण्यासाठी केला होता. इतर काही प्रोग्रॅमसाठी आम्ही वाळवी, थवा वेगळा करणाऱ्या मधमाशा आणि भक्ष्याचा पाठलाग करणाऱ्या सिंहांच्या वर्तनांचा उपयोग केला होता.

ह्या सगळ्या कामात खरोखरच मजा होती. मी आणखी जबाबदारी स्वीकारली नसती तर कदाचित मी अजून तिथं काम करत असतो. मी माझ्या अखेरच्या काही महिन्यात सुरक्षा व्यवस्थेच्या प्रमुखपदाची जबाबदारी घेतली होती. त्या जागेवर एक बाहेरचा तंत्रज्ञ सल्लागार दोन वर्षे काम करत होता. पण कंपनीच्या प्रोग्रॅमच्या **'सोर्स कोड'**ची चोरी त्याला पकडता आली नाही. आमच्या वितरीत संगणन प्रक्रियेचे कोड चोरले गेले होते.

बाहेर वापरलेलं कोड आमचंच आहे याची आम्हाला खात्री होती, कारण आमची 'ईस्टर एग्ज्' तशीच्या तशी होती. संगणक आज्ञावली लिहिणारे नेहमीच आपल्या कोडमध्ये असे भाग मुद्दाम घुसवतात, हे भाग काहीही कामाचे नसतात. ती फक्त एक गंमत असते. त्या तैवानी कंपनीनं आमचं सगळंच्या सगळं कोड जसंच्या तसं उचललं होतं. त्यात त्यांनी किंचितसाही बदल केला नव्हता. त्यामुळेच 'आल्ट-शिफ्ट-एम-९ ही बटणे दाबली की संगणकाच्या पडद्यावर एक नवीन विंडो तयार होऊन त्यात आमच्याकडच्या एका प्रोगॅमरची लग्नतारीख दिसत होती. तैवानी कंपनीने आमचं कोड चोरलं आहे हे तर अगदी धडधडीतपणे दिसत होतं.

आम्ही त्या कंपनीवर खटला भरला. पण कंपनीचा प्रमुख डॉन ग्रॉस ह्याला ह्या प्रकाराची पुनरावृत्ती टाळायची होती. म्हणून त्यानं सुरक्षेची जबाबदारी माझ्यावर सोपवली. कोड चोरले गेल्यामुळे मी एवढा रागावलो होतो की मी देखील ती स्वीकारली. अर्थात माझे हे काम अर्धवेळचं होते. मी अजूनही माझ्या विभागाचा प्रमुख होतो. सुरक्षा व्यवस्था पाहायला मी सुरुवात करताच ताबडतोब वर्कस्टेशनचा वापर कसाकसा होतो आहे यावर मी नजर ठेवू लागलो. सध्या सगळीकडे हे केलं जातं. वर्कस्टेशनच्या टर्मिनलचा वापर आपले कर्मचारी कसा करतात हे ऐंशी टक्के कंपन्या पाहात असतात. त्यासाठी व्हिडिओ कॅमेरे लावलेले असतात. काहीवेळा टर्मिनलवर कोणती बटणे दाबली गेली ह्याची नोंद गुप्तपणे ठेवली जाते. तर कधी काही विशिष्ट शब्द आहेत का

यासाठी कर्मचाऱ्यांची ई-मेल तपासली जाते. नजर ठेवण्यासाठी असे कितीतरी मार्ग उपलब्ध आहेत.

डॉन ग्रॉस हा कडक माणूस होता. नौदलात असल्यापासूनचा त्याचा लष्करी खाक्या अद्याप बदललेला नव्हता. मी त्याला माझ्या नवीन टेहळणी पद्धतीची माहिती दिली. तेव्हा तो म्हणाला, ''पण, तू माझ्या टर्मिनलवर तर नजर ठेवत नाहीस ना?'' मी त्यावर म्हणालो होतो ''अर्थातच नाही.'' पण खरे तर मी कंपनीच्या सर्व टर्मिनल्सवर नजर ठेवण्यासाठी व्यवस्था केली होती. त्यात त्याच्याही टर्मिनलचा समावेश होता आणि म्हणूनच मला दोन आठवड्यांनंतर लक्षात आले की अकाऊंट विभागातल्या एका पोरीबरोबर डॉनचं लफडं होतं, आणि त्यानं तिला कंपनीची गाडी वापरायची परवानगी दिली होती. मी मग डॉनला भेटलो. त्याला सांगितले की अकाऊंट विभागातल्या जीन नावाच्या पोरीच्या ई-मेलमधून असे दिसतेय की तिची कोणाबरोबर तरी भानगड आहे. त्यामुळं तिला तिच्या दर्जापेक्षा जास्त सोयीसवलती मिळत आहेत. मी मग हे देखील सांगितले की तो माणूस कोण त्याची मला अजून कल्पना नाही, पण जर त्यांनी ई-मेलचा वापर चालू ठेवला तर मला लवकरच ते नाव कळू शकेल.

डॉनने माझ्या बोलण्याचा नेमका अर्थ लावावा अशी माझी इच्छा होती तसे झाले देखील. फरक पडला तो त्याच्या ई-मेलमध्ये. तो आता त्या पोरीला त्याच्या घरून ई-मेल पाठवू लागला. त्याच्या हे लक्षात आले नाही की त्याच्या घरचे ई-मेलदेखील कंपनीच्याच सर्व्हरमधून पाठवले जातात. सहाजिकच मला ते मिळत होते. त्यामुळे मला लवकरच समजले. डॉन काही परदेशी कंपन्यांना 'सवलतीत' सॉफ्टवेअर पुरवत होता आणि त्यासाठी तो 'सल्लागार' म्हणून भरभक्कम फी आकारत होता. ही रक्कम त्याच्या केमन आयलंड्सवरच्या बँकेच्या खात्यात जमा होत होती. हे सारं अर्थातच बेकायदेशीर होतं आणि मी त्याच्याकडे काणाडोळा करणार नव्हतो. मी माझ्या वकिलाचा, गॅरी मार्डरचा सल्ला घेतला. त्यानं मला कंपनी सोडण्याचा सल्ला दिला.

''कंपनी सोडायची?''

''होय. अर्थातच सोडायची.''

''कशासाठी?''

''कशासाठी हा विचारच करायचा कशाला? तुला बाहेर चांगली संधी आली आहे. तुझी तब्येत ठीक नाही. घरी काही अडचणी आहेत. ह्यातलं काहीही म्हण आणि तिथून बाहेर पड.''

''एक मिनिट...'' मी म्हणालो, ''तुझं असं म्हणणं आहे का की तो कायदा मोडतोय म्हणून मी नोकरी सोडायची. तुझा सल्ला हा असा आहे का?''

“नाही” गॅरी म्हणाला. “तुझा वकील ह्या नात्याने माझा सल्ला असा आहे, की जर कंपनीत काही बेकायदेशीर घडत असेल तर त्याची माहिती देणं हे तुझं काम आहे. पण एक मित्र म्हणून माझा सल्ला असा आहे की गप्प बस आणि शक्य तितक्या लवकर निघायचं बघ.”

“मला हा भेकडपणा वाटातोय. मला वाटतं, मी गुंतवणूक करणाऱ्यांना ह्याची कल्पना द्यायला हवी.”

गॅरीने उसासा टाकला. माझ्या खांद्यावर हात ठेवून तो म्हणाला, “जॅक भागधारक त्यांचं काय ते बघून घेतील. तू मात्र तिथून निघ.’ मला हे म्हणणं पटले नाही. माझं कोड चोरीस गेलं तेव्हा मी तिथे होतो. मला त्या गोष्टीचा राग आला होता खरा. पण आता मात्र मला ते खरोखरच चोरीला गेलं होतं की नाही ह्याची शंका वाटू लागली. कदाचित कोणीतरी ते विकलं होतं. आमची कंपनी एक खासगी कंपनी होती. मी कंपनीच्या एका बोर्ड मेंबरच्या कानावर कोड चोरीची गोष्ट घातली.

त्यामधून एवढंच निष्पन्न झालं की बेजबाबदारपणा आणि गैरवर्तन ह्यासाठी मला दुसऱ्याच दिवशी कंपनीमधून हाकलून देण्यात आलं. तो मेंबर बहुदा त्यात सामील होता. मला हाकलून देताना कंपनीने खटला भरण्याची धमकी दिली. कंपनीकडून मला येणं असणारी माझी हक्काची रक्कम मिळण्यासाठी मला गुप्तता राखण्याच्या निवेदनावर सही करणं भाग पडलं. माझ्या वकिलाने ते सारे सोपस्कार पार पाडले. प्रत्येकवेळी नवीन दस्तऐवज पाहिला की तो सुस्कारे टाकत होता.

हे सगळे झाल्यानंतर आम्ही बाहेरच्या स्वच्छ उन्हात उभे असताना मी त्याला म्हणालो, “चला. एकदाचं संपलं सारं.”

तो वळला आणि माझ्याकडे रोखून पाहात म्हणाला, “हे तू कशावरून म्हणतोस?”

अर्थातच सारं काही अजिबात संपलेलं नव्हतं. अतिशय गूढरित्या मी लक्ष्य झालेला माणूस होतो. माझी पात्रता अत्युत्कृष्ट होती, आणि मी सध्याच्या जोरदार क्षेत्रात काम करत होतो. पण प्रत्यक्षात मी इंटरव्ह्यूसाठी गेलो की त्या लोकांना माझ्यात रस नाही हे लक्षात येत असे. त्यापेक्षाही वाईट म्हणजे अनेकजण चक्क अस्वस्थ होत असत. सिलीकॉन व्हॅलीचा विस्तार खूप मोठा आहे खरा, पण हे जग फार छोटं आहे. इथं एखादी गोष्ट अगदी सहजासहजी

पसरते. अखेर माझा इंटरव्ह्यू घेणाऱ्यांपैकी एकजण माझ्या थोडाफार ओळखीचा निघाला. त्याचे नाव टेड लँडो. मी आदल्यावर्षी त्याच्या मुलाला बेसबॉलचं प्रशिक्षण दिलं होतं. माझा इंटरव्ह्यू झाल्यानंतर मी त्याला विचारलं, ''माझ्याबद्दल तू काय ऐकलं आहेस?'' त्यानं मान हलवली, ''काही नाही जॅक''

''टेड. मी गेल्या दहा दिवसांमध्ये दहा इंटरव्ह्यू दिलेत. तेव्हा मला काय ते सांग''

''सांगण्यासारखं काही नाही.''

''टेड...''

त्याने हातातले कागद उगीचच वरखाली केले. तो माझ्या नजरेला नजर न देता कागदांकडेच पाहत होता. मग उसासा टाकत तो म्हणाला, ''जॅक फोरमन, उपद्रवी माणूस. आडमुठा, उद्धट, गरम डोक्याचा, टीममध्ये काम करण्यास अयोग्य.'' मग टेड जरासा घुटमळला. ''आणि तू कसल्यातरी देवाणघेवाणीत अडकला होतास. ते काय ते सांगत नाहीत. पण काहीतरी संशयास्पद व्यवहार होता म्हणे. तू काहीतरी अफरातफर केलीस.''

''मी अफरातफर केली?'' मी रागाने उसळून म्हणालो. मी आणखीनही काही बोलणार होतो. पण मी स्वत:ला सावरले. माझ्या लक्षात आले की मी त्यावेळी खरोखरच उद्धट आणि भडक डोक्याचा वाटलो असतो. म्हणून मग मी गप्प बसलो आणि टेडचे आभार मानले.

मी बाहेर पडत असताना टेड म्हणाला, ''जॅक. तू एक गोष्ट केलीस तर तुलाच फायदा होईल. जरासा वेळ जाऊ दे. सिलीकॉन व्हॅलीत परिस्थिती झपाट्याने बदलू शकते. तुझी पात्रता खरोखरच उत्तम आहे. तुझ्याकडे असणारे ज्ञान अत्युत्तम दर्जाचे आहे. थोडासा थांब...'' त्यानं खांदे उडवले.

''काही महिने?''

''चार किंवा माझ्या मते पाच.''

माझ्या लक्षात आलं होतं की टेडच्या म्हणण्यात तथ्य होतं. मी मग आणखी नोकरी शोधण्याचे प्रयत्न फारसे गंभीरपणे केले नाहीत.

लवकरच माझ्या कानावर मिडीआट्रॉनिक्स उताणी पडत असल्याच्या बातम्या येऊ लागल्या. काही खटले होतील असेही ऐकू आलं. मला हे ऐकून मनोमन आनंद होत होता. पण दरम्यान माझ्यापुढे वाट पाहात राहणं एवढाच पर्याय खुला होता.

सकाळी उठल्यानंतर आपल्याला कामावर जायचं नाही. ह्या जाणीवेतला चमत्कारिकपणा हळूहळू कमी होत गेला. ज्युलिआचे कामाचे तास हळूहळू वाढत चालले होते. घरात मुलांचा दबाव वाढतच जात होता. मी घरात असल्यानं ती आमच्या हाऊसकीपरऐवजी सतत माझ्यामागे लागत होती. मी

त्यांना शाळेत सोडू लागलो, शाळेतून आणू लागलो आणि त्यांना डॉक्टरकडेही नेऊ लागलो. दातांचा डॉक्टर, फुटबॉलची प्रॅक्टिस वगैरे सर्व ठिकाणी मी नेऊ लागलो होतो. सुरवातीला मी बनवलेलं जेवण भयंकर असलं तरी लवकरच त्यात चांगली सुधारणा झाली.

आणि मला काही कळायच्या आतच मी टेबल कसं सजवावं ह्याचा विचार करू लागलो होतो आणि टेबलावरची मॅट विकत घेत होतो आणि हे सारं अगदी नैसर्गिक वाटत होते.

ज्युलिआ रात्री साडेनऊच्या सुमारास घरी आली. मी तेव्हा टी.व्ही.वर खेळ पाहत होतो. पण माझे तिकडे फारसं लक्ष नव्हतं. ती आत आली आणि माझ्या मानेवर मागच्या बाजूला ओठ टेकवत म्हणाली, "सगळे झोपले का?"

"निकोल सोडून सगळे. ती अजून घरचा अभ्यास करते आहे."

"जीझस. इतक्या उशीरापर्यंत?"

"नाही, हनी. आपण ते मान्य केलंय. ह्यावर्षी तिला दहा वाजेपर्यंत जागी राहण्याची परवानगी आहे. आठवतंय ना?"

आपल्याला आठवत नाही अशा अर्थी ज्युलिआने खांदे उडवले. कदाचित तिला खरोखरच आठवत नसेल. आता आमच्या दोघांची भूमिका उलट झाली होती. पूर्वी मुलांबद्दलची सगळी माहिती तिला असायची. आता मला जास्त माहिती असते. काहीवेळा ज्युलिआला त्यामुळं अस्वस्थ वाटत असे. आपली सत्ता कमी होते आहे असं तिला वाटत असावं.

"छोटी कशी आहे?"

"तिची सर्दी कमी झालीय. फक्त थोडीशी शिंकते मधूनमधून. आता ती नीट खायलाही लागली आहे."

मी ज्युलिआबरोबर बेडरूमकडे निघालो. ती मध्येच छोटीच्या खोलीत शिरली. पाळण्यावर वाकून तिनं छोटीची हळूच पापी घेतली. ते पाहून मला वाटलं की काहीही झालं तरी बापाच्या आणि आईच्या ममतेत निश्चित फरक आहे. ज्युलिआचे मुलांशी असणारे भावबंध नक्कीच माझ्यापेक्षा वेगळे होते. तिनं छोटीचा संथ श्वासोच्छ्वासाचा आवाज ऐकला आणि म्हणाली, "होय. ती आता छान झालीय."

एरिकच्या खोलीत शिरल्यावर तिनं त्याच्या पलंगावर पडलेलं खेळणं उचलले आणि माझ्याकडं बघून कपाळाला आठ्या घातल्या. ती किंचित

त्रासलेली वाटली. एरिक झोपायच्या ऐवजी खेळत बसतो हे मला माहिती होतं. पण त्यावेळी मी छोटीला झोपवत असल्यानं मी त्याच्याकडे काणाडोळा केला होता. ज्युलिआला हे एवढं समजायला हवं असं मला वाटलं.

ज्युलिआ आता निकोलच्या खोलीत शिरली. निकोल तिच्या लॅपटॉपवर काहीतरी करत होती. आपल्या आईला आत शिरताना पाहून तिनं तो झट्कन बंद केला, "हाय मॉम!"

"तू इतक्या उशीरापर्यंत जागी आहेस."

"नाही. मॉम..."

"तू आत्ता घरचा अभ्यास करणे अपेक्षित आहे."

"मी केला."

"मग तू झोपली का नाहीस?"

"कारण—"

"तू सगळी रात्र कॉम्प्युटरवरून मित्रांशी गप्पा मारत बसलेली मला चालणार नाही."

"मॉम—" निकोल कष्टी स्वरात म्हणाली.

"तू त्यांना दिवसा शाळेत भेटतेसच की, तेवढं पुरेसं आहे."

"मॉम—"

"आपल्या वडिलांकडे पाहायची काहीही गरज नाही. तो तुमच्यासाठी काहीही करायला तयार असतो हे माहिती आहे. मी आत्ता तुझ्याशी बोलते आहे."

निकोलने सुस्कारा टाकला. "होय मॉम."

निकोल आणि ज्युलिआ ह्यांच्यामधले असे संभाषण ही गोष्ट आता सतत वाढत चालली होती. निकोलच्या ह्या वयात तसं घडणं मला नैसर्गिक वाटत होते. पण त्या वेळी मी मध्ये पडायचं ठरवलं. ज्युलिआ दमलेली असताना ती कठोर होत असे. मी तिच्या खांद्यावर हात टाकला आणि म्हणालो, "सगळ्यांनाच उशीर झालाय. चहा हवा का?"

"जॅक. तू ह्यात पडू नकोस."

"तसं नाही. मी फक्त—"

"तसंच! तू मध्ये पडतो आहेस. मी निकोलशी बोलते आहे. तू त्यात अडथळा आणतो आहेस. तू नेहमीच असं करतोस."

"हनी. आपण सर्वांनी मिळून ठरवलंय की निकोल दहापर्यंत जागी राहू शकते. असं असताना मला हे कळत नाही—"

"पण तिचा अभ्यास पूर्ण झाला असेल, तर तिने झोपायलाच हवं."

"तसं ठरलं नव्हतं."

“तिनं दिवसरात्र कॉम्प्युटरशी खेळत बसणं मला आवडणार नाही.”

“ती तसं करत नाही ज्युलिआ—”

त्याचवेळी निकोल रडू लागली आणि जोरजोरात हातपाय आपटत म्हणाली, “तू नेहमीच माझ्यावर टीका करतेस. मला तुझा तिरस्कार वाटतो!” निकोल धावत बाथरूममध्ये शिरली आणि तिने धाड्‌कन दार बंद करून घेतले. त्या आवाजाने छोटी जागी झाली नि रडू लागली. ज्युलिआ माझ्याकडे वळली, “तू मला कृपा करून माझ्या पद्धतीने हे सगळं करू देशील का?”

त्यावर मी म्हणालो, “मला माफ कर. तुझं म्हणणं बरोबर आहे.”

खरे तर मला अजिबात तसे वाटत नव्हते. मला अलीकडं हे घर माझं आहे आणि ही मुलं माझी आहेत अशी जाणीव होत होती. मी माझ्या पद्धतीनं घराची व्यवस्था लावल्यानंतर सर्वकाही शांतपणे चाललं असताना ज्युलिआ रात्री उशीरा येऊन माझ्या घरात उलथापालथ करत होती.

ज्युलिआचं वागणं बरोबर आहे असे मला बिलकुल वाटत नव्हतं.

गेल्या काही आठवड्यात माझ्या लक्षात आलं होतं की त्या दिवशीसारखे प्रसंग अलीकडं वारंवार घडू लागले होते. आपण जास्त वेळ घराबाहेर असतो म्हणून ज्युलिआला अपराधी वाटत असेल अशी माझी सुरवातीला कल्पना झाली होती. मग मला वाटू लागलं की घराचा ताबा परत मिळवण्यासाठी ती मुद्दाम तिचा अधिकार गाजवते आहे. नंतर मी विचार केला की ती दमत असावी किंवा कामाचा ताण खूप असेल म्हणून ती अशी वागते.

पण अलीकडे मात्र मला जाणीव झाली की तिच्या वागण्याचं समर्थन मीच करू लागलो आहे. मला ज्युलिआमध्ये बदल झाला आहे असं वाटू लागलं. ती निराळी वाटत होती. पूर्वीपेक्षा कठोर आणि सतत तणावाखाली असणारी.

छोटी आता आक्रोश करू लागली होती. मी तिला पाळण्यातून उचलून घेतलं आणि छातीशी धरून तिला थोपटू लागलो. त्याचवेळी मी डायपरच्या मागच्या बाजूनं बोट फिरवून पाहिलं. खरोखरच डायपर ओला झाला होता. मी तिला उताणी ठेवली, तर ती अधिकच जोरात पुन्हा रडू लागली. मी तिला आवडणारा खुळखुळा काढून वाजवू लागलो आणि तो तिच्या हातात दिला. ती मग गप्प झाली. लाथा न झाडता ती मला डायपर बदलू देऊ लागली होती.

“मी बदलते.” ज्युलिआ आत येत म्हणाली.

“ठीक आहे.”

"माझ्यामुळं ती जागी झालीय. तेव्हा मीच बदलते."

"हनी, खरंच ठीक आहे. मी करतो."

ज्युलिआने माझ्या खांद्यावर हात ठेवला आणि माझ्या मानेवर पाठीमागून ओठ टेकवले, "मला माफ कर. मी असा मूर्खपणा केलाय. पण मी खरोखरच दमले आहे. मला काय झालं ते समजत नाही. मी बदलते तिचा डायपर. हल्ली मला ती फारशी भेटतही नाही."

"ठीक आहे," मी बाजूला झालो. ती पुढे झाली.

"हाय- पूप्सी-डूप्सी!" छोटीच्या हनुवटीला हलकेच स्पर्श करत ती लाडात बोलू लागली, "माझी लहानगी विंकी-डिंकी कशी आहे अं?" ह्या सगळ्यामुळं छोटीच्या हातातून खुळखुळा खाली पडला. मग ती कुशीवर वळू लागली आणि तिनं पुन्हा रडायला सुरवात केली. हातातला खुळखुळा पडला म्हणून ती रडते आहे हे ज्युलिआला कळले नाही. ती तिच्याशी लाडात बोलतच राहिली आणि ती धडपड करून डायपर घालू लागली. पण उलट छोटी आणखी हातपाय झाडत कुशीवर वळायचा प्रयत्न करतच होती, "अमान्डा. हे बंद कर!"

मी म्हणालो, "ती तसं करते." हे खरंही होते. अमान्डाचे वय असं होतं की ती आता डायपर बदलायला विरोध करत होती. ती लाथा चांगली जोरात मारत असे.

"असेल. पण ते थांबलंच पाहिजे. बंद म्हणजे बंद!"

अमान्डाचं रडणं आणखीच वाढलं. ती वळण्याचा प्रयत्न करत असताना डायपरचा पट्टा सुटला आणि डायपर एका बाजूला घसरला. अमान्डा आता टेबलाच्या कडेला घसरली होती. ज्युलिआने तिला रासवटपणे मध्ये ओढलं. "गॉड डॅम इट!... मी म्हणाले बंद!" ज्युलिआ ओरडली आणि तिनं तिच्या पायावर एक चापट मारली. अमान्डाचा आवाज मोठा झाला आणि ती लाथादेखील आणखी जोरात झाडू लागली.

"अमान्डा बंद!... अमान्डा बंद कर! बंद!" ज्युलिआनं पुन्हा एक चापट लगावली.

एक क्षणभर मी प्रतिक्रिया दिली नाही. मी स्तंभित झालो होतो. मला काय करावं ते कळेना. ज्युलिआ अजून चापट्या मारत होती. अमान्डाचे पाय आता लाल दिसत होते.

"हनी... आपण तिला..." मी पुढे झुकत म्हणालो.

ज्युलिआ अक्षरशः उसळली, "तू नेहमी अशी ×××× ढवळाढवळ का करतोस?" टेबलावर हात आपटत ज्युलिआ किंचाळली, "तुझी ×××× अडचण काय आहे?"

हे म्हणून ज्युलिआ पाय आपटत खोलीबाहेर पडली.

मी एक दीर्घ निश्वास टाकला आणि अमान्डाला उचलून घेतलं. ती तारस्वरात आक्रंदत होती. तिला शांत करण्यासाठी मला तिला बाटली द्यावी लागेल हे माझ्या लक्षात आले. मी तिच्या पाठीवर हलकेच थोपटून तिला थोडंफार शांत करायचा प्रयत्न केला. नवीन डायपर नीट घालून मी तिला किचनमध्ये आणलं. मी बाटली गरम करण्यासाठी ठेवली. किचनमध्ये त्यावेळी उजेड कमी होता.

ज्युलिआ टेबलापाशी बसून बाटलीमधूनच बियर पीत होती. शून्यात नजर लावून ती म्हणाली, "तुला नोकरी कधी मिळणार आहे?"

"मी प्रयत्न करतोय."

"खरंच? मला नाही वाटत तसं. तुझा शेवटचा इंटरव्ह्यू कधी झाला?"

"मागच्या आठवड्यात."

"तू आणखी जोरात प्रयत्न कर." ज्युलिआ करवादत म्हणाली, "लवकरात लवकर नोकरी मिळव. कारण मला आता हे सहन होत नाही." मी प्रयत्नपूर्वक राग गिळला, "मला कल्पना आहे. ह्याचा सगळ्यांनाच त्रास होतोय." माझी एवढ्या रात्री आणखी वादविवाद करायची इच्छा नव्हती. मी तिच्याकडे डोळ्याच्या कोपऱ्यातून बारकाईनं न्याहाळत होतो.

छत्तीसाव्या वर्षीही ज्युलिआ चांगलीच आकर्षक होती. काळे केस आणि गडद रंगाचे डोळे. किंचित अपरं नाक आणि रेखीव सुंदरता. तिचं व्यक्तिमत्त्व उत्फुल्ल वाटणारं होतं. इतर अनेक तंत्रज्ञ अधिकाऱ्यांप्रमाणे ती नव्हती. तिचा स्वभाव मोकळा होता. ती सहजपणे कोणाशीही मैत्री करू शकत होती. तिची वृत्ती मिस्किल होती. निकोल लहान असताना ज्युलिआ घरी आली की कंपनीमधले गंमतीदार अनुभव सांगत असे. त्याच किचनटेबलापाशी बसून आम्ही भरपूर हसत खिदळत असायचो. काही वेळा तर हसून-हसून मी घाबराघुबरा होऊन जायचो. लहानगी निकोल ज्युलिआचा दंड धरून विचारायची, "गंमत काय झाली मॉम?... मॉम काय गंमत झाली सांग ना..." निकोलला आमच्या हसण्यात सामील व्हायची इच्छा असेल. अर्थातच आम्ही तिला खरं काय ते सांगू शकत नव्हतो. मग ज्युलिआ कुठून तरी तिला समजेल असा विनोद सांगून तिलाही हसण्याखिदळण्यात सहभागी करून घ्यायची. ज्युलिआ नेहमीच जीवनाकडे खेळकर नजरेने पाहू शकत असे. अत्यंत संतुलित स्वभावासाठी ती प्रसिद्ध होती. ती कधीच तापटपणाने काहीही करत नसे.

अर्थात त्यावेळी मात्र ती प्रचंड संतापली होती. ती माझ्याकडे पाहायलाही तयार नव्हती. अंधारात किचन टेबलापाशी बसून ती एक पाय अस्वस्थपणे

हलवत होती. ती दूरवर नजर लावून बसली होती. मी तिच्याकडे पाहिलं. मला ती बदललेली दिसली. अर्थात अलीकडे तिचं वजन थोडं कमी झालं होतं हे खरं. कदाचित हा कामाच्या ताणाचा परिणाम असावा. पण तिच्या चेहेऱ्यावरचा मृदूपणा कमी झाला होता. तिच्या गालाची हाडं जास्त वर आल्यासारखी वाटत होती. तिची हनुवटी जास्तच निमुळती भासत होती. ती ह्या सगळ्यामुळं कठोर वाटत होती. पण तरीही ती मोहक होतीच.

ज्युलिआचे कपडे आता निराळे झाले होते. तिनं गडद रंगाचा स्कर्ट आणि पांढरा ब्लाऊज घातला होता. हा व्यवसायाच्या क्षेत्रातला सर्वसामान्य पोशाख होता. पण तिचा स्कर्ट पूर्वीपेक्षा जास्त घट्ट दिसला. तिच्या हलणाऱ्या पायामुळं माझ्या लक्षात आलं की तिनं उंच टाचांचे खास बूट घातले होते. ती पूर्वी अशा प्रकारचे बूट कधीच वापरत नसे. त्यांना ती 'या आणि मला ××××' असे सांगणारे बूट म्हणायची.

मला एकदम जाणवलं की तिच्यात फारच मोठा फरक पडला आहे. तिचं वागणं, बोलणं, स्वभाव, तिचा लहरीपणा हे सगळंच निराळं झालं होतं. माझ्या डोक्यात प्रकाश पडला, "*माझ्या बायकोचं लफडं सुरू होतं!*"

स्टोव्हवर ठेवलेलं पाणी गरम झालं होतं. त्या वाफाळलेल्या पाण्यातून मी बाटली बाहेर काढली. माझ्या दंडावर लावून तपासली. बाटली जास्त गरम झाली होती. मला ती गार होण्यासाठी एखादा मिनिट थांबावं लागणार होतं. अमान्डा पुन्हा रडू लागली होती. मी तिला खांद्यावर थोडं हालवलं आणि किचनमध्ये थोडासा फिरत राहिलो.

ज्युलिआनं माझ्याकडं एकदाही पाहिलं नाही. ती केवळ पाय हलवत शून्यात नजर लावून बसून राहिली होती.

मी कुठेतरी वाचलं होतं. नवऱ्याची नोकरी गेली की हे असं होतं. त्याचा पुरुषी आकर्षकपणा कमी होऊ लागतो. त्याच्या बायकोला त्याच्याबद्दल वाटणारा आदर कमी होत जातो आणि मग ती भरकटत जाते. वॉशिंग मशीन चालू असताना किंवा मायक्रोवेव्हमध्ये हॅम्बर्गर गरम होत असताना मी आमच्या घरात असणाऱ्या 'ग्लॅमर', 'रेडबुक' किंवा तशाच कोणत्यातरी मॅगेझीनमध्ये हे वाचलेलं होतं.

आता माझ्या मनात प्रचंड गोंधळ उडाला होता. हे सारं खरंच आहे का? की खूप दमल्यामुळे माझ्याच मनात हे असले विचार निर्माण होऊ लागले आहेत? समजा तिनं घट्ट स्कर्ट आणि वेगळे बूट घातले म्हणून असा काय

फरक पडलाय? फॅशन तर सतत बदलत असतातच. काहीवेळा वेगळे काहीतरी करावंसं वाटणं स्वाभाविक आहे आणि ती काहीवेळा चिडते म्हणून लगेच तिचं बाहेर लफडं आहे असं का मानायचं? अर्थातच हे बरोबर नाही. मी फक्त तिला काहीसा कमी आकर्षक आणि अपुरा वाटत असेन. माझ्या मनात असणाऱ्या असुरक्षितपणाच्या भावनेतून हे सारं उद्भवत असेल. बराच वेळ माझ्या मनात हे उलटसुलट विचार घोळत होते.

पण तरीही काहीही करून मला मनोमन ते खरंच वाटत होते. मी ज्युलिआबरोबर बारा वर्षांपेक्षा जास्त वेळ रहात होतो. मला वाटत होतं ते अगदी खरं आहे. याबद्दल मला पक्की खात्री वाटत होती. ती नक्की बदलली होती, आणि त्याचं कारणही मला समजत होतं. आमच्या दोघांच्या संबंधात आणखी कोणीतरी घुसला होता.

ही भावना माझ्या मनात इतकी आतून जाणवत होती की मला ती एखाद्या तीव्र वेदनेप्रमाणं हाडांपर्यंत ठुसठुसत होती.

***

अमान्डा आता बाटली चोखत आनंदात माझ्याकडं पहात होती. लहान बाळं जशी टक लावून पाहातात ना तशी. ती आता आनंदात होती. थोड्या वेळानं तिचे डोळे मिटले आणि ओठांची पकड सैल झाली. मी तिला खांद्यावर टाकलं आणि तिच्या खोलीकडं नेताना मी तिला ढेकर आणवली. बाळांनी ढेकर द्यावी म्हणून अनेकजण त्यांना खूप जोरात थोपटतात. पण त्याची गरज नसते. तळव्यानं जरा जोराने घासलं तरी पुरतं. काहीवेळा तर पाठीच्या कण्याच्या दोन्ही बाजूंनी बोटं फिरवली तरी काम होऊन जातं. तसं करताच अमान्डाने हलकेच ढेकर दिली आणि ती निवांतपणे झोपी गेली.

मी छोटीला पाळण्यात झोपवलं. रात्रीचा दिवा लावला. आता तिच्या खोलीतला प्रकाश फक्त अक्वेरियममधून येत होता. अक्वेरियमच्या कोपऱ्यातून हिरवा-निळा प्रकाश बाहेर पडत होता. खालून वर येणाऱ्या हवेच्या बुडबुड्यांमागे प्लॅस्टिकचा लहानसा पाणबुड्या वरखाली होत होता.

मी बाहेर पडण्यासाठी वळलो. ज्युलिआ दारात उभी होती. तिच्या केसांवर मागून प्रकाश येत होता. मला तिच्या चेहऱ्यावरचे भाव दिसले नाहीत. ती पुढं झाली. माझ्या मनावर ताण आला. तिनं माझ्या गळ्यात हात टाकले आणि छातीवर डोकं टेकवलं.

"मला माफ कर." ज्युलिआ म्हणाली, "मी खरोखरच मूर्ख आहे. तू घर अगदी उत्तम सांभाळतो आहेस. मला विनाकारण असूया वाटते एवढंच." तिच्या अश्रूंनी माझा खांदा भिजला होता.

"मी समजू शकतो." मी म्हणालो, "ठीक आहे."

मी पाहात होतो, पण माझ्या शरीरातला ताण कमी झालेला नव्हता. मी सावध होतो आणि मला संशयदेखील वाटत होता. माझ्या मनात तिच्याबद्दल उत्पन्न झालेला तिरस्कार काही केल्या कमी होत नव्हता.

शॉवर घेऊन टॉवेलनं केस पुसत ज्युलिआ बेडरूममध्ये आली. मी पलंगावर बसून उरलेली मॅच पाहायचा प्रयत्न करत होतो. माझ्या त्यावेळी लक्षात आलं की ज्युलिआ कधीही रात्री शॉवर घेत नसे. ती नेहमी सकाळी काम सुरू करण्याआधी शॉवर घ्यायची. पण आता मात्र अनेकदा ती घरी परतली की मुलांशी एक चकार शब्दही न बोलता सरळ बाथरूममध्ये शिरत असे.

माझ्या शरीरात अजूनही ताण होता. मी टी.व्ही. बंद केला, "आजचा डेमो कसा झाला?"

"काय म्हणालास?"

"डेमो. आज तुमचा डेमो होणार होता ना?"

"ओह!" ज्युलिआ म्हणाली, "होय...होय. आज डेमो होता. मजा आली. अखेर आम्हाला डेमो सुरू करता आला. जर्मनीमधले भांडवलदार वेळेच्या अडचणीमुळं सगळा डेमो पाहू शकले नाहीत. पण— बरं...तुला पाहायचा आहे का?"

"म्हणजे?"

"मी त्याचा काही भाग आणलाय. पाहायचा आहे का?"

मला आश्चर्य वाटलं. मी खांदे उडवले. "ठीक आहे. पाहू या."

"जॅक तुझं मत काय आहे ते मला ऐकायला आवडेल." मला तिच्या स्वरात किंचित वडिलकीचा आव जाणवला. माझी बायको मला तिच्या कामात सहभागी करून घ्यायचा प्रयत्न करत होती. आपल्या आयुष्यात मला सामील करून घेण्याचा तिचा हा प्रयास होता. तिने ब्रिफकेस उघडून डी.व्ही.डी बाहेर काढली आणि प्लेअरमध्ये घातली. मग ती परत येऊन माझ्याशेजारी पलंगावर बसली.

"हा डेमो कशाबद्दल होता?" मी विचारले.

"वैद्यकीय क्षेत्रातील प्रतिमा पाहाण्याचे नवीन तंत्रज्ञान." ती म्हणाली, "हे तंत्रज्ञान खरंच मस्त आहे." ती वळली आणि माझ्या खांद्यावर डोकं ठेवून बसली. हे सारं अगदी पूर्वीसारखंच होतं खरं, पण मला मात्र खूपच अवघडल्यासारखं होत होतं. तरीही मी तिच्या खांद्याभोवती हात टाकले.

"बरं... मला एक सांग. तू सकाळच्या ऐवजी आता रात्री शॉवर का घेतेस?"

"कोणास ठाऊक?" ती म्हणाली, "का बरं घेते मी? हं मला कारण माहिती आहे. ते फक्त सोपं जातं इतकंच. सकाळी एवढी गडबड असते. त्यातच मला युरोपमधून सतत येणाऱ्या कॉन्फरन्स कॉलमध्ये खूप वेळ जातो— बरं. आता हे पाहा." तिनं टी.व्ही.कडे बोट दाखवलं.

सुरवातीला टी.व्ही. वर काहीच दिसलं नाही. मग चित्र दिसू लागलं. ज्युलिआ एका प्रयोगशाळेत उभी असलेली दिसली. ह्या प्रयोगशाळेतल्या सगळ्या गोष्टी एखाद्या ऑपरेशनरूमप्रमाणं दिसत होत्या. एक माणूस स्ट्रेचरवर झोपलेला होता. त्याच्या दंडाला सलाईन लावलेलं दिसत होतं. बाजूला भूल देणारा डॉक्टर उभा होता. टेबलाच्या वरच्या बाजूला एक साधारण सहा फूट व्यासाची धातूची तबकडी होती. ती वरखाली सरकवण्याची व्यवस्था होती. त्यावेळी ती उंचावर होती. तिथे सगळीकडे व्हिडिओ मॉनिटर बसवलेले दिसत होते. ज्युलिआ एका मॉनिटरकडे पाहत होती. एक व्हिडिओ तंत्रज्ञ तिच्या बाजूला उभा होता.

"हे सारं भयंकर दिसतंय." ज्युलिआ मॉनिटरकडे बोट दाखवत म्हणाली,

"हे सगळं असं खराब का दिसतंय?"

"बहुदा एअर प्युरिफायरमुळे तसं होतंय,"

"हे चालणार नाही."

"खरंच?"

"होय. खरंच."

"आम्ही आता काय करावं अशी अपेक्षा आहे?"

"ते नीट व्हायला हवं."

"तर मग आपल्याला आणखी पॉवर लागेल आणि तुमच्या इथं—"

"मला ते काही माहिती नाही." ज्युलिआ म्हणाली, "मी भांडवलदारांना ह्या प्रकारचा डेमो दाखवू शकत नाही. त्यांनी मंगळावरून येणारी ह्यापेक्षा चांगली प्रतिमा पाहिलेली असणार. नीट करा."

पलंगावर माझ्याजवळ बसलेली ज्युलिआ म्हणाली, "हे सगळं रेकॉर्ड केलंय ह्याची मला कल्पना नव्हती. हे डेमो सुरू व्हायच्या अगोदरचं आहे. तू फॉरवर्ड केलीस तरी चालेल."

मी रिमोटवरचं बटण दाबलं. चित्रे भराभरा बदलली. मी काही सेकंदांनी पुन्हा प्ले करायला सुरवात केली.

अजून सीन पूर्वीचाच होता. ज्युलिआ कॅमेऱ्यासमोर होती. तिची मदतनीस

कॅरोल तिच्या कानात काहीतरी सांगत होती.

"ठीक आहे. पण मी त्याला काय सांगू?"

"नाही म्हणून सांग."

"पण त्याला सुरू करायचं आहे."

"मला कल्पना आहे. पण अजून एक तास आहे प्रसारण सुरू व्हायला. त्याला नाही म्हणून सांग."

पलंगावर बसलेली ज्युलिआ मला सांगत होती, "आमच्या प्रयोगात भाग घेणाऱ्याचे टोपण नाव मॅड डॉग आहे. तो अत्यंत उतावळा आहे. त्याला थांबायला वेळ नाही."

पडद्यावर दिसत होतं की ज्युलिआच्या मदतनीसाने आवाज खाली आणला होता, "ज्युलिआ मला वाटतं तो नर्व्हस झालाय. माझ्या अंगातही तसल्या गोष्टी सरपटत असतील तर मी देखील नर्व्हस होईनच—"

"लक्षावधी नाही आणि मुख्य म्हणजे ते सरपटत नाहीत," ज्युलिआ म्हणाली, "शिवाय तो शोध त्याचाच आहे म्हणा."

"तरीही—"

"तो भूल देणारा डॉक्टर तिथे आहे ना?"

"नाही. फक्त हृदयरोगतज्ज्ञ आहे."

"त्याचा नर्व्हसपणा कमी होण्यासाठी तो काहीतरी देऊ शकतो."

"त्यांनी अगोदरच त्याला इंजेक्शन दिलंय."

पलंगावर माझ्यासह हे पाहत असलेली ज्युलिआ म्हणाली, "जॅक. फास्ट फॉरवर्ड कर." मी तसं करत असताना ती म्हणाली, "हं... इथं ठीक आहे."

ज्युलिआ पुन्हा एकदा मॉनिटरपाशी उभी राहिलेली दिसली. तंत्रज्ञ तिच्या बाजूला उभा होता. "ठीक. हे चालेल." ज्युलिआ पडद्यावरच्या प्रतिमेकडे बोट दाखवत होती, "फार छान नाही. पण चालेल. आता मला एस.टी.एम. दाखव."

"काय दाखवू?"

"एस.टी.एम... इलेक्ट्रॉन मायक्रोस्कोप. मला त्याच्यावरची प्रतिमा दाखव."

तो तंत्रज्ञ गोंधळलेला दिसला. "अं...अं... मला कोणी इलेक्ट्रॉन मायक्रोस्कोपबद्दल सांगितलं नव्हतं."

"फॉर गॉड्स सेक! लिहिलेली स्टोरी नीट वाचत जा."

त्या तंत्रज्ञाने डोळे मिचकावले, "ते स्टोरीबोर्डवर आहे?"

"तू स्टोरीबोर्ड पाहिले होतेस का?"

"माफ करा. बहुधा मी ते विसरून गेलो."

"आता ही माफी मागत बसायला वेळ नाही. काम हवं!"

"तुम्ही ओरडण्याची गरज नाही."

"आहे. मला ओरडायलाच पाहिजे. कारण माझ्याभोवती सगळे मद्दड लोक जमा झालेत!" ज्युलिआ हातवारे करत म्हणाली, "मी आत्ता काही मिनिटात पाच देशांतून अकरा अब्ज डॉलर्स भांडवल मिळावं म्हणून ऑन-लाईन डेमो देणार आहे. मी त्यांना अतिसूक्ष्म तंत्रज्ञान दाखवणार आहे आणि माझ्याजवळ मायक्रोस्कोपमधली प्रतिमाच नाही! त्यांना मी सांगतेय ते तंत्रज्ञान दिसणारच नाही."

पलंगावर माझ्याजवळ बसून ज्युलिआ मला सांगत होती, "मी त्या माणसावर फारच संतापले होते. मला ते सारं पाहून वैताग आला होता. सॅटेलाईट मिळण्याची वेळ क्षणाक्षणाला जवळ येत होती. सॅटेलाईटची वेळ अगोदर ठरवलेली होती आणि मी ती बदलू शकत नव्हते. काहीही करून ती वेळ आम्हाला गाठणं भाग होतं, आणि तो माणूस तर ठोंब्यासारखा वागत होता. पण अखेर सर्व नीट सुरू झालं. फास्ट फॉरवर्ड."

आता पडद्यावरचे चित्र स्थिर झालं होतं. ते असं होतं :

खासगी डेमो

प्रगत वैद्यकीय चित्रण

झायमॉस टेक्नॉलॉजी

माऊंटन व्ह्यू, कॅलिफोर्निया

रेण्वीय उत्पादनातील अग्रणी

ह्यानंतर ज्युलिआ स्ट्रेचरपाशी उभी राहिलेली दिसली. तिनं केस विंचरलेले होते आणि ब्लाऊज स्कर्टमध्ये खोचलेला दिसत होता.

"हॅलो..." ज्युलिआ कॅमेऱ्याकडे पाहत हसली. "मी झायमॉस टेक्नॉलॉजीमधली ज्युलिआ फोरमन आहे. आमच्या इथं आम्ही वैद्यकीय चित्रणाचं जे नवीन तंत्रज्ञान विकसित केलं आहे त्याची आता आपण एक झलक पाहाणार आहोत. आमच्या ह्या स्वयंसेवकाचं नाव पीटर मॉरिस आहे. तो माझ्यामागे टेबलावर झोपलेला दिसतोय. आता काही क्षणातच पूर्वी कधीही शक्य नव्हतं एवढ्या अचूकपणे आपण त्याच्या हृदयात आणि रक्तवाहिन्यांमध्ये डोकावणार आहोत."

ज्युलिआ टेबलाच्या मागच्या बाजूला जाताजाता म्हणाली, "कार्डियाक कॅथेटेरायझेशन ह्या पद्धतीपेक्षा आमची पद्धत सुरक्षित आहे. त्या पद्धतीत जे शक्य नाही ते आपण पाहाणार आहोत. आपण शरीरामधल्या कोणत्याही लहानमोठ्या रक्तवाहिनीत काय चाललंय ते पाहू शकू. आपण त्याच्या शरीरातल्या महारोहिणीत म्हणजे सर्वात मोठ्या रक्तवाहिनीच्या आत पाहणार आहोत. पण

आपण त्याच्या फुफ्फुसांमधल्या सूक्ष्म श्वासकोषिकांमध्येही बघणार आहोत. तसेच त्याच्या बोटांच्या टोकांमधल्या अत्यंत सूक्ष्म केशवाहिन्यांमध्येही आपण डोकावणार आहोत. हे सगळं करणं शक्य आहे, कारण आम्ही त्याच्या शरीरात सोडलेला कॅमेरा लाल रक्तपेशीच्या आकारापेक्षाही कमी आहे.''

''झायमॉस टेक्नॉलॉजीच्या मायक्रोफॅब्रिकेशन तंत्रज्ञानामुळे आम्ही आता हे अतिसूक्ष्म कॅमेरे मोठ्या प्रमाणात तयार करू शकतो. हवे तेवढे, स्वस्त आणि अत्यंत कमी वेळात. हे हजार कॅमेरे एकत्र ठेवले तर त्यांचा आकार फार तर पेन्सिलच्या एका ठिपक्याएवढा होईल. आम्ही असे एक किलोग्रॅम कॅमेरे एका तासात बनवू शकतो.'' ''मला खात्री आहे की तुमच्या मनात शंका येत आहेत. आपल्याला सगळ्यांना ह्याची कल्पना आहे की नॅनोतंत्रज्ञान अपेक्षेएवढी कामगिरी करू शकलेलं नाही. तुम्हाला माहितीच असेल. ह्यामधली अडचण अशी आहे की वैज्ञानिक रेणूच्या पातळीवरची यंत्रं करण्याचे आराखडे करू शकत होते. पण त्यांना ती बनवता येत नव्हती. पण झायमॉसने मात्र ह्या अडचणीवर मात केली आहे.''

मी हे ऐकत असताना अचानक मला काहीतरी जाणवलं. मी एकदम उठून बसत म्हणालो, ''काय?... तू गंमत तर करत नाहीस ना?'' जर ज्युलिआचं म्हणणं खरं असेल तर ही प्रगती खरोखरच थक्क करणारी होती. ही तंत्रज्ञानाची फारच विलक्षण भरारी ठरणार होती आणि त्याचा अर्थ— ''हे खरं आहे.'' ज्युलिआ शांतपणे म्हणाली, ''आम्ही नेवाडामध्ये उत्पादन करतो आहोत.'' मी चकित झालेला पाहून ती मजेत हसत होती. डेमोमधील ज्युलिआ सांगत होती, ''आमचा एक कॅमेरा आम्ही इथं इलेक्ट्रॉन मायक्रोस्कोपखाली ठेवलेला आहे. हा पहा—'' तिनं तिच्या समोरच्या पडद्याकडे बोट दाखवलं ''— इथं तुम्ही कॅमेऱ्याचा आकार स्वत: पाहू शकता. त्याच्याशेजारी असणारी लाल रक्तपेशी पाहा.''

पडद्यावरची प्रतिमा आता काळीपांढरी झाली होती. प्रतिमेत एका टिटॅनिअम क्षेत्रात असणारे छोटे उपकरण दिसत होते. त्याचा आकार ऑक्टोपसच्या नांगीसारखा होता. ज्युलिआ सांगत होती, ''चित्रणाचं काम ह्या नाकाच्या ठिकाणी होते. शेपटीमधल्या अतिसूक्ष्म नलिकांमुळे ह्या कॅमेऱ्याला स्थिरता लाभते. जशी पतंगाची शेपटी काम करते ना तसंच इथं होतं. पण खेरीज ह्या शेपट्या जोरजोरात हलू शकतात, आणि त्यामुळे हालचाल होऊ शकते. जेरी, जरा नाकाचा भाग नीट दाखवशील का?... ठीक आहे. थँक्स्. हं आता पुढच्या बाजूनं आपण पाहातोय. तुम्हाला मध्यभागी जरासा आत दाबला गेलेला भाग दिसतोय का? हा गॅलिअम अर्सेनाईडचा अत्यंत सूक्ष्म प्रकाशसंवेदक आहे. त्याचा उपयोग डोळ्यामधल्या पटलासारखा आहे आणि त्या दबलेल्या भागाच्या

भोवताली रेडिअल टायरसारखी वाटणारी जी रचना आहे तेथे **जैविक प्रकाश** योजना आहे. त्यामधून समोरच्या बाजूला प्रकाश पडतो. नाकामध्येच कदाचित तुम्ही अगदी गुंतागुंतीच्या रेणूंची पिळदार रचना पाहू शकाल. ती आमची पेटंट घेतलेली **ए.टी.पी.** साखळी आहे. त्याची तुलना तुम्ही अप्रगत मेंदूशी करू शकता. कारण मर्यादित अर्थाने का होईना पण ही रचना कॅमेऱ्याचं वर्तन नियंत्रित करते. आमच्या कामासाठी तेवढं नियंत्रण पुरेसं आहे.''

मध्येच हिस्स्हिस्स् असा आवाज आला. कोणीतरी खोकत असल्याचा आवाज आल्यानंतर पडद्यावर एक विंडो उघडली. त्यामध्ये फ्रिट्झ लायडरमेयर हा जर्मनीमधला भांडवलदार दिसत होता. आपलं अवाढव्य शरीर सावरून घेत तो म्हणाला, ''माफ करा, मिस फोरमन. पण त्यामध्ये भिंग कुठं आहे ते सांगा.''

''त्यात भिंग नाही.''

''भिंग नसताना तुम्ही कॅमेरा कसा काय बनवला?''

''मी पुढे त्याबद्दल स्पष्टीकरण देणारच आहे.'' ज्युलिआ म्हणाली.

मी हे पाहून ज्युलिआला म्हणालो, ''त्यामध्ये कॅमेरा ऑबस्क्युरा असणार.''

''बरोब्बर.'' ज्युलिआ मान डोलावत म्हणाली.

कॅमेरा ऑबस्क्युरा ह्या लॅटिन शब्दांचा अर्थ 'अंधारी खोली' असा आहे. चित्रणाचे हे सर्वात प्राचीन उपकरण आहे. रोमन लोकांच्या लक्षात आलं होतं की जर एखाद्या अंधाऱ्या खोलीच्या भिंतीला अगदी छोटं छिद्र पाडलं. तर समोरच्या भिंतीवर बाहेरच्या दृश्याची उलटी प्रतिमा तयार होते. कारण अशाप्रकारे छोट्या छिद्रामधून येणारे प्रकाशकिरण एखाद्या भिंगामधून आल्याप्रमाणे एका जागी केंद्रित होतात. लहान मुलांच्या खेळण्यामधील कॅमेऱ्यातही हेच तत्त्व वापरलेलं असतं. म्हणूनच तर रोमन काळापासून चित्रिकरणाच्या सर्व उपकरणांना खोली या अर्थाचा 'कॅमेरा' हा शब्द वापरला जातो. पण इथे—

''ह्या ठिकाणी सूक्ष्म छिद्र आहे का?'' मी विचारले.

''मला वाटलं, तुला ते माहिती असेल.'' ज्युलिआ म्हणाली, ''कारण तो भाग बनवायला तुझीच मदत झाली आहे.''

''माझी?''

''होय. कारण तुझ्या लोकांनी लिहिलेला एजंट- आधारित प्रोग्रॅमचा **अल्गोरिथम** झायमॉसनं परवाना पद्धतीने मिळवला आहे.''

''नाही. मला माहिती नाही. कोणता अल्गोरिथम?''

''कणांचे जाळे नियंत्रण करण्यासाठीचा अल्गोरिथम.''

''तुमच्या ह्या कॅमेऱ्यांचं जाळं आहे? ते छोटे कॅमेरे एकमेकांशी संपर्क साधतात?''

“होय.” ज्युलिआ म्हणाली, “खरं तर त्यांचा एक थवा असतो.”

माझी प्रतिक्रिया पाहून मजा वाटल्याने ज्युलिआ अजून हसत होती. “थवा...” मी ज्युलिआने सांगितलेल्या गोष्टीचा अर्थ लावायचा प्रयत्न करत होतो. माझ्या हाताखालच्या लोकांनी एजंटच्या एखाद्या थव्याचे नियंत्रण करण्यासाठी अनेक प्रोग्रॅम लिहिले होते. त्यांची रचना आम्ही मधमाश्यांच्या वर्तनाकडं पाहून केली होती. ह्या प्रोग्रॅममध्ये अनेक उपयुक्त वैशिष्ट्ये होती. थव्यामध्ये अनेक एजंट असल्याने बाह्य पर्यावरणाला थवा अतिशय कणखरपणे प्रतिसाद देऊ शकत होता. जर अचानक काही अडचण किंवा अडथळे निर्माण झाले तर हे प्रोग्रॅम कोलमडून पडत नसत. जणू एखाद्या अडथळ्याच्या आजूबाजूने वाट काढावी त्याप्रमाणे आमचे हे प्रोग्रॅम काम चालूच ठेवत असत.

आमचे एजंट आम्ही कॉम्प्युटरच्या आत आभासी स्वरुपात तयार करत होतो आणि इथे ज्युलिआ सांगत होती की असे एजंट प्रत्यक्षात बनवण्यात आले होते. पण आमचे प्रोग्रॅम त्यांनी त्यांच्या कामासाठी कसे वापरले असतील ते काही माझ्या लक्षात येईना.

“आम्ही त्या प्रोग्रॅमचा उपयोग रचना करायला करतो.” ज्युलिआ म्हणाली, “थव्यांची रचना.”

हे उघडच होतं. कारण रेणूरूपातील एका कॅमेऱ्यात पूर्ण प्रतिमा तयार होऊच शकत नव्हती. म्हणजेच प्रतिमा तयार करताना लक्षावधी छोट्या प्रतिमांची संयुक्त रचना करणे भाग आहे. पण हे करण्यासाठी प्रत्यक्षात कॅमेऱ्यांची रचनाही सुव्यवस्थित हवी आणि नेमक्या ह्याच ठिकाणी प्रोग्रॅम बनवावे लागणार. म्हणजे ह्या सगळ्याचा अर्थ असा की झायमॉसने आता—

“तुम्ही डोळा तयार केला आहे?”

“तसंच काहीसं”

“पण त्यासाठी लागणारा प्रकाश कुठून येतो?”

“तो जैविक प्रकाश आहे ना तो—” ज्युलिआ म्हणाली.

“पण तो पुरेसा नाही.”

“आहे. पहा आता—”

पडद्यावरची ज्युलिआ सफाईनं हालचाली करत होती. तिने जवळ ठेवलेल्या बर्फाच्या बादलीतून एक भरलेली सिरिंज बाहेर काढली. त्यात पाणी भरलेलं आहे असं वाटत होतं, “ह्या सिरिंजमध्ये सलाईनमध्ये मिसळलेले अंदाजे दोन

कोटी कॅमेरे आहेत. ह्याक्षणी ते फक्त कणांच्या स्वरुपात आहेत. पण एकदा का ते रक्तात शिरले की लवकरच त्यांचे तापमान वाढेल आणि मग त्यांचा थवा तयार होईल. जसे पक्षी 'व्ही' अक्षरासारखा आकार करून उडतात ना तसं साधारणपणे होईल."

"कसला आकार होईल तयार?" एका भांडवलदाराने प्रश्न विचारला.

"गोलाकार." ज्युलिआ म्हणाली, "ह्या गोलाच्या एका बाजूला छोटीशी मोकळी जागा असेल. गर्भाच्या वाढीमधल्या **ब्लास्टुला** अवस्थेप्रमाणे तो आकार वाटेल. पण प्रत्यक्षात हे सगळे कण मिळून एक डोळा तयार करतात. त्यामधून दिसणारी प्रतिमा लक्षावधी छोट्या प्रकाशकण संवेदकांची मिळून तयार होणारी संयुक्त प्रतिमा असते. माणसाच्या डोळ्यामध्ये अनेक शंकू आणि दंड मिळून जशी प्रतिमा बनवतात, त्याचप्रमाणं हे आहे."

ज्युलिआ आता मॉनिटरकडे वळली. त्यावर ॲनिमेशन दृश्य होते. त्यात एकच गोष्ट वारंवार करताना दाखवल्यानंतर सगळे कण रक्तप्रवाहात शिरले. शिरताना त्यांच्यात काहीही रचना अथवा सुसूत्रपणा दिसत नव्हता. जणू एखादा वाहत जाणारा ढग असावा असं वाटत होतं. पण आत शिरताच त्यांची एक लांब रेषा तयार झाली आणि काही क्षणातच त्या रेषेमधून गोलाकार तयार होऊ लागला. अवघ्या काही सेकंदात हा गोल अगदी नीट आणि भरीव झालेला दिसला.

"तुम्हाला हे पाहून जर प्रत्यक्ष डोळ्याची आठवण येत असेल तर त्यामागे एक कारण आहे. आम्ही झायमॉस टेक्नॉलॉजीत इथं प्रत्यक्ष सजीवांमध्ये असणाऱ्या रचनेची नक्कल करतो आहोत." ज्युलिआ सांगत होती, "कारण आम्ही सेंद्रीय रेणूंपासूनच आमची निर्मिती करतो आहोत, आणि त्यासाठी आम्हाला लक्षावधी वर्षांच्या काळात झालेल्या उत्क्रांतीचा फायदा होतोय. ह्या दीर्घकाळात झालेल्या प्रगतीमुळे आपल्या हाताशी अशा रचना सहजी उपलब्ध आहेत की त्या काम करण्यात सक्षम आहेत. आम्ही त्या वापरतो."

"म्हणजे तुम्हाला पुन्हा चाकाचा शोध लावायचा नाही..." कोणीतरी म्हणालं.

"अगदी बरोबर आणि डोळाही शोधायचा नाही."

ज्युलिआने इशारा केला. टेबलाच्या वरच्या बाजूला असणारी सपाट ॲन्टेना आता त्या माणसाच्या शरीरापासून अवघ्या काही इंचावर आणली गेली. "ह्या ॲन्टेनामधून त्या कॅमेऱ्याला ऊर्जा मिळेल; आणि त्यांनी पाठवलेली प्रतिमा ग्रहण केली जाईल. ही प्रतिमा अर्थातच डिजिटल स्वरुपात साठवून ठेवली जाईल आणि डिजिटल माहितीवर जे जे काही संस्करण करता येते ते सारे ह्या बाबतीतही करता येईल. आता आणखी काही प्रश्न नसतील तर आपण कामाला सुरवात करू या."

ज्युलिआने हातातल्या सिरिंजला सुई बसवली आणि सलाईनच्या नळीला जोडलेल्या रबरी बुचातून आत खुपसली. "वेळ मोजायला सुरवात करा."

"शून्य पूर्णांक शून्य."

"आता हे पाहा."

ज्युलिआनं सिरिंजचा दट्ट्या भराभरा दाबला, "तुम्हाला हे लक्षात आलं असेल की मी हे काम वेगात करते आहे. ह्या पद्धतीमध्ये फार काळजी घेण्याची गरज नाही. सुईच्या टोकापाशी तयार झालेल्या वेगवान प्रवाहाच्या झोतामध्ये काही हजार कॅमेरे नष्ट झाले तरी फारसे काही बिघडत नाही, कारण आपल्याजवळ ते लक्षावधींच्या पटीत आहेत." ज्युलिआने सुई बाहेर काढली.

"ठीक?...साधारणपणे कणांमधून आकार तयार व्हायला दहा सेकंदांचा अवधी लागतो. मग आपल्याला प्रत्यक्ष प्रतिमा मिळू लागेल...हं...आहो... पहा काहीतरी घडायला सुरवात झाली आहे..."

गोलाकार कॅमेरा आता रक्तप्रवाहातून वेगानं पुढं जात होता. दिसणारं दृश्य अंतराळ प्रवासात दिसावं तसं होतं. फक्त फरक होता तो वस्तूंमध्ये. स्वच्छ पिवळसर द्रवातून जांभळ्या रंगाच्या वाटणाऱ्या लाल रक्तपेशी आपटत, उसळत पुढे जात होत्या. मधूनच एखादी आकाराने प्रचंड पांढरी रक्तपेशी दिसत होती. ती सगळे दृश्य व्यापून टाकत होती आणि लगेच निघून जात होती. ही खरी प्रतिमा वाटत नसून मला ती एखादी व्हिडीओ गेम वाटत होती.

"ज्युलिआ, हे खरंच थक्क करणारं आहे."

ज्युलिआ माझ्याजवळ आणखी येत हसली, "तू चकित होशील अशी माझी कल्पना होतीच."

डेमोमधली ज्युलिआ सांगत होती, "आपण आत्ता अशुद्ध रक्ताच्या वाहिनीत शिरलो आहोत. त्यामुळे ह्या रक्तात ऑक्सिजन नाही. आता आपला कॅमेरा हृदयाकडे निघाला आहे. तुम्हाला रक्तवाहिन्यांचा व्यास वाढत चाललेला दिसतोय... होय आपण आता हृदयाच्या अगदी जवळ आलो आहोत. मधूनच रक्तप्रवाहात जी उसळी मारण्याची क्रिया दिसतीय ती हृदयाच्या आकुंचन पावण्यामुळं आहे...."

हे खरंच होतं. मला कॅमेरा मध्येच थांबताना आणि पुढे जाताना दिसत होता. आता हृदयाच्या ठोक्यांचा आवाज मुद्दाम ऐकू येईल अशी व्यवस्था केलेली होती. टेबलावरचा माणूस हालचाल न करता पडून होता. "आपण

आता उजवीकडच्या कप्प्याजवळ आलो आहोत. आपल्याला आता झडप दिसेल. कॅमेऱ्याचा वेग कमी करण्यासाठी आपण त्यांच्या शेपटीतील फ्लॅजेला कार्यान्वित करणार आहोत. हं...पहा हीच ती झडप.'' मला एखाद्या दाराप्रमाणे हालचाल करणारी लाल रंगाची झडप दिसली. क्षणभर कॅमेरा थबकला. आत शिरला आणि पुन्हा झप्कन बाहेर पडला. ''आपण आता फुफ्फुसांकडे निघालोय. आजवर कोणीही कधी न पाहिलेलं दृश्य आपण आता पाहाणार आहोत.''

आता रक्तवाहिनीचा व्यास कमीकमी होत जात होता. आता लाल रक्तपेशी अचानक एकापाठोपाठ एक अशा झगझगीत लाल होताना दिसल्या.

''लाल रक्तपेशींनी आता ऑक्सिजन घेतलेला आहे.'' ज्युलिआ म्हणाली, ''आणि आपण आता पुन्हा हृदयाच्या दिशेनं निघालो आहोत.''

मी ज्युलिआकडे वळलो, ''हे खरंच फार विलक्षण आहे.''

पण ज्युलिआने डोळे मिटलेले होते. तिचा श्वास संथ झाला होता.

''ज्युलिआ?''

ती गाढ झोपी गेली होती.

ज्युलिआला नेहमीच टी.व्ही. पाहताना झोप लागत असे. स्वत:चाच डेमो पाहाताना झोपी जाणं अगदी स्वाभाविक होतं. शिवाय रात्रही खूप झाली होती. मी देखील दमलो होतो. डेमो खूप मोठा होता हे पाहून मी उरलेला भाग परत कधीतरी पहावा असा विचार केला. आपण कितीवेळ पाहात होतो हे बघण्यासाठी म्हणून मी सहजच टी.व्ही. बंद करण्याआधी पडद्याच्या खालच्या बाजूला दिसणाऱ्या आकड्यांकडे नजर टाकली. त्या ठिकाणी सेकंदांचे आकडे हलत होते. पण तारीख असणारे आकडे स्थिर होते. माझ्या कपाळाला आठ्या पडल्या. माझ्या ती तारीख अगोदर लक्षात आली नव्हती. आंतरराष्ट्रीय पद्धतीने तिथं वर्ष, दिवस आणि महिना होता.

२००२.२१.०९.

एकवीस सप्टेंबर.

म्हणजे कालची तारीख.

ह्या डेमोचे रेकॉर्डिंग आज नाहीतर तर काल झालेलं होतं. मी टीव्ही बंद केला आणि झोपण्याचा प्रयत्न केला.

❑

दुसरा दिवस
सकाळी ९ वाजून २ मिनिटे

आम्हाला घरासाठी स्कीम मिल्क, टोस्टी-ओज्, पॉप-टार्ट्स, जेल-ओ आणि डिशवॉशरसाठी लागणारा डिटर्जंट अशा अनेक गोष्टी हव्या होत्या. पण मी स्वत:च लिहिलेली यादी वाचू शकत नव्हतो. सकाळी नऊ वाजता मी सुपरमार्केटमध्ये शेल्फच्या रांगांमध्ये उभा राहून माझे अक्षर लावण्याचा प्रयत्न करत होतो. मला कोणीतरी हाक मारली, ''हाय, जॅक, कसं काय चाललंय?''

मी वर पाहिलं. समोर रिकी मोर्स उभा होता. झायमॉसमधल्या अनेक विभागप्रमुखांपैकी एक.

''हाय रिकी. तू कसा आहेस?'' मी त्याचा हात हातात घेतला. मला त्याला पाहून खरोखरच आनंद झाला होता. रापलेली त्वचा, बारीक कापलेले केस आणि रुंद हास्य असणारा रिकी कोणालाही सहजासहजी प्रोग्रॅमर न वाटता सर्फर खेळाडू वाटला असता. माझ्यापेक्षा वयानं थोडासाच लहान असला तरी त्याच्या व्यक्तिमत्त्वात कायमच तारुण्य भरलेलं होतं. कॉलेजमधून बाहेर पडलेल्या रिकीला पहिली नोकरी मीच दिली होती. पण लवकरच रिकी व्यवस्थापनात शिरला होता. उत्फुल्ल व्यक्तिमत्त्व आणि प्रसन्न वागणं बोलणं ह्यामुळे एखाद्या प्रकल्पाचा व्यवस्थापक व्हायला रिकी अगदी योग्य होता. पण काही वेळा रिकी समस्यांचं खरं स्वरुप सांगणं टाळत असे आणि एखादा प्रकल्प कधी पुरा होईल ह्याबद्दल व्यवस्थापकांना अवास्तव भाकितं सांगत असे. ज्युलिआ सांगायची की अनेकदा रिकीच्या अशा वागण्यामुळं झायमॉसमध्ये अडचणीचे प्रसंग उद्भवत असत. ज्या गोष्टी पुऱ्या करणे शक्य नाही त्याबद्दल रिकी कबूल करून बसायचा. पुष्कळवेळा तो वरिष्ठांना खरं सांगणं टाळायचा. पण त्याचं वागणं एवढं प्रसन्न आणि लोभस होते की सर्वजण त्याला क्षमा करून टाकायचे. माझ्यासाठी काम करत असताना निदान मी तरी तसं करतच असे. मला तो फार आवडत असे आणि मला तो माझ्या लहान भावासारखा वाटत असे. झायमॉसमधल्या नोकरीसाठी मीच त्याची शिफारस केली होती.

रिकीच्या ट्रॉलीत डायपरची अनेक पुडकी भरलेली मला दिसली. त्याच्या घरीही लहान बाळ होते. सकाळच्या वेळी कामावर जायच्या ऐवजी तो सुपरमार्केटमध्ये कसा ह्याबद्दल मी त्याला विचारले.

"मेरीला फ्ल्यू झालाय, आणि आमची कामवाली ग्वाटेमालाला गेलीय. म्हणून मग मी म्हणालो की मीच जे काय हवंय ते आणतो."

"तू हग्गीज् डायपर घेतलेले दिसत आहेत." मी म्हणालो, "मी नेहमी पॅम्पर्स घेतो."

"हग्गीज्‌ची शोषून घ्यायची क्षमता मला जास्त वाटते आणि पॅम्पर्स फार घट्ट असतात. त्यामुळे बाळाच्या पायाला आवळल्यासारखं होतं."

"पण पॅम्पर्समध्ये एक आणखी थर असतो आणि त्यामुळे बाळाचं ढुंगण कोरडं रहातं." मी म्हणालो, "पॅम्पर्स वापरल्यावर बाळाला फार कमी वेळा पुरळ आलेले मी पाहिलेत."

"मी जेव्हा ते वापरून पाहिले तेव्हा बऱ्याचवेळा त्यांची चिकटपट्टी निसटते आणि डायपरमधल्या वजनामुळे पुष्कळवेळा एका बाजूने गळती लागते. अर्थातच त्यामुळे काम वाढतं. मला तरी हग्गीज् जास्त चांगले वाटतात."

ट्रॉली ढकलत जाणाऱ्या एका बाईनं आमच्याकडं पाहिलं. आम्ही हसू लागलो. आमचं संभाषण नक्कीच डायपर्सच्या जाहिरातीसारखं वाटलं असणार.

"हं...तर मग त्या 'जायंटचं' काय?" त्या बाईच्या पाठीमागून रिकी मुद्दाम मोठ्या आवाजात म्हणाला.

"×××× कसे छान आहेत नाही." मी देखील जोरजोरात हसत म्हणालो. आम्ही हसतच ट्रॉली ढकलत पुढं जाऊ लागलो. रिकी म्हणाला, "तुला खरं सांगू का? मेरीला हग्गीज् आवडतात आणि सगळा प्रश्न तिथेच मिटतो."

"होय. मला त्याची कल्पना आहे."

रिकीने माझ्या ट्रॉलीकडे डोकावून पाहिलं, "आणि तू ऑरगॅनिक स्कीम मिल्क घेतोस वाटतं..."

"पुरे आता." मी म्हणालो, "हं. ऑफिसची काय खबरबात?"

"उत्तम चाललंय. तुला सांगतो, हे नवीन तंत्रज्ञान अगदी उत्तम काम करतंय. आम्ही त्या दिवशी भांडवल पुरवणाऱ्यांसाठी डेमो दिला आणि तो छान झाला."

"ज्युलिआचं काम नीट चाललंय ना?" मी माझा स्वर जास्तीत जास्त सहज वाटावा असा प्रयत्न केला.

"होय. छानच. म्हणजे मला तरी जे माहिती आहे त्यानुसार एकदम छान."

मी त्याच्याकडे बारकाईने पाहिले तो अचानक अवघडल्यासारखा झाला होता का? त्याच्या चेहऱ्याचे स्नायू आवळले गेले होते का? त्याच्या चेहेऱ्यावर ताण आलेला दिसतो आहे का? तो काहीतरी लपवण्याचा प्रयत्न तर करत

नाही ना? माझ्या ते लक्षात येईना. "खरं म्हणजे मला ती फारशी दिसत नाही. ती अलीकडे इथं फारशी नसते." रिकी म्हणाला.

"मलाही ती भेटत नाही तितकीशी."

"होय. कारण ती बराच वेळ फॅब कॉम्पेक्समध्ये असते हल्ली. सध्या खरी हालचाल तर तिथंच चालू आहे." रिकीने माझ्याकडे एक कटाक्ष टाकला, "कारण सध्या नवीन निर्मितीची प्रक्रिया चालू आहे ना म्हणून."

झायमॉसची फॅब इमारत अत्यंत गुंतागुंतीची असूनही तिचं बांधकाम विक्रमी वेळेत पुरे झालं होतं असंच म्हणावं लागेल. ह्या इमारतीत ते अणूंपासून रेणू बनवत असत. खेळामधले तुकडे जसे जोडतात ना अक्षरश: तसेच ते रेणूंचे लहानलहान तुकडे बनवत जात असत. त्यामधलं बहुतेक काम निर्वात पोकळीमध्ये केले जाई आणि त्यासाठी जबरदस्त चुंबकीय क्षेत्रांची गरज होती. म्हणूनच ह्या फॅब इमारतीत प्रचंड आकाराची पंपांची रचना होती आणि चुंबक गार करण्यासाठी प्रभावी शीतकरण यंत्रणा होती. ज्युलिआच्या मते ह्या इमारतीमधील तंत्रज्ञान एवढं नवीन होतं की अशा प्रकारची रचना ह्यापूर्वी कधीच झालेली नाही.

"ही इमारत त्यांनी एवढ्या वेगाने तयार केली हे आश्चर्यच आहे नाही?" मी रिकीला म्हणालो.

"होय. कारण आम्ही त्यासाठी सतत दबाव ठेवला होता. तिकडून मॉलेक्युलर डायनॅमिक्सचे लोक आमच्या एक पाऊल मागे टपून बसलेच होते. आम्ही फॅब इमारत पुरी केली. तिथलं कामही सुरू झालं. आम्ही अक्षरश: ट्रक भरेल एवढे पेटंट अर्ज पाठवले आहेत. पण ते मॉलेक्युलर डायनॅमिक्स आणि नॅनोटेक कंपन्यांचे लोक आमच्या फार मागे नसावेत. फार-फार तर सहा महिने."

"म्हणजे तुम्ही आता त्या इमारतीत रेणूंची रचना सुरू केलीय तर?"

"अगदी बरोबर जॅक. अख्खी रेणू रचना प्रणाली जोरदार काम करू लागली आहे. ती सुरू होऊन काही आठवडे झाले आहेत."

"ज्युलिआला ह्यात रस आहे ह्याची मला कल्पना नव्हती. ती मुळात मानसशास्त्र शिकलेली आहे म्हणून मला ती नेहमीच व्यवस्थापनाशी संबंधित असेल असं वाटलं होतं."

"तिनं खरोखरच तंत्रज्ञानात प्रचंड रस घेतला आहे. मी तुला सांगतो, तिथं ते लोक भरपूर प्रमाणात प्रोग्रॅमही तयार करत आहेत. उत्पादन अधिक सफाईने होण्यासाठी ते पुन:पुन्हा वापरण्याची चक्रं प्रोग्रॅममध्ये तयार करून घेत आहेत."

"कसल्या प्रकारचे प्रोग्रॅम लिहून घेतले जात आहेत?" मी विचारले.

"वितरीत प्रक्रिया आणि एजंटवर आधारित जाळी. त्यांचा वापर करूनच तर आम्ही सर्व छोट्या घटकांमध्ये सुसूत्रपणा आणतो."

"आणि हे सगळं निव्वळ वैद्यकीय उपयोगाचा कॅमेरा बनवण्यासाठी?"

"होय." रिकीने माझ्याकडे अस्वस्थ नजर टाकली आणि आपण जणू गुप्तता राखण्याच्या कराराचा भंग करतो आहोत अशा स्वरात म्हणाला, "आणखी इतर गोष्टीही आहेतच."

"त्या तू सांगितल्या नाहीस तरी चालेल."

"नाही. नाही... तसं काही नाही." तो भराभरा म्हणाला, "जॅक, तुझे आणि माझे संबंध जुने आहेत." त्याने माझ्या खांद्यावर थाप मारली. "आणि तुझी बायको व्यवस्थापनात आहे. अर्थात त्याचं काही विशेष नाही म्हणा" रिकी मला अजूनही अस्वस्थ दिसत होता. त्याचे शब्द आणि चेहेरा यांचा मेळ बसत नव्हता. विशेष म्हणजे बायको हा शब्द उच्चारताना त्यानं माझी नजर टाळली होती.

आमचं बोलणं आता संपत आलं होतं. माझ्या मनावर चांगलाच ताण आला होता. हा ताण अशा प्रकारचा होता की जेव्हा आपल्याला वाटतं समोरचा माणूस माहिती असून आपल्याला काहीतरी सांगायचं टाळतोय, किंवा त्याला कसं सांगावं ते कळत नाही, अथवा त्याला त्या भानगडीत पडायची इच्छा नाही. ज्याचं त्यानं पाहून घ्यावं इतकी कदाचित ती गोष्ट घातक असेल तर समोरचा माणूस सांगायला कचरतो. विशेषत: एखाद्याच्या बायकोच्या संदर्भातील गोष्टीत असं होण्याची शक्यता असते. कदाचित तुमची बायको कोणाबरोबर तरी झोपत गावभर फिरत असेल तर समोरचा माणूस तुमच्याकडे कीव केल्याप्रमाणे पाहातो. तुम्ही त्याला चालतंबोलतं प्रेत वाटत असता. पण हे सारे तो तुम्हाला सांगत नाही. माझा अनुभव असा आहे की पुरुष कधीही दुसऱ्या पुरुषाला त्याच्या बायकोबद्दल माहिती असूनही असल्या गोष्टी सांगत नाहीत. पण जर एखादीचा नवरा बाहेरख्यालीपणा करत असेल तर बायका मात्र एकमेकींना सांगतात. हे सारं असं असतं.

पण मला मात्र वेगळ्याच कारणांमुळे—

"ए... वेळ काय झाली पाहा." रिकी म्हणाला, "मला उशीर होतोय." तो हसला, "मेरी मला ठारच मारेल. मी पळतो. मी मुळातच पुढचे काही दिवस फॅब फॅसिलिटीत राहाणार आहे म्हणून ती माझ्यावर वैतागलेली आहे. कारण माझी कामवाली गावाला गेली असतानाच नेमका मी घराबाहेर राहाणार आहे..." रिकीनं खांदे उडवले, "तुला ह्याची कल्पना असेलच."

"होय. मी समजू शकतो. गुडलक."

"काळजी घे जॅक स्वत:ची."

आम्ही हस्तांदोलन केलं. पुन्हा एकदा एकमेकांचा निरोप घेतला. रिकीने

ट्रॉली वळवली आणि तो निघून गेला.

अनेकदा आपल्याला क्लेशकारक गोष्टींबद्दल विचार करता येत नाही. आपण त्या गोष्टीकडे लक्ष केंद्रित करू शकत नाही. आपला मेंदू दुसऱ्या कोणत्यातरी गोष्टीकडे वळू इच्छितो. नको, तो विषय नको असे वाटू लागते. माझ्या बाबतीत हेच झालं होतं. मी ज्युलिआबद्दल विचार करू शकत नव्हतो. रिकी फॅब्रिकेशन इमारतीबद्दल काय म्हणाला ह्याचाच मी विचार करत होतो. जरी त्याची माहिती नॅनोतंत्रज्ञानासंबंधी ज्ञात गोष्टींच्या विरुद्ध वाटत असली तरी ती खरी असावी असे मला वाटू लागले.

बराच काळ नॅनोतंत्रज्ञानावर काम करणाऱ्या संशोधकांमध्ये असा मोठा गैरसमज प्रचलित होता की एकदा का अणूच्या पातळीवर जाऊन आपण उत्पादन करू शकलो की मग बघायलाच नको. मग सगळेजण तसं करू लागतील. काही दिवसात मानवी जीवनात सुंदरसा अमुलाग्र बदल होईल. फक्त हे तंत्रज्ञान एकदा कसं वापरायचं ते कळलं की झालं. अर्थात हे कधीच घडणार नाही. मुळातच ही कल्पना निरर्थक होती. कारण रेणू पातळीवरील तंत्रज्ञान वापरून उत्पादन करणं आणि एखादी मोटार बनवणं किंवा संगणक बनवणं ह्यामध्ये मूलभूत फरक काहीच नाही. अशा उत्पादनांमध्ये सफाई देण्यासाठी काही काळ जावा लागला. खरं तर अणूंपासून रेणू बनवणं याची तुलना अनेक ओळींच्या कोडपासून प्रोग्रॅम बनवण्याशी करता येईल आणि कोणत्याही प्रोग्रॅमचे कोड कधीही पहिल्या फटक्यात व्यवस्थित रचलं गेलं आहे असं कधीच होत नाही. प्रोग्रॅम लिहिणाऱ्यांना पुन्हा कोडच्या मूळ माहितीकडे जाऊन त्यात सुधारणा कराव्या लागतात. एवढं करूनही तयार झालेला प्रोग्रॅम पहिल्या खेपेस कधीच व्यवस्थित काम करत नाही. पहिल्याच काय दुसऱ्या खेपेस, शंभराव्या खेपेसही नीट चालेल याची खात्री देता येत नाही. त्याला पुन:पुन्हा **'डीबग'** करत रहावंच लागतं.

मला वाटलं की रेणूंची रचना करण्याच्या तंत्रज्ञानामध्येही वारंवार 'डीबग' प्रक्रिया करावीच लागणार आणि जर झायमॉसला अनेक रेणूंच्या 'थव्यांनी' एकत्रित काम करणं अपेक्षित असेल तर रेणू एकमेकांशी संपर्क कसा साधतात ह्या प्रक्रियेलाही 'डीबग' करून घेणं भाग आहे. त्यांच्यामधला संपर्क कितीही मर्यादित असला तरीही हे होणं अत्यावश्यकच आहे. कारण एकदा का रेणूंनी परस्परांशी संपर्क प्रस्थापित केला की 'जाळ्याची' सुरवात झालीच. ह्या जाळ्यामध्ये सुसूत्रता ठेवण्यासाठी मी मिडियाट्रॉनिक्समध्ये ज्या प्रकारचे प्रोग्रॅम तयार केले

होते. तसे प्रोग्रॅम लागणं सहाजिकच होतं.

म्हणूनच झायमॉसमध्ये फॅब फॅसिलिटीमध्ये प्रोग्रॅम तयार केले जात आहेत ही गोष्ट मी सहज समजू शकत होतो. ही फॅसिलिटी नेवाडामध्ये टोनोपेजवळ झायमॉसच्या मुख्यालयापासून खूपच दूर निर्जन जागी होती. ज्युलिआचं तिथं काय काम ते मला अजिबात कळत नव्हतं. शिवाय ज्युलिआला अशा निर्जन जागा आवडत नाहीत हे मला माहिती होतं.

मी एका बालरोगतज्ज्ञाच्या वेटिंगरूममध्ये बसलो होतो कारण छोटीला लसीचा पुढचा डोस द्यायचा होता. तिथं चार आया बसल्या होत्या. आजारी मुलांना त्या मांडीवर घेऊन समजावत होत्या, तर मोठी मुले जमिनीवर खेळत होती. त्या सगळ्याजणी आपसात गप्पा मारत होत्या आणि माझ्याकडं जाणीवपूर्वक दुर्लक्ष करत होत्या.

मला आता त्याची सवय झाली होती. घरी बसणारा पुरुष आणि लहान मुलांच्या डॉक्टरकडं बाळाला घेऊन आलेला पुरुष हे सगळं चमत्कारिक वाटणारं होतं. ह्या पुरुषाच्या बाबतीत काहीतरी घोटाळा असणार हे नक्की. त्याला नोकरी मिळत नसावी, कदाचित दारूडा म्हणून त्याला नोकरीतून हाकलून दिलं गेलं असेल किंवा ड्रग्ज हे देखील कारण असू शकेल. हा माणूस उडाणटप्पू सुद्धा असेल. कारण काहीही असो. दिवसाच्या त्या वेळेस बाळाला घेऊन डॉक्टरकडे येणारा पुरुष नॉर्मल नक्कीच म्हणता येणार नाही असा त्या सगळ्याचा एकूण अर्थ होता. म्हणून त्या इतर सर्व बायका मी तिथं नाहीच असं भासवत होत्या.

अधूनमधून फक्त त्या माझ्याकडं किंचित काळजीनं चोरटा कटाक्ष टाकत होत्या. जणू त्यांच्या पाठीमागं बसून मी त्यांच्यावर बलात्कार करायचा कट तर करत नाही ना. इतकेच नाही तर डॉक्टरच्या इथली रिसेप्शनिस्ट ग्लोरियासुद्धा माझ्याकडं संशयानं पाहात होती. तिनं माझ्या हातातल्या बाळाकडं नजर टाकली. छोटी रडत नव्हती की कसलंही आजारी असल्याचं लक्षण दाखवत नव्हती. "अं...काय...प्रॉब्लेम काय आहे?"

मी तिला लस देण्यासाठी आणलंय हे मी सांगितलं.

"तिला अगोदर इथं आणलं होतं का?"

"होय. जन्मल्यापासून तिला इथंच लसींसाठी आम्ही आणतो."

"तुम्ही तिचे नातेवाईक आहात का?"

''होय. मी तिचा बाप आहे.''

अखेर आम्हाला बोलावणं आलं. डॉक्टरनं माझ्याशी मैत्रीपूर्वक हस्तांदोलन केलं. माझी बायको किंवा मोलकरीण ह्यांच्याऐवजी मी का आलोय त्याबद्दल त्यानं काहीही विचारलं नाही. त्यानं दोन इंजेक्शनं दिली. अमान्डाने हंबरडा फोडला. मी तिला खांद्यावर घेऊन थोपटत शांत केलं. ''कदाचित थोडीशी सूज किंवा लालसरपणा येईल. जर अठ्ठेचाळीस तासात हे कमी झालं नाही तर मला फोन करा.''

मी मग परत बाहेरच्या वेटिंगरूममध्ये आलो. इकडे अमान्डा रडत असतानाच मी बिल देण्यासाठी खिशातून क्रेडिटकार्ड काढायचा प्रयत्न करत होतो. इतक्यात ज्युलिआचा फोन आला.

''हाय...काय चाललंय?'' ज्युलिआला नक्कीच रडण्याचा आवाज ऐकू गेला असणार.

''बिल देतोय डॉक्टरचं.''

''त्रास झाला का बराच?''

''म्हणजे...''

''ओके. ऐक अखेर आज मी संध्याकाळी लवकर घरी येऊ शकणार आहे. मी जेवायला घरी असेन. तेव्हा मी येतानाच काहीतरी घेऊन येते. चालेल?''

''झकास.''

एरिकची फुटबॉल प्रॅक्टिस उशीरपर्यंत चालली. मैदानावर आता अंधार पडू लागला होता. कोच नेहमीच प्रॅक्टिस उशीरपर्यंत घेत असे. आपण तक्रार करावी की नाही ह्याचा विचार करत मी बाजूने येरझाऱ्या घालत होतो. मुलांच्या बाबतीत त्यांना योग्य पाठिंबा देणं आणि त्यांना लाडावणं ह्यात फरक करणं काहीवेळा फार अवघड गोष्ट असते.

निकोलनं तिच्या सेलफोनवरून मला फोन केला. तिची नाटकाची तालीम पुरी झाली होती. मी अजून तिला घ्यायला का गेलो नाही? मी कुठे आहे? मी तिला सांगितलं की अजून मी एरिकच्या बरोबर आहे. कोणाबरोबर तरी तिला घरी येणं शक्य आहे का हे मी विचारलं.

''डॅड...'' निकोल वैतागून म्हणाली. तिचा स्वर असा होता की जणू मी तिला घरी सरपटत यायला सांगत होतो.

''ए...मी इथं अडकलोय.''

"काहीही असो." निकोल उपहासाने म्हणाली.

पण त्यानंतर काही मिनिटांनी अचानक फुटबॉल खेळणं बंद पडलं. एक मोठा हिरवा ट्रक मैदानावर आला. मास्क घातलेले आणि रबरी हातमोजे घातलेले दोघेजण त्यातून बाहेर उतरले. ते तिथे त्यांच्या जवळच्या मोठ्या कॅनमधून तणनाशक किंवा कशाची तरी फवारणी करणार होते. त्यामुळे त्या रात्री कोणीही तिथं खेळू शकणार नव्हते. मी निकोलला फोन करून तिला घ्यायला येतो असे सांगितले.

"केव्हा?"

"आम्ही तिकडेच येतोय."

"त्या सरपटणाऱ्या प्राण्याची प्रॅक्टिस संपली का?"

"निकोल..."

"तुम्ही नेहमी त्याच्याकडेच आधी लक्ष का देता?"

"नाही निकोल. तसं काही नाही."

"तसंच आहे. तो सरपटणारा क्षूद्र प्राणी."

"निकोल...!"

"सॉ—री."

"काही मिनिटातच भेटू." मी फोन बंद केला. पोरं आजकाल फार लवकर मोठी होतात. आता अकराव्या वर्षीच त्यांना शिंगं फुटू लागतात.

साडेपाच वाजता पोरं घरात शिरली आणि त्यांनी फ्रीजवर हल्ला चढवला. निकोलने चीजचा एक मोठा तुकडा तोंडात कोंबला. मी तिला तसं करू नको म्हणून बजावलं. नाहीतर जेवण नीट जाणार नाही हे सांगितलं. मग मी जेवणाच्या टेबलापाशी आलो.

"जेवण कधी करायचं?"

"लवकरच. मॉम काहीतरी घेऊन येतीय."

"हं...हं..." निकोल आत गेली आणि काही मिनिटांनंतर परत आली, ती म्हणाली की तिनं अगोदर फोन केला नाही. त्याबद्दल ती सॉरी म्हणाली. पण तिला घरी परत यायला उशीर होणार आहे.

"काय?" मी ग्लासांमध्ये पाणी ओतत होतो.

"अगोदर फोन न केल्याबद्दल तिला वाईट वाटतंय. पण तिला यायला उशीर होणार आहे. मी तिला आत्ताच फोन केला होता."

"जीझस!" हे आता फार त्रासदायक होत होतं. मी खरं तर माझा वैताग किंवा राग मुलांना दिसू नये म्हणून प्रयत्न करत असे. पण कधीतरी तसं होई. मी एक निश्वास टाकला. "ठीक आहे."

"मला खरंच खूप भूक लागलीय डॅड."

"तुझ्या भावाला घे आणि गाडीत जाऊन बस."

त्या रात्री छोटीला झोपवण्यासाठी तिच्या खोलीत घेऊन जात असताना शेल्फवर ठेवलेल्या फोटोला माझं कोपर लागलं. फोटो खाली पडला. मी तो उचलला. एरिक चार वर्षांचा असताना त्याचा आणि ज्युलिआचा सन व्हॅलीमधला फोटो होता. दोघांच्याही अंगावर स्नोसूट होते. ज्युलिआ मनापासून हसत त्याला स्कीईंग शिकवत होती. त्याच्याच शेजारी आणखी एक फोटो होता. आमच्या लग्नाच्या अकराव्या वाढदिवशी कोना ह्या ठिकाणी काढलेल्या त्या फोटोत मी आणि ज्युलिआ होतो. माझ्या अंगावर झगझगीत हवाई शर्ट होता. तिच्या अंगावरही भडक रंगाचे कपडे होते. सूर्यास्ताच्या पार्श्वभूमीवर आम्ही चुंबन घेत होतो. आमची ही ट्रीप फारच छान झाली होती, आणि अमान्डाच्या जन्माची सुरवात इथंच झाली असणार असं आम्हाला खात्रीपूर्वक वाटत होतं. आणखी एका फोटोत निकोल किचन ओट्यावर बसून ज्युलिआबरोबर काहीतरी करत होती. ती एवढी लहान होती की तिचे पाय ओट्याच्या कडेपर्यंतही पोहचत नव्हते. निकोल जेमतेम दीड वर्षांची असेल तेव्हा. निकोलच्या हातात कणकेचा एक गोळा होता. ती मन लावून त्याच्याशी खेळत असताना आणि सगळीकडे तो बरबटून घेतला असताना तो फोटो काढला होता. फोटोतली ज्युलिआ प्रयत्नपूर्वक हसू आवरत होती.

आम्ही कोलोरॅडोमध्ये भटकंती करत असतानाचा एक फोटो होता. सहा वर्षांच्या निकोलचं बोट धरून ज्युलिआ चालत होती, तर एरिक माझ्या खांद्यावर होता. घामामुळे माझ्या शर्टाची कॉलर मळलेली दिसत होती. पण त्यापेक्षाही मला आठवतंय त्यानुसार लहानग्या एरिकनं माझ्या खांद्यावरच 'कार्यक्रम' उरकण्यात अजिबात मागेपुढे पाहिलेलं नव्हतं.

कोलोरॅडोमधला हा फोटो फ्रेमच्या कडेपाशी अडकून तिरपा झाला होता. मी फ्रेमवर हलकेच टकटक करून तो सरळ करायचा प्रयत्न केला. पण तो सरळ झाला नाही. माझ्या लक्षात आलं की अनेक फोटो किंचित विटले होते. कदाचित चिकटवण्यासाठी वापरलेले इमल्शन काचेला चिकटून बसल्यामुळे तसं वाटत असावं. आम्ही कोणीच त्यांची नंतर फिकीर केली नव्हती.

माझ्या हातातली अमान्डा डोळे चोळत कुरकुरत होती. तिची आता झोपण्याची वेळ झाली होती. मी फोटो परत शेल्फवर ठेवले. ती दृश्यं आमच्या

सुखाच्या काळातली, आता जणू निराळ्या आयुष्यातली वाटावी अशी होती. आता त्यांचा माझ्याशी काही संबंध उरलाय असं वाटत नव्हतं. आत सर्वकाही बदलून गेलं होतं.

आत्ताचं जग पूर्णपणे निराळं होतं.

मी रात्रीच्या जेवणासाठी मांडून ठेवलंलं टेबल तसंच ठेवलं होतं. माझा निषेध दाखवण्याचा तो मूक मार्ग होता. रात्री दहाच्या सुमारास ज्युलिआ घरी आल्यावर तिनं ते पाहिलं, "सॉरी. हनी."

"तू कामात आहेस याची मला कल्पना आहे."

"होय. प्लीज मला माफ करशील का?"

"ठीक आहे."

"तू किती चांगला आहेस." ज्युलिआने लांबूनच माझ्या दिशेने चुंबन घेतल्याची हालचाल केली. "मी शॉवर घेऊन येते." ती म्हणाली आणि तिथून निघून गेली.

जाता जाता ती अमान्डाच्या खोलीत डोकावली आणि मग आत शिरली. मला खेळवल्याचा आणि छोटीच्या खिदळण्याचा आवाज ऐकू आला. म्हणून तिच्या खोलीकडे गेलो. मला अंधारातच ज्युलिआ उभी राहून छोटीच्या नाकाशी खेळत काहीतरी लाडाने बोलताना दिसली.

मी म्हणालो, "ज्युलिआ...तू तिला झोपेमधून उठवलंस."

"नाही. मी उठवलं नाही. ती जागीच होती. होय की नाही...माझी छोटी-हनी-बनी होय ना? पूप्सी-डूप्सी...तू जागीच होतीस की नाही?"

छोटीनं आपल्या पालथ्या मुठींनी डोळे चोळले आणि जांभई दिली. ती नक्कीच झोपेतून उठवल्यासारखी वाटत होती.

ज्युलिआ माझ्याकडे वळली, "मी खरंच तिला जागं केलं नाही...तू मात्र माझ्याकडे असा का पाहातो आहेस?"

"असा म्हणजे कसा?"

"तुला माहिती आहे कसा ते. माझ्यावर आरोप केल्यासारखा मी गुन्हा केला असल्याप्रमाणं."

"मी तुझ्यावर कसलाही आरोप केला नाही."

छोटीनं आता हुंदके देत रडायला सुरवात केली होती. ज्युलिआनं तिच्या डायपरला हात लावून पाहिला. "मला वाटतं तिनं ओला केलाय." हे म्हणून

तिने सरळ छोटीला माझ्या हातात ठेवले आणि "तूच कर." असे म्हणून खोलीबाहेर चालती झाली.

आता आम्हा दोघांमध्ये निश्चित तणावाची परिस्थिती उद्भवली होती. मी छोटीचा डायपर बदलला आणि तिला पुन्हा झोपवलं. मला ज्युलिआ शॉवर घेऊन बाहेर आल्याचं कळलं कारण तिने दरवाजा जोरात धडकवला होता. ज्युलिआने दारं धडकवणं सुरू करणं हा माझ्यासाठी इशारा असायचा. मी जाऊन तिची समजूत काढणं अपेक्षित असायचं. पण त्या रात्री मला तसं करायची इच्छा नव्हती. तिने छोटीला झोपेतून उठवलं म्हणून मी रागावलो होतो. शिवाय तिच्या अनिश्चित वागण्यामुळे मी त्रासून गेलो होतो. अगोदर घरी लवकर येते असं म्हणून नंतर उशीर होणार असा फोन न करणं मला डाचत होतं. तिचं आणखी कोणावर तरी प्रेम बसलंय म्हणूनच ती अशी अनियमित वागू लागलीय असा मला संशय येत होता....की तिला आता आपल्या कुटुंबाची फिकीर वाटेनाशी झालीय. मला काय करावं ते कळत नव्हतं. पण मला आपणहून तणाव कमी करण्याचा प्रयत्न करावा असं अजिबात वाटत नव्हतं.

ज्युलिआने आता आपल्या कपाटाचं दार एवढ्या जोरात लावलं की त्या धक्क्याने लाकूड चिरकल्याचा आवाज आला. मी तिच्याकडे दुर्लक्ष करायचं ठरवलं. तिला हवी तेवढी धडाधड करू देत. मी फिकीर करणार नव्हतो. मला राग आला होता. ज्युलिआची दारे धडाधडा लावणं चालूच होतं. जर तिच्या आवाजांमुळे एरिक आणि निकोल जागे झाले तर मात्र मला तिच्याशी बोलावंच लागणार होतं. तिनं तशी वेळ आणू नये इतकीच माझी इच्छा होती.

अखेर बेडरूममधले आवाज थांबले. बहुदा ती पलंगावर पडली असावी. तसं असेल तर ती लवकरच झोपी जाणार होती. कारण ज्युलिआला सहज झोप लागत असे. आमचं भांडण झाल्यावर मी येरझाऱ्या घालत अस्वस्थपणे जागा राहायचो, उलट ती मात्र शांत झोपी जायची.

अखेर मी पलंगापाशी गेलो तेव्हा ज्युलिआ गाढ झोपेत होती. ते पाहून मी माझ्या बाजूला अलगद पांघरूणात शिरलो आणि तिच्यापासून दूर झोपलो.

अचानक छोटीच्या रडण्याचा आवाज आला. रात्रीचा एक वाजला होता. मी दिवा लावण्यासाठी धडपडत उठताना गजराचं घड्याळ पडलं. त्यामुळे रेडिओ सुरू झाला आणि त्यातून रॉक अॅन्ड रोल संगीत येऊ लागलं. मी मनोमन शिवी घालत धडपडत अखेर दिवा लावला आणि मग रेडिओ बंद केला.

छोटीच्या रडण्याचा आवाज येतच होता.

''तिला काय झालं?'' ज्युलिआने झोपेतच विचारलं.

''माहिती नाही.'' मी पलंगावरून खाली उतरलो. झोप झटकण्यासाठी मी डोकं हलवलं. मी छोटीच्या खोलीत जाऊन दिवा लावला. सगळ्या खोलीत झगझगीत प्रकाश पसरला. भिंतीवर लावलेला विदूषकाचा पिवळा वॉलपेपर भगभगीत वाटत होता. त्यावेळी माझ्या मनात विचार चमकला की सगळ्या खोलीत पिवळा वॉलपेपर असताना तिला टेबलावर ठेवायची मॅट पिवळी नको होती.

छोटी पाळण्यात उभी होती. ती बाजूच्या दांड्या धरून आक्रोश करत होती. तिचं तोंड उघडं होतं आणि तिचा श्वासोच्छ्वास अडखळल्यासारखा वाटत होता. तिच्या गालांवरून अश्रू ओघळत होते. मी हात पुढे करताच ती झेप टाकून माझ्याकडे आली. मला वाटलं की तिला एखादं वाईट स्वप्न पडलं असेल. मी तिला थोपटून शांत करायचा प्रयत्न केला. पण ती अजून तशीच किंचाळत होती. कदाचित डायपरमध्ये काहीतरी टोचत असेल असं वाटून मी तिथं पाहिलं. मग मी तिच्या सगळ्या अंगावर कुठं काही टोचत नाही ना हे पाहिलं, आणि तेव्हाच मला तिच्या पोटावरचे लाल पुरळ दिसले. हे पुरळ वळसे घेत पाठीवरून मानेपर्यंत आलेले दिसले. ज्युलिआ आता आली, ''तुला तिला गप्प करता येत नाही का?''

''काहीतरी गडबड आहे.'' मी ज्युलिआला पुरळ दाखवत म्हणालो.

''तिला ताप आलाय का?''

मी अमान्डाच्या डोक्याला हात लावून पाहिला. तिला घाम आलेला होता आणि डोकं जरा गरम लागत होतं. पण तिचं इतर शरीर मात्र थंड होतं.

''मला माहीत नाही... मला तसं वाटत नाही.''

मला हे म्हणतानाच तिच्या मांडीवरचे पुरळ दिसले. काही वेळापूर्वी मी पाहिलं होतं तेव्हा तिथं ते होते का? माझ्या लक्षात आलं की माझ्या नजरेसमोर पुरळांची व्याप्ती वाढतीय. अमान्डा आता आणखी जोरात आक्रोश करत होती.

''जीझस!'' ज्युलिआ म्हणाली, ''मी डॉक्टरला फोन करते.''

''होय कर.'' मी म्हणालो. मी आता छोटीला पालथं वळवलं होतं. तिचा

आक्रोश आणखी वाढला. मी तिच्या सगळ्या अंगाची नीट तपासणी केली. पुरळ आता आणखी ठिकाणी पसरत होते.

मी काहीतरी बोलून अमान्डाला शांत करण्याचा प्रयत्न करत होतो.

पुरळ नक्कीच सगळ्या शरीरावर पसरत होते.

ज्युलिआ परत आली. आपण डॉक्टरसाठी निरोप ठेवलाय असं ती म्हणाली. मी म्हणालो, "मी थांबायला तयार नाही. मी तिला हॉस्पिटलमध्ये नेणार."

"तसं करणं खरोखर आवश्यक आहे?"

मी तिच्या प्रश्नाला उत्तर दिलं नाही. मी तडक माझ्या बेडरूममध्ये जाऊन कपडे घातले.

ज्युलिआ म्हणाली, "मी तुझ्याबरोबर यायला हवं का?"

"नको. घरीच मुलांबरोबर रहा."

"नक्की?"

"होय."

"ठीक आहे." ज्युलिआ म्हणाली आणि बेडरूमकडे निघून गेली.

मी माझ्या गाडीच्या किल्ल्या उचलल्या.

अमान्डा तारस्वरात किंचाळतच होती.

"मला तिला होणारा त्रास दिसतोय. पण तिला गुंगीचं औषध देणं मला सुरक्षित वाटत नाही." आम्ही इमर्जन्सी रूममध्ये तपासणीच्या छोट्या खोलीत होतो. तिथला इंटर्न डॉक्टर मला सांगत होता. अमान्डाचं किंचाळणं तसंच सुरू होतं. तिचं सगळं शरीर आता आगीने लपेटल्यासारखं धगधगीत लाल रंगाचं दिसू लागलं होतं.

मी घाबरलो होतो. मी कधीही असलं काही पाहिलेलं नव्हतं. मला त्या इंटर्नचा अजिबात भरवसा वाटत नव्हता. अजून पहिली दाढीही केलेली नसेल इतका तो डॉक्टर तरुण होता. सहाजिकच त्याचा फारसा अनुभव नाही हे दिसत होतं. मी एका पायावरचा भार दुसऱ्यावर टाकत उभा होतो खरा, पण माझे पाय थरथरत होते. अमान्डा गेला तासभर सतत रडत होती आणि मी त्यामुळे वेडापिसा झालो होतो. तिचा आक्रोश माझ्या कानांवर आदळत होता. पण तो इंटर्न डॉक्टर मात्र त्याकडे दुर्लक्ष करत होता. त्याला हे कसं जमत होतं कोणास ठाऊक.

"तिच्या अंगात ताप नाही." काहीतरी नोंदी करत तो म्हणाला, "पण ह्या वयाच्या बालकांमध्ये ह्याला काही फारसं महत्त्व नाही. एक वर्षांच्या आता अगदी प्रचंड संसर्ग होऊनही लहान मुलांमध्ये ताप न येण्याची शक्यता असते."

"म्हणजे हा कसला संसर्ग आहे की काय?"

"कोण जाणे. त्या पुरळांकडे पाहून विषाणूसंसर्गाची शक्यता गृहित धरतो आहे. पण लवकर आपल्या हातात रक्त तपासणीचे प्राथमिक— आहा! उत्तम." बाजूनं जाणाऱ्या एका नर्सने त्याच्या हातात काही कागद ठेवले होते. "अं...अं...हं-हं..." तो मध्येच थबकला, "पण—"

"पण काय?" मी अत्यंत काळजीने विचारलं.

त्याने माझ्या प्रश्नाचं उत्तर दिलं नाही. तो कागदांकडे पाहात फक्त मान हलवत होता.

"पण काय?"

"संसर्ग नाही." तो म्हणाला, "पांढऱ्या पेशींची संख्या व्यवस्थित आहे. प्रथिनांचा भागही व्यवस्थित आहे. तिच्या शरीरातली प्रतिरक्षण यंत्रणा अजिबात कार्यान्वित झालेली नाही."

"त्याचा अर्थ काय?"

तो डॉक्टर खरोखरच शांत होता. तो विचार करत उभा होता. हा पोरगा मंदबुद्धीचा तर नाही ना असंही मला एकदा वाटलं. अलिकडं हुशार पोरं मेडिकलला फारशी जात नाहीत. बहुधा हा पोरगा तसल्याच मद्दड डॉक्टरांच्या जातकुळीचा असावा.

"आपल्याला आणखी तपासणी करायला हवी." तो म्हणाला, "मी आता एक सर्जन, एक त्वचारोगतज्ज्ञ, मेंदूविकारतज्ज्ञ आणि संसर्गजन्य रोगांचा विशेषज्ज्ञ यांना पाचारण करणार आहे. म्हणजे आता बरेचजण तुम्हाला तुमच्या मुलीबद्दल प्रश्न विचारणार आहेत. त्यांचे प्रश्न कदाचित तेच तेच असतील. पण—"

"ठीक. मला त्याचं काही वाटत नाही. पण तिला काय झालंय ते सांगता येईल का—"

"मि. फोरमन मला कल्पना नाही. तिला जंतूसंसर्ग झालेला नाही. तेव्हा तिच्या त्वचेने असा प्रतिसाद देण्याची इतर कारणं आपण शोधायला हवीत. ती एवढ्यात देशाबाहेर तर गेली नव्हती ना?"

"नाही." मी नकारार्थी मान हलवली.

"जड धातूंशी किंवा विषारी पदार्थांशी संपर्क?"

"म्हणजे काय?"

"औद्योगिक भाग, कचरा डेपो, रासायनिक—"

"नाही. नाही."

"तुम्हाला ह्या पुरळांच्या कारणांविषयी आणखी काही सुचतंय का?"

"नाही...काहीही नाही... थांबा. तिला काल लस दिली होती."

"कसली लस?"

"माहिती नाही. तिच्या वयाच्या पोरांना जी काही देतात ती."

"तुम्हाला कोणती लस ते माहिती नाही?"

"नाही..." मी वैतागून म्हणालो. "तिला वेळच्यावेळी लसीचे डोस दिले जातात. इथं डॉक्टर कोण आहे? डॅम इट!"

"ठीक आहे. मि. फोरमन." तो समजूत घातल्यासारखा म्हणाला, "हे सारं किती त्रासदायक आहे याची मला जाणीव आहे. तुम्ही मला तुमच्या बालरोगतज्ज्ञाचं फक्त नाव सांगितलंत तर मी फोन करून विचारतो. कसं?"

मी मान डोलावली. मी कपाळावरचा घाम निपटून काढला. मग मी त्याला आमच्या त्या डॉक्टरचं नाव सांगितलं. तो नाव लिहून घेत असताना मी शांतपणे विचार करण्याचा प्रयत्न करायचा असं ठरवलं.

ह्या एवढ्या सगळ्या काळात माझी लहानगी मुलगी सतत किंचाळत होती.

अर्ध्या तासानंतर अमान्डाला आकडी येऊ लागली.

एक डॉक्टर तिच्या अंगावर वाकून पाहत असताना तिचे हातपाय वाकडे होताना दिसले. तिचं इवलंसं शरीर पिळवटल्यासारखं झालं होतं. ती पाय जोराजोरात झाडत होती. तिचे डोळे वर गेलेले मला दिसले.

त्यानंतर मी काय म्हणालो किंवा काय केलं ते मला अजिबात आठवत नाही. पण एक दांडगा ऑडर्ली आत आला होता. त्याने मला एका कोपऱ्यात घट्ट पकडून ठेवलं होतं. मी त्याच्या भव्य शरीराच्या मागे काय चाललंय ते पाहण्याचा प्रयत्न करत होतो. मला तेवढ्यात एक नर्स तिच्या कपाळात सुई खुपसताना दिसली. मी धडपड करून सुटायचा प्रयत्न केला. ऑडर्ली मला काहीतरी सांगत होता. मला ते अगोदर कळलं नाही. मग मात्र मला कळलं की अमान्डाच्या शरीरातील पाणी कमी झालं होतं. म्हणून ते तिला सलाईन लावत होते. पाणी कमी झाल्यामुळेच तिचे हातपाय वाकडे होत होते असं त्यानं सांगितलं.

काही सेकंदातच हातपाय वाकडे व्हायचं थांबलं. पण अजून तिचा आक्रोश चालूच होता.

मी ज्युलिआला फोन केला. ती जागी होती. "कशी आहे ती?"

"आहे तशीच."

"अजून रडतीय?... हा आवाज तिचाच आहे का?"

"होय."

"ओह गॉड!" ज्युलिआच्या आवाजात वेदना होती. "कशामुळे झालं, काही त्यांनी सांगितलं का?"

"अजून त्यांनाही कळलेलं नाही."

"ओह! बिच्चारी लहानगी..."

"तिची तपासणी करायला पन्नासएक डॉक्टर इथं जमलेत."

"मी काही करण्यासारखं आहे का?"

"मला काही वाटत नाही."

"ठीक. काही असेल तर मला कळव."

"ठीक आहे."

"मी जागीच आहे."

"ठीक."

अद्याप उजाडायला बरेच तास बाकी होते. अमान्डाच्या भोवती कोंडाळं करून उभ्या असलेल्या तज्ज्ञांनी अखेर सांगितलं की एकतर तिच्या आतड्यांमध्ये अडथळा उत्पन्न झाला असावा किंवा तिच्या मेंदूत ट्यूमर असावा. नेमकं काय असेल ते त्यांना ठरवता येत नव्हतं. म्हणून मग त्यांनी **एम.आर.आय.** तपासणी करण्याची आज्ञा सोडली. अमान्डाला तिकडे नेलं जात होतं तेव्हा आकाश किंचित पांढुरकं दिसू लागलं होतं.

एम.आर.आय. यंत्र खोलीच्या एका कोपऱ्यात होतं. त्याचा रंग पांढरा होता. नर्सने मला मदत करायला सांगितलं. एम.आर.आय.च्या वेळी कोणताही धातू चालत नाही. म्हणून तिने सलाईनची सुई काढून टाकली. अमान्डाच्या डोळ्यात रक्ताचे थेंब गेले. नर्सने ते लगेच पुसून टाकले.

अमान्डाला आता एका पांढऱ्या बोर्डावर जखडून टाकण्यात आलं होतं. हा बोर्ड त्या अवजड धुडासारख्या यंत्राच्या आत खोलवर जाणार होता. अमान्डा भेदरून त्या यंत्राकडे पाहात अजूनही किंचाळतच होती. नर्सने मला पलीकडच्या खोलीत जायला सांगितलं. त्या खोलीला असणाऱ्या काचेच्या खिडकीतून एम.आर.आय. यंत्र दिसत होतं. एम.आर.आय. तंत्रज्ञ कोणत्यातरी परक्या देशातला काळा माणूस होता.

"ती किती वर्षांची आहे?...ती...तीच आहे ना?"

"होय. ती तीच आहे. नऊ महिन्यांची आहे."

"हं...आता काम सुरू." तो समोरच्या बटणांकडे पाहत ती दाबू लागला. तो तिच्याकडे अजिबात पाहात नव्हता.

अमान्डा आता यंत्राच्या आत पूर्णपणे गेली होती. तिचे हुंदके आता क्षीण ऐकू येत होते. त्या तंत्रज्ञाने कुठले तरी एक बटण दाबले. पंपांची प्रचंड घरघर सुरू झाली. तरीही मला अजून माझ्या मुलीचा आवाज ऐकू येत होता.

आणि अचानक तिचा आवाज बंद झाला.

ती एकदम गप्प झाली होती.

"अॅ..." मी तंत्रज्ञ आणि नर्सकडे पाहिलं. त्यांच्या चेहेऱ्यांवर त्यांना बसलेला धक्का स्पष्ट दिसत होता. आम्हा सगळ्यांना एकदमच वाटलं होतं की काहीतरी भयंकर घडलंय. माझं हृदय वेगानं धडधडू लागलं होतं. तंत्रज्ञाने भराभरा पंप बंद केले आणि आम्ही सगळेजण वेगाने एम.आर.आय.च्या खोलीत धावलो.

माझी लहानगी पोरगी अजून बोर्डावर जखडलेल्या अवस्थेतच होती. तिचा श्वासोश्वास जड वाटत होता. पण ती एकंदरीत छान वाटली. तिनं मध्येच डोळे मिचकावले. तिची त्वचा आता निश्चित गुलाबी रंगाची झाली होती. मधूनमधून त्वचेचा रंग अगदी नैसर्गिक वाटत होता. आमच्या डोळ्यांसमोर पुरळ कमीकमी होत चालले होते. "डॅम!" तंत्रज्ञ म्हणाला.

इमर्जन्सी रूममध्ये परत आणल्यावरही ते लोक अमान्डाला घरी जाऊ द्यायला तयार नव्हते. सर्जन लोकांना अजूनही वाटत होतं की तिच्या मेंदूमध्ये गाठ आहे किंवा आतड्यांच्या बाबतीत काहीतरी समस्या आहे. त्यांना ती त्यांच्या नजरेसमोर हॉस्पिटलमध्ये हवी होती. आता अंगावरचे पुरळ हळूहळू पण निश्चितपणे कमी होत चालले होते. हळूहळू उरलेल्या तासांमध्ये गुलाबी

रंग निघून गेला होता.

कोणालाही काय झालं ते कळत नव्हतं. सगळी डॉक्टर मंडळी अस्वस्थ होती. पुन्हा तिच्या कपाळावर दुसऱ्या बाजूला सलाईनची सुई लावली होती. मी तिला हातात घेतले असताना अमान्डाने एक बाटलीभर दूध गटागटा रिचवलं होतं. ती नेहमीसारखीच दूध पिताना माझ्याकडे एकटक नजर लावून पाहत होती. मग ती माझ्या हातातच झोपी गेली.

मी तिथे एक तासभर थांबलो आणि मग मी तक्रारीचा सूर काढायला सुरवात केली. मला माझ्या मुलांकडे परतायला हवं, मला त्यांना तयार करून शाळेत पाठवायचं आहे वगैरे सांगू लागलो. अखेर डॉक्टरांनी आधुनिक वैद्यकशास्त्राचा विजय झाल्याची घोषणा केली आणि मला अमान्डाला घरी नेण्यासाठी परवानगी दिली.

अमान्डा गाडीत गाढ झोपी गेली होती. मी तिला गाडीतून बाहेर काढतानाही तिची झोप मोडली नाही. मी तिला घरात घेऊन जात असताना आकाशाचा रंग राखाडी होऊ लागला होता.

❑

तिसरा दिवस
सकाळी ६ वाजून ७ मिनिटे

घर शांत होतं. पोरं अजूनही झोपलेली होती. ज्युलिआ मला डायनिंग रूममध्ये खिडकीपाशी उभी दिसली. ती मागच्या अंगणाकडे पाहात होती. बागेला पाणी देणारे फवारे चालू होते. त्यांचा हिस्स्-क्लिक् असा आवाज ऐकू येत होता. ज्युलिआच्या हातात कॉफीचा कप होता. ती अजिबात हालचाल न करता उभी होती.

मी म्हणालो, ''आम्ही परत आलोय.''

ती मागे वळली, ''ती कशी आहे आता?''

''आता ठीक वाटतीय.'' मी अमान्डाला तिच्या दिशेने पुढे केलं.

''थँक गॉड.'' ज्युलिआ म्हणाली, ''जॅक मी फार काळजीत होते.'' ती हे म्हणाली पण तिने पुढे होऊन अमान्डाला जवळ घेतलं नाही. ''मी फार फार काळजी करत होते.''

ज्युलिआचा आवाज मला चमत्कारिक वाटला. ती काळजीत आहे असं तिच्या आवाजावरून अजिबात वाटत नव्हतं. जणू कोणतीही परकी व्यक्ती आपल्याला माहिती नसलेल्या भाषेत औपचारिक बोलते आहे असा तिचा स्वर होता. तिने कॉफीचा एक घोट घेतला.

''मी सगळी रात्र जागी होते. मला फार काळजी वाटत होती...ओह गॉड.'' क्षणभर तिची नजर माझ्याकडे वळली आणि लगेच तिनं नजर वळवली. तिला अपराधीपणाची भावना होत होती.

''तिला घ्यायचं आहे?''

''मी...अं...'' ज्युलिआ घुटमळली. तिनं हातातला कॉफीचा कप दाखवला. ''आत्ता नको. मला ते फवारे नीट चालू आहेत की नाही ते पाहायचं आहे. त्यामुळे माझ्या गुलाबांना नको इतकं पाणी मिळतंय.'' ती हे म्हणून मागच्या बागेकडे निघून गेली. मला ती फवाऱ्यांपाशी उभी असलेली दिसली. तिथून तिनं खिडकीकडे नजर टाकली. मी पाहातोय हे लक्षात येताच तिने फवाऱ्यांची वेळ नियंत्रण करण्याच्या बॉक्समध्ये काहीतरी तपासल्याचा बहाणा केला. मला त्याचा अर्थ कळत नव्हता. आमच्या माळ्यांनी मागच्याच आठवड्यात वेळा नीट बसवून दिल्या होत्या. कदाचित त्यांनी काम नीट केलं नसण्याची शक्यता होती.

माझ्या हातात झोपलेली अमान्डा शांतपणानं श्वासोश्वास करत होती. मी तिला तिच्या पाळण्यात नेऊन झोपवलं.

मी परत आलो तेव्हा मला ज्युलिआ किचनमध्ये उभी राहून सेलफोनवर बोलताना दिसली. तिची ही नवीन सवय होती. घरात असतानाही ती घरातला फोन वापरत नसे. मी एकदा तिला त्याबद्दल विचारलं होतं. सेलफोन वापरणं सोपं जातं. शिवाय ती खूप लांबलांब फोन करते आणि कंपनी त्याचं बिल भरते असं ती म्हणाली होती.

मी माझ्या चालण्याचा वेग कमी केला आणि मी गालिचावरून हळूहळू चालू लागलो. मला तिचा आवाज ऐकू आला. "होय...डॅम इट... अर्थातच मी करते आहे... पण आपल्याला आता आणखी काळजी घ्यायला हवी...."

ज्युलिआला मी किचनकडे येताना दिसताच तिचा स्वर एकदम बदलला. "ओके!...हं...हं .... हे बघ कॅरोल. मला वाटतं आपण फ्रॅन्कफूर्टला फोन केला तरी काम होईल. नंतर फॅक्स कर. त्याचा प्रतिसाद काय येतो ते मला कळव. ठीक आहे?" मी किचनमध्ये शिरत असताना तिने फोन बंद केला. "जॅक... मुलं उठायच्या अगोदर मला घराबाहेर पडायला आवडत नाही, पण..."

"तुला जायला हवं?"

"होय. एक काम अचानक उद्‌भवलंय."

मी घड्याळाकडे नजर टाकली. सव्वासहा झाले होते, "ठीक आहे."

"तेव्हा तू मुलांना—"

"मी सगळं काही पाहतो."

"थँक्स् जॅक. मी तुला नंतर फोन करते."

आणि पुढच्याच क्षणी ती निघून गेली होती.

मी एवढा दमलो होतो की माझं डोकं नीट काम करत नव्हतं. छोटी गाढ झोपली होती आणि कदाचित पुढचे काही तास तशीच झोपणार होती. साडेसहा वाजता आमची हाऊसकीपर मारिआ आली. तिने पोरांच्या समोर ब्रेकफास्ट ठेवला. तो खाऊन झाल्यावर मी पोरांना शाळेत पोहोचवलं. मला पेंगुळल्यासारखं होत होतं. मी जांभई दिली. मी जागा राहाण्याचा आटोकाट प्रयत्न करत होतो.

माझ्याजवळ पुढच्या सीटवर बसलेला एरिकही जांभया देत होता. मी त्याला विचारले, "झोप येतीय?"

त्याने मान डोलावली, "त्या लोकांनी माझी सतत झोपमोड केली."

"कोण लोक?"

"काही रात्री घरात आलेल्या त्या माणसांनी."

"माणसं?"

"व्हॅक्यूम पंपवाली माणसं." एरिक म्हणाला, "त्यांनी व्हॅक्यूम पंप लावून सगळं घर साफ केलं. त्यांनी त्या भूतालाही शोषून घेतलं."

मागच्या सीटवरून निकोल म्हणाली, "भूत...?"

"मला वाटतं, पोरा तुला स्वप्न पडलं असेल." मी म्हणालो. अलीकडे बऱ्याचवेळा एरिक चमत्कारिक स्वप्नं पडून जागा व्हायचा. एरिक घाबरतो हे माहिती असूनही निकोल त्याला आपल्याबरोबर ते भयंकर हॉरर सिनेमा पाहू देते म्हणूनच असं होतं याबद्दल मला खात्री वाटत होती. निकोलचं वयच असं होतं की तिला असले भयानक सिनेमे आवडायचे. लहान पोरींवर अत्याचार करून मग त्यांचा खून करणारे बुरखा घातलेले खुनी, मुलींबरोबर शरीरसुख घेतल्यावर त्यांना खलास करणारे लोक असल्या गोष्टी असणारे सिनेमे तिला फार आवडत असत. तिचं ठीक होतं, पण एरिकच्या वयाला ते पाहणे योग्य नव्हतं. मी त्याबद्दल अनेकदा निकोलला बजावलं होतं.

"नाही डॅड. ते स्वप्न नव्हतं." एरिक पुन्हा एकदा जांभई देत म्हणाला, "आपल्या घरात खूप माणसं रात्री आली होती."

"हं...पण त्या भूताचं काय?"

"ते भूतच होतं. सगळं शरीर चांदीसारखं चमचमत होतं. पण त्याला चेहेराच नव्हता."

"हं...हं..." मी म्हणालो. आम्ही आता शाळेपाशी आलो होतो. निकोल सांगत होती की तिला पावणेचार ऐवजी सव्वाचारला न्यायला यावं, कारण तिला नाटकाची तालीम होती. एरिक म्हणत होता की इंजेक्शन घ्यायला लागणार असेल तर तो डॉक्टरांकडे यायला तयार नाही. मी ह्यावर आईबापांना युगेयुगे उपयोगी पडणारा मंत्र वापरला, "हं... पाहू या."

दोन्ही मुलं गाडीतून आपापली दप्तरं घेऊन बाहेर पडली. दोघांचीही दप्तरं चांगली वीस पौंड वजनाची होती, त्यामुळे ती दप्तरांचं ओझं कसंबसं पाठीवर वागवत चालली होती. मला हे कधीच कळत नव्हतं. मी त्यांच्या वयाचा असताना आमची दप्तरं एवढी मोठी नसायची. पण आता सगळ्याच पोरांची दप्तरं मोठी असतात. आता आपल्याला दुसरीची एवढीशी पोरं शेर्पांसारखी ओझं वागवत शाळेत जाताना दिसतात. काहीजण बॅगांप्रमाणे दप्तरं मागे ओढत जातानाही दिसतात. मला हे अजिबात समजत नव्हतं. हे

जग डिजिटल होतंय. सगळ्या गोष्टी छोट्या आकाराच्या होत चालल्या आहेत. पण शाळकरी पोरं मात्र पूर्वीपेक्षा जास्त ओझं वागवताना दिसतात. काही महिन्यांपूर्वी मी पालकांच्या सभेत त्याबद्दल विचारलं असताना मुख्याध्यापक म्हणाले की, "होय...ती खरंच मोठी समस्या आहे. आम्हा सगळ्यांना त्याबद्दल काळजी वाटते." बस्स एवढंच. मग त्यांनी विषय बदलला. माझ्या हेदेखील अजिबात लक्षात आलं नाही. जर त्यांना ह्या विषयाबद्दल एवढी कळकळ आहे तर ते त्याबद्दल काही करत का नाहीत? पण अर्थातच हा मानवी स्वभावाचा भाग आहे. फार उशीर होईपर्यंत कोणीही काही करत नाही. एखादा मुलगा मेला म्हणजेच मग आपण चौकात सिग्नल बसवतो.

मी सकाळच्या संथ ट्रॅफिकमधून वाट काढत घरी परत आलो. मी आता काही तास झोप काढणार होतो. त्यावेळी माझ्या मनात केवळ झोपेचाच विचार घोळत होता.

अकरा वाजण्याच्या सुमारास मला मारिआने जागे केले. ती मला गदागदा हलवत होती. "मि.फोरमन..."

मी घोगऱ्या आवाजात विचारलं, "काय झालं?"

"बाळ."

"बाळाचं काय?" मी त्याचक्षणी खडबडून जागा झालो.

"तुम्ही बाळाकडे पाहा. मि.फोरमन. तिच्या सगळ्या..." मारिआने हाताने काहीतरी खूण करून दाखवली.

"तिच्या सगळ्या काय?"

"तुम्ही पाहा मि.फोरमन."

मी गडबडीने पलंगावरून उतरून अमान्डाच्या खोलीत गेलो. ती पाळण्यात आनंदात उभी होती. सर्वकाही उत्तम वाटत होतं. पण अचानक माझ्या लक्षात आलं. तिचं सगळं शरीर निळसर-जांभळं दिसत होतं. मुका मार लागल्यावर जसं काळंनिळं होतं तसं.

"ओह जीझस!"

मी काल रात्रीच्या हॉस्पिटलमधल्या दमणुकीतून अजून सावरलो नव्हतो. मला पुन्हा तिथं जाऊन सगळ्याची नव्याने सुरवात करायची इच्छा नव्हती. पण आपल्या मुलीच्या बाबतीत काहीतरी गंभीर बिघडलं आहे हा विचार मनात येताच माझ्या पोटात खड्डा पडत होता. मी अमान्डापाशी गेलो. ती खिदळत

माझ्याकडे पाहत होती. तिने माझ्याकडे एक पुढे केला आणि खोलवर श्वास घेतला. मी तिला उचलून घ्यावं अशा अर्थाची ती खूण होती.

मी तिला उचलून घेतलं. ती अगदी व्यवस्थित वाटत होती. तिने लगेच माझे केस नेहमीप्रमाणे पकडले आणि चष्मा काढून घेण्याचा प्रयत्न केला. ते पाहून मला हायसं वाटलं. तिच्या त्वचेवर अजूनही मार लागल्यासारखा काळानिळा रंग होता. हा रंग सगळ्या अंगावर सारख्याच प्रमाणात दिसत होता आणि मला ते फार धोकादायक वाटत होतं.

मी इमर्जन्सी रूममधल्या डॉक्टरला फोन करायचा असं ठरवलं. मी खिशातून त्याचं कार्ड बाहेर काढत असताना अमान्डा चष्मा ओढून काढायचा प्रयत्न करतच होती. मी एका हातानंच फोन डायल केला. मला आता अनेक गोष्टी एकाच हातानं करायची सवय झाली होती.

माझा फोन आलेला पाहून डॉक्टरला आश्चर्य वाटलं. "आहे... मी आत्ता तुम्हालाच फोन करायचा विचार करत होतो. तुमची मुलगी आता कशी आहे?"

"हं....तशी ती ठीकच वाटतीय." मी अमान्डाने चष्मा खेचू नये म्हणून डोकं मागे घेतलं. ती आता चांगलीच खिदळत होती. आता तिचा नेहमीचा खेळ सुरू झाला होता. "ती चांगली आहे. पण—"

"तिच्या अंगावर मार लागल्यासारखा काळानिळेपणा आहे का?"

"होय. म्हणूनच तर मी फोन केलाय."

"काळानिळा रंग सगळ्या अंगावर सारख्याच प्रमाणात आहे?"

"होय. पण तुम्ही हे का विचारता आहात?"

"त्याचं असं आहे. तिच्या सगळ्या तपासण्यांचे रिपोर्ट पूर्णपणे नॉर्मल आले आहेत. ती अगदी निरोगी आहे. फक्त आमच्याकडे अजून एम.आर.आय. रिपोर्ट आलेला नाही. आम्ही त्याची वाट पाहातोय. पण एम.आर.आय. यंत्रच बंद पडलंय. ते ठीक व्हायला काही दिवस लागणार आहेत म्हणे.

मीच आता अमान्डाला पुन्हा पाळण्यात ठेवलं. तिला अर्थातच ते आवडलं नाही. मी तिच्यापासून स्वत:ला सोडवून घेताच तिने रडायची तयारी सुरू केली. मी मग तिचं आवडतं खेळणं तिच्या हातात ठेवताच ती खाली बसली आणि खेळू लागली.

"असो. ती चांगली आहे हे ऐकून बरं वाटलं." डॉक्टर.

मी देखील तसंच म्हणालो.

काही क्षण फोनवर शांतता होती. मग डॉक्टर किंचित खोकला.

"मि.फोरमन. मी तुमच्या हॉस्पिटल फॉर्मवर वाचलं की तुम्ही सॉफ्टवेअर इंजिनियर असल्याचं लिहिलं आहे."

“बरोबर आहे.”

“तुमचा संबंध उत्पादनांशी येतो का?”

“नाही. मी प्रोग्रॅम तयार करतो.”

“आणि तुम्ही कुठं काम करता?”

“सिलिकॉन व्हॅली.”

“म्हणजे तुम्ही एखाद्या कारखान्यात वगैरे काम करत नाही ना?”

“नाही. मी ऑफिसमध्ये काम करतो.”

“मी कुठे असं विचारू शकतो का?”

“खरं म्हणजे सध्या मला नोकरी नाही.”

“हं... ठीक आहे. किती काळ नोकरी नाही?”

“सहा महिने.”

“अस्सं.” डॉक्टर क्षणभर थबकला. “हं...ठीक आहे. मला फक्त काही माहिती समजून घ्यायची होती.”

“कशासाठी?” मी विचारलं, “हे सगळे प्रश्न तुम्ही का विचारता आहात?”

“ठीक आहे... हे सगळे फॉर्मवर लिहिलेलेच प्रश्न आहेत.”

“कोणता फॉर्म?” मी विचारलं, “मी हॉस्पिटलमध्ये कितीतरी फॉर्म भरलेत.”

“हा फॉर्म निराळा आहे.” डॉक्टर म्हणाला, “आरोग्य आणि सुरक्षा विभागाकडून चौकशी केली जात आहे.”

“ती कशासाठी?”

“अशाच प्रकारच्या आणखी एका केसची नोंद झाली आहे. ती केस तुमच्या मुलीच्या केससारखीच आहे.”

“कुठे?”

“सॅक्रॅमेन्टो जनरल हॉस्पिटल.”

“कधी?”

“चार दिवसांपूर्वी. पण परिस्थिती मात्र वेगळी होती. बेचाळीस वर्षांचा एक निसर्गशास्त्रज्ञ कोणत्यातरी जंगली फुलांचा अभ्यासक आहे. तो तिकडं सिएरामध्ये उघड्यावर झोपला होता. कदाचित कुठल्या तरी एखाद्या रानफुलामुळे काहीतरी झालं असेल. त्याला सॅक्रॅमेन्टो जनरल हॉस्पिटलात दाखल करण्यात आलं होतं. त्यालाही तुमच्या मुलीप्रमाणेच अचानक पुरळ उठले. त्यालाही ताप नव्हता.”

“आणि त्याची लक्षणे एम.आर.आय.मुळे थांबली?”

“ते मला माहिती नाही. पण हा जो काही नवीन विकार आहे. तो अचानक उद्भवतो आणि आपोआप काही वेळानं कमी होतो असं वाटतंय.”

“तो निसर्गशास्त्रज्ञ आता बरा आहे ना?”

“उत्तम. काही दिवस अंगावर काळानिळेपणा होता. पण बाकी काही नाही.”

“छान.” मी म्हणालो. “हे ऐकून मला बरं वाटलं.”

“मला वाटलं की तुमच्या कानावर हे घालावं. तुम्हाला कदाचित ह्या माहितीत रस असेल.” डॉक्टर नंतर पुन्हा फोन करू का असं विचारत होता. त्यानं कधीही फोन करायला हरकत नाही असं मी त्याला सांगितलं. त्यानेही अमान्डाच्या बाबतीत काही फरक वाटला तर परत फोन करायला सांगितलं. मी होकार देऊन फोन ठेवला.

अमान्डानं आता हातातलं खेळणं बाजूला टाकलं होतं. पाळण्यात उभी राहून ती एका हाताने मला पकडण्याचा प्रयत्न करत होती. मी तिला उचललं आणि त्याचक्षणी तिने माझा चष्मा धरला होता. मी “अमान्डा-” असं म्हणतच होतो. पण आता उशीर झाला होता. आनंदानं चीत्कारत तिने चष्मा खाली टाकून दिला होता.

मी डोळे मिचकावले.

मला चष्मा लावला नाही तर नीट दिसत नाही. मी खाली हात टेकून गुडघ्यावर बसलो. एका हातानं अमान्डाला धरून मी दुसरा हात खाली जमिनीवर फिरवला. चष्मा हाताला लागला नाही. मी पुन्हा हात फिरवला. पुन्हा चष्मा सापडला नाही. मी मग डोळे बारीक केले आणि आणखी पुढे सरकून हात आडवा फिरवला. काहीही हातात आलं नाही. त्याचवेळी मला पाळण्याच्या खाली प्रकाशाचा छोटा बिंदू दिसला. मी अमान्डाला खाली ठेवलं आणि पाळण्याखाली सरपटत गेलो. मला आता चष्मा दिसला होता. मी तो डोळ्यांवर लावला आणि हे करत असताना माझं डोकं पाळण्याला धडकलं.

मी पुन्हा खाली वाकलो तेव्हा माझ्या लक्षात आलं की माझ्या समोर भिंतीतल्या सॉकेटमध्ये एक छोटी प्लॅस्टिकची डबी बसवलेली होती. मी ती ओढून काढली. साधारण दोन चौरस इंचाची ती डबी म्हणजे विद्युत प्रवाहामधला अनियमितपणा नियंत्रित करणारे सर्ज सप्रेसर हे उपकरण होते. ते थायलंडमध्ये बनवलेलं होतं. त्यावर लेबल लावललं होतं आणि त्यानुसार ती वस्तू “एस.एस.व्ही.टी.”च्या मालकीची होती. शिवाय त्यावर बार कोडही होतं.

मी ती वस्तू हातात घेऊन उलटीपालटी करून पाहात होतो. ही वस्तू आली कुठून तिथं? गेले सहा महिने घराचा सगळा कारभार मी पाहात होतो.

घरात कुठे काय आहे ते मला व्यवस्थित माहिती होतं आणि अमान्डाच्या खोलीत सर्ज सप्रेसरची गरजच नव्हती. कॉम्प्युटरसारख्या इलेक्ट्रानिक वस्तूंच्या बाबतीत सर्ज सप्रेसर लागतात.

मी उभा राहिलो आणि आणखी काही निराळं आहे का ते पाहायला इकडेतिकडे नजर फिरवली आणि आश्चर्य म्हणजे मला कितीतरी गोष्टी निराळ्या दिसल्या. अर्थात किंचित निराळ्या. अमान्डाच्या खोलीतल्या रात्रीच्या दिव्याला असणाऱ्या शेडवर 'विनी-द-पूह' मधली चित्रं होती. मी नेहमी त्यामधलं एक चित्र 'टायगर' नेहमी तिच्यासमोर येईल असं ठेवत असे. कारण हे चित्र तिला आवडायचं. आता तिथं निराळंच चित्र होतं. अमान्डाचे कपडे बदलण्याच्या पॅडवर एका बाजूला डाग होता. मी तो डाग नेहमी खालच्या बाजूला येईल अशा प्रकारे ते ठेवत असे. आता तो भाग उजवीकडे वरच्या बाजूला होता. डायपरमुळे येणाऱ्या पुरळांवर लावण्यासाठी लागणारी मलमे मी शेल्फमध्ये अशा प्रकारे ठेवत असे की तिच्या हाताला ती लागू नयेत. पण आता ती सहज तिच्या हाताला येतील अशी होती. अशा कितीतरी गोष्टी होत्या—

मी मारिआला विचारलं, "तू ही खोली स्वच्छ केलीस का?"

"नाही. मि.फोरमन."

"पण इथं सगळं काही बदललेलं आहे."

मारिआने आजूबाजूला नजर फिरवली आणि खांदे उडवले, "नाही. मि. फोरमन. सर्वकाही आहे तसंच तर आहे."

"नाही. नाही. काहीतरी निराळी रचना झालेली आहे." मी माझा मुद्दा धरून ठेवला होता. मी तिला लॅम्पशेड, पॅड वगैरे वस्तू दाखवल्या. मारिआने पुन्हा खांदे उडवले. "ठीक आहे. मि.फोरमन. असेल."

मला तिच्या चेहेऱ्यावरचा गोंधळ स्पष्ट दिसत होता. तिला मी काय म्हणतोय ते एकतर कळत नव्हतं, किंवा तिला वाटत असावं की माझं डोकं फिरलंय. कदाचित असल्या बारीकसारीक बदलांकडे लक्ष जाणाऱ्या माझ्यासारख्या माणसाचं डोकं फिरलंय असं वाटणं स्वाभाविकच होतं. मी मारिआला प्लॅस्टिकची चौकोनी डबी दाखवली, "ही तू अगोदर पाहिली होतीस का?"

"नाही."

"ती पाळण्याखाली होती."

"मला माहिती नाही मि.फोरमन." मारिआने डबी हातात घेऊन पाहिली आणि खांदे उडवत माझ्याकडे परत दिली. ती सहजगत्या पहातेय असं दाखवत होती, पण ती बारकाईने पाहात होती. मला आता फार अस्वस्थ वाटू लागलं होतं.

"ठीक आहे मारिआ. जाऊ दे."

मारिआने अमान्डाला उचलून घेतलं. "तिला आता भरवायचं का?"

"होय." मी म्हणालो आणि अत्यंत अस्वस्थपणाने खोलीबाहेर पडलो.

मी सहज म्हणून इंटरनेटवर एस.एस.व्ही.टी. म्हणजे काय ते पाहिलं. मला 'श्री शिवराम विष्णू टेम्पल', 'वाफेन - एस.एस. ट्रेनिंगस्कूल', सबसिस्टिम सॅम्पलिंग डिस्प्ले टेक्नॉलॉजी आणि अशा हजारो लिंक आहेत असं दिसलं. मी तो नाद सोडून दिला.

मी खिडकीतून बाहेर पाहत बसलो.

मारिआने मला काहीतरी वस्तू आणण्यासाठी यादी तयार करून दिली होती. मी खरंतर मुलांना शाळेतून घेण्याच्या अगोदर खरेदी करणं गरजेचं होतं. पण मी जागचा हलू शकत नव्हतो. कधीकधी घरगुती कामांचा सततचा वेग मला संपूर्णपणे पराभूत करून टाकत असे. मला एकदम रितेपणा येई. त्यावर उपाय म्हणून मी काही तास नुसता बसून राहत असे.

मला त्याक्षणी अजिबात हलू नये असं वाटत होतं. माझ्या मनात विचार आला की आज रात्रीही ज्युलिआ मला फोन करून काहीतरी निराळं कारण सांगेल की नाही. जर एखाद्या दिवशी ती सरळ माझ्यासमोर येऊन म्हणाली की माझं कोणा दुसऱ्यावर प्रेम आहे, तर त्यावेळी मी काय करू शकतो? आणि त्यावेळेपर्यंतही मला नोकरी लागली नसेल तर—

मला पुन्हा नोकरी केंव्हा मिळणार—

मी माझ्या हातातल्या सर्ज सप्रेसरशी निरर्थक खेळ करत बसलो असताना माझं मन भरकटत चाललं होतं.

माझ्या समोर खिडकीपाशी मोठं कोरलचं झाड होतं. त्याची पानं जाड आणि बुंधा हिरवा होता. आम्ही ह्या घरात आल्यानंतर लवकरच हे झाड लावलं होतं. अर्थात प्रत्यक्ष काम जरी इतरांकडून करून घेतलं असलं तरी आम्ही सगळेजण तिथं होतोच. निकोलच्या हातात प्लॅस्टिकची बादली नि छोटी खुरपी होती. डायपर घातलेला एरिक हिरवळीवर रांगत होता. ज्युलिआने गोड बोलून कामगारांना उशीरपर्यंत थांबून काम पुरं करायला सांगितलं होतं. सगळेजण निघून गेल्यानंतर मी ज्युलिआचं चुंबन घेतलं. मी तिच्या नाकाला लागलेली माती झटकून टाकली. ती म्हणली होती, "एक दिवस हे झाड आपल्या सगळ्या घरावर पसरेल."

पण तसं झालं नाही. एका वादळात त्याची एक फांदी मोडून पडली. त्यामुळे ते झाड एकाच बाजूला वाढलं. कोरलचं झाड नाजूक असतं. त्याच्या फांद्या सहज मोडून पडतात. त्या झाडाची घरावर पसरण्याएवढी वाढ झालीच नाही.

पण माझ्या आठवणी फार मोठ्या होत्या. माझ्या मनाच्या कोपऱ्यात मला आम्ही पुन्हा त्या हिरवळीवर सगळे आहोत हे दृश्य दिसत होतं, आणि आता ते मला अगदी पूर्णपणे विसंगत वाटत होतं.

अनेक वर्षे मल्टी-एजंट प्रणालींवर काम केल्यामुळे आपल्याला सगळे जीवन त्याच प्रोग्रॅमच्या प्रकारे पाहायची सवय लागते.

खरं म्हणजे मल्टी-एजंट प्रणालीची परिस्थिती आपल्याला एखाद्या बुद्धीबळाच्या पटासारखी वाटू लागते, ह्या पटावर एजंट म्हणजे पटावरच्या सोंगट्या असतात. विशिष्ट ध्येय गाठण्यासाठी एजंट एकमेकांशी संबंध ठेवतात. पटावरही सोंगट्या हालचाल करत अखेर डाव जिंकतात. फरक असा आहे की इथे एजंटना कोणी हलवत नाही, तर तेच परस्परांशी संपर्क करून आवश्यक ती गोष्ट घडवून आणतात.

जर आपण एजंटना स्मृती पुरवली तर ते त्यांच्या सभोवतालच्या परिस्थितीची माहिती करून घेऊ शकतात. पटावर आपण कोणत्या जागी होतो हे त्या एजंटना आठवतं. नंतर काय घडलं तेही त्यांच्या लक्षात येतं. ते काही विविक्षित ठिकाणी विशिष्ट अपेक्षापूर्तीसाठी मागेही जाऊ शकतात. अखेर प्रोग्रॅमर ह्या एजंटना आता कल्पनाशक्ती प्राप्त झाली आहे असं म्हणतात. एजंट आता ह्या कल्पनाशक्तीचा वापर करून हालचाली करू लागतात. अर्थात कल्पनाशक्ती ह्याचा अर्थ शब्दश: घ्यायचा नाही. तसं खरंही नाही. पण काहीवेळा एजंटकडे पाहिल्यावर ते खरंच असावं असं वाटू लागतं.

सगळ्यात महत्त्वाची गोष्ट अशी काही काळाने काही एजंटजवळ चुकीच्या कल्पनांचा साठा होतो. काय मिळवायचं आहे ह्याबद्दल गोंधळ उडाल्यामुळे असेल किंवा इतर काही कारणामुळे असेल, त्यांचं वागणं अत्यंत अयोग्य होऊ लागतं. त्यांच्या आजूबाजूचं वातावरण बदललेलं असतं. पण त्यांना बहुधा त्याची जाणीव नसते. हे एजंट आपल्या जुन्या कालबाह्य झालेल्या पद्धतीनेच काम करत राहतात. आता त्यांचे वर्तन आणि प्रत्यक्ष पटावरची परिस्थिती ह्यांच्यात विसंगती निर्माण होते. जणू हे एजंट इतिहासात अडकून पडले आहेत असे वाटते.

उत्क्रांतीच्या कार्यक्रमात असे एजंट मारले जातात. त्यांना संतती होत नाही. इतर मल्टी-एजंट प्रोग्रॅममध्ये असे कालबाह्य ठरलेले एजंट बाजूला फेकले जातात. मध्यवर्ती भागातले एजंट मुख्य प्रवाहात काम करत असताना हे एजंट कडेच्या भागात अडगळ होऊन बसतात. म्हणूनच काही प्रोग्रॅममध्ये 'ग्रिम रीपर' नावाचा भाग मुद्दाम लिहिला जातो. हा भाग अधूनमधून चाळणी लावून असे निरुपयोगी ठरलेले एजंट निर्दयपणाने कापून फेकून देतो.

ह्यातला मुख्य मुद्दा असा आहे की हे एजंट इतिहासात अडकलेले

असतात. काहीवेळा ते एकत्र येतात आणि पुन्हा मूळपदावर येऊन काम सुरू करतात. काही काही वेळा असे होत नाही.

असल्या विचारांमुळे मी फारच अस्वस्थ झालो. मी खुर्चीतल्या खुर्चीत बैठक बदलली आणि घड्याळाकडे नजर टाकली. मुलांना शाळेतून आणायला जायची वेळ झालीय हे पाहून मला बरें वाटले.

निकोलच्या नाटकाची तालीम चालू असल्याने आम्ही थांबलो होतो. त्या वेळात गाडीत बसून एरिकने त्याचा घरचा अभ्यास केला. निकोल बाहेर आली तेव्हा तिचा मूड खराब होता. तिला वाटले होते की तिला मुख्य भूमिका मिळेल. पण तिच्या नाटकाच्या शिक्षकांनी तिला कोरसमध्ये अगदी छोटी भूमिका दिली होती. गाडीचे दार जोराने लावत निकोल म्हणाली, ''फक्त दोन ओळी...'' ह्या ओळी काय आहेत माहिती आहे? 'हा पहा जॉन आलाच' आणि दुसऱ्या अंकात मी म्हणायचं आहे, 'हे फारच गंभीर दिसतंय.' बस्स. फक्त दोन ओळी.'' निकोल मागे रेलून बसली. तिने डोळे मिटून घेतले आणि मग म्हणाली, ''मि.ब्लेकद्धंना काय प्रॉब्लेम आहे कळत नाही.''

''कदाचित तू पाय चाटावेस अशी अपेक्षा असेल.'' एरिक म्हणाला.

निकोलने एरिकच्या डोक्यावर टप्पल मारली, ''उंदीर!...माकड्या...''

''पुरे झालं'' मी गाडी सुरू केली, ''सीट बेल्ट लावा.''

''त्या सडक्या मेंदूच्या मूर्खाला काही अक्कल नाही.'' निकोल बेल्ट लावत म्हणाली.

''पुरे!''

''तूच सडक्या वासाची आहेस...'' एरिक म्हणाला.

''एरिक बस्स कर.''

''ऐक जरा आपल्या वडिलांचं तरी ऐक... थोबाड बंद कर!'' निकोल म्हणाली.

''निकोल...'' मी आरशातून निकोलकडे कडक नजर टाकली.

''सॉ—री.''

निकोल रडवेली झालेली होती. मी तिला म्हणालो, ''हनी...तुला पाहिजे तशी भूमिका मिळाली नाही म्हणून मला खरोखरच वाईट वाटतंय. तुला ती मिळेल अशी अपेक्षा होती हे मला माहिती आहे. ती मिळाली नाही म्हणून तुझी निराशा होणं मी समजू शकतो.''

उष्ण वस्तूजवळ ठेवला असावा आणि म्हणूनच तो चालत नसावा किंवा तो खिशात ठेवून तो अंघोळीला गेला असणार. मी मग बाजूच्या रबरी गास्केटवर हात फिरवला. अशा वस्तू व्यवस्थित हवाबंद राहण्याची दक्षता बनवणाऱ्यांनी घेतलेली असते. मी सर्किट्सवरची करड्या रंगाची पूड फुंकून टाकली. तिथे एखादी वायर निसटली असेल किंवा एखादी मेमरी चिप उष्णतेमुळे खराब झाली असेल अशी माझी अपेक्षा होती. तसलं काही कारण असले तर मी प्लेअर सहज दुरुस्त करू शकणार होतो. मी डोळे किलकिले करून चिपवरची अक्षरे वाचायचा प्रयत्न केला, पण ती नीट दिसेनात. त्यावर काहीतरी—

मी एकदम स्तब्ध झालो.

"काय दिसलं डॅड?"

"मला जरा भिंग दे पाहू."

एरिकने माझ्या हातात मोठं भिंग ठेवलं. मी प्रखर झोत टाकणारा दिवा सुरू केला. मी भिंगातून चिप नीट पाहिली. मला अक्षरे नीट वाचता येत नव्हती याचे कारण म्हणजे चिपचा पृष्ठभाग धुपल्यासारखा वाटत होता. पृष्ठभागावर सूक्ष्म प्रवाह असल्याप्रमाणे रेघा दिसत होत्या. आता करड्या रंगाची ती पूड कशाची होती ते समजले. ती पूड म्हणजे चिपचे झिजून गेलेले भाग होते.

"डॅड तुम्ही नीट करू शकाल ना?"

हे असं कशामुळे झालं असावं? उरलेला मदरबोर्ड अगदी उत्तम स्थितीत होता. कंट्रोलर चिप जशीच्या तशी होती. फक्त मेमरी चिप खराब झाली होती. मी काही हार्डवेअर तज्ज्ञ नव्हतो. पण मी किरकोळ दुरुस्ती करणं, हार्ड डिस्क बसवणं, एखादी नवीन मेमरी वाढवणं अशी छोटी कामे करू शकत होतो. मी अनेकदा मेमरी चिप हाताळलेल्या होत्या. पण आजवर मी असले काही पाहिलेले नव्हते. ही मेमरी चिप मुळातच खराब असणार असं मला वाटलं. बहुधा ह्या एम.पी-थ्री प्लेअर्समध्ये स्वस्तातले सुटे भाग वापरलेले असण्याची शक्यता होती.

"डॅड? तुम्हाला तो नीट करता येईल ना?"

"नाही." मी म्हणालो, "त्यासाठी नवीन चिप टाकावी लागणार आहे. मी उद्या घेऊन येईन."

"तिनं ती लाळेनं खराब केली म्हणून ना?"

"नाही. ती चिप मुळातच चांगली नव्हती."

"डॅड. प्लेअर एक वर्ष नीट चालत होता. तिनं तो चोखला असणार. हे बरं नाही डॅड!"

नेमकी त्याचवेळी अमान्डा रडू लागली. मी हातातला प्लेअर तसाच

गॅरेजमधल्या टेबलावर ठेवला आणि किचनमध्ये परतलो. मी घड्याळाकडं नजर टाकली. जेवण तयार व्हायला थोडा वेळ होता. तेवढ्यात मी अमान्डाचा डायपर बदलणं आणि तिच्यासाठी रात्रीचं खाणं तयार करणं ही काम उरकू शकणार होतो.

नऊ वाजेपर्यंत घरात सर्वकाही शांत झालं होतं. फक्त निकोलचा आवाज येत होता. ती बाथरूममधल्या आरश्यासमोर उभी राहून आपली नाटकातली वाक्ये पाठ करत होती.

मला ज्युलिआकडून व्हॉईसमेल आली होती. आपण आठ वाजता घरी येऊ असं तिनं सांगितलं होतं खरं, पण तिला ते जमलं नव्हतं. पण मी तिला फोन करणार नव्हतो. मी एवढा दमलो होतो की तिची काळजी करण्याएवढीही ताकद माझ्यात उरली नव्हती. मी गेल्या काही महिन्यात काम कमी करण्यासाठी काही युक्ती शोधून काढल्या होत्या. जेवण झाल्यानंतरची साफसफाई कमी व्हावी म्हणून मी फॉईलचा भरपूर वापर करत होतो. तरीही जेवण बनवणं, टेबलावर ते मांडणं, मुलांना जेवण देणं, छोटीनं खावं म्हणून तिला विमानाचा खेळ करून दाखवणं, जेवण झाल्यानंतर टेबल आवरणं, छोटीची खुर्ची साफ करणं, तिला तिच्या खोलीत झोपवणं आणि अखेर किचनमध्ये साफसफाई करणं हे एवढे सर्व झाल्यानंतर मी दमून जाई. त्या दिवशी तर एरिक सतत प्लेअर बिघडला म्हणून कुरकुर करत होता. त्याला चिकन रोस्टऐवजी चिकन फिंगर्स हवी होती. अमान्डा सतत तोंडातून खाणं बाहेर काढत होती. मी खरोखरच खूप दमलो होतो.

मी पलंगावर पडलो आणि टी.व्ही. सुरू केला. पण पडद्यावर काहीच दिसेना. मग माझ्या लक्षात आले की डी.व्ही.डी. प्लेअर चालू असल्याने केबल सुरू नव्हती. मी रिमोटचे बटण दाबताच प्ले सुरू झाला. तो ज्युलिआचा काही दिवसांपूर्वीचा डेमो होता.

कॅमेरा रक्तप्रवाहातून पुढे जात हृदयात शिरत होता. रक्ताचा रंग फिक्कट आहे हे मला जाणवलं. रक्तात पेशी उड्या घेत वाहत जात होत्या. ज्युलिआ बोलत होती.

"आपण आता हृदयाच्या कप्प्यामधून बाहेर पडून रोहिणींच्या जाळ्यात

शिरणार आहोत. समोर आपल्याला दिसत आहे ती महारोहिणी आहे...'' ज्युलिआ आता कॅमेऱ्याकडे पाहू लागली.

''आपल्याला दिसणाऱ्या प्रतिमा काहीशा हलत्या वाटत असल्यातरी आपण आपल्याला जो भाग पाहायचा आहे त्याचं निरीक्षण करण्यासाठी उत्कृष्ट प्रतिमा बनवू शकतो. आपण प्रभावी चुंबकीय क्षेत्र वापरून कॅमेरा हवा त्या ठिकाणी स्थिर करू शकतो. आपलं काम पूर्ण झालं की आपण रक्तातून हे सगळे कण सहज बाजूला काढून घेऊ शकतो. प्रचंड मोठं चुंबकीय क्षेत्र वापरून हे कण बाहेर काढले की आपला रुग्ण घरी जाऊ शकतो.''

कॅमेरा आता पुन्हा ज्युलिआकडे वळला होता. ''झायमॉसचे हे तंत्रज्ञान सुरक्षित, खात्रीशीर आणि वापरायला अगदी सहजसोपं आहे. हे तंत्रज्ञान वापरण्यासाठी फार प्रशिक्षित व्यक्तींची गरज नाही. कोणीही नर्स किंवा वैद्यकीय तंत्रज्ञ हे वापरू शकेल. एकट्या अमेरिकेत दरवर्षी दहा लाख लोक रक्तवाहिन्यांच्या विकारांमुळे मरण पावतात. ह्या तंत्रज्ञानाचा व्यवसायिक पातळीवर उपयोग होण्याची शक्यता भरपूर आहे. कारण हे तंत्रज्ञान सोपं आणि सुरक्षित आहे. वैद्यकीय चित्रणांच्या इतर सर्व तंत्रज्ञानांची जागा हे तंत्रज्ञान घेणार आहे. कॅट स्कॅन आणि ॲन्जिओग्राफी यांची जागा हे तंत्रज्ञान घेणार आहे. आपण नॅनोटेक कॅमेरे, ॲन्टेना आणि वैद्यकीय चित्रणांच्या प्रणाली विकणार आहोत. आपल्या एका चाचणीचा खर्च अवघा वीस डॉलर असेल. काही नवीन तंत्रज्ञानावर आधारित चाचण्यांचा खर्च दोन ते तीन हजार डॉलर एवढा असतो. त्या पार्श्वभूमीवर वीस डॉलर ही रक्कम अगदीच मामुली आहे. पण ह्या एवढ्या मामुली रकमेतूनच पहिल्या वर्षी जगभरातून चाळीस कोटी डॉलर कमावू शकतो. एकदा का ही पद्धत सगळीकडे स्थिरावली की हा आकडा सहज तिप्पट होईल. आपण दरवर्षी एक अब्ज वीस कोटी डॉलर मिळवून देईल अशा तंत्रज्ञानाबद्दल बोलतो आहोत. बरं, आता कोणाला काही प्रश्न विचारायचे असले तर....''

मला जांभई आली. मी टी.व्ही. बंद केला. डेमो चांगलाच प्रभावी होता. ज्युलिआचा युक्तिवादही उत्तम होता. असे असूनही झायमॉसला भांडवल उभारण्यात अडचणी का येत होत्या ते मला कळेना. खरंतर भांडवलदारांनी ह्या तंत्रज्ञानावर तुटून पडायला हवं होतं.

कदाचित झायमॉसला खरंतर काहीच अडचण येत नसणार. ज्युलिआ फक्त ते कारण पुढे करून जास्तीत जास्त वेळ घराबाहेर काढू पाहात होती. रात्री उशीरा घरी परतण्यासाठी ती निव्वळ सबब असावी.

मी दिवा बंद केला. मी छताकडे पाहात पडून होतो. माझ्या डोळ्यांसमोर

निरनिराळी दृश्ये चमकून जाऊ लागली. त्यात ज्युलिआची मांडी आणि दुसऱ्या कोणा माणसाचा पाय होता. ज्युलिआच्या पाठीला बाक आलेला होता. तिचे स्नायू ताणलेले होते आणि श्वासोश्वास जड झालेला होता... माझ्या डोळ्यांसमोर तरळणारी ही दृश्यमालिका थांबवण्यास मी असमर्थ होतो.

मी उठलो आणि मुलांच्या खोल्यांकडे आलो. निकोल अद्याप जागी दिसली. ती ई-मेल पाठवत बसली होती. मी तिला झोपायची वेळ झाली असल्याची जाणीव करून दिली. एरिकच्या अंगावरचे पांघरूण झोपेत सरकले होते. मी ते नीट केले. अमान्डाचा रंग अजूनही पूर्वीसारखा झाला नसला तरी ती स्वस्थपणाने झोपली होती. तिचा श्वास मंद गतीत लयबद्धपणे चालू होता.

मी परत येऊन झोपण्याचा प्रयत्न केला. काहीतरी निराळा विचार केला म्हणजे झोप येईल म्हणूनही मी प्रयत्न केला. मी सतत कूस बदलत होतो. मी मध्येच उशी सारखी करून पाहिली. उठून ग्लासभर दूधही पिऊन आलो. अखेर केंव्हातरी मला अर्धवट जाग असणारी झोप लागली आणि मला एक अत्यंत चमत्कारिक स्वप्न पडलं.

रात्री केंव्हातरी मला ज्युलिआ पलंगापाशी उभी असलेली दिसली. ती कपडे उतरवत होती. तिच्या हालचाली अगदी हळू होत होत्या. खूप दमलेली असल्याप्रमाणे किंवा स्वप्नात काम करत असल्याप्रमाणे अगदी सावकाशपणे तिने ब्लाउजची बटणे काढली. ती आता मागे वळली होती. पण मला आरशात तिचा चेहेरा दिसत होता. ती विलक्षण मोहक वाटत होती. जणू एखाद्या राणीप्रमाणे तिचा रुबाब वाटत होता. मला तिचा चेहेरा पूर्वी कधीही न पाहिल्यासारखा रेखीव वाटला. कदाचित तो प्रकाशाचा परिणामही असू शकतो हे माझ्या लक्षात आलं. माझे डोळे अर्धवट मिटलेले होते. पण मी जागा आहे हे ज्युलिआला कळलं नव्हतं. ती हळूहळू ब्लाऊजची बटणे काढत होती. तिचे ओठ हळूहळू हलत होते. जणू ती काहीतरी हलक्या आवाजात बोलत असावी किंवा पुटपुटत असावी. तिची नजर शून्यात लागलेली होती. ती बहुधा विचारात गढून गेली होती.

आणि अचानक मी पाहात असतानाच तिचे ओठ लालभडक झाले नि क्षणार्धात त्यांचा रंग काळा झाला. तिच्या ते लक्षात आले नसावे. मग काळा रंग तिच्या गालांवरून खाली पसरत मानेवर उतरला. मी श्वास रोखून ते दृश्य पाहात होतो. काळा रंग आता तिच्या सगळ्या शरीरावर पसरत खाली येत

होता. ती जणू काळा अंगरखा घातल्यासारखी वाटत होती. फक्त तिच्या चेहेऱ्याचा वरचा भाग उघडा होता. ज्युलिआला मात्र त्याची अजिबात जाणीव नव्हती. तिचे ओठ हळूहळू हलत होते आणि नजर तशीच शून्यात रोखलेली होती. तिच्याकडे पाहून माझ्या सगळ्या अंगातून भीतीची लहर पसरली. मी विलक्षण घाबरलो होतो. पण काही क्षणातच काळे आवरण खाली सरकत सरकत जमिनीत शिरले आणि दिसेनासे झाले.

ज्युलिआ पूर्ववत झाली होती. तिने ब्लाऊज उतरवला आणि ती मग बाथरूममध्ये शिरली. उठून तिच्या मागोमाग जावे असा विचार माझ्या मनात आला खरा. पण मला काहीही हालचाल करणे अशक्य वाटत होते. प्रचंड थकवा आल्यानं मी जागच्याजागी खिळल्यासारखा झालो होतो. मला धड श्वासही घेता येत नव्हता. मी त्या प्रचंड थकव्यामुळे चिरडल्यासारखा झालो आणि मग माझे डोळे मिटले. माझी शुद्ध हरपली होती.

❑

चौथा दिवस
सकाळी ६ वाजून ४० मिनिटे

सकाळी उठलो तेव्हा माझ्या मनात रात्रीच्या स्वप्नाच्या आठवणी ताज्या होत्या. मी अत्यंत अस्वस्थ होतो. मला ते स्वप्न नसून प्रत्यक्ष घडलेला प्रसंग होता असेच वाटत होते.

ज्युलिआ अगोदरच उठलेली होती. मी पलंगावरून उतरलो आणि रात्री ज्युलिआ उभी होती त्या जागी जाऊन पाहिलं. मी खालच्या गालिच्यावर, बाजूच्या टेबलावर आणि चुरगळलेल्या पांघरूणांवर व उश्यांवर नजर फिरवली. मला काहीही वेगळं किंवा चमत्कारिक आढळलं नाही. कुठेही काळ्या रेषा किंवा तसल्या खुणा मला दिसल्या नाहीत. मी बाथरूममध्ये गेलो. सिंकपाशी नीटपणे ठेवलेल्या तिच्या सौंदर्यप्रसाधनाच्या वस्तू आणि सटरफटर इतर गोष्टी वगळता सर्वकाही व्यवस्थित दिसत होते. हे सगळे असले तरी मला रात्रीचा प्रसंग अस्वस्थ करत होता. पण अखेर ते एक स्वप्नच होतं हे माझ्या लक्षात आलं.

पण स्वप्नातला एक भाग खरा होता. ज्युलिआ आता पूर्वीपेक्षा जास्त सुंदर दिसू लागली होती. ज्युलिआ किचनमध्ये कॉफी ओतून घेताना मला दिसली. तिचा अगदी रेखीव चेहेरा माझ्या नजरेत भरला. ज्युलिआचा चेहेरा खरेतर गोबरा होता. पण आज मात्र मला तो अगदी धारदार व रेखीव वाटला. तिचे शरीरही सुडौल वाटत होते. मी नीट निरखून पाहिले. तिचं वजन जरी कमी झालेलं नव्हतं, तरी तिच्या शरीराला सुबकपणा आलेला होता. ती किंचित बारीक वाटू लागली होती. एकूणच ती एखाद्या मॉडेलसारखी सुंदर भासत होती. मी तिला म्हणालो, "तू छान दिसते आहेस."

ज्युलिआ हसली, "ते कसं शक्य आहे. मी तर फार थकून गेलीय."

"तू रात्री किती वाजता परत आलीस?"

"साधारण अकरा. तुझी झोप तर मी मोडली नाही ना?"

"नाही. पण मला एक चमत्कारिक स्वप्न पडलं."

"अस्स?"

"होय आणि त्यामध्ये—"

"मॉमी! मॉमी!" एरिक धाड्‌कन किचनमध्ये आला. "हे योग्य नाही!

निकोल बाथरूम अडवून बसलीय. एक तास झाला. हे योग्य नाही!''

''जा. आमच्या बाथरूममध्ये जा.''

''पण मला माझे पायमोजे हवेत. मॉमी हे वागणं योग्य नाही तिचं.''

हा प्रॉब्लेम तर नेहमीचाच होता. एरिकला काही ठराविक पायमोजे आवडत असत. इतके की अगदी मळून काळेकुट्ट होईपर्यंत तो एकच जोडी वापरत राहायचा. इतर पायमोजे का आवडायचे नाहीत ते त्याचं त्यालाच ठाऊक. मला ते कारण कधीही समजले नाही. पण दररोज सकाळी पायमोजे घालणं ही एक अवघड समस्या असायची.

''एरिक.'' मी म्हणालो, ''आपण ह्या विषयावर अगोदर देखील बोललो आहोत. तू स्वच्छ पायमोजे घालणं अपेक्षित आहे.''

''पण ते चांगले आहेत!''

''एरिक तुझ्याकडे भरपूर चांगले पायमोजे आहेत.''

''हे बरोबर नाही. डॅड ती खरंच एक तास झाला तरी आत आहे. मी गंमत करत नाही.''

''एरिक जा आणि दुसरे पायमोजे घाल.''

''डॅड...''

मी एरिकच्या बेडरूमच्या दिशेने फक्त बोट दाखवले.

''शीऽऽस...'' एरिक काहीतरी पुटपुटत बाहेर निघून गेला.

मी आमचे अर्धवट राहिलेलं संभाषण पुरं करण्यासाठी ज्युलिआकडे वळलो. ती माझ्याकडे थंड नजरेने पाहत होती.

''तुला सांगूनही लक्षात येत नाही तर.''

''काय लक्षात येत नाही?''

''तो माझ्याशी बोलायला आला होता. तू मध्येच घुसून सर्वकाही ताब्यात घेतलंस.''

माझ्या लक्षात आले की तिचं म्हणणं बरोबर होतं. ''माफ कर मला.''

''जॅक. अलीकडं मला मुलांशी व्यवस्थित बोलता येणं अवघड झालंय. मला वाटतं की तू आमच्यामध्ये लुडबूड करू नयेस.''

''माफ कर. दिवसभर मी सगळं पार पाडत असतो आणि त्यामुळे—''

''हाच तर खरा प्रॉब्लेम आहे जॅक.''

''मी दिलगिरी व्यक्त केलीय.''

''ते मी ऐकलंय. पण तू अजिबात दिलगीर नाहीस हे नक्की. सर्वकाही आपल्या ताब्यात ठेवण्याच्या तुझ्या वृत्तीत काहीही बदल झालेला दिसत नाही.''

"ज्युलिआ." रागावर ताबा मिळवण्यासाठी मी खोल श्वास घेतला. "तुझं म्हणणं बरोबर आहे. जे काही घडलं त्याबद्दल मी माफी मागतो."

"तू मला बाहेर ठेवायला बघतो आहेस. तू मला माझ्या मुलांपासून दूर करायचा प्रयत्न—"

"ज्युलिआ. गॉड डॅम इट! तू कधीच घरी नसतेस."

काही काळ बोचरी शांतता आणि मग ती म्हणाली, "मी घरी असते. मी घरी नसते असं म्हणून तर पाहा."

"एक मिनिट. एक मिनिट. तू कधी घरी असतेस? ज्युलिआ तू रात्रीच्या जेवणाला घरी होतीस असा प्रसंग केंव्हाचा आहे आठवतंय का? काल रात्री नाही. त्याच्या आदल्या रात्री नाही. मागच्या आठवडाभर नाही. नाही, तू घरी नसतेच कधी."

ज्युलिआने माझ्याकडं जळजळीत नजर टाकली, "जॅक तू काय करतो आहेस ते मला कळत नाही. तू माझ्याबरोबर हा कसला खेळ चालवला आहेस?"

"मी कसलाही खेळ करत नाहीये. मी तुला फक्त प्रश्न विचारतोय."

"मी एक चांगली आई आहे. मी माझं घर आणि माझी नोकरी यांच्यात उत्तम संतुलन साधलंय. माझी नोकरी फार अवघड असूनही. आणि तू मला अजिबात मदत करत नाहीस."

"हे तू काय बोलते आहेस?" माझा आवाज चढू लागला होता. मला हे सगळं खरं नाही असंच वाटत होतं.

"तू माझा दुस्वास करतोस. तू माझ्याशी विश्वासघाताचा खेळ करतोस. तू माझ्या मुलांना माझ्या विरोधात भडकवतो आहेस. मला हे कळत नाही असं समजू नकोस. मला सर्वकाही समजतंय. तू मला मदत करत नाहीस की माझ्या पाठीशीही उभा राहात नाहीस. इतक्या वर्षांनंतर आपल्या बायकोशी असं वागणं अत्यंत हलकटपणाचं आहे."

एवढं बोलल्यानंतर मुठी आवळून, पाय आपटत ज्युलिआ किचनमधून बाहेर पडली. ती एवढी रागात होती की दारापाशी उभी असलेली निकोल आमचं बोलणं ऐकतीय हेदेखील तिच्या लक्षात आलं नाही. तिच्या अंगावरून आई निघून गेल्यानंतर निकोल माझ्याकडे रोखून पाहात राहिली.

आम्ही आता शाळेच्या दिशेने जात होतो.

“डॅड. ती चक्रम झालीय.”

“नाही.”

“तुम्हाला माहिती आहे की ती चक्रम झालीय. तुम्ही फक्त ते मान्य करत नाही इतकंच.”

“निकोल. ती तुझी आई आहे. ती चक्रम झालेली नाही. कळलं? ती सध्या फार प्रचंड काम करते आहे.”

“मागच्या आठवड्यात भांडण झाल्यावरही तुम्ही हेच म्हणाला होतात.”

“होय आणि ते खरंच आहे.”

“तुम्ही दोघं पूर्वी भांडत नव्हतात.”

“सध्या ताण खूपच वाढलाय.”

निकोलने हातांची घडी घातली. समोर पाहत ती नाक फुरफुरत म्हणाली, “तुम्ही तिच्याबरोबर कसं काय जमवून घेता ते मला कळत नाही.”

“आणि मला हे समजत नाही की ज्याच्याशी आपला संबंध नाही त्या गोष्टी तू का ऐकतेस.”

“डॅड. माझ्या अंगावर तसली घाण तुम्ही तरी—”

“निकोल—”

“सॉ—री. पण डॅड तुम्ही तिच्याशी नीट का बोलत नाही एकदा? तिच्या वागण्याचं समर्थन करत राहायच्या ऐवजी तुम्ही बोला तिच्याशी. तिचं वागणं नैसर्गिक नाही. डॅड, तिचं डोकं फिरलंय हे तुम्हालाही चांगलं माहीत आहे?”

“नाही.”

मागच्या सीटवर बसलेल्या एरिकने तिच्या डोक्यात टप्पल मारली, “डोकं फिरलंय तुझंच.”

“शटअप. घाणेरड्या—”

“शटअप. तू म्हणजे विझलच्या गुवातली—”

“मला तुमच्या दोघांच्या तोंडून आणखी एकही शब्द निघालेला चालणार नाही.” मी मोठ्या आवाजात म्हणालो. “तसलं ऐकायचा माझा मूड नाही.”

आम्ही आता शाळेजवळ येऊन पोहोचलो होतो. पोरांनी आपलं सामान उचलून बाहेर उड्या टाकल्या. निकोल आपले दप्तर घेण्यासाठी मागे वळली आणि माझ्याकडे एकदा नजर टाकून निघून गेली.

ज्युलिआचं डोकं फिरलंय असं मला निश्चित वाटत नव्हतं. पण काहीतरी

फरक पडला होता हे नक्की. सकाळचे संभाषण माझ्या मनात पुन:पुन्हा घोळत होते. ते आठवून मी विलक्षण अस्वस्थ झालो होतो.

तू मला माझ्या मुलांपासून दूर करायचा प्रयत्न करतो आहेस.

तू माझा दुस्वास करतोस.

तू माझ्या मुलांना माझ्या विरोधात भडकावतो आहेस.

मला हे सारं तिचा वकील कोर्टात उभं राहून सांगतोय असा भास झाला. माझ्या आता हे सारे लक्षात येऊ लागलं होतं. मी नुकतेच 'रेडबुक' या मासिकात एक लेख वाचला होता. सध्या कोर्टात 'वात्सल्याची फारकत' ह्या शब्दांची चलती होती. बाप पोरांना आईपासून मुद्दाम तोडतो. तो मुलांना आईच्या विरोधात जाण्यासाठी चिथावणी देतो. लहान मुलांच्या निष्पाप मनांमध्ये आपल्या शब्दांनी विष कालवतो आणि आई मात्र नेहेमीच निर्दोष असते—

कायद्याची यंत्रणा सर्वथा बापांच्या विरोधात आईला झुकतं माप देणारी आहे हे सर्वांना माहिती आहे. न्यायाधीश तोंडाने भले समतेचा उच्चार करत असोत. अखेर निकाल असा देतात की मुलांना आईची गरज असते. आई घराकडे लक्ष देत नसली किंवा बडवत असली, मुलांना जेवणखाण द्यायला विसरत असली तरी हरकत नाही. जोपर्यंत ती आपल्या पोरांची हाडे मोडत नाही किंवा त्यांना गोळ्या घालून ठार मारत नाही तोपर्यंत अशी आई कोर्टाच्या दृष्टीनं उत्तमच असते आणि आई गोळ्या घालणारी असली तरी निकाल बापाच्या बाजूने लागेलच याची खात्री नाहीच. मिडियाट्रॉनिक्स कंपनीतल्या माझ्या एका मित्राची बायको हेरॉईन घ्यायची. ती अनेकदा व्यसनमुक्ती केंद्रांमध्ये उपचार घेऊन आलेली होती. अखेर त्यांनी घटस्फोट घेतला. मुलांचा ताबा दोघांकडे संयुक्तपणे होता. ती ड्रग्ज घेत नसण्याची अपेक्षा होती. पण परिस्थिती तशी नसावी. माझा मित्र सतत चिंताग्रस्त असायचा. ड्रग्ज घेऊन पोरांना त्यांच्या आईने गाडीतून नेणे त्याला आवडत नव्हतं. आपली मुलं आणि ड्रग्ज विकणारे यांच्यात संबंध येणं त्याला सहन होत नव्हतं. म्हणून त्यानं मुलांचा संपूर्ण ताबा मिळवण्यासाठी कोर्टात धाव घेतली आणि पराभूत झाला. न्यायाधीश म्हणाला की मुलांची आई व्यसनातून बाहेर येण्याचा मनापासून प्रयत्न करत आहे आणि मुलांना आईची गरज आहे.

वास्तव परिस्थिती ही अशी होती. ज्युलिआ आता अशाच केसची पूर्वतयारी करतीय असे मला वाटू लागले होते. ह्या विचारांनी माझा थरकाप उडाला.

मी दाढी करण्यासाठी चेहेऱ्यावर साबण लावून फेस करत असतानाच माझा सेलफोन वाजू लागला. फोन ज्युलिआचा होता.

"मला खरंच माफ कर. मी काहीतरी मूर्खासारखं बरळले. मला तसं म्हणायचं नव्हतं."

"म्हणजे काय?"

"जॅक. तू मला मदत करतोस ह्याची मला कल्पना आहे. तू खरोखरच मला खूप मदत करतोस. तुझ्या मदतीवाचून मी काहीच करू शकत नाही. तू मुलांची फार चांगली काळजी घेतो आहेस. माझं चित्त अलीकडे थाऱ्यावर नाही. माझा मूर्खपणा झाला. मी तसलं बोलले त्याबद्दल मला माफ कर."

मी फोन बंद केला तेव्हा मला वाटले की मी संभाषण रेकॉर्ड करून ठेवायला हवे होते.

माझ्यासाठी नोकरी शोधण्याचं काम करणाऱ्या ॲनी गेरार्डला मी दहा वाजता भेटणार होतो. आम्ही बेकर स्ट्रीटवरच्या एका कॉफीशॉपच्या आवारात भेटलो. स्वच्छ सूर्यप्रकाश पडला होता. आम्ही नेहमीच बाहेरच्या बाजूला मोकळ्यावर बसत असू. कारण मग ॲनीला सिगारेट ओढता येई. ॲनीच्या समोर तिचा वायरलेस मोडेम जोडलेला लॅपटॉप होता. ओठांच्या कोपऱ्यात सिगारेट लोंबकळत होती. धुरामुळे तिचे डोळे किलकिले झाले होते.

"मिळाली का एखादी जागा?" मी ॲनीसमोर बसत विचारलं.

"होय. खरं म्हणजे दोन उत्तम संधी उपलब्ध झाल्या आहेत."

"छान." मी माझी 'लात्ते' कॉफी ढवळत म्हणालो, "सांग पाहू कोणत्या?"

"ही जागा कशी वाटते पाहा. आय.बी.एम.साठी काम करणारा संशोधक-विश्लेषक. कामाचे स्वरूप वितरीत संगणक प्रणालींची रचना."

"अगदी माझ्या आवडीचंच दिसतंय."

"माझाही तसाच अंदाज होता. तुला आवडणारच हे काम. जॅक तू ह्या कामाला अगदी योग्य आहेस. तुझ्या हाताखाली प्रयोगशाळेत पन्नासजण काम करतील. मूळ पगार अडीच लाख. पाच वर्षांनी बाहेर पडायची संधी. शिवाय तुझ्या प्रयोगशाळेत जे काही तयार होईल त्यावर मिळणाऱ्या रॉयल्टीत वाटा."

"फारच उत्तम. कुठं आहे ही जागा?"

"आरमॉन्क."

"न्यूयॉर्क." मी नकारार्थी मान हलवली, "नाही ॲनी. शक्यच नाही. बरं, आणखी काय आहे?"

"एका विमा कंपनीसाठी माहिती गोळा करणाऱ्या एजंटच्या प्रणालीचे सॉफ्टवेअर बनवणाऱ्या गटाचा प्रमुख. ही संधी फार छान आहे आणि—"

"कुठं?"

"ऑस्टीन."

मी एक सुस्कारा टाकला, "ॲनी. ज्युलिआला तिच्या आवडीची नोकरी मिळालेली आहे. ती कामही मनापासून करते आहे. ती नोकरी सोडणार नाही. माझी मुलं शाळेत जाणारी आहेत आणि—"

"जॅक अनेकजण दुसरीकडे जातात. त्यांनाही शाळेत जाणारी मुलं असतात. मुलं चटकन कुठेही सामावून जाऊ शकतात."

"पण ज्युलिआ..."

"कितीतरी लोकांच्या बायका नोकरी करणाऱ्या असतात. तरीही हे लोक दुसरीकडे जातातच की."

"होय. ते बरोबर आहे. पण ज्युलिआच्या बाबतीत—"

"तू तिच्याशी ह्यावर काही बोलला आहेस का? कधी याबद्दल सूतोवाच केलं आहेस का?"

"अं...नाही. कारण—"

"जॅक." ॲनी माझ्याकडे रोखून पाहात होती. "तू हा सगळा मूर्खपणा लगेच थांबवलास तर बरं होईल. निवड करण्यासारखी तुझी परिस्थिती नाही. तुझ्या बाबतीत लवकरच 'शेल्फ-लाईफ' समस्या उद्‌भवणार आहे."

"म्हणजे?"

"त्याचा अर्थ असा की तुझ्या बाबतीत खरोखरच समस्या निर्माण होणार आहे. तू गेले सहा महिने घरी बसून आहेस. उच्च तंत्रज्ञानाच्या क्षेत्रात हा वेळ फार मोठा मानला जातो. जर तुला नोकरी मिळायला एवढा वेळ लागत असेल तर तुझ्याच बाबतीत काहीतरी गडबड आहे असं कंपन्या मानतात. त्यांना प्रत्यक्ष माहिती नसली तरी ते असं धरून चालतात की तुला अनेकांनी नाकारलेलं असणार. लवकरच तुला कोणी इंटरव्ह्यूसाठीही बोलवणार नाही. सान होजे, आरमॉन्क, ऑस्टीन, केंब्रिज... कुठेही नाही. मी काय म्हणते आहे ते ऐकतो आहेस ना जॅक? माझ्या म्हणण्याचा अर्थ कळला का तुला?"

"होय पण—"

"पण वगैरे काहीही नाही. तुला तुझ्या बायकोबरोबर बोललंच पाहिजे. तुला ह्या शेल्फच्या समस्येतून वाचण्यासाठी काहीतरी केलंच पाहिजे."

''पण मी सिलीकॉन व्हॅलीतून बाहेर पडू शकत नाही. मला इथंच रहायला हवं.''

''इथं परिस्थिती चांगली नाही.'' ॲनीने पुन्हा लॅपटॉप उघडला. ''मी तुझं नाव पुढे केलं की मला नेहमीच असं उत्तर... बरं ते राहू दे ऐक. तिकडे मिडियाट्रॉनिक्समध्ये काय हालचाल आहे? डॉन ग्रॅसवर खटला भरला जाणार आहे का?''

''मला कल्पना नाही.''

''मी नेहमी तशा प्रकारच्या वावड्या ऐकते आहे. गेले अनेक महिने ते माझ्या कानावर येतंय. खटला भरला जाणं तुझ्या फायद्याचं आहे.''

''मला कळलं नाही का ते?'' मी म्हणालो, ''मी मल्टी-एजंट वितरीत प्रक्रिया करण्याच्या अगदी 'हॉट' क्षेत्रातला माणूस आहे, आणि—''

''हॉट?'' माझ्याकडे डोळे बारीक करून पाहात ॲनी म्हणाली, ''हे क्षेत्र हॉट नाही जॅक. ते अक्षरश: किरणोत्सर्गी आहे. सिलीकॉन व्हॅलीमधल्या प्रत्येकाला कल्पना आहे की कृत्रिम बुद्धीमत्तेच्या क्षेत्रामधली क्रांती वितरीत प्रक्रियेच्या क्षेत्रातूनच होणार आहे.''

''खरं आहे.'' मी मान डोलावली.

गेल्या काही वर्षात संगणकाच्या क्षेत्रातलं ध्येय बदललं आहे. कृत्रिम बुद्धीमत्ता विकसित करण्याच्या जागी आता कृत्रिम सजीवांच्या विकासाची चर्चा सुरू झालेली आहे. सजीवांचे गुणधर्म निर्माण होतील अशा प्रकारचे प्रोग्रॅम लिहिण्याची कल्पना पुढे आलेली आहे. अनुकूलनाची क्षमता, परस्पर सहकार्य करण्याची ताकद, शिकण्याची आणि त्यातून बदलण्याची प्रवृत्ती हे गुणधर्म असणारे प्रोग्रॅम. ह्यामधील काही गुणधर्म यंत्रमानव विज्ञानात उपयोगी पडणारे होते. पण वितरीत प्रक्रियेमुळे आता ते प्रत्यक्षात आणणे शक्य झाले आहे.

वितरीत प्रक्रिया याचा अर्थ असा की तुम्ही तुमचे काम अनेक प्रोसेसरकडे वाटून देणे किंवा तुम्ही संगणकात प्रोग्रॅम लिहून अनेक आभासी एजंटचे जाळे तयार करायचे आणि त्यांच्याकडे काम सोपवायचे. हे करण्यासाठी अनेक मार्ग वापरले जातात. पहिला मार्ग असा की तुम्ही एकाचवेळी काम करू शकणारे अनेक 'मठ्ठ' एजंट तयार करायचे. ह्या सर्व एजंटकडून विशिष्ट काम करून घ्यायचे. जशा मुंग्या एकत्र काम करून विशिष्ट धेय गाठतात त्याप्रमाणे हे करता येते. माझ्या हाताखाली लोकांनी ह्या प्रकारे बरेच काम केले होते.

दुसरा मार्ग म्हणजे **'न्यूरल नेटवर्क'** तयार करणं. ह्या जाळ्याची कल्पना मानवी मेंदूमधल्या चेतापेशींच्या जाळ्याची नक्कल करणं ही आहे. अगदी साधी वाटणारी न्यूरल रचना खूप ताकदवान ठरते असे दिसून आले आहे. काम करताना आलेल्या अनुभवांमधून ही जाळी शिकतात. आमच्या गटानं ह्या प्रकारचेही काम केलेलं होतं.

तिसरा पर्याय असा की संगणकात अनेक आभासी एजंट निर्माण करायचे. ह्या एजंटना उत्क्रांत होण्यासाठी तसलेच आभासी पर्यावरण पुरवायचे. एखादं विशिष्ट ध्येय समोर ठेवून ह्या एजंटना स्वत:च प्रगत होऊ देणं अशी ही कल्पना आहे.

याखेरीज इतरही काही मार्ग वापरता येतात. ह्या सर्वांचा एकत्रित विचार केला तर असं दिसतं की त्यांच्यामुळे कृत्रिम बुद्धीमत्ता ह्या क्षेत्रातील जुन्या संकल्पनांमध्ये आता आमूलाग्र बदल झालेले आहेत. पूर्वीच्या काळी उद्‌भवू शकणाऱ्या सर्व परिस्थितींचा विचार करून त्यासाठी प्रोग्रॅम लिहिले जात असत. प्रोग्रॅम लिहिणारे त्यासाठी नियमावली बनवत असत. उदाहरणार्थ दुकानात कोणी काही वस्तू घेतली तर बाहेर पडण्यापूर्वी त्याची किंमत चुकती करायची असते हे तत्त्व संगणकांना शिकवण्यासाठी प्रोग्रॅम लिहिण्याचे ठरवण्यात आले. पण ही साधी गोष्ट करण्यासाठी प्रोग्रॅम बनवणं ही फार अवघड गोष्ट ठरली. संगणक चुका करत होते. त्या चुका टाळण्यासाठी प्रोग्रॅममध्ये नवीन नियमांचा समावेश करण्यात आला. मग पुन्हा वेगळ्या चुका आढळल्या की नवीन नियम बनवणं हे चालू राहिलं. असं करता करता प्रोग्रॅममध्ये लक्षावधी ओळी लिहाव्या लागल्या आणि त्यांच्यातील गुंतागुंत एवढी वाढली की केवळ त्यामुळेच ते निरुपयोगी ठरू लागले. हे प्रोग्रॅम एवढे अवाढव्य झाले की त्यांच्यामधल्या चुका शोधणं अशक्यप्राय होऊन बसलं. अखेर चुकांचा उगम कुठं आहे हेच कळेनासं झालं.

नियमांवर आधारित कृत्रिम बुद्धीमत्ता तयार करणं अशक्य आहे असं जाणवू लागल्यानंतर अनेकांनी त्या क्षेत्राचा अंत जवळ आल्याची भाकितं केली. एकोणिसशे ऐंशी सालानंतर तर संगणक कधीही मानवी बुद्धीची बरोबरी करू शकणार नाहीत असं म्हणणाऱ्या इंग्लिश प्राध्यापकांची चलती होती.

पण एजंट निर्माण करून वितरीत प्रक्रिया करण्याची संकल्पनाच अभिनव होती. तसेच प्रोग्रॅम लिहिण्यामागची तात्त्विक बैठकही अशीच पूर्णत: नवीन होती. पूर्वी प्रोग्रॅम लिहिण्यासाठी 'वरून खाली' जाण्याची कल्पना वापरली जाई. म्हणजे नियम तयार करून ते सगळ्या संगणन प्रक्रियेसाठी पुरवायचे असं केलं जात असे. या उलट नवीन पद्धतीत मात्र 'खालून वर' जाण्याचा विचार आहे. त्यामध्ये सर्वात खालच्या पातळीवर काम करणाऱ्या एजंटच्या वर्तणुकीसाठी

नियम बनवले जातात. पण संपूर्ण प्रणालीचा एकत्रित विचार करून नियम तयार केले जात नाहीत. उलट सर्वात खालच्या पातळीवर काम करणाऱ्या शेकडो एजंटच्या परस्परसंबंधातून प्रणाली आपोआप तयार होत जाते.

ह्या पद्धतीत प्रणालीच्या वर्तनासंबंधी कसलाही नियमबद्ध प्रोग्रॅम लिहिला जात नसल्याने ह्या मध्ये आश्चर्यकारक निकाल मिळू शकतात. काय घडेल याची पूर्वकल्पना प्रोग्रॅम लिहिताना नसते. म्हणूनच ह्या पद्धतीचे प्रत्यक्ष जीवनाशी साम्य आहे आणि म्हणूनच तर हे क्षेत्र 'हॉट' आहे. त्याचे मुख्य कारण म्हणजे—

"जॅक."

ॲनी माझ्या हातावर हलकेच चापट्या मारत होती. मी डोळे मिचकावत पाहू लागलो.

"जॅक. मी आत्ता तुला काय सांगत होते. ते तू ऐकत होतास का?"

"माफ कर."

"तुझं माझ्या बोलण्याकडं लक्ष नाही." ॲनीनं माझ्या तोंडावर धुराचा भपकारा सोडला. "होय. तू हॉट क्षेत्रात आहेस हे मान्य आहे. पण म्हणूनच तुझ्या बाबतीत शेल्फ-लाईफ हा विचार करणं जास्त महत्त्वाचं आहे. तू काही इलेक्ट्रीकल इंजिनियर नाहीस. हॉट क्षेत्रांचा बदलण्याचा वेगही प्रचंड असतो. सहा महिन्यात एखादी कंपनी निर्माण होते किंवा तिचा निकालही लागू शकतो."

"मला कल्पना आहे."

"हं. तर मग तू तुझ्या बायकोशी बोलणार आहेस का? प्लीज जॅक."

"होय."

"ठीक आहे. तू बोलणार असल्याचं विसरू नकोस. कारण नाहीतर मग मी तुझ्या बाबतीत काहीही करू शकणार नाही." ॲनीनं माझ्या कॉफीच्या कपात सिगारेट चुरगाळली. चुर्र् आवाज करत ती विझली. तिनं आपला लॅपटॉप बंद केला आणि ती निघून गेली.

मी ज्युलिआला फोन केला. पण ती भेटली नाही म्हणून मी तिच्यासाठी व्हॉईस-मेलवर निरोप ठेवला. गाव सोडून जाण्याचा विषय काढणं देखील

उपयोगाचं नाही ह्याची मला जाणीव होती. तसं करणं म्हणजे वेळेचा अपव्यय करणं हे होतं. ती निश्चितच नाही म्हणणार हे मला माहिती होतं. जर तिला नवीन बॉयफ्रेंड मिळाला असेल तर ती होकार देणं अशक्यच होतं. पण तरीही ॲनीच्या म्हणण्यात तथ्य होतं. मला काहीतरी करणं भाग होतं नाहीतर मी गंभीर अडचणीत सापडणार होतो. मला ज्युलिआला विचारायलाच हवं होतं.

मी माझ्या टेबलापाशी बसलो होतो. माझ्या हातात एस.एस.व्ही.टी. ही अक्षरे लिहिलेली चौकोनी डबी होती. मी तिचं काय करावं ह्याचा विचार करत बसलो होतो. मुलांना शाळेतून घरी आणायला अजून दीड तास होता. मला ज्युलिआशी बोलण्याची नितांत आवश्यकता होती. मी तिच्याशी बोलावं असा विचार केला. मी आता तिच्या कंपनीत फोन केला. त्यांना तिच्याशी संपर्क साधता येणं शक्य होतं.

"झायमॉस टेक्नॉलॉजी"

"प्लीज मला ज्युलिआ फोरमन हव्या आहेत."

"कृपया फोन चालू ठेवा." ह्यानंतर काही वेळ शास्त्रीय संगीत ऐकू आले. मग आणखी एक आवाज आला, "मिस फोरमन यांचे ऑफिस..."

मी ज्युलिआची मदतीनस कॅरोलचा आवाज ओळखला.

"कॅरोल. मी जॅक बोलतोय."

"ओह. हाय, मिस्टर फोरमन. आपण कसे आहात?"

"छान. धन्यवाद."

"तुम्ही ज्युलिआला शोधता आहात का?"

"होय."

"ती एक दिवसासाठी नेवाडाला गेली आहे. मी तिकडं फोन लावून पाहू का तुमच्यासाठी?"

"चालेल."

"एक मिनिट."

मी फोन चालू ठेवला. बराच वेळाने कॅरोलचा आवाज आला. "मि.फोरमन पुढचा एक तास ती एका मिटिंगमध्ये गुंतलेली आहे. ती संपली की ज्युलिआ मला फोन करणार आहे. तुम्हाला तिनं फोन करावा असा निरोप तिला देऊ का?"

"होय."

"तिला आणखी काही सांगायचं आहे का?"

"नाही. फक्त फोन कर एवढंच सांग."

"ठीक आहे. मि.फोरमन."

मी फोन ठेवला आणि हातातली डबी फिरवू लागलो. *'ती एक दिवसासाठी नेवाडाला गेली आहे.'* पण ज्युलिआ त्याबद्दल काहीच बोलली नव्हती. मी माझ्या मनात कॅरोल काय म्हणाली ते पुन्हा घोळवलं. कॅरोलचा स्वर अस्वस्थ होता का? ती काही लपवण्याचा प्रयत्न करत नव्हती ना? मला ते नीट कळेना. मला त्याक्षणी कशाचाही भरवसा वाटत नव्हता. मी बाहेर नजर टाकली. बागेत कारंजी चालू होती. ही पाणी देण्याची वेळ सर्वस्वी चुकीची होती. खरं म्हणजे त्यांची वेळ कालच नीट बसवण्यात आली असताना असं होणं अपेक्षित नव्हतं. मी हताश होऊ लागलो होतो. सर्वकाही चुकत असल्याची चमत्कारिक भावना मला जाणवू लागली होती. मला नोकरी नाही. माझी बायको घराबाहेर असते. मुलांना त्रास होतोय. मी त्यांच्याकडे पाहायला असमर्थ ठरतोय याची जाणीव मला सतत टोचत होती आणि आता ती फडतूस कारंजी नीट काम करत नव्हती. त्यांच्यामुळं हिरवळीचा नाश होणार होता.

आणि त्याचवेळी छोटीनं गळा काढला.

मी ज्युलिआच्या फोनची वाट पाहात होतो. पण तिनं फोन केलाच नाही. मी चिकन ब्रेस्टच्या लहानलहान पट्ट्या कापल्या. चिकन ब्रेस्ट गोठलेली असतानाच ती अशी कापायची युक्ती मला साधली होती. चिकन फिंगर्स ह्या डिशबद्दल पोरांची कधीच तक्रार नसते हे मला माहिती होतं. मी भात शिजायला टाकला. मला फ्रीजमध्ये गाजरं दिसली. ती जरी थोडी शिळी असली तरी मी त्या रात्री ती वापरायची असं ठरवलं.

गाजरं कापताना माझे बोट कापलं. जखम फार मोठी नसली तरी त्यातून रक्तस्राव मात्र बराच झाला. मी बॅन्डएड लावले पण रक्त वाहणं थांबलं नाही. त्यातूनही बाहेर रक्त गळू लागलं म्हणून मी आणखी बॅन्डएड दाबली असे चालू राहिले. सगळा नुसता वैताग होता.

जेवणाला उशीर झाला त्यामुळे पोरेही चिडचिड करत होती. एरिक मोठ्या आवाजात आपल्याला मिळालेली चिकन फिंगर्स कच्ची होती म्हणून कुरकुर करत होता. त्यापेक्षा मॅकडोनाल्डची कितीतरी छान असतात. आपण तिकडं जायला काय हरकत होती वगैरे म्हणत होता. निकोल तिच्या नाटकातली काही वाक्यं पाठ करण्याचा प्रयत्न करत होती. एरिक दबक्या आवाजात तिची नक्कल करत होता. छोटी तिला भरवलेलं सगळं खाणं सतत बाहेर टाकत होती. अखेर मी तो नाद सोडला आणि तिच्या खाण्यात थोडं केळं कुस्करून

घातलं. मग मात्र तिनं सगळं व्यवस्थित खाल्लं. मी हे अगोदर का केलं नाही हा विचार माझ्या मनात आला. अमान्डा आता मोठी होऊ लागली होती. तिला अळणी खाणं आता आवडत नव्हते.

एरिक त्याचा घरचा अभ्यास शाळेतच विसरून आला होता. मी त्याला मित्राला फोन करून काय अभ्यास दिलाय ते विचारायला सांगितलं. पण तो त्याला तयार नव्हता. निकोल एक तासभर तिच्या मैत्रिणींशी ऑनलाईन गप्पा मारत होती. मी अनेकदा तिच्या खोलीत डोकावून तिला अगोदर अभ्यास पूर्ण कर म्हणून सांगत होतो. त्यावर तिचे उत्तर होतं, ''एकच मिनिट आणखी डॅड.'' छोटीनं झोपताना थोडी रडारड केली. तिला शांत करायला मला बरेच प्रयास करावे लागले.

मी अखेर पुन्हा निकोलच्या खोलीत गेलो आणि ओरडलो, ''आता हे फार झालं. डॅम इट!'' ह्यावर निकोल रडू लागली. निकोल रडते हे आहे ऐकून खिजवायला एरिक तिथे आला. मी त्याला विचारले की अजून तो जागा का आहे? माझा चेहेरा पाहून त्यानं लगेच तिथून पोबारा केला. हुंदके देत निकोल मला म्हणाली की मी तसं बोलायला नको होतं. मी तिची माफी मागावी असं ती म्हणत होती. मी उलट तिला बजावलं की मी दोनदा सांगून तिनं माझं म्हणणं का ऐकले नाही. ह्यावर ती बाथरूममध्ये गेली आणि धाड्‌कन दार लावून घेतले.

एरिक खोलीतूनच ओरडला, ''मला असल्या आरडाओरड्याने झोप येत नाही!''

मी देखील ओरडून सांगितलं, ''आणखी एक शब्द जरी बोललास तर एक आठवडा टीव्ही बघणं बंद करीन!''

''हे योग्य नाही...''

मी बेडरूममध्ये जाऊन टीव्ही सुरू केला. मी मॅच पाहात बसलो. अर्धा तास उलटल्यावर मी पुन्हा पोरांकडं नजर टाकली. छोटी शांतपणे झोपली होती. एरिकही झोपी गेला होता. त्याच्या अंगावरचं पांघरूण बाजूलाच झालेलं होतं. मी पांघरूण नीट घातलं. निकोल अभ्यास करत होती. मला पाहाताच तिनं माझी क्षमा मागितली. मी पुढे होऊन तिला जवळ घेतलं.

मी पुन्हा बेडरूममध्ये आलो नि मॅच पाहू लागलो. साधारण दहा मिनिटांनंतर मला झोप लागली.

❑

पाचवा दिवस
सकाळी ७ वाजून १० मिनिटे

मी सकाळी उठलो तेव्हा माझ्या लक्षात आलं की पलंगावरच्या ज्युलिआच्या बाजूला अजिबात सुरकुत्या पडलेल्या नव्हत्या. उशीही रात्री ठेवलेली होती तशीच होती. ह्याचा अर्थ ती रात्री घरी परत आलेली नव्हती. मी फोनवर काही मेसेज आहे का ते पाहिलं. मेसेजही काही नव्हता. एरिक खोलीत आला. त्याची नजर पलंगाकडे गेली, "मॉम कुठं आहे?"

"मला कल्पना नाही."

"ती अगोदरच घराबाहेर पडली की काय?"

"तसं वाटतंय..."

एरिकने एकदा माझ्याकडे बघितलं. मग त्याने पलंगाकडे नजर टाकली आणि काही न बोलता खोलीबाहेर पडला. त्याला त्या विषयावर आणखी बोलायची इच्छा नव्हती.

पण मला मात्र काहीतरी करायला हवे होते. कदाचित मी एखाद्या वकिलाचा सल्ला घेणं गरजेचं होतं. पण माझ्या मनात वकिलाशी बोलण्याच्या विरोधी असं काहीतरी घडत होतं. जर खरोखरच काही पेचप्रसंग समोर येणार असला तर तो जीवघेणा ठरणार होता. माझं वैवाहिक जीवन संपुष्टात आलं आहे हे मानायला माझं मन नकार देत होतं. म्हणूनच मी वकिलाचा सल्ला घेण्याची टाळाटाळ करत होतो.

पण त्यावेळी मी माझ्या बहिणीला फोन करायचा असं ठरवलं. माझी बहीण एलेन सान दिएगोला राहते. ती मानसोपचार तज्ज्ञ आहे आणि ती जोला येथे प्रॅक्टिस करते. सकाळी एवढ्या लवकर ती ऑफिसात गेली नसेल हे पाहून मी फोन केला. ती घरीच होती. मी फोन केला म्हणून ती चकित झाली. माझं माझ्या बहिणीवर प्रेम आहे. पण तरीही आम्ही दोघे अगदी वेगळे आहोत. असो. मी ज्युलिआबद्दल मला काय संशय आहे ते आणि सध्या काय चालू आहे ह्याबद्दल तिला थोडक्यात कल्पना दिली.

"तू असं सांगतो आहेस की ज्युलिआ काल रात्री घरी आली नाही किंवा तिनं फोनही केला नाही?"

"होय."

"तू तिला फोन केला होतास का?"

"अजून नाही."

"का?"

"कोणास ठाऊक."

"कदाचित तिला अपघात झाला असेल. कदाचित ती जखमी..."

"मला तसं वाटत नाही."

"कारण?"

"जर तसं काही असतं तर नक्कीच माझ्या कानावर आलं असतं."

"जॅक तू अस्वस्थ झालेला दिसतोस."

"माहिती नाही. कदाचित असेन."

माझी बहीण काही क्षण गप्प राहिली. "जॅक. तू अडचणीत आला आहेस हे नक्की. मग तू काहीतरी करत का नाहीस?"

"काय करू?"

"एखाद्या विवाह-सल्लागाराला भेटणं किंवा वकीलाचा सल्ला घेणे."

"ओह. जीझ्स..."

"तुला वाटत नाही तसं करावं म्हणून?"

"माहिती नाही. नाही. एवढ्यात नाही."

"जॅक. काल रात्री ती घरी परतली नाही. तिनं घरी फोन करायची फिकीरही केली नाही. ती तुला स्पष्ट इशारा देतीय. तुला आणखी कोणत्या प्रकारे सांगायला हवं?"

"मला माहीत नाही."

"तू सतत मला माहीत नाही असं म्हणतो आहेस. तुला त्याची जाणीव आहे का?"

"होय."

"जॅक, तू ठीक आहेस ना?"

"मला माहीत नाही."

"मी काही दिवसांसाठी तिकडं येऊ का? कारण मी येऊ शकते. मला काही अडचण नाही यायला. मी माझ्या बॉयफ्रेंडबरोबर शहराबाहेर जाणार होते. पण त्याची कंपनीच विकली गेली. तेव्हा मला वेळ आहे. हवं असेल तर मी तिकडं येईन."

"नको. ठीक आहे."

"नक्की? जॅक मला तुझी काळजी वाटते."

"नाही. नाही. काळजी करू नकोस."

“तुला विषण्णता आलीय का?”

“नाही. का बरं?”

“झोप नीट लागते का? व्यायाम करतोस का?”

“ठीक लागते झोप. व्यायाम मात्र तितकासा करत नाही हे खरं.”

“अं...हं बरं. नोकरी आहे का तुझी?”

“नाही.”

“मिळण्याची शक्यता?”

“फारशी नाही. म्हणजे नाहीच.”

“जॅक. तू वकिलाचा सल्ला घ्यायला हवास.”

“काही काळानंतर घेईन.”

“जॅक, तुला काय झालंय? तूच मला सांगतोस की तुझी बायको तुझ्याशी थंडपणानं वागते आणि रागानं बोलते. ती तुझ्याशी खोटंही बोलते. मुलांबरोबरही तिची वागणूक चमत्कारिक झाली आहे. तिला तिच्या कुटुंबाबद्दल फारशी फिकीर वाटेनाशी झालीय. ती बऱ्याचवेळा घरी नसते. जॅक हे सगळं फार गंभीर आहे. तिचं कुणा दुसऱ्यावर मन गेलं असावं असं तुला वाटतंय. त्यातच काल रात्री तर तिनं फोनदेखील केला नाही. हे असं असूनही तू मात्र काहीही करायला तयार नाहीस—”

“मला काय करावं ते कळत नाही.”

“मी तुला सांगितलं. वकिलाचा सल्ला घे.”

“तुला खरंच तसं वाटतं?”

“होय. अगदी असंच वाटतं.”

“पण, मला माहीत नाही की....”

तिनं वैतागून एक दीर्घ निश्वास टाकला. “जॅक. मला कल्पना आहे की बऱ्याचवेळा तू निष्क्रिय असतोस, पण—”

“मी निष्क्रिय नाही.” मी म्हणालो, “पण तू हे असं बोललीस की मी कानकोंडा होतो. मला ते आवडत नाही.”

“तुझी बायको तुझ्या पाठीमागे गावभर उकीरडे फुंकतीय. तुझ्यापासून मुलांना तोडण्यासाठी ती तिची केस पद्धतशीरपणे तयार करतीय आणि तू त्यावर काहीही न करता गप्प बसून आहेस. मी त्याला निष्क्रियपणाच म्हणेन.”

“मग मी काय करायला हवं?”

“मी तुला काय ते सांगितलंय.” तिनं पुन्हा एक उसासा टाकला. “ठीक आहे. मी काही दिवस सुट्टी घेतीय. मी तिकडे येते.”

“एलेन—”

"आणखी चर्चा नको. मी येतीय. ज्युलिआला तू सांग की मुलांच्या बाबतीत तुला मदंत करायला मी आलीय. मी आज संध्याकाळपर्यंत पोहोचते."

"पण—"

"वाद घालू नकोस."

एलेनने फोन बंद केला होता.

मी निष्क्रिय माणूस नाही, पण मी प्रत्येक गोष्ट विचारपूर्वक करतो. एलेन फारच उत्साही वृत्तीची आहे. तिचं व्यक्तिमत्त्व तिच्या मानसोपचार तज्ज्ञ ह्या व्यवसायाशी सुसंगत आहे. तिला ते काम आवडतं कारण तिला लोकांनी काय करावं हे सांगणं प्रिय आहे. मला तर ती आगावू वाटते आणि तिला मी निष्क्रिय वाटतो.

एलेनची माझ्याबद्दलची मते ही अशी आहेत, की मी पंचवीसतीस वर्षांपूर्वी स्टॅनफोर्डला गेलो आणि तेथे जनसंख्या-जीवशास्त्र हा विषय घेतला. कोणताही उपयोग नसलेला केवळ पुस्तकी ज्ञानाचा. फक्त कोणत्या तरी विद्यापीठात नोकरी मिळवण्यापुरता मर्यादित विषय. त्या काळात ह्या विषयात प्राण्यांवरच्या प्रत्यक्ष निरिक्षणांच्या प्रयोगामुळे क्रांती घडून येत होती. त्याचवेळी आनुवंशशास्त्रातही प्रचंड प्रगती होत होती. ह्या दोन्हीसाठी तेव्हा प्रगत गणिताचा वापर करून करायच्या विश्लेषणात संगणकांची मदत आवश्यक झाली होती. माझ्या संशोधनासाठी उपयुक्त प्रोग्रॅम मला मिळाले नाहीत म्हणून मी स्वत:च ते लिहू लागलो, आणि लवकरच मी संगणक विज्ञानाच्या क्षेत्रात शिरलो. हे क्षेत्रही तेव्हा तसंच निव्वळ पुस्तकी स्वरुपाचं होतं.

पण मी पदवीधर झालो त्याच वेळेस सिलीकॉन व्हॅलीचा उदय झाला आणि वैयक्तिक वापराच्या संगणकांची लाट आली. त्या काळात अगदी कमी क्षमता असणाऱ्या कंपन्याही खोऱ्याने पैसा ओढत होत्या. मी देखील सुरवातीला काम करत होतो तेथे चांगला फायदा करून घेतला होता. त्याचवेळी मला ज्युलिआ भेटली. आम्ही लग्न केले आणि मग मुलं झाली. सर्वकाही उत्तम चाललं होतं. मला आणखी एका कंपनीत नोकरी मिळाली. जास्त पगार आणि भरपूर फायद्याच्या सोई-सवलती. मी नव्वदच्या दशकातील लाटेवर फक्त स्वार झालो होतो. पण आता मी स्वत: प्रोग्रॅम लिहित नव्हतो. मी सॉफ्टवेअर निर्मिती करून घेत होतो. मला काहीच करावं लागलं नाही. सगळ्या गोष्टी आपोआप माझ्या हाती येत गेल्या.

अर्थात हे सगळं मत एलेनचं आहे. माझी मतं निराळी आहेत. सिलीकॉन व्हॅलीमधल्या कंपन्यांमध्ये अतिशय स्पर्धात्मक वातावरण असतं. प्रत्येकजण काही ना काही गाठण्यासाठी सतत धावपळ करत असतो. इथे सर्वजण आठवड्याला शंभर तास काम करतात. सगळेजण आता विकासाची चक्रे कमीतकमी होण्यासाठी धडपडतात. पूर्वी एखादी नवीन गोष्ट बाहेर पडायला तीन वर्षे लागत असत. मग हा कालावधी प्रथम दोन वर्षे, मग अठरा महिने आणि अखेर एक वर्ष एवढा झालाय. प्रत्येक वर्षी नवीन आवृत्ती. मुख्य प्रतींमधील चुका शोधून त्या नीट करायला चार महिने लागतात हे गृहित धरून पाहा. म्हणजे प्रत्यक्ष कामासाठी अवघे आठ महिने उपलब्ध असतात. त्या आठ महिन्यांत तुम्हाला सॉफ्टवेअरच्या कोडमधल्या एक कोटी ओळींमध्ये आवश्यक बदल करायचे असतात, आणि सॉफ्टवेअर व्यवस्थित चालतं आहे याची खात्री करून घ्यायची असते.

थोडक्यात सांगायचं तर निष्क्रिय माणसांना सिलीकॉन व्हॅलीत जागाच मिळणार नाही. मी तसा नाहीच. मी दिवसाच्या प्रत्येक मिनिटाला अक्षरश: माझी ××× घासतो. प्रत्येक दिवशी मला माझी कार्यक्षमता सिद्ध करावीच लागत होती, नाहीतर मी तिथं टिकलोच नसतो.

माझ्या स्वत:बद्दलची माझी ही मतं अशी आहेत आणि मला वाटत की ती बरोबर आहेत.

एका बाबतीत एलेनचं म्हणणं मात्र खरं होतं. माझ्या कारकीर्दीच्या बाबतीत मी सुदैवी ठरलो होतो. माझे मूळ क्षेत्र जीवशास्त्र असल्याने जेव्हा संगणकांचे प्रोग्रॅम सजीवांच्या प्रणालींवर आधारित होऊ लागले, तेव्हा मला त्याचा फायदा झाला. अनेकदा प्रोग्रॅम लिहिणारे प्राण्यांच्या समूहांच्या अभ्यासाचा उपयोग आपल्या कामात करत असत. तसेच संगणकावर आधारित मॉडेल तयार करण्याचा उपयोग जीवशास्त्रातही केला जात होता. अशा तऱ्हेने दोन्ही क्षेत्रांची वाढ होत होती. त्यापेक्षाही महत्त्वाची गोष्ट अशी होती की मी स्वत: जनसंख्या-जीवशास्त्रात संशोधन केले होते. ह्या क्षेत्रात सजीवांच्या समूहांचा खास अभ्यास केला जातो. संगणक विज्ञान जसेजसे समांतर संगणन या विषयाकडे वळत होते त्या प्रमाणात माझ्या ज्ञानाचा उपयोग वाढतच जात होता. कारण आता बुद्धीमान एजंटच्या समूहाच्या वर्तनासाठी प्रोग्रॅम लिहावे लागत होते. एजंटच्या समूहांच्या वर्तनाचा विचार करण्यासाठी खास विचारसरणीची गरज भासत होती

आणि नेमके ह्याच प्रकारचे काम करण्याचा मला अनेक वर्षांचा अनुभव होता. म्हणजेच माझ्या जवळची कौशल्यं बदलत्या परिस्थितीत अत्यंत योग्य ठरत गेली. मी अचूक वेळी नेमक्या जागी पोहोचत होतो हे खरं.

हे मात्र अगदी खरं होतं.

एजंटवर आधारलेले प्रोग्रॅम सजीवांच्या सामूहिक वर्तनावर बेतलेले असल्याने त्यांचे महत्त्व प्रत्यक्ष कामांमध्ये सतत वाढत जात होते. मी देखील मोठ्या दळणवळण जाळ्याच्या रचनेसाठी लागणारा प्रोग्रॅम लिहिताना मुंग्यांच्या अन्न गोळा करण्याच्या वर्तनाचा उपयोग करून घेतला होता. अशाच प्रकारे उत्तुंग इमारतींमध्ये तापमान नियंत्रण करण्यासाठी वापरल्या जाणाऱ्या थर्मोस्टॅट उपकरणांच्या उपयोगी पडणारा प्रोग्रॅम लिहिण्यासाठी वाळवींच्यामधील श्रमविभागणीचे तत्त्व उपयोगी पडले होते. आनुवंशशास्त्रात ज्याप्रमाणे 'निवड' केली जाते त्याचप्रकारच्या तत्त्वांचा उपयोग तर अनेक प्रोग्रॅममध्ये झाला होता. एक प्रोग्रॅम निर्माण करताना साक्षीदारांना संगणकाने प्रथम नऊ चेहेरे दाखवले आणि त्यातून कोणता चेहेरा प्रत्यक्ष गुन्हेगारासारखा आहे ते निवडायला सांगितले. मग त्या साक्षीदाराला आणखी नऊ चेहेरे दाखवण्यात आले. अशाप्रकारे अनेकदा केल्यानंतर संगणकानं गुन्हेगाराचं चित्र तयार करण्याच्या प्रोग्रॅमचा विकास घडून आला. ह्यातून तयार होणारे संभाव्य गुन्हेगाराचे चित्र पोलिसांच्या चित्रकाराने बनवलेल्या चित्रापेक्षा कितीतरी जास्त अचूक होतं. ह्या प्रोग्रॅमनं साक्षीदारांना चेहेऱ्यात कोणत्या भागात साम्य आहे वगैरे प्रश्न विचारले नव्हते. फक्त साक्षीदारांनी निवडलेल्या चित्रांमधून प्रोग्रॅमने आपली निवड करून एकत्रित चित्र बनवलं होतं.

मग जैवतंत्रज्ञान वापरणाऱ्या अनेक कंपन्या आल्या. त्यांना असं दिसून आलं की त्यांना नवीन प्रथिनं नीट बनवता येत नाहीत. कारण चमत्कारिकपणे घड्या पडत असल्यानं ती नीट तयार होत नाहीत. म्हणून मग नवीन प्रथिनं बनवण्यासाठी आनुवंशिक तत्त्वांचा वापर करून, निवड' करून, ती 'उत्क्रांत' होतील याची व्यवस्था केली जाऊ लागली. काही वर्षांच्या अवधीत हे तंत्रज्ञान रुळलं आणि ह्या तंत्रज्ञानात जीवशास्त्रीय माहितीचा वापर केलेले प्रोग्रॅम होतेच.

होय. मी अचूक वेळी नेमक्या जागी पोहोचत होतो हे बरोबर आहे. पण मी निष्क्रिय नसून सुदैवी ठरत गेलो होतो.

मी अजून दाढी-अंघोळ केलेली नव्हती. मी बाथरूममध्ये गेलो. टी-शर्ट काढला आणि आरशात माझे प्रतिबिंब पाहून चमकलो. माझं पोट किंचित सैल पडलं आहे हे मला जाणवलं. मी चाळीस वर्षांचा होतो हे खरं. पण हल्ली मी तितकासा व्यायाम करत नव्हतो म्हणून तसं झालं असणार. अर्थात त्याचा माझ्या विषण्ण होण्याशी काही संबंध नव्हता. मी मुलांच्या कामात इतका अडकून गेलो होतो की व्यायामाला वेळच मिळत नव्हता.

मी पुन्हा एकदा प्रतिबिंबाकडे नजर टाकली आणि मला उगाच वाटलं की एलेनच्या बोलण्यात तथ्य आहे की काय?

मानसशास्त्रीय ज्ञानाची एक मुख्य समस्या आहे. कोणालाही त्याचा उपयोग स्वत:साठी करता येत नाही. लोकांना त्यांचे मित्र, बायका, नवरे, मुलं वगैरे इतर सर्वांच्या वागणुकीमधील समस्या अगदी सहज दिसतात. पण त्यांना स्वत:च्या समस्यांबद्दल कणाचेही ज्ञान होत नाही. सगळ्या जगाकडं तटस्थपणाने आणि स्वच्छ नजरेनं पाहू शकणाऱ्यांच्या मनात स्वत:विषयी मात्र भ्रमाखेरीज काही नसतं. आरशात बघून आपण मानसशास्त्रीय ज्ञान उपयोगात आणू शकत नाही. असं का हे मात्र अजून कोणालाही कळलेलं नाही.

मला मात्र नेहमी वाटतं की ह्या प्रश्नाच्या उत्तरासाठी प्रोग्रॅममधल्या एका पद्धतीमधून काहीतरी शिकता येईल. प्रोग्रॅम लिहिताना वापरल्या जाणाऱ्या पद्धतींमध्ये एकीला 'रिकर्शन' म्हणतात. त्याचा अर्थ प्रोग्रॅममधल्या आतील माहितीचा वापर करून प्रोग्रॅमला त्याच त्या भागांची पुनरावृत्ती करायला सांगणे. विशेषत: माहितीचं वर्गीकरण करण्याच्या प्रोग्रॅमसाठी रिकर्शन वापरण्यात येतं. पण ही पद्धत फार काळजीपूर्वक वापरावी लागते. नाहीतर अशा प्रोग्रॅममुळे संगणक बाहेर न पडता येणाऱ्या चक्रात कायमचा अडकून पडण्याची शक्यता असते. ह्याची तुलना करायची तर चित्रविचित्र आरसेमहालाचं उदाहरण देता येईल. समोरासमोर विशिष्ट कोनांमध्ये ठेवलेल्या आरशांमध्ये पाहिले तर काय दिसतं? एका आरशात दिसणाऱ्या आरशात आणखी हजारो प्रतिबिंब आपल्याला दिसतात. या संख्येला मर्यादा नसते म्हणजेच ही प्रतिबिंब अनंत एवढी असतात. तशाच प्रकारे प्रोग्रॅम पुन:पुन्हा दिलेलं काम करतच राहतात. ह्या पुनरावृत्ती अनंत असल्यानं प्रत्यक्षात काहीच घडत नाही आणि मग संगणक 'हँग' होऊन बसतात.

मला नेहमी असे वाटत आले आहे की लोक जेव्हा आपल्या मनातले

मानसशास्त्रीय ज्ञान स्वत:वर वापरायला जातात तेव्हा नेमकं असंच काहीतरी घडत असावं. मेंदू हँग होत असावा. विचारांची प्रक्रिया पुन:पुन्हा काहीतरी करत राहते पण त्याचा उपयोग मात्र काहीच होत नाही. हे असं घडत असणार. कारण आपल्याला माहिती आहे की लोक स्वत:बद्दल अनंतकाळ विचार करू शकतात. काही लोक तर स्वत:खेरीज इतर कशाचाही विचार करायला तयार नसतात. अनेकजण अंतर्मुख होऊन वारंवार स्वत:चे मूल्यमापन करतात खरं. पण तरीही त्यामुळे त्यांच्यात बदल मात्र होत नाही. आपल्याला स्वत:बद्दल कधीच नीट कळत नाही. खरेखुरे आत्मज्ञान ही अत्यंत दुर्मिळ बाब मानली पाहिजे.

याचा अर्थ असा की आपल्या स्वत:बद्दल आपल्याला काहीच कळू शकत नाही. त्यासाठी आपल्यासमोर कोणीतरी आरसा धरावा लागतो. हे जरी ऐकायला चमत्कारिक वाटलं तरी तसं असू शकतं.

कृत्रिम बुद्धीमत्तेच्या क्षेत्रात एक अत्यंत जुना प्रश्न अजून टिकून आहे. एखादा प्रोग्रॅम स्वत:बद्दल काही जाणून घेऊ शकतो का? किंवा एखाद्या प्रोग्रॅमला स्वत:बद्दलचे भान असू शकते का? बहुसंख्य प्रोग्रॅमर म्हणतील की ते अशक्य आहे. अनेकांना प्रयत्न करूनही त्यात अपयश आलेलं आहे.

पण ह्यापेक्षाही अधिक मूलभूत स्वरुपाचा तात्त्विक प्रश्न आहे. एखाद्या संगणकाला आपण काय काम करतोय याची जाणीव असते का? काहीजण म्हणतील की हे सुद्धा शक्य नाही. आपण आपल्या स्वत:च्या दातांना चावू शकत नाही त्याप्रमाणेच हे आहे. म्हणूनच हे खरोखरच अशक्यप्राय आहे. मानवी मेंदू ही ज्ञानाच्या विश्वामधली सर्वात जास्त गुंतागुंतीची रचना आहे आणि मेंदूला स्वत:विषयी जवळजवळ काहीच जाणीव नसते.

गेली तीस वर्षे असले प्रश्न शुक्रवारी संध्याकाळी काम संपवून मजेत बियर पिताना करण्याची गंमत एवढ्याच पातळीवर होते. कधी कोणी त्यांच्याकडे गांभीर्याने पाहिलेले नव्हते. पण गेल्या काही वर्षात मात्र ह्या प्रश्नांची नव्याने दखल घेतली जाऊ लागली आहे, कारण मेंदूच्या काही कामांची नक्कल करण्याच्या क्षेत्रात फारच झपाट्यानं प्रगती झाली आहे. संपूर्ण मेंदू नव्हे. फक्त काही कार्यांची नक्कल. उदाहरणार्थ मला नोकरीमधून उडवण्याच्या अगोदर मी माझ्या हाताखालच्या लोकांकडून मल्टी-एजंट प्रणाली असलेले अनेक प्रोग्रॅम बनवत होतो. दिलेल्या माहितीमधून विशिष्ट आकृतीबंध हुडकून त्यानुसार कामांमध्ये प्राधान्यक्रम लावणं आणि जरूरीनुसार कामांमध्ये फेरबदल करत राहाणं ह्या गोष्टी आम्ही संगणकाला शिकवण्याचा प्रयत्न करत होतो आणि खरोखरच आमच्या प्रोग्रॅममुळे संगणक अनुभवातून शिकत जात हळूहळू अधिक

तरबेज होत जाताना आढळले. काहीवेळा माणसांच्या बाबतीतही हे घडतंच असं नाही.

फोन वाजला. तो एलेनचा होता, "तू तुझ्या वकिलाशी बोललास का?"

"अजून नाही."

"मी दोन-दहाच्या सान जोस शटलनं तिथं येते आहे. साधारण पाच वाजता आपण तुझ्या घरी भेटू."

"ऐक एलेन. खरोखरच त्याची गरज नाही—"

"मला माहिती आहे. पण मलाच माझ्या कामातून थोडा बदल हवाय. जॅक लवकरच भेटू." एलेनने फोन बंद केला होता.

म्हणजे आता ती माझ्यावर हुकमत गाजवू लागली होती.

मी असा विचार केला की आज तरी वकिलाशी बोलणे शक्य नाही. कारण मला त्या दिवशी खूप कामे उरकायची होती. ड्रायक्लिनिंगसाठी दिलेले कपडे आणायचे होते. मी ते आणले. मग मी रस्त्याच्या समोरच्या बाजूला असणाऱ्या कॉफीशॉपमध्ये गेलो. मला तेथून एक काफेलात्ते घेऊन यायची होती.

आणि त्या ठिकाणी मला माझा वकील गॅरी मार्डर दिसला. तो एका सोनेरी केसांच्या पोरीबरोबर होता. त्या तरुण पोरीनं अंग बरंचसं उघडं टाकणारी जीन आणि टॉप घातला होता. ते दोघे रांगेत एकमेकांना अगदी खेटून उभे होते. ती मुलगी कॉलेजात जाणारी असावी. मी त्यांना पाहून शरमिंदा झालो आणि मी वळून निघून जाण्याच्या बेतात असतानाच गॅरीनं मला पाहून हात हलवला.

"हाय जॅक."

"हाय गॅरी."

त्यानं पुढे केलेला हात मी हातात घेतला. मग तो म्हणाला, "मेलीसाला हॅलो म्हण."

"हाय मेलीसा."

"ओह. हाय." ती पोरगी किंचित वैतागून म्हणाली. बहुधा तिला हा व्यत्यय आवडला नसावा. ती निकोलपेक्षा फारफार तर सहा वर्षांनी मोठी असावी. ही एवढी तरुण पोरगी गॅरीसारख्या माणसाबरोबर कशी?

"हं... तर मग कसं काय चाललंय जॅक?" मेलीसाच्या कंबरेत हात टाकत गॅरी म्हणाला.

"ठीक आहे. उत्तम."

''अस्सं?... छान. छान.'' पण हे म्हणताना गॅरीच्या कपाळावर आठ्या होत्या.

''हं....म्हणजे...'' मी काही क्षण बोलणे थांबवले. मला त्या मुलीसमोर बोलताना आपण मूर्ख आहोत असे वाटत होते. तिला मी तिथून जावं अशी स्पष्ट इच्छा होती. पण मी त्याक्षणी एलेनचा विचार केला. ती म्हणेल की तू योगायोगाने तुझ्या वकिलाला भेटलास आणि तरीही तू त्याच्याबरोबर बोलला नाहीस?

म्हणून मी म्हणालो, ''गॅरी आपण एक मिनिट बोलू या का?''

''जरूर.'' त्याने त्या पोरीला कॉफीचे बिल देण्यासाठी पैसे दिले. मग आम्ही जरा बाजूला जाऊन बोलू लागलो.

मी हलक्या आवाजात म्हणालो, ''गॅरी ऐक. मला कोणीतरी घटस्फोटाचं काम करणाऱ्या वकीलाची गरज आहे.''

''कारण?''

''कारण, मला वाटतं ज्युलिआचं लफडं आहे.''

''तुला निव्वळ तसं वाटतं की तुझी त्याबद्दल खात्री आहे?''

''नाही. मला पक्की खात्री वाटत नाही.''

''म्हणजे तुला निव्वळ संशय आहे तसा.''

''होय.''

गॅरीने माझ्याकडे पाहात एक उसासा टाकला.

''याखेरीज आणखीही एक गोष्ट आहे. मी मुलांना तिच्याविरूद्ध चिथावणी देतो असं ती आता म्हणू लागलीय.''

''वात्सल्याची फारकत.'' गॅरी मान डोलावत म्हणाला, ''न्याय व्यवस्थेतील सध्याचं चलनी नाणं,... बरं ती अशी विधानं कधी करते?''

''आमच्या भांडणादरम्यान.''

गॅरीनं पुन्हा सुस्कारा टाकला. ''जॅक. भांडणाच्या वेळी नवराबायको काय वाटेल ते बोलतात. प्रत्येकवेळी त्यातल्या सगळ्या गोष्टी गंभीर नसतात.''

''पण तसं आहे. मला नेमकी त्याचीच काळजी वाटते.''

''त्यामुळं तू अस्वस्थ झाला आहेस का?''

''होय.''

''तू एखाद्या विवाह सल्लागाराशी बोललास का?''

''नाही.''

''मग त्याच्याशी बोल.''

''कशासाठी?''

"दोन कारणांसाठी. पहिलं म्हणजे तू त्याच्याशी बोलणं गरजेचं आहे. तुझं लग्न होऊन खूपच वर्षे झाली आहेत आणि तुमचं वैवाहिक जीवन खूपच चांगलं होतं हे मला माहीत आहे. दुसरं कारण म्हणजे तू आपलं घर टिकवण्यासाठी प्रयत्न केलेस असं रेकॉर्ड तयार होणं अत्यावश्यक आहे. कारण मग वात्सल्याची फारकत या आरोपाचं खंडण होऊ शकतं."

"होय. पण—"

"ती तुझ्याविरूद्ध केस निर्माण करण्याचा प्रयत्न करते आहे हे जर खरं असेल तर मित्रा तुला फार काळजीपूर्वक वागलं पाहिजे. वात्सल्याची फारकत ह्या प्रकारच्या युक्तिवादाचा कोर्टात मुकाबला करणं ही फार अवघड बाब आहे. मुलांचं आईशी जमत नाही आणि त्याचं कारण तू आहेस असं ती म्हणते. हे खरं नाही हे तू कसं सिद्ध करणार? तसं करताच येणार नाही. शिवाय तू अलीकडे जास्तवेळ घरात असतोस. तेव्हा तिचं म्हणणं खरं आहे हे मानणं सोपं जाईल. कोर्ट तुझ्याकडे असमाधानी आणि बायकोच्या नोकरीमुळे अहंकार दुखावलेला नवरा या दृष्टीनं पाहील." बोलता बोलता गॅरीने मला हाताने थांबण्याची खूण केली, "हे सगळं खरं नाही हे मला माहिती आहे जॅक. पण हा युक्तिवाद कोणीही सहज करू शकेल. हाच तर मुख्य मुद्दा आहे की तिचा वकील असंच म्हणणार, की तिच्यावर जळफळण्यामुळं तू मुलांना तिच्याविरुद्ध भडकावलंस."

"हा घाणेरडेपणा आहे."

"अर्थातच." गॅरीने माझ्या खांद्यावर थाप मारली, "तेव्हा एखाद्या चांगल्या सल्लागाराची भेट घे. तुला हवं तर तू माझ्या ऑफिसात फोन कर. बार्बारा तुला दोनचार चांगल्या सल्लागारांची नावं देईल."

मी ज्युलिआला फोन केला. ती भेटली नाहीच. मी व्हॉईसमेलवर मोठा निरोप ठेवला की एलेन काही दिवसांसाठी राहायला येत आहे. मग मी खरेदीसाठी गेलो. कारण एलेन राहाणार असल्याने आणखी काही वस्तूंची गरज भासणार होती. मी खरेदी करण्यासाठी आतल्या बाजूला निघालो होतो इतक्यात माझा सेलफोन वाजला. हॉस्पिटलमधला अमान्डावर उपचार करणारा तो तरुण डॉक्टर बोलत होता. त्यानं अमान्डाची चौकशी केली. ती आता ठीक आहे असे मी त्याला सांगितले.

"उत्तम. हे ऐकून बरं वाटलं."

"बरं. एम.आर.आय.चं काय झालं."

डॉक्टर म्हणाला की एम.आर.आय. चाचणीचा काहीच उपयोग होऊ शकला नाही, कारण ते यंत्र बिघडलं होतं आणि बहुधा त्या यंत्राने अमान्डाची तपासणी केलीच नव्हती. "खरं तर मागच्या आठवड्यातल्या सगळ्याच तपासण्यांबद्दल आम्ही साशंक आहोत. कारण यंत्र बहुतेक हळूहळू खराब होत होतं."

"म्हणजे काय?"

"आतून त्याची झीज वगैरे होत असावी. सर्व मेमरी चिपची पूड होताना आढळली."

मला एरिकचा एम.पी.थ्री. प्लेअर आठवला आणि माझ्या अंगातून एक थंड शिरशिरी निघून गेली, "असं व्हायचं कारण काय असावं?"

"अंदाजच बांधायचा तर तो असा की भिंतीमधल्या पाईपांमधून तिथं कुठला तरी वायू निसटून बाहेर पडला असावा. म्हणजे क्लोरीन किंवा तसा एखादा वायू. त्यामुळे तसा प्रकार झाला असेल. पण चमत्कारिक गोष्ट अशी आहे की फक्त मेमरी चिपवर परिणाम झाला आहे. इतर सर्व चिप मात्र व्यवस्थित आहेत."

दर मिनिटाला सर्वकाही चमत्कारिक घडून येत होतं. पुढच्या काही मिनिटात त्यात आणखी भर पडली. ज्युलिआचा फोन आला. ती एकदम आनंदी स्वरात बोलत होती. आपण दुपारीच घरी येत आहोत असे तिनं उत्साहात सांगितले.

"एलेनला भेटायला मजा येईल. पण ती कशासाठी येते आहे?"

"मला वाटतं, तिला जरा बदल म्हणून कुठेतरी जायचं असावं."

"उत्तम तुझ्या दृष्टीने ती येणं चांगलंच आहे म्हणा. जरा बोलायला कोणी तरी मोठं माणूस मिळेल नाही?"

"अगदी बरोबर."

आपण रात्री घरी का आलो नाही याचं ती काहीतरी स्पष्टीकरण देईल असं मला वाटत होतं. मी त्याची वाट पाहात होतो. पण ती एवढेंच म्हणाली "जॅक मला निघायला हवं. मी तुझ्याशी नंतर बोलते—"

"ज्युलिआ. एक मिनिट थांब."

"काय?"

मी जरासा थबकलो. तिच्याशी विषय कसा काढावा ते मला कळेना.

"मला काल रात्री तुझ्याबद्दल काळजी वाटत होती."

"होय का? पण कशासाठी?"

"तू रात्री घरी आली नाहीस म्हणून."

"हनी. मी तुला फोन करून कळवलं होतं. मी इथं अडकले आहे असा निरोप मी दिला होता. तू तो पाहिला नाहीस का?"

"अं...होय...पण—"

"तू माझा मेसेज पाहिला नव्हतास की काय?"

"मला तो मिळाला नाही."

"असेल. काय झालं कोणास ठाऊक. मी प्रथम घरी फोन केला. मारिआ होती. पण तिला मी सांगत होते ते कळायला फार अवघड जात होतं. म्हणजे असं होतं की...बरं मग मी तुला फोन केला आणि तुझ्या सेलफोनवर मेसेज ठेवला की मी इथंच आजपर्यंत राहणार आहे."

"असेल. पण मला तो मिळाला नाही." मी नाराज होऊन तोंड वेडेवाकडं करतोय असे भासू न देण्याचा प्रयत्न केला.

"त्याबद्दल मला वाईट वाटतंय. हनी. तू तुझी सेलफोन सर्व्हिस नीट आहे का ते पहा एकदा. असो. ते जाऊ दे. मला आता खरोखरच निघालं पाहिजे. संध्याकाळी भेटू. ओके?... चुम्मा-चुम्मा..."

ज्युलिआने फोन बंद केला होता.

मी खिशातून फोन काढून मेसेज बॉक्स पाहिली. त्यात मेसेज नव्हता. मी सगळेच कॉल तपासून पाहिले. मला काल रात्री कोणाचाही फोन आलेला नव्हता.

मला पुन्हा एकदा निराशेच्या खोल गर्तेत पडत असल्यासारखे वाटू लागलं. मला थकल्याची भावना जाणवू लागली. जणू मी जागचा हलू शकत नव्हतो. मी सुपरमार्केटच्या शेल्फांवर नजर टाकली. आपण तिथे कशासाठी आलो आहोत हे देखील माझ्या लक्षात येईना.

मी तिथून बाहेर पडण्याचा विचार करत होतो. एवढ्यात माझा फोन पुन्हा वाजू लागला. मी फोन उघडला. फोन टिम बर्गमनचा होता. मी मिडिआट्रॉनिक्स सोडल्यावर माझ्या जागी तो आला होता, "तू बसून बोलतो आहेस का?"

"नाही. पण का?"

"मी तुला एक अत्यंत चमत्कारिक बातमी सांगणार आहे. तेव्हा सावरून बस."

"ओके..."

"डॉन तुला फोन करणार आहे."

डॉन ग्रॉस म्हणजे मला कंपनीतून काढून टाकणारा कंपनीचा मुख्य.

"कशासाठी?"

"तो तुला परत कामावर घेऊ इच्छितो."

"तो... काय म्हणालास?"

"होय. हे चक्रमपणाचं वाटेल याची मला कल्पना आहे. तो तुला परत नोकरी देणार आहे."

"कशासाठी?"

"आम्ही वितरीत प्रक्रियेवर आधारित काही प्रणाली ग्राहकांना विकल्या होत्या. त्यात काही अडचणी निर्माण झाल्या आहेत."

"कोणती प्रणाली?"

"अं... प्रेड-प्रे"

"पण ही तर बरीच जुनी प्रणाली आहे." मी म्हणालो, "कोणी विकली ती?"

प्रेड-प्रे ही आम्ही एक वर्षापूर्वी बनवली होती. आमच्या इतर प्रोग्रॅमप्रमाणे हा प्रोग्रॅमही सजीवांच्या मॉडेलवर आधारित होता. प्रेडेटर म्हणजे भक्षक आणि प्रे म्हणजे भक्ष्य यांच्यातील परस्परसंबंधाचा विचार करून त्याप्रमाणे तयार केलेल्या या प्रोग्रॅमची रचना ध्येय गाठण्यासाठी केलेली होती. पण या प्रोग्रॅमची रचना फारच साधी होती.

"कारण म्हणजे झायमॉसला काहीतरी साधी रचना असणारा प्रोग्रॅम हवा होता."

"तुम्ही प्रेड-प्रे प्रोग्रॅम झायमॉसला विकलात?"

"होय. म्हणजे प्रत्यक्षात लायसन्स दिलं त्यांना आणि तो चालवायचं कंत्राट आम्ही घेतलं. नेमकं त्यामुळेच आता आम्हाला वेड लागायची पाळी आलीय."

"म्हणजे काय?"

"तो प्रोग्रॅम नीट काम करत नाही असं दिसतंय. ध्येय गाठण्याची त्या प्रोग्रॅमची क्षमता अनेकदा भरकटलेली आहे. बऱ्याचवेळा प्रोग्रॅमला काय ध्येय गाठायचं आहे तेच समजत नाही."

"मला त्याबद्दल जराही आश्चर्य वाटत नाही." मी म्हणालो, "कारण आम्ही त्यात रिइनफोर्स करणाऱ्या भागांचा समावेश केलेला नाही." प्रोग्रॅममध्ये ध्येय गाठण्यासाठी लागणारी क्षमता अधिक मजबूत करण्यासाठी 'रिइनफोर्सर'

या भागांची रचना केली जाते. त्यांची गरज असते कारण एजंट शिकू शकतात आणि तसं करताना ते त्यांच्या ध्येयापासून बाजूला भरकटू शकतात. म्हणूनच त्यांचं भरकटणं थोपवण्यासाठी प्रोग्रॅममध्ये मूळ ध्येय स्पष्ट समोर ठेवणं गरजेचं असतं. एजंट हे एक प्रकारे लहान मुलांप्रमाणे असतात. ते काही गोष्टी हरवतात, काही विसरतात किंवा काहींकडे दुर्लक्ष करतात.

अर्थात प्रोग्रॅमचं हे वर्तन नव्यानं उदयास येणारं आहे. ह्या वर्तनासाठी कोणी खास प्रयत्न केलेला नाही. ते आपोआप घडत गेलेलं आहे आणि आता ते झायमॉसमध्ये घडत होतं असं दिसत होतं.

''हं...'' टिम म्हणाला, ''मुळात हा प्रोग्रॅम बनवला तेव्हा तुझ्या नेतृत्वाखाली काम झालं होतं. तेव्हा डॉनची कल्पना अशी की तूच तो दुरूस्त करू शकशील. शिवाय झायमॉसच्या व्यवस्थापनात तुझी बायको उच्च पातळीवर आहे. तेव्हा तू जर पुन्हा आलास तर त्या लोकांनाही जरा भरवसा वाटेल.'' माझा ह्यावर अजिबात विश्वास बसला नाही. पण मी काही बोललो नाही. ''असो. पण परिस्थिती ही अशी आहे बघ.'' टिम म्हणाला, ''मी तुला फोन अशासाठी केला की डॉननं तुला फोन केला तर चालेल का हे मला विचारायचं आहे. कारण त्याला नकार ऐकायची इच्छा नाही.''

मला एकदम राग आला. 'त्याला नकार ऐकायची इच्छा नाही.'

''टिम. मी परत त्या जागी काम करायला येणार नाही.''

''तू इथं येणारच नाहीस. तू झायमॉसच्या फॅब प्लँटवर काम करशील.''

''अस्सं? ते कसं काय?''

''डॉन तुला प्रत्यक्ष कामाच्या जागी मदत करणारा सल्लागार किंवा तसंच काहीतरी म्हणून नोकरी देईल.''

''हं...हं...'' मी काहीही कबूल न करण्याच्या स्वरात म्हणालो. मला हा सगळा प्रस्ताव अतिशय खराब वाटत होता. मी कोणत्याही परिस्थितीत त्या हरामखोर डॉनचा नोकर म्हणून जाऊ इच्छित नव्हतो. काहीही कारण असो, पण तुम्हाला हाकलून दिलेल्या कंपनीत परत जाणं ही सर्वात वाईट गोष्ट होती आणि हे सगळ्यांना माहिती असतं.

ह्या उलट मी जर सल्लागार म्हणून काम करणं स्वीकारलं तर माझी शेल्फ-लाईफची समस्या सुटणार होती. मी त्यामुळे घरातून बाहेर पडू शकत होतो. ह्या कामामुळे अनेक गोष्टी साध्य होऊ शकत होत्या. काही क्षण विचार केल्यावर मी म्हणालो, ''टिम. ऐक. मी ह्याचा विचार करून सांगतो.''

''तू मला फोन करून सांगशील?''

''होय.''

“केंव्हा करशील?”

टिमच्या आवाजामधला तणाव मला जाणवला. “तुला ह्या बाबतीत काही घाई आहे का....”

“होय. तशी थोडी आहेच म्हणा. मी तुला सांगितलंच की त्या कंत्राटामुळे आम्हाला वेडच लागायचं बाकी आहे. मूळ प्रोग्रॅम लिहिणाऱ्यांपैकी पाच जण तर झायमॉसच्या प्लँटवर जवळजवळ राहतच आहेत. पण त्यांना अजून काहीही करता आलेलं नाही. तेव्हा जर तू ह्या कामाला तयार नसलास तर आम्हाला अगदी ताबडतोब आणखी कुठेतरी प्रयत्न करावा लागेल.”

“ठीक आहे. मी तुला उद्या फोन करतो.”

“उद्या सकाळी करशील?” टिम सूचकपणे विचारत होता.

“ठीक आहे. सकाळी करीन.”

टिमच्या फोननंतर मला खरं तर बरं वाटायला हवं होतं. पण उलट मी अस्वस्थ झालो होतो. मी छोटीला बागेत घेऊन गेलो आणि झोपाळ्यावर बसवून झोके दिले. अमान्डाला झोपाळा आवडत असे. कितीही वेळ बसवलं तरी उतरवताना ती रडायची. मी तिला झोपाळ्यावरून उतरवून इतर खेळण्यांकडं नेलं. मी बाजूच्या पट्टीवर बसून ती रांगताना पाहात होतो. ती मधेच एका कासवाच्या मॉडेलला धरून उभी राहिली होती. एकदा दुडदुड धावणारा एक थोडासा मोठा मुलगा सरळ तिच्या अंगावरून चालत गेला. तरी ती रडली नाही. तिला मोठ्या मुलांच्यात खेळणं नक्कीच आवडत असावं.

तिच्याकडे पाहत असताना मी टिमकडून आलेल्या प्रस्तावाचा विचार करत होतो.

“तू त्यांना होकार दिला असशीलच म्हणा.” एलेन मला म्हणाली. आम्ही किचनमध्ये बसलो होतो. ती नुकतीच आली होती. तिची काळी सुटकेस बाजूला तशीच न उघडलेल्या स्थितीत ठेवलेली दिसत होती. एलेन नेहमीप्रमाणे उत्साहात होती. तिच्यात काहीही फरक पडलेला नव्हता. सडपातळ, उत्साही आणि उत्फुल्ल. माझ्या बहिणीवर वयाचा काही परिणाम होत नव्हता असंच वाटत होते. ती चहा पीत होती. चहासाठी तिने स्वत:च्या खास आवडीच्या टी-

बॅग आणल्या होत्या. त्या देखील सॅन फ्रान्सिस्कोच्या ठराविक दुकानातूनच आणल्या असणार याची मला खात्री होती. एलेन अगदी पहिल्यापासून खाण्यापिण्याच्या बाबतीत आकांडतांडव करत असे. मोठेपणी ती स्वत:ला लागणारा चहा, सॅलडवर घालण्याचे सॉस, व्हिटॅमिनच्या गोळ्या वगैरे सर्वकाही नीट पॅक करून स्वत:बरोबर सगळीकडे घेऊन जात असे.

"नाही. मी त्यांना होकार दिला नाही. मी विचार करीन एवढंच सांगितलं."

"विचार करीन? तू चेष्टा तर करत नाहीस ना जॅक? तुला नोकरीवर जायचं आहेच की. तुलाही ते माहिती आहे." एलेन माझ्याकडे रोखून पाहात माझी तपासणी केल्याप्रमाणे म्हणाली, "तू वैफल्यग्रस्त आहेस."

"नाही."

"तू ह्यामधला थोडासा चहा घे बरं. तू कॉफी पितोस ते चांगलं नाही."

"चहामध्ये कॉफीपेक्षा जास्त कॅफीन असतं."

"जॅक. तुला परत कामावर जायलाच हवंय."

"मला ते माहीत आहे."

"आणि जर हे काम सल्लागाराचं असेल तर... ते अगदी योग्यच नाही का? त्यामुळे तुझ्या सगळ्याच समस्या सुटतील."

"कोण जाणे... मला कल्पना नाही."

"खरंच? तुला कशाची कल्पना नाही?"

"मला जे काही कळलंय ते पूर्ण नाही असं मला वाटतं. जर झायमॉस कंपनीला काही अडचणी येत असल्या तर मग ज्युलिआनं मला त्याबद्दल काहीच कसं सांगितलं नाही?"

एलेनने मान हलवली, "ती अलीकडे तुला काहीच सांगत नाही म्हणा." ती माझ्याकडे रोखून पाहत पुढे म्हणाली, "हं तर तू हे काम सरळसरळ स्वीकारत का नाहीस?"

"मला शहानिशा केली पाहिजे."

"जॅक शहानिशा कशाची करणार?" एलेनचा स्वर चमत्कारिक होता. मला काहीतरी मानसिक समस्या आहे अशा तऱ्हेने ती माझ्याशी बोलत होती. आम्ही काही मिनिटंच एकमेकांच्या सहवासात होतो. एवढ्यात माझी मोठी बहीण माझ्यावर कुरघोडी करण्याचा प्रयत्न करत होती. जणू काही मी अजून लहान पोरगा आहे असा तिचा अविर्भाव होता.

मी उठून उभा राहिलो, "एलेन आता मी सांगतो ते ऐक. मी ह्या व्यवसायात अनेक वर्षे आहे. त्यात काय काय चालतं हे मला नीट माहिती आहे. डॉनने मला बोलावण्यामागे दोन कारणं असू शकतात. पहिलं कारण

म्हणजे कंपनी खरोखरंच गाळात रुतली आहे. मी त्यांना मदत करू शकतो असं त्यांना वाटत असावं."

"तसंच तो म्हणाला ना?"

"होय. ते बरोबर आहे. पण दुसरी शक्यता अशी आहे की त्यांनी झायमॉसमध्ये अगोदरच एवढा विचका केलेला आहे की आता तो सुधारणं शक्यच होणार नाही आणि हे त्यांना चांगलं माहिती असावं."

"म्हणून ते ठपका ठेवण्यासाठी कोणाचा तरी शोध घेत आहेत की काय?"

"होय. त्यांना बळीचा बकरा हवा आहे."

एलेनच्या कपाळावर आठ्या दिसू लागल्या. ती विचार करत होती, "तुला खरंच तसं वाटत जॅक?"

"मला माहिती नाही. माझा मुद्दा तोच तर होता. मला खरं कारण शोधून काढलं पाहिजे."

"ते तू कसं करणार?"

"काही जणांना फोन करून किंवा कदाचित मी फॅब इमारतीला अचानक भेट देऊन माहिती काढू शकेन."

"उत्तम. हे ठीक वाटतंय मला."

"तुझी मान्यता मिळाली याचा मला आनंद वाटतोय." मी प्रयत्न करूनही माझ्या स्वरामधला वैताग लपवू शकलो नाही.

"जॅक मला तुझी काळजी वाटते. बस्स." मला जवळ घेत एलेन म्हणाली.

"मला त्याबद्दल कृतज्ञता आहे. पण तुझी मला मदत होत नाहीये."

"ओके. तुला मदत होण्यासाठी मी काय करू ते सांग."

"मी काही फोन करतो तोपर्यंत मुलांकडे पाहा."

मी अगोदर रिकी मोर्सला फोन करायचा विचार केला. त्याचे माझे खूप जुने संबंध होते. झायमॉसमध्ये काय चाललं आहे हे तो मला सहज सांगू शकत होता. अडचण फक्त एवढीच होती की रिकी सिलीकॉन व्हॅलीत काम करत होता. त्याला फॅब इमारतीत काय चाललं आहे हे माहिती असण्याची शक्यता कमी होती. पण प्रयत्न करून पाहायला काही हरकत नव्हती.

मी रिकीच्या ऑफिसात फोन केला. पण तेथील रिसेप्शनिस्ट म्हणाली, "माफ करा. पण मि. मोर्स आता ऑफिसात नाहीत."

"परत कधी येतील?"

"मला खरोखरच कल्पना नाही. तुम्हाला व्हॉईस मेल वापरायची आहे का?"

मी रिकीसाठी निरोप ठेवला. मग मी त्याच्या घरी फोन केला. फोन त्याची बायको मेरीनं घेतला. मेरी फ्रेंच इतिहासावर पी.एच.डी. करत होती. हातात मुलाला खेळवत ती अभ्यास करते आहे असं चित्र माझ्या नजरेसमोर आलं.

"मेरी कशी आहेस तू?"

"मी उत्तम आहे."

"बाळ कसं आहे? बाळाला डायपरमुळे येणाऱ्या पुरळांचा त्रास होत नाही हे ऐकून मला तुमचा मत्सर वाटला." मी स्वरामध्ये सहजपणा आणण्याचा प्रयत्न केला.

मेरी हसली, "बाळ छान आहे आणि तशी फार काही समस्या नाही. पण रिकी फारसा घरी नसतो मदतीसाठी."

"मला खरं तर रिकीच हवा आहे. घरी आहे का?"

"नाही जॅक. तो गेला आठवडाभर घरी नाही. तो नेवाडात फॅब प्लँटवर कामासाठी गेलाय."

"होय. खरंच की, रिकीनं तसं सांगितल्याचं मला आत्ता आठवतंय."

"तू तिकडे प्लँटकडे गेलास होतास का?" मेरी म्हणाली, मला तिच्या स्वरामध्ये लपलेला अस्वस्थपणा जाणवत होता.

"नाही. मी गेलो नाही. पण—"

"ज्युलिआही बराच वेळ तिकडे असते ना? ती काय म्हणतेय...?" मेरीच्या स्वरात निश्चित काळजी डोकावत होती.

"हं...तसं फार काही नाही. मी ऐकलंय की त्यांनी नवीन तंत्रज्ञान तयार केलंय आणि त्याची काहीतरी भानगड झालीय. पण का बरं?"

मेरी क्षणभर गप्प बसली, "कदाचित मी कल्पना करत असेन. पण..."

"काय कल्पना?"

"हं... काही वेळा रिकीचा फोन आला की मला त्यात काहीतरी चमत्कारिकपणा जाणवतो."

"म्हणजे कसा?"

"तो खूप कामात आहे आणि त्याचा ताण त्याच्यावर आहे याची मला जाणीव आहे. पण काहीकाही वेळा तो जे काही बोलतो ते मला अजिबात समजत नाही. तसंच तो अनेकदा टाळाटाळ करतो. मला वाटतंय की तो काहीतरी लपवण्याचा प्रयत्न करत असावा."

“काहीतरी लपवण्याचा म्हणजे...”

मेरी स्वत:वरच नाखूष असल्याप्रमाणे हसली, “मला एकदा वाटलं की तो बाहेर प्रेमात गुंतला असावा. तुला ती बाई माहिती आहेच. मे चँग. ती सुद्धा तिकडंच गेलेली आहे. त्याला मी नेहमीच आवडायची. ती खरोखरच फार सुंदर आहे ना?”

मे चँग माझ्याच विभागात मिडियाट्रॉनिक्समध्ये काम करत असे. मी म्हणालो, “ती फॅब प्लँटवर गेली आहे हे मला माहिती नव्हतं.”

“होय. तुझ्या विभागात काम करणारे अनेकजण सध्या तिकडंच गेलेले आहेत.”

“हं... पण मला वाटत नाही की रिकी प्रेमात पडला असावा. मेरी तो असा लफडं करणारा नाही आणि मे सुद्धा तशी नाही.”

“अशा साध्या वाटणाऱ्या बायकांवरच नीट लक्ष ठेवावं लागतं.” मेरी बहुदा मे चँगला उद्देशून बोलत होती. मी अजून बाळाला पाजते आहे. म्हणून अजून माझं वजन कमी झालेलं नाही. म्हणजे असं बघ. माझ्या मांड्या अजून एखाद्या बैलासारख्या पुष्ट आहेत.”

“पण त्यामुळे काही फरक पडेल असं मला...”

“मी चालताना तर त्या एकमेकांवर चक्क घासतात...”

“मेरी मला खात्री आहे की—”

“जॅक. ज्युलिआ कशी आहे? तिचं वागणं चमत्कारिक वाटत नाही ना?”

“नेहमीपेक्षा जास्त चमत्कारिक नाही.” मी विनोद करण्याचा प्रयत्न केला. पण हे म्हणताना मला वाईट वाटत होतं. इतके दिवस मला वाटत होतं की मलाच त्रास होतोय. पण आता मेरीचं बोलणं ऐकल्यावर तिलाही अडचणी आहेत हे कळलं. पण मी गप्प बसायचं ठरवलं. मी तिला माझी शंका बोलून दाखवणार नव्हतो. “ज्युलिआ सध्या प्रचंड काम करते आहे. कधीतरी मात्र थोडीफार विचित्र वागते खरी.”

“ती कधी काळा ढग असं काही म्हणते का?”

“अं...नाही.”

“किंवा नवीन जग असं काही? नव्या जगाच्या नव्या घडीचा जन्म होण्याच्या वेळी हजर असणं वगैरे...?”

मला हे बोलणं खरोखरच एखाद्या कटाचा भाग असल्यासारखं वाटलं. काही लोकांना नाही का रॉकफेलर मंडळी जग चालवतात किंवा **‘ट्रायलॅटरल कमिशन’** अस्तित्त्वात असल्याने काळजी वाटते.

“ती कधी काळा अंगरखा असं काही म्हणते का?”

मी एकदम ते शब्द ऐकून गार झालो. माझ्या हालचाली मंदावल्या, "काय म्हणालीस?"

"एका रात्री रिकी मला काळ्या अंगरख्याने झाकलं वगैरे असं काहीतरी सांगत होता. खूप रात्र झाली होती आणि तो बराच दमलेला होता. तो बरळल्यासारखा बोलत होता थोडासा."

"तो त्या काळ्या अंगरख्याबद्दल काय सांगत होता?"

"काहीही नाही. फक्त तेवढंच म्हणाला" मेरी क्षणभर थांबली, "जॅक. तिकडे ते लोक ड्रग तर घेत नसावेत ना?"

"मला माहिती नाही."

"म्हणजे बघ. तिकडं सतत कामाचा ताण आहे. त्यांना दिवसरात्र काम करावं लागत असल्याने ते नीटसे झोपही घेत नाहीत. म्हणून मला वाटलं की ते ड्रग घेतात की काय."

"मी रिकीला फोन करतो."

मेरीनं दिलेला सेलफोन नंबर मी लिहून घेतला. मी फोन करणार होतो. एवढ्यात दार उघडल्याचा आवाज आला. एरिक धाड्कन आत येत म्हणाला, "मॉम...तुझ्या गाडीत बाजूला बसलेला माणूस कोण होता?"

मी उठून खिडकीपाशी जाऊन बाहेर नजर टाकली. ज्युलिआची बी.एम.डब्ल्यू. कन्व्हर्टिबल गाडी उभी होती. त्याचे छत खाली घेतलेलं होतं. मी वेळ पाहिली. दुपारचे साडेचार वाजले होते.

मला ज्युलिआने एरिकला जवळ घेतलेलं दिसलं. ती त्याला म्हणत होती, "एरिक, तुला विंडशील्डवर सूर्यकिरण पडल्याने तसा भास झाला असेल. गाडीत कोणीही नाही."

"आहे. मी पाहिलंय त्याला."

"अस्सं?" ज्युलिआने बाहेरचे दार उघडले, "जा. स्वत:च जाऊन पाहा."

एरिक बाहेर गेला. ज्युलिआने माझ्याकडे पाहून स्मितहास्य केले, "त्याला वाटतंय की गाडीत कोणीतरी आहे."

एरिकने परत आत येऊन खांदे उडवले, "हं...नाही कोणी..."

"होय. तेच तर मी म्हणाले," ज्युलिआ माझ्या दिशेने आली, "एलेन आली का?"

"आत्ताच आलीय."

"झकास. मी जरा शॉवर घेऊन येते. मग आपण बोलू. आपण आज थोडी वाईन काढू या. बरं. जेवणासाठी काय बेत करावा असं तुला वाटतं."

"मी स्टीक तयार करून ठेवलंय."

"फारच छान. उत्तम!"

आणि मग अत्यंत उत्साहात ती बाथरुमच्या दिशेनं गेली.

त्या दिवशीची संध्याकाळ उबदार होती. मी मागच्या अंगणात टेबल टाकले. त्यावर मी लाल चौकटीचा टेबलक्लॉथ टाकला होता. मी बार्बिक्यूवर स्टिक्स् खरपूस भाजून तयार केली. मी शेफचा खास एप्रन घातला होता. त्यावर 'शेफचा शब्द म्हणजे कायदा" अशी अक्षरे होती. त्या दिवशीचं आमचं जेवण एखाद्या नमुनेदार अमेरिकन घरातल्या जेवणाप्रमाणे होते.

ज्युलिआ खूपच सुंदर दिसत होती. ती सतत बोलत होती. तिचं सारं ध्यान माझ्या बहिणीकडे लागलेलं होतं. ती मुलं, त्यांची शाळा, घरात करायचे काही बदल याबद्दल बोलत होती. किचनमधल्या मागच्या खिडकीकडे बोट दाखवून ती म्हणाली, "ती खिडकी मला काढून टाकायची आहे. त्या जागी आपण फ्रेंच विंडो बसवून घेऊ."

ज्युलिआचा हा सगळा अविर्भाव पाहून मी चकित झालो होतो. मुलंही चकित नजरेने पाहात बसली. निकोल नाटकात जी मोठी भुमिका करणार आहे त्याचा आपल्याला अभिमान वाटतो असे ज्युलिआ म्हणाली.

"मॉम. माझी एक छोटी भुमिका आहे फक्त."

"नाही. तसं म्हणणं बरोबर नाही हनी."

"होय. मी फक्त दोनच वाक्ये बोलणार आहे."

"हे पाहा हनी, मला पक्की खात्री आहे की—"

"हा पाहा जॉन आलाच..." एरिक वेडावत म्हणाला.

"शटअप." निकोल म्हणाली.

"हा जॉन कोण आहे?"

"ते माझ्या नाटकातलं वाक्य आहे."

"हं...असो. हनी. तुझं काम झकास होणार याबद्दल मला खात्री आहे आणि आमच्या छोट्या एरिकचीही सॉकरमध्ये छान प्रगती चालू आहे बरं का. होय ना रे?"

"पुढच्या आठवड्यात मॅच आहे." एरिक दुर्मुखलेल्या चेहेऱ्याने म्हणाला.

ज्युलिआने त्याच्या एकाही मॅचला ह्या हंगामात हजेरी लावलेली नव्हती.

"एरिकच्या दृष्टीने खेळ फार महत्त्वाचा आहे." ज्युलिआ एलेनला उद्देशून सांगू लागली, "सांघिक खेळामुळं परस्परांमध्ये सहकार्याची भावना वाढते. विशेषत: मुलांना खेळाचा फार उपयोग होतो. त्यांच्यामध्ये त्यामुळे स्पर्धात्मक वृत्ती निर्माण व्हायला मदत होते."

त्या दिवशी संध्याकाळी ज्युलिआने छोटीला भरवण्याचे काम मुद्दाम स्वत:कडं घेतलं होतं. तिची खुर्ची तिनं आपल्या शेजारी ठेवली होती. पण अमान्डाला प्रत्येकवेळी जेवताना विमानाचा खेळ करणं आवडत होतं. कोणीतरी आपल्या दिशेने चमचा आणून विमानासारखा आवाज काढेल याची ती वाट पाहत होती. ज्युलिआ तसं करत नसल्यानं अमान्डानं तोंड घट्ट मिटून ठेवलं होतं. हा देखील आमच्या रोजच्या खेळाचाच एक भाग होता.

"मला वाटतं, तिला भूक नसावी." ज्युलिआ खांदे उडवत म्हणाली, "जॅक तिनं आत्ताच दूध प्यायलं होतं का?"

"नाही. ती जेवणानंतर पिते."

"मला ते माहिती आहे. मला म्हणायचंय की जेवायच्या अगोदर..."

"नाही." मी अमान्डाकडे नजर टाकली. "मी प्रयत्न करून पाहू का?"

"जरूर." ज्युलिआने माझ्या हातात चमचा सुपूर्त केला. मी आमचा नेहमीचा विमानाचा खेळ सुरू केला. ताबडतोब अमान्डानं तोंड उघडलं.

"जॅक मुलांची इतकी उत्तम काळजी घेतो... फारच उत्तम." ज्युलिआ एलेनला उद्देशून म्हणाली.

"मला वाटतं, पुरुषांनी घरातली कामं करणं हा एक त्यांच्या दृष्टीने चांगलाच अनुभव आहे." एलेन म्हणाली.

"होय. अगदी खरं आहे." माझ्या गुडघ्यावर हलकेच चापटी मारत ज्युलिआ म्हणाली, "जॅकची मला फार मदत होते... खरंच जॅक तू मला खूपच मदत करतोस."

ज्युलिआ फारच चमकदार आणि उठावदार बोलत होती. ती जरा जास्तच उत्साहानं सर्वकाही करत होती. तिच्या हालचाली व बोलणंही वेगवान होतं. ती एलेनवर छाप पाडण्यासाठी हे सारं करत होती हे उघड दिसत होतं. आपला आपल्या घरावर अद्याप पूर्ण ताबा आहे हे ती एलेनच्या मनावर बिंबवायला बघत होती. अर्थात एलेनला ते पटत मात्र नव्हतं हे नक्की. पण ज्युलिआच्या लक्षात ती गोष्ट अजिबातच आली नसल्याने ती उत्साहानं सांगतच होती.

खरोखरच ज्युलिआ ड्रग्ज घेते की काय असे मला वाटू लागलं. तिच्या

विचित्र वागणुकीचं ते कारण असू शकेल का? ती सध्या ॲम्फीटामाईन्स घेते की काय?

"आणि काम तर सध्या इतकं छान आहे की माझा त्यावर विश्वासच बसत नाही. झायमॉसमध्ये अक्षरश: नवीन क्रांतीकारी शोध लागत आहेत. ह्या शोधांकडं जग गेली दहा वर्षे लक्ष ठेवून आहे आणि आता ते प्रत्यक्षात उतरत आहेत."

"म्हणजे त्या काळ्या अंगरख्यासारखे की काय?" मी सहज खडा मारला.

ज्युलिआने डोळे मिचकावून माझ्याकडे पाहिले, "काय म्हणालास?"

मग तिने डोके हलवले "नाही, तू काय म्हणतोस ते कळलं नाही हनी."

"काळा अंगरखा. तू त्या दिवशी त्याबद्दलच काहीतरी म्हणाली नव्हतीस का?"

"नाही..." ज्युलिआने नकारार्थी मान हलवली, "तू काय म्हणतो आहेस ते माझ्या लक्षात येत नाहीये." मग ती एलेनकडे वळली, "असो, हे सगळं रेणूतंत्रज्ञान आपल्या अपेक्षेपेक्षा बाजारात येण्याचा वेग खूप कमी आहे खरा. पण अखेर ते तंत्रज्ञान आलंय हे महत्त्वाचं."

"तू फारच उत्साहात दिसते आहेस." एलेन म्हणाली.

"मी तर म्हणेन की त्यामध्ये फारच थ्रिल आहे." ज्युलिआ म्हणाली. मग तिनं आवाज थोडा कमी केला, "आणि आम्हाला त्यातून भरपूर मालही मिळणार आहे."

"ते छानच होईल म्हणा. पण मला वाटतं तुला हल्ली खूपच काम करावं लागतंय..."

"तसं फार नाही. एकूण पाहिलं तर फक्त मागचा एखादा आठवडा मात्र तसा होता हे खरं."

निकोलचे डोळे विस्फारले. एरिक खाता-खाता आपल्या आईकडे रोखून पाहू लागला. पण दोघं गप्प बसले होते. मी देखील यावर काही बोललो नाही.

"ही तात्पुरती अवस्था आहे." ज्युलिआ पुढे सांगतच होती, "प्रत्येक कंपनीला त्यातून जावंच लागतं."

"अर्थातच." एलेन म्हणाली.

आता सूर्यास्त होत आला होता. हवेत गारवा वाढला होता. मुले जेवण संपवून निघून गेली. मी टेबल साफ करू लागलो. एलेन मला मदत करत होती. ज्युलिआची वटवट चालूच होती. मग ती मध्येच म्हणाली, "माझं एक काम अर्धवट पडलंय. मला थोडा वेळ ऑफिसात जायला हवं."

आपल्याला हे ऐकून आश्चर्य वाटल्याचं एलेननं अजिबात दाखवलं नाही. ती फक्त म्हणाली, "जास्तीचं काम..."

"फक्त या संक्रमणाच्या अवस्थेपुरतंच." ज्युलिआ हे म्हणून माझ्याकडे वळली, "माझ्यासाठी किल्ला लढवण्याबद्दल आभार जॅक." मग दारात थांबून माझ्या दिशेने तिने एक उडतं चुंबन फेकले, "...जॅक...." हे म्हणून ती निघून गेली.

तिला जाताना पाहून एलेनच्या कपाळाला आठ्या पडल्या, "हे फार अचानक घडलं नाही?"

मी खांदे उडवले,

"ती मुलांचा निरोप घेऊन जाईल का?"

"बहुधा नाही."

"ती सरळ घराबाहेर पडेल म्हणतोस?"

"बरोबर."

एलेनने डोके हलवले, "जॅक तिचं काही लफडं आहे की नाही ते मला सांगता येत नाही. पण ती काय घेतीय सध्या?"

"माझ्या माहितीत तरी काही नाही."

"ती कसलं तरी ड्रग नक्की घेतीय. मी खात्रीनं सांगते. तिचं वजन कमी झालंय का?"

"होय. थोडंसं."

"आणि झोप खूप कमी झालीय. शिवाय उघडपणे तिचा वेग वाढलाय... असे अनेक उच्चपदस्थ अधिकारी ड्रग्ज घेतात."

"मला माहीत नाही."

एलेनने फक्त माझ्याकडे एक नजर टाकली.

मी रिकीला फोन करण्यासाठी माझ्या ऑफिसच्या खोलीत गेलो. तिथल्या खिडकीतून मी बाहेर पाहिले. ज्युलिआ मला गाडी मागे घेताना दिसली. मी तिला अच्छा करण्यासाठी हात हलवला. पण तिचं तिकडे लक्ष नव्हतं. ती मागे किंचित वळून पाहत गाडी रिव्हर्समध्ये घेत होती. मला वरच्या झाडांची सोनेरी प्रतिबिंब विंडशील्डमध्ये पडलेली दिसत होती. तिची गाडी रस्त्यापाशी गेली असताना अचानक तिच्या बाजूला कोणीतरी माणूस बसला असल्याचा भास झाला.

मला त्या माणसाचा चेहेरा नीट दिसला नाही. ज्युलिआमुळे तिच्या मागच्या बाजूला बसलेली त्या माणसाची आकृती झाकली गेली होती. पण ती कोणाशी

तरी बोलते आहे हे मात्र स्पष्ट कळलं. तिनं गिअर टाकून गाडीला वेग घेतला, त्यावेळी ती क्षणभर मागे रेलली असताना मला अगदी स्पष्ट दिसलं की तिच्याशेजारी कोणीतरी माणूस बसलेला आहे. प्रकाश त्याच्यामागून येत असल्याने मला चेहेरा नीट दिसला नाही. तो तिच्याकडे वळून पाहत काहीतरी बोलत असावा. तेवढ्या क्षणार्धात मी अंदाज केला की तो माणूस तरुण होता. कदाचित विशीतला तरुण असावा. अर्थात मला खात्री देता येत नव्हती. कारण मी अगदी क्षणभरच त्याला पाहिलं होतं.

गाडीनं वेग घेतला आणि ती रस्त्यावरून दिसेनाशी झाली.

मी बाहेर धावलो. मी रस्त्यापाशी जाऊन पोहोचलो तेवढ्यात ज्युलिआची गाडी सिग्नलपाशी थांबलेली मला दिसली. रस्त्यावरच्या पिवळ्या दिव्यांच्या प्रकाशात मला दिसलं की तिच्या बाजूची सीट रिकामी होती. मला एकदम सुटल्यासारखं वाटलं. त्याचवेळी आपण अशाप्रकारे रस्त्यात धावत येऊन पाहण्याचा मूर्खपणा केला हे जाणवलं. माझं मन मला चकवा देत होतं की काय? गाडीत कोणीही नव्हतं.

त्यानंतर ज्युलिआनं उजवीकडे वळण घेतलं आणि त्याक्षणी मला तो माणूस पुन्हा दिसला. तो ग्लोव्ह कंपार्टमेंटमधून काहीतरी काढत असावा. पुढच्याच क्षणी ज्युलिआची गाडी वेगानं निघून गेली. त्याचवेळी माझी सगळी निराशा एकदम उफाळून आली. मला हताश झाल्यासारखे वाटू लागले. माझ्या छातीत कळ आली. माझा श्वास कोंडला होता आणि मला चक्करही आल्यासारखं झालं.

गाडीत कोणीतरी माणूस होता.

पुढे काय करावं हे न कळून मी लडखडत्या पावलांनी परत आलो. मनात भावना उचंबळून आल्या होत्या.

''तुला पुढं काय करावं ते समजत नाही काय?'' एलेन म्हणाली, ''डिशवॉशरमध्ये जाऊ न शकणारी भांडी वगैरे आम्ही साफ करत होतो. एलेन धुतलेली भांडी वाळवत होती. मी धुण्याचे काम करत होतो. ''तू सरळ फोन उचल आणि तिला फोन कर.''

''ती गाडीत आहे.''

''गाडीत फोन आहे. फोन कर.''

''हं...हं...'' मी म्हणालो, ''मी हे कसं सांगायचं? ए, ज्युलिआ गाडीत

तुझ्याबरोबर कोण आहे? असं विचारू...?'' मी नकारार्थी मान हलवली.

''तिच्याशी बोलणं फार अवघड जाणार आहे.''

''असेल तसं. बरं मग?''

''ह्यातून नक्कीच घटस्फोट होणार. नक्की.''

एलेनने माझ्याकडे रोखून बघितले, ''तुला घटस्फोट नको आहे. होय ना?''

''नाहीच, नकोच आहे. मला माझं कुटुंब विस्कटायचं नाही.''

''ते शक्य नाही जॅक. तो निर्णय घेणं तुझ्या हातात उरलेलं नाही.''

''हे सगळंच मला निरर्थक वाटतंय.'' मी म्हणालो, ''म्हणजे मला असं म्हणायचंय की गाडीतला तो माणूस फार तरुण होता. अगदीच पोरसवदा वाटला मला तो.''

''बरं मग?''

''ज्युलिआला तशी आवड नाही.''

''तो माणूस वीस-तीस दरम्यान असेल म्हणतोस. तुला ज्युलिआबद्दल एवढी खात्री देता येईल?''

''आम्ही गेली तेरा वर्षे एकत्र राहतो आहोत.''

एलेननं हातातलं एक भांड जोरात टेबलावर आपटलं, ''जॅक हे सगळं स्वीकारणं फार कठीण आहे हे मलाही समजतंय.''

''होय. तसं आहेच.''

मी मनातल्या मनात सगळ्या घटनेची उजळणी केली. त्याचा चेहेरा आठवण्याचा प्रयत्न केला. पण मला काहीच निश्चित पाहिल्यासारखं आठवत नव्हतं. चेहेऱ्याच्या जागी मला फक्त गडद आकार दिसला होता. तो माणूस तिथं खरोखरच होता तर मग मला त्याच्या चेहेऱ्यामधला काहीच भाग कसा दिसला नव्हता. मी हे एलेनला सांगितले.

''त्यात आश्चर्य वाटण्यासारखं काहीच नाही.''

''नाही?''

''नाही. ह्याला नाकारण्याची प्रतिक्रिया म्हणतात. हे बघ जॅक. तू तुझ्या समक्ष पुरावा पाहिलेला आहेस. आता तरी त्यावर विश्वास ठेवावा असं तुला वाटत नाही?''

तिचं म्हणणे योग्य आहे हे मला कळत होतं. ''होय. आता विश्वास ठेवण्याची वेळ आली आहे खरी.''

फोन वाजत होता. माझे हात कोपरापर्यंत साबणाच्या फेसाने भरलेले होते. मी एलेनला फोन घेण्यास सांगितलं. पण तेवढ्यात मुलांनी तो अगोदरच

उचललेला होता. मी बार्बेक्यू ग्रील खरवडून साफ करण्याचं काम पूर्ण केलं आणि ते सुकवण्यासाठी एलेनच्या हातात ठेवलं.

"जॅक. तू आता तुला काय वाटतं ह्यापेक्षा परिस्थिती जशी आहे तशी स्वीकारायला हवी."

"तुझं म्हणणं योग्य आहे. मी तिला फोन करतो."

त्याचक्षणी निकोल किचनमध्ये आली. तिचा चेहेरा पांढराफटक पडलेला दिसत होता, "डॅड, पोलिसांचा फोन आहे. त्यांना तुमच्याशी बोलायचं आहे."

❑

पाचवा दिवस
रात्री ९ वाजून १० मिनिटे

ज्युलिआची गाडी घरापासून काही मैल गेल्यानंतर रस्ता सोडून बाजूच्या घळीत पन्नास फूट खाली कोसळली होती. ज्युनिपरच्या झुडपांतून घसरत जात ती खाली पन्नास फूट खाली कोसळली होती. ज्युनिपरच्या झुडपांमधून घसरत जात ती खाली पडून उलटी झाली असणार. कारण चाके वर असलेल्या अवस्थेत ती आत्ता होती. मला फक्त गाडीचा खालचा भाग दिसत होता. सूर्यास्त झाल्यानं आता घळीमध्ये अंधार झालेला होता. रस्त्यावर उभ्या असलेल्या तिन्ही ॲम्ब्युलन्सचे दिवे झगझगत होते. बचाव पथकाचे लोक रॅपलिंग करत दोरांवरून खाली जात होते. पोर्टेबल फ्लडलाईटची व्यवस्था झालेली होती. त्यामुळे अपघाताच्या जागी निळा प्रकाश पडला होता. आजूबाजूला सगळीकडून मला रेडिओवर बोलण्याचे आवाज़ ऐकू येत होते.

एका मोटारसायकलवाल्या पोलीस अधिकाऱ्यासमवेत मी रस्त्यावर उभा होतो. मी खाली जायचे आहे असे सांगितले होते. पण मला नकार मिळाला होता. मला रस्त्यावरच थांबणे भाग पडलं होतं. रेडिओवरचे संभाषण ऐकून मी विचारले, ‘‘तिला काही इजा तर झाली नाही ना?’’

‘‘एक मिनिटभरात आपल्याला समजेल.’’ पोलीस अधिकारी शांत होता.

‘‘त्या दुसऱ्या माणसाचं काय?’’

‘‘एक मिनिट –’’ तो म्हणाला. त्याच्या हेल्मेटमध्ये हेडसेट असणार. कारण त्यानं सरळ बोलण्यास सुरुवात केली. तो हलक्या आवाजात सांकेतिक भाषेत बोलत होता. मला काही शब्द ऐकू आले - ‘‘.... सात तीन नऊसाठी नवीन माहिती, चार शून्य दोन ...’’

मी घळीच्या काठापाशी उभा राहून खालचं दृश्य पाहण्याचा प्रयत्न करू लागलो. आता बचाव पथकाचे लोक गाडीपाशी पोहोचले होते. काहीजण मागच्या बाजूला गेलेले दिसले. मला त्यावेळी फार काळ लोटला आहे असं वाटत होतं.

एक पोलीस म्हणाला, ‘‘तुमची बायको बेशुद्ध आहे ... पण ती जागच्याजागी आहे, कारण तिने सीटबेल्ट लावलेला होता. ती ठीक असावी असं दिसतंय. तिच्या कण्याला काहीही इजा झालेली नाही. पण तिचा हात मोडलेला आहे

असं दिसतंय.''

''पण ती तशी ठीक आहे ना?''

''त्यांना तसं वाटतंय.'' मग तो काही क्षण गप्प बसून रेडिओवरचे बोलणं ऐकत होता. ''होय. माझ्याजवळ इथं तिचा नवरा आहे. तेव्हा ..आठ, सात.'' नंतर तो मला उद्देशून म्हणाला, ''तिला वर आणलं जातंय. शरीरात रक्तस्राव वगैरे नाही ना ते तपासून पाहावं लागेल. तिला हॉस्पिटलमध्ये नेतील. शिवाय हात मोडलेला आहेच. पण एकंदरीत ती ठीक आहे. तिला आता स्ट्रेचरवर ठेवण्यात येत आहे.''

''थँक गॉड.''

पोलिसानं मान हलवली, ''रस्त्याचा हा भाग फारच वाईट आहे.''

''इथं या अगोदर अपघात घडलेला आहे?''

''दोन-चार महिन्यांनी होतोच. पण बहुतेक वेळा एवढं सुदैव नसतं.''

मी सेलफोन उघडून एलेनला फोन केला. मुलांना काय झालं आहे हे स्पष्ट करून सांगायला मी तिला सांगितलं. ''मॉम व्यवस्थित आहे आणि काळजी करण्यासारखं काही नाही. विशेषतः हे निकोलला सांग.''

''मी मुलांकडे पाहते.'' एलेनने मला भरोसा दिला.

मी फोन बंद केला आणि पुन्हा त्या पोलिसाकडे वळलो, ''त्या दुसऱ्या माणसाचं काय झालं?''

''गाडीत ती एकटीच आहे.''

''नाही. गाडीत आणखी एक जण होता.''

तो हेडसेटमध्ये उद्देशून काहीतरी बोलला. मग मला म्हणाला, ''नाही. ते म्हणत आहेत की ती गाडीत एकटी होती. इतर कोणी असल्याची कोणतीही खूण दिसत नाही.''

''कदाचित तो बाहेर फेकला गेला असेल.''

''ते आता तुमच्या बायकोशी बोलत आहेत .... ती म्हणतेय की ती गाडीत एकटीच होती.''

''तुम्ही चेष्टा तर करत नाही ना?''

त्यानं माझ्याकडं पाहून खांदे उडवले, ''ती तर हेच म्हणाली.'' झगझगत्या लाल दिव्यांच्या प्रकाशात मला त्याच्या चेहऱ्यावरचे भाव नीट दिसले नाहीत. पण त्याचा स्वर असा होता की 'आपल्या बायकोबद्दल माहिती नसणारा हा आणखी एक.' मी मान वळवली आणि खाली वाकून पाहिलं.

बचाव पथकाच्या एका वाहनामधून बाहेर काढलेल्या लोखंडी हाताला जोडलेल्या कप्प्यांमधून एक केबल खाली सोडली जात होती. फार तीव्र उतार

असल्याने प्रयत्नपूर्वक पाय रोवत कर्मचारी केबलला स्ट्रेचर जोडत होते. मला ज्युलिआ दिसू शकत नव्हती. तिला चंदेरी रंगाच्या ब्लँकेटमध्ये गुंडाळलेले होते. हळूहळू ज्युलिआचं स्ट्रेचर वर येऊ लागलं.

पोलीस मला म्हणाला, "ते ड्रग्ज आणि औषधांबद्दल विचारत आहेत. तुमची बायको काही ड्रग्ज वगैरे घेत होती का?"

"नाही. माझ्या माहितीत तरी नाही."

"दारूचं काय? पीत होती का ती?"

"रात्रीच्या जेवणाच्यावेळी वाईनचा एखादा-दुसरा ग्लास."

तो पोलीस वळला आणि अंधाराच्या दिशेने पाहत काहीतरी बोलला. मग काही वेळाने मला त्याचं बोलणं ऐकू आलं, "होय. नक्की."

स्ट्रेचर केबलबरोबर वर येताना हळूहळू फिरत होतं. एका माणसाने पुढे होऊन ते स्थिर केलं. मला अजूनही ज्युलिआ दिसत नव्हती. अखेर स्ट्रेचर पूर्णपणे वर आल्यानंतर एकानं पुढं होऊन ते केबलपासून सुटं करून घेतलं. मला आता ज्युलिआ दिसली. तिचा डावा गाल काळनिळा झालेला होता. तिच्या अंगावरही सूज दिसत होती. अत्यंत कष्टाने श्वास घेत ती स्ट्रेचरवर पडून होती. मी बाजूनं चालत होतो. तिचं माझ्याकडे लक्ष गेलं.

"जॅक ..." तिने हसण्याचा प्रयत्न केला.

"ठीक आहे ... पडून राहा."

ती किंचित खोकली, "जॅक. हा एक अपघात होता."

वैद्यकीय मदतनीस मोटारसायकल जवळून जात होते. ते कुठे जात आहेत हे पाहत मी म्हणालो, "अर्थातच."

"जॅक तुला वाटतंय तसं नाही."

"कशाबद्दल ज्युलिआ?"

ज्युलिआचा आवाज वरखाली होत होता. ती किंचित बरळल्याप्रमाणे बोलत माझा हात धरत म्हणाली, "तू कसला विचार करतो आहेस ते मला माहिती आहे. जॅक, तू ह्या सगळ्यात गुंतणार नाहीस असं वचन मला दे."

मी काहीही उत्तर न देता तिच्या बाजूनं चालत राहिलो.

ज्युलिआनं माझा हात पुन्हा जोरात दाबला, "तू ह्या सगळ्याच्या बाहेर राहशील असं वचन मला हवंय."

"दिलं."

ज्युलिआला थोडं हायसं वाटलं असावं. तिनं माझा हात सोडून दिला. "ह्याच्याशी आपल्या कुटुंबाचा काहीही संबंध नाही. मुलांना काही होणार नाही. तुलाही काही होणार नाही. जॅक, फक्त ह्यात पडू नकोस. ओके?"

"ओके?" मी तिला बरं वाटावं म्हणून होकार दिला.

"जॅक?"

"बोल हनी. मी इथंच आहे."

आता आम्ही जवळ उभ्या असणाऱ्या ॲम्ब्युलन्सपाशी आलो होतो. ॲम्ब्युलन्सची दारं उघडली. मदतनीसांपैकी एकजण म्हणाला, "तुम्ही नातेवाईक आहात का?"

"होय. मी तिचा नवरा आहे."

"तुम्हाला बरोबर यायचं आहे."

"होय."

"आत बसा."

मी आत बसलो. दारे लावून घेतल्यावर सायरन वाजवत ॲम्ब्युलन्स सुरू झाली. आतल्या दोघा वैद्यकीय मदतनीसांनी मला बाजूला करून लगेच तिच्यावर उपचार करायला सुरवात केली. एकाने सलाईन सुरू केलं. त्यांना तिच्या रक्तदाबाची काळजी वाटत होती. कारण रक्तदाब सतत खाली येत होता. मला ज्युलिआ नीट दिसू शकत नव्हती. मला फक्त तिचं पुटपुटणे ऐकू येत होतं. मी पुढे सरकण्याचा प्रयत्न केला.

"सर. तुमच्या बायकोला इजा झालेली आहे. आम्हाला आमचे काम करू द्या." एक मदतनीस मला मागे ढकलत म्हणाला.

उरलेल्या प्रवासात मी हँडल पकडून छोट्या सीटवर बसून राहिलो. रस्ता वळणांचा असल्याने मला सतत आधार घ्यावा लागत होता. ज्युलिआ आता निश्चित बरळत होती. तिच्या बरळण्यात अनेक निरर्थक शब्द होते. "काळे ढग", "पण आता मात्र काळे नाहीत" अशा प्रकारचे ती काहीतरी बडबडत होती. मग ती 'पोरवयातील बंड' असे काहीतरी बोलून त्यावर बडबडत होती. मध्येच तिने अमान्डा आणि एरिकचे नाव घेऊन ते नीट आहेत ना हे विचारलं. ती प्रक्षुब्ध झाली होती. मदतनीस सतत तिला धीर देत होते. अखेर ती पुन्हा:पुन्हा 'मी काहीही चूक केलेली नाही. मला चूक करायची नव्हती' हे वाक्य म्हणत होती.

तिचं बोलणं ऐकून त्यावेळी मी काळजी करण्याखेरीज काही करू शकत नव्हतो.

ज्युलिआची तपासणी पूर्ण झाल्यानंतर अगोदर वाटलं होतं त्यापेक्षा तिच्या जखमांचं स्वरूप गंभीर असल्याचे दिसू लागलं. कंबरेचे हाड मोडणे, पाठीच्या

कण्याला इजा होणे, मणका मोडणे वगैरे अनेक शक्यता अजून तपासून पाहायच्या होत्या. डावा हात दोन ठिकाणी मोडलेला असल्याने त्याला जोड देण्याची गरज होती. अत्यंत काळजी घेत त्या लोकांनी तिला विशेष दक्षता विभागात दाखल केले. ज्युलिआ शुद्धीवर होती. मधूनमधून माझ्याशी नजरानजर झाल्यावर ती स्मित करत होती. पण काही वेळाने मात्र ती झोपी गेली. डॉक्टर म्हणाले की मी तिथं बसून काहीही उपयोग होण्यासारखा नव्हता. कदाचित तिला तीन ते सात दिवस हॉस्पिटलमध्ये राहावे लागेल असे ते म्हणाले. मी मध्यरात्रीच्या सुमारास हॉस्पिटलमधून निघालो.

माझी गाडी अपघाताच्या जागी होती. मी तिथं जाण्यासाठी टॅक्सी केली. त्या रात्री चांगला गारठा होता. पोलिसांच्या गाड्या व ॲम्ब्युलन्स वगैरे सर्व गाड्या तेथून निघून गेल्या होत्या. एक मोठी क्रेन तिथे होती. ज्युलिआची गाडी वर ओढून आणली जात होती. एक हडकुळा माणूस सिगारेट ओढत क्रेन चालवत होता.

''बघण्यासारखं काहीच नाही.'' तो मला म्हणाला, ''सर्वजण हॉस्पिटलकडे गेलेत.'' ही माझ्या बायकोची गाडी आहे हे मी त्याला सांगितले.

''गाडी चालवता येत नसणार.'' त्यानं माझ्याकडे विम्याचे कार्ड मागितले. मी ते पाकिटातून काढून त्याच्या हातात ठेवले, ''तुमची बायको सुखरूप आहे असं मी ऐकलं.''

''अजून तरी आहे.''

''तुम्ही सुदैवी आहात.'' मग त्यानं रस्त्याच्या दिशेने अंगठा उडवला, ''ते लोकही तुमच्याबरोबर आलेत का?''

मी रस्त्याकडे नजर टाकली. तिथे एक पांढरी व्हॅन पार्क केलेली दिसली. त्या व्हॅनवर काहीही लिहिलेले नव्हतं. पण पुढच्या दारावर खालच्या बाजूला काळ्या अक्षरात एक क्रमांक आणि एस.एस.व्ही.टी. पथक ही अक्षरे दिसली.

''नाही. माझ्याबरोबर ती आलेली नाही.''

''गेला. एक तास ती व्हॅन तिथंच आहे. आतले लोक तसेच बसून आहेत.''

मला व्हॅनच्या आतलं काहीच दिसू शकलं नाही. कारण पुढच्या खिडक्या गडद रंगाच्या होत्या. मी त्या व्हॅनच्या दिशेने निघालो. मला रेडिओवरच्या संभाषणाचा आवाज आला. मी व्हॅनपासून दहा फूट अंतरावर असताना दिवे लागले. इंजिन सुरू झालं आणि रोरावत गाडी माझ्याजवळून सुसाट वेगाने निघून गेली.

ती जात असताना मला ड्रायव्हरची एक क्षणार्धापुरती झलक दिसली.

त्यानं कसल्यातरी चकचकीत रंगाचा सूट घातला होता. त्याच्या डोक्यावरही तसलंच चकचकीत रंगाचे घट्ट आवरण होतं. मला त्याच्या मानेपाशी गॅस मास्कच्या नळीप्रमाणे एक नळी चमत्कारिकपणे लोंबकळताना दिसली. ही नळीही चंदेरी रंगाची होती. पण मला जे पाहिले त्याबद्दल खात्रीपूर्वक सांगता आले नसतं.

व्हॅन निघून जात असताना मला मागच्या बाजूला लावलेले दोन हिरवे स्टिकर्स दिसले. ते एक्स या इंग्रजी अक्षरांचे होते. हे तर झायमॉस कंपनीचे बोधचिन्ह होते. पण त्यापेक्षाही महत्त्वाचे म्हणजे माझे लक्ष त्या व्हॅनच्या नंबर प्लेटनं वेधून घेतले होते. कारण ती नेवाडाची होती.

म्हणजे ती व्हॅन नेवाडामधल्या फॅब प्लँटवरून तिथं आलेली होती. पण का? मी विचारात पडलो. मी आता फॅब प्लँटला भेट देणे गरजेचं आहे हे लक्षात येत होते.

मी सेलफोन बाहेर काढला आणि टिम बर्गमनला फोन केला. मी सल्लागार म्हणून काम करायला तयार आहे हे मी त्याला सांगितलं.

"झकास." टिम म्हणाला, "डॉन, नक्कीच खूष होईल."

"उत्तम" मी म्हणालो, "हं. मला लवकरात लवकर काम कधी सुरू करता येईल?"

❑

वाळवंट

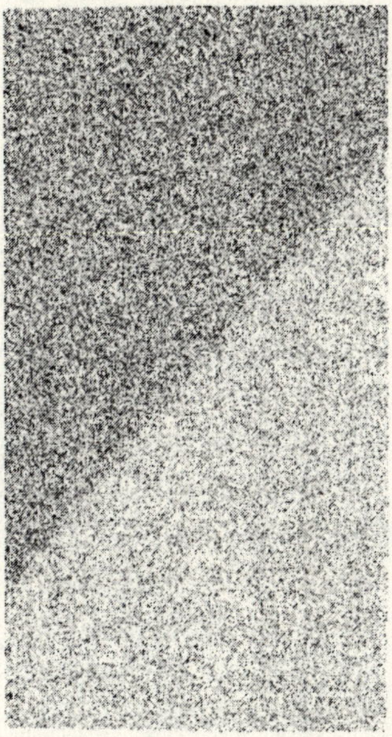

सहावा दिवस
सकाळी ७ वाजून १२ मिनिटे

हेलिकॉप्टरच्या हादऱ्यांमुळे मला थोडा वेळ डुलकी लागली असणार. मी जागा झालो आणि जांभई दिली. मला माझ्या हेडफोनमध्ये हेलिकॉप्टरमधल्या लोकांचं संभाषण ऐकू येत होतं.

"हं ... नेमकी समस्या काय आहे?" कोणीतरी गुरगुरत म्हणाला.

"ह्या प्लँटमधून काही पदार्थ बाहेरच्या वातावरणात सोडण्यात आले होते म्हणे. तो एक अपघात होता आणि आता प्लँटच्या जवळ काही प्राणी मरून पडलेले असल्याचं दिसतं." हा आवाज समजूतदार आणि व्यवस्थित माणसाचा असावा.

"कोणाला सापडले ते प्राणी?" गुरगुऱ्या माणूस म्हणाला.

"काही वाचाळ पर्यावरणवादी माणसांना. त्यांनी मनाई असण्याच्या सूचनांकडे दुर्लक्ष करून प्लँटच्या जवळ घुसून पाहणी केली. त्यांनी कंपनीविरूद्ध तक्रार केली आहे आणि आता त्यांना प्लँटची तपासणी करायची आहे म्हणे."

"आपण ते करू देणार नाही."

"नाही. नाहीच."

"आपण हे सारं कसं हाताळायचं आहे आता?" एकजण म्हणाला. त्याच्या आवाजात आत्मविश्वासाचा अभाव होता.

"माझं मत आहे की आपण आता बाहेर टाकल्या जाणाऱ्या पदार्थांचं प्रमाण कमीत-कमी ठेवावं. नंतर त्याचा पर्यावरणावर काहीही वाईट परिणाम होत नाही हे दाखवणारी माहिती प्रसिद्धीस द्यायची." समजूतदार माणूस म्हणाला.

"हॅट! मी तसे कधीच करणार नाही." गुरगुऱ्या माणूस म्हणाला, "आपण सगळं सरळसरळ नाकारणं जास्त उत्तम. काहीही बाहेर सोडण्यात आलं नव्हतं. म्हणजे तसा पुरावा कुठं उपलब्ध आहे?"

"हं ... मेलेले प्राणी आहेत. **एक कोयोट,** काही वाळवंटी उंदीर. कदाचित काही पक्षी ..."

"होय – पण निसर्गात प्राणी नेहमीच मरत असतात. तुम्हाला ते **कत्तल झालेल्या गाईचं** प्रकरण आठवतंय का? उडत्या तबकड्यांमधून आलेल्या

परग्रहवासींनी गाईंची कत्तल केली होती म्हणे. नंतर हे सिद्ध झाले की मृत्यूचं कारण नैसर्गिकच होतं. मेलेल्या जनावरांच्या शरीरात साचणाऱ्या वायूच्या दाबामुळे त्यांची शरीरे चिरल्याप्रमाणे फुटत होती. हे आठवतंय का?''

''साधारण आठवतंय.''

आत्मविश्वासाचा अभाव असणारा आवाज, ''मला आपण सरळसरळ नाकारू शकू की नाही याबद्दल खात्री वाटत नाही—''

''××× होय. फक्त सगळं उडवून लावायचं.''

''काही फोटो नाहीत ना? मला वाटतं त्या पर्यावरणवाद्यांनी काही फोटो काढले होते.''

''असतील. त्याची कशाला फिकीर करायची? त्यात काय दिसेल. मेलेला कोयोट. बस्स आणखी काय? एखादा कोयोट मेला म्हणून कोणी काही म्हणणार नाही. माझ्या म्हणण्यावर विश्वास ठेवा... पायलट? पायलट... आपण नेमके कुठं आहोत?''

मी डोळे उघडले. मी पायलटच्या बाजूच्या सीटवर पुढे बसलो होतो. हेलिकॉप्टर पूर्वेकडं जात होतं. समोर सूर्याचा सकाळचा मंद प्रकाश होता. खालच्या बाजूला मला दिसणारा भाग बराचसा सपाट होता. त्यावर निवडुंग आणि ज्युनिपरच्या झुडपांचे पुंजके दिसत होते. अधूनमधून खुरटलेली जोशुआची झाडे दिसत होती. पायलट विजेच्या तारांच्या बाजूने हेलिकॉप्टर नेत होता. त्या तारांचे मनोरे भराभरा मागे पडत होते. हे मनोरे हात फैलावून उभ्या असणाऱ्या सैनिकांप्रमाणे वाटत होते. त्या अजस्त्र लोखंडी मनोऱ्यांच्या लांबच-लांब सावल्या पसरलेल्या दिसत होत्या.

एक दणकट बांध्याचा माणूस मागच्या सीटवरून पुढे झुकला. त्याने सूट आणि टाय असा पोशाख केलेला होता. ''पायलट. आपण पोहोचलो की नाही अजून?''

''आपण आत्ताच नेवाडाची सीमारेषा ओलांडली. अजून दहा मिनिटे लागतील.'' त्या दणकट बांध्याच्या माणसाने कुरकुर केली आणि तो मागे रेलून बसला. माझा ह्या माणसाशी निघण्याच्या अगोदर परिचय झाला होता. पण मला त्याचे नाव आठवेना. मी माझ्या इतर सहप्रवाशांकडे नजर टाकली. सगळ्यांनीच टाय-सूट परिधान केलेले होते. प्रसिद्धी विभागासाठी सल्लागार म्हणून झायमॉसने त्यांची नेमणूक केलेली होती. मी आता आवाजावरून माणसे ओळखण्याचा प्रयत्न केला. तो यशस्वीही ठरला. हाताशी चाळा करणारा किरकोळ अंगयष्टीचा माणूस म्हणजे आत्मविश्वास नसलेला आवाज. मांडीवर ब्रिफकेस असलेला माणूस मध्यमवयीन होता आणि गुरगुरणारा माणूस म्हणजे

तो दणकट शरीरयष्टीचा पुढे झुकणारा माणूस. हा माणूस त्यांचा बॉस होता हे उघड दिसत होतं.

"त्यांनी हा प्लँट इकडे नेवाडात कशासाठी तडमडायला उभारलाय?"

"कमी नियम. सहजसोपी तपासणी पद्धत. सध्या कॅलिफोर्नियात नवीन उद्योग उभारणं हा एक वैताग आहे. निव्वळ पर्यावरणावरच्या परिणामासंबंधी प्रमाणपत्र मिळवायला एक वर्ष लागतं. शिवाय परवानगी मिळण्याची प्रक्रिया फारच अवघड आहे. म्हणून तर लोक इथं येतात.

गुरगुरणाऱ्याने खिडकीतून बाहेर नजर टाकली, "काय घाणेरडं आहे हे वाळवंट! मला त्या तिथं काय चाललंय याच्याशी काडीचंही देणंघेणं नाही." मग तो मला म्हणाला, "तुम्ही काय करता?"

"मी प्रोग्रॅमर आहे."

"तुम्ही गुप्तता राखण्याच्या करारात मोडता का?" तो म्हणाला.

त्याच्या म्हणण्याचा अर्थ असा होता की मी गुप्तता राखण्याच्या करारावर सही केलेली असली तर मी आत्ता जे काही ऐकलं होतं त्यांची मी कुठेही वाच्यता न करणं मला बंधनकारक होतं.

"होय." मी उत्तर दिले.

"तुम्ही प्लँटवर कामासाठी जात आहात का?"

"सल्लागार म्हणून कामासाठी."

"सल्लागार ही सध्याची उत्तम भूमिका आहे." तो म्हणाला, "जबाबदारी नाही. कसलंही उत्तरदायित्त्व नाही. फक्त आपण आपलं मत द्यायचं आणि त्यांनी ते स्वीकारलं नाही हे पाहायचं."

हेडसेटमधून पायलटचा आवाज ऐकू आला. "झायमॉस टेक्नॉलॉजीचा मॉलेक्यूलर निर्मिती विभाग तुमच्या अगदी समोर दिसतो आहे पाहा."

मी समोर नजर टाकली. साधारण वीस मैल अंतरावर मला क्षितिजापाशी कमी उंचीचा इमारतींचा एक समूह दिसला.

"तोच का तो? एवढाच आहे?" गुरगुऱ्या माणूस म्हणाला.

"इथून वाटतंय त्यापेक्षा तो विभाग बराच मोठ्या आकाराचा आहे." पायलटने उत्तर दिले.

हेलिकॉप्टर जवळ जाऊ लागताच इमारती नीट दिसू लागल्या. त्या एकमेकींना जोडलेल्या आहेत हे लक्षात आले. त्या इमारती साध्यासुध्या ठोकळ्यांसारख्या असून त्यांना बाहेरून पांढरा रंग दिलेला होता. हेलिकॉप्टरमधले प्रसिद्धी सल्लागार ते दृश्य पाहून फारच खूष झाले होते. "वाहवा!छान!" त्यांनी फक्त टाळ्या वाजवायचंच बाकी ठेवले होते.

"हे तर एखादं हॉस्पिटल वाटतंय."

"वास्तुरचना अप्रतिम आहे."

"फोटो फारच छान येईल."

"फोटो चांगला का येईल बरं?" मी विचारले.

"कारण त्या इमारतींना बाहेर आलेले कोपरे नाहीत," मांडीवर ब्रिफकेस घेतलेला माणूस म्हणाला, "कुठेही अँटेना नाहीत, टोकदार कोपरे किंवा बाहेर डोकावणारं काही नाही. काहीजणांनी याचाही अभ्यास केलेला आहे. खरं तर अशा साध्यासुध्या चौकोनी आणि पांढऱ्या इमारतींचा संबंध शुद्धता, पावित्र्य, हॉस्पिटल वगैरेशी जोडला जाऊ शकतो. त्यांनी त्याबद्दल विचार केलेला दिसत नाही."

"आता त्या पर्यावरणवाद्यांची ××× मारलीच म्हणून समजा." गुरगुऱ्या समाधानी स्वरात म्हणाला, "इथं वैद्यकीय क्षेत्रातलं संशोधन चालतं ना?"

"खरं तर ... नेमकं तसं नाही ..."

"मी तिथं पोहोचलो की चालू होईल की नाही ते पाहा. ह्या सगळ्यावर वैद्यकीय संशोधन हे शब्द उपयोगी पडणार आहेत."

इमारतींभोवती फेरी मारत जात असताना पायलटनं निरनिराळ्या इमारतींचं वर्णन केलं. "काँक्रिटची पहिली इमारत आहे पॉवर पुरवठा करणाऱ्या विभागाची. त्याच्या शेजारची कमी उंचीची इमारत राहण्यासाठी आहे. त्याच्या शेजारी फॅब सपोर्ट किंवा तसलंच काहीतरी नाव असणारी प्रयोगशाळा आहे आणि ती चौकोनी तीन मजली इमारत दिसते ना, ती एकही खिडकी नसलेली इमारत ही फॅब प्लँटमधली मुख्य इमारत आहे. मी ऐकलं की जे दिसतंय ते वरचं कवच आहे. त्याच्या आत आणखी एक इमारत आहे म्हणे. उजव्या बाजूला सपाट छताची जी शेड आहे ती स्टोअर आणि पार्किंगसाठी आहे. गाड्या इथं सावलीतच ठेवाव्या लागतात. गाड्या उन्हात राहिल्या तर काय होतं माहिती आहे? स्टिअरिंग व्हिलला स्पर्श केला तरी गंभीर भाजतं."

"इथं राहण्यासाठी व्यवस्था आहे?" मी विचारले.

पायलटने मान डोलावली, "होय. ती आवश्यकच आहे. जवळचे मोटेल इथून एकशेसाठ मैल अंतरावर रेनोजवळ आहे."

"इथं किती जण राहतात?" गुरगुऱ्याने विचारले.

"इथं बाराजणांची सोय आहे." पायलट म्हणाला, "पण नेहमी साधारण पाच ते आठ लोक असतात. ह्या ठिकाणी काम चालवण्यासाठी फारसे लोक लागत नाहीत. कारण सर्व काही स्वयंचलित आहे. म्हणजे मी तसं ऐकलंय."

"आणखी काय-काय ऐकलंय?"

“फारसं काही नाही” पायलट म्हणाला, “कारण या प्लँटविषयी ते लोक नेहमी तोंड बंद ठेवतात. मी कधीही आत गेलो नाही.”

“उत्तम.” गुरगुऱ्या म्हणाला, “आणि त्यांनी तसंच तोंड बंद ठेवणं उत्तम.”

पायलटने हातातली दांडी फिरवली. हेलिकॉप्टर उतरू लागले.

मी बबल कॉकपीटचे प्लॅस्टिक दार उघडले. त्याक्षणी मला एकदम एखाद्या भट्टीत प्रवेश केल्यासारखे वाटले. उष्णतेमुळे मला एकदम धाप लागल्यासारखे झाले. “हे तर काहीच नाही?” पायलट ओरडून म्हणाला. हेलिकॉप्टरच्या पात्यांचा आवाज खूप मोठा होता, “हा तर जवळजवळ हिवाळा आहे. आता एकशेपाचपेक्षा जास्त नाही!”

“वाहवा!” मी म्हणालो. मी गरम हवेचा श्वास घेतला. मी मागच्या बाजूला ठेवलेली माझी बॅग आणि लॅपटॉप घेण्यासाठी हात घातला. मी बॅग त्या किरकोळ अंगयष्टीच्या माणसाच्या पायाखाली ठेवली होती.

सीट बेल्ट काढत गुरगुऱ्या म्हणाला, “मला लघवीला जायचंय.”

“डेव्ह...” मांडीवर ब्रिफकेस असणारा माणूस म्हणाला. त्याच्या स्वरात इशारा देण्याची छटा होती.

“××× फक्त एखादं मिनिट तर लागेल.”

“डेव्ह...” त्या माणसाने माझ्याकडे एक अस्वस्थ नजर टाकली आणि मग हळू आवाजात म्हणाला, “ते काय म्हणाले होते... आपण हेलिकॉप्टर मधून खाली उतरायचं नाही...आठवतंय?”

“ऑ... ××× मी आणखी एक तास थांबू शकत नाही आणि काय फरक पडतो?” त्याने आजूबाजूच्या वाळवंटाकडे बोट दाखवले, “इथं आजूबाजूला लाखो मैलापर्यंत काहीही ××× नाही.”

“पण डेव्ह ...”

“तुम्ही लोक मला वैताग देताय. मी धार सोडणार, डॅम इट.” तो उठला आणि दारापाशी आला.

मला ह्यानंतरचे त्यांचे संभाषण ऐकू आले नाही. कारण मी माझे इयरफोन काढून टाकले होते. गुरगुऱ्या खाली उतरलेला दिसला. मी माझी बॅग घेऊन पात्यांच्या खालून वाकत निघालो. पात्यांमुळे खाली पडलेली सावली फरफरत होती. मी हेलिपॅडच्या टोकापाशी आलो. इथून मला पन्नास यार्ड अंतरावरच्या पॉवर बिल्डिंगकडे जाणारी कच्ची पायवाट दिसली. ती वळसे घेत चोला

कॅक्टस झुडपांमधून तिकडे जाताना दिसत होती. माझे स्वागत करण्यासाठी कोणीही आलेले नव्हते. खरे म्हणजे तिथे मला आजूबाजूला कोणीही दिसत नव्हते.

मी मागे वळून पाहिले. गुरगुऱ्या आता पॅन्टची चेन लावून हेलिकॉप्टरमध्ये चढताना दिसला. पायलटने दार लावून घेतले आणि हेलिकॉप्टर उंचावले. वर जाताना त्यानं माझ्याकडे पाहून हात हलवला. मी देखील हात हलवला आणि वाळूच्या झंझावातापासून बचाव करण्यासाठी खाली वाकलो. हेलिकॉप्टर पश्चिमेकडं वळलं आणि दिसेनासं झालं. त्याचा आवाज हळूहळू कमी होत गेला.

वाळवंटात संपूर्ण शांतता होती. फक्त विजेच्या तारांमधून गुणगुणल्यासारखा हलका आवाज येत होता. वाऱ्यामुळे माझ्या शर्टाच्या बाह्या आणि पॅन्टचे पाय जरासे फडफडत होते. मी हळूहळू वळून सगळीकडं पाहिलं. पुढं काय करावं याचा मी विचार करत होतो. माझ्या मनात हेलिकॉप्टरमधल्या माणसाच्या वाक्याचे विचार येत होते. 'आपण हेलिकॉप्टरमधून खाली उतरायचं नाही. आठवतंय?'

"ए...ए..!"

मी मागे वळून पाहिले. पॉवर बिल्डिंगमधले एक दार किलकिलं उघडलं होतं. एकाने बाहेर डोके काढलं होतं. तो ओरडून म्हणाला, "तू जॅक फोरमन आहेस का?"

"होय."

"हं.. मग कशासाठी थांबला आहेस ...तुला खास निमंत्रण पत्रिका हवीय की काय? आत ये!"

त्याने परत दार लावून घेतले.

माझे झायमॉस टेक्नॉलॉजीच्या फॅब कॉम्प्लेक्समधले स्वागत हे असं झालं होतं. मी बॅगा उचलून त्या कच्च्या रस्त्यावरून पाय ओढत दाराच्या दिशेने निघालो.

आपल्या अपेक्षेप्रमाणे गोष्टी कधीच घडत नाहीत.

मी आत प्रवेश केला त्या खोलीच्या तीन भिंती गडद करड्या रंगाच्या होत्या. त्या भिंतींना फॉर्मायकासारखे काहीतरी गुळगुळीत दिसत होते. आतल्या कमी उजेडाला सरावण्यासाठी मला थोडा वेळ लागला. नंतर माझ्या लक्षात आले की माझ्या समोरची भिंत म्हणजे एक पूर्ण काच होती. त्याच्या पलीकडे

एक छोटे कंपार्टमेंट असून त्याच्या पलीकडच्या बाजूला आणखी एक मोठी काच होती. त्या काचेला लोखंडी हात जोडलेले दिसत होते. ह्या हातांना प्रेशर पॅड जोडलेली दिसली. ही सगळी रचना एखाद्या बँक व्हॉल्टसारखी दिसत होती.

दुसऱ्या काचेच्या पलीकडे मला एक धष्टपुष्ट माणूस दिसला. त्याने निळी जीन पँट आणि खिशावर झायमॉसचे बोधचिन्ह असलेला निळा शर्ट परिधान केलेला होता. तो फॅब प्लँटची देखभाल करणारा इंजिनियर आहे हे स्पष्ट दिसत होते. त्याने मला पुढे येण्यासाठी खूण केली. "हे एअरलॉक आहे. दारं स्वयंचलित आहेत. पुढे या."

मी पुढे होताच हिस्स् आवाज करत दार उघडले. एक लाल दिवा लागला. मला पुढच्या कंपार्टमेंटमध्ये छतावर व जमिनीवर सर्वत्र जाळ्या लावलेल्या दिसल्या. मी क्षणभर थबकलो.

"ही जागा एखाद्या टोस्टरसारखी ××× आहे नाही?" तो माणूस हसला. त्याचे काही दात जागेवर नव्हते, "पण काळजी नको. फक्त थोडा हवेचा झोत वापरला जाईल. पुढे व्हा."

मी आत शिरलो आणि बॅग खाली ठेवली.

"नको...नको. बॅग खाली ठेवू नका."

मी बॅगा उचलताच माझ्या मागचे दार हिस्स् हिस्स् आवाज करत बंद झाले. प्रेशरपॅड असलेले यांत्रिक हात सफाईदारपणे हालचाल करत होते. एअरलॉक बंद होताच मला थोडी अस्वस्थता वाटू लागली. निळ्या पोशाखातला माणूस म्हणाला, "हवं तर डोळे बंद करून घ्या."

मी डोळे बंद करून घेतले. पुढच्याच क्षणी मला माझ्या तोंडावर आणि सगळ्या अंगावर अत्यंत थंड द्रवाचा फवारा उडालेला जाणवला. माझे सगळे कपडे भिजले. तो द्रव म्हणजे ॲसिटोनसारखे उग्र वासाचे काहीतरी रसायन असावे. तो द्रव फारच थंड होता. मी कुडकुडू लागलो.

हवेचा पहिला झोत वरच्या बाजूने आला. गर्जना केल्यासारखा आवाज येऊन सुरू झालेल्या झोताचे रूपांतर क्षणार्धात एखाद्या वावटळीमध्ये झाले. मी स्वत:ला सावरण्यासाठी ताठ उभा राहिलो. कपडे माझ्या अंगाला घट्ट चिकटून बसले होते. हवेचा प्रवाह एवढा होता की मला हातातली बॅग निसटते की काय असे वाटू लागले. हवेचा झोत येणे थांबले. पुढच्याच क्षणी जमिनीच्या बाजूने जोराचा झोत येऊ लागला. मला एकदम भोवळ आल्यासारखे वाटले. पण हा झोत क्षणभरापुरताच होता. आता व्हॅक्यूम पंप सुरू झाले होते. आतली हवा खेचली जात असताना मला कानात किंचित कंड आल्याप्रमाणे भास झाला.

विमान खाली उतरताना वाटतो तसा तो अनुभव होता. मग शांतता पसरली.

"झालं. पुढे या."

मी डोळे उघडले. माझ्या अंगावर फवारलेला द्रव सुकून गेला होता. माझे कपडे कोरडे झालेले होते. माझ्या समोरचे दार उघडले. मी त्यातून आत शिरलो. निळे कपडे घातलेल्या माणसाने माझ्याकडे किंचित चेष्टेने पाहिले. "ठीक?"

"होय."

"खाज येत नाही ना?"

"नाही ..."

"छान. काहीजणांना अशा रसायनांची ॲलर्जी असते. पण आम्हाला आतल्या खोल्या स्वच्छ ठेवण्यासाठी हे करावं लागतं."

मी मान डोलावली. ही सगळी प्रक्रिया धूळ आणि इतर तत्सम पदार्थ काढून टाकण्यासाठी होती हे उघड दिसत होतं. सामान्य तापमानाला उडून जाणाऱ्या त्या द्रव पदार्थाने माझ्या अंगावर आणि कपड्यांवर असलेले सगळे सूक्ष्म कण काढून टाकले असणार. व्हॅक्यूम पंपांनी हवा खेचताना हे सगळे कण शोषून घेतले असावेत.

"माझं नाव विंस रेनॉल्ड्स." तो माणूस म्हणाला! पण त्याने हात मात्र पुढे केला नाही. "तुम्ही मला विंस म्हटलं तरी चालेल. तुम्ही ... जॅक आहात का?"

मी होकार दिला.

"ओके. जॅक, ते लोक तुमची वाट पाहात आहेत. तेव्हा आपण कामाला लागू. आम्हाला इथं काळजी घ्यावी लागते कारण इथं अत्यंत प्रभावी चुंबकीय क्षेत्र आहे. म्हणजे ३३ **टेस्लापेक्षा** जास्त. तेव्हा ...." त्याने एक पुठ्ठ्याचे खोके समोर धरले.

"आता घड्याळ काढा."

मी घड्याळ काढून खोक्यात टाकले.

"आणि कंबरेचा पट्टा."

मी पट्टा काढून खोक्यात टाकला.

"आणखी काही दागदागिने आहेत का? ब्रेसलेट, नेकलेस, वगैरे काही? शोभेच्या पिना किंवा पदकं? मेडिकल ॲलर्ट?"

"नाही."

"तुमच्या शरीराच्या आत काही धातूचं आहे का? जुनी इजा .. गोळी-बॉम्बचा तुकडा? नाही? बरं. हाडे जोडण्यासाठी काही पिना किंवा पट्ट्या

वगैरे..नाही? कृत्रिम झडपा? कृत्रिम कूर्चा ... पंप किंवा तत्सम काही?''

मी ह्यामधले काहीही माझ्या शरीरात नसल्याचा निर्वाळा दिला.

''हं...तुम्ही अजून तरुण आहात.'' तो म्हणाला, ''हं ... बॅगमध्ये काय आहे?''

त्याने मला माझी सगळी बॅग त्याच्यासमोर मोकळी करायला लावली. त्याने प्रत्येक वस्तू तपासून पाहिली. बॅगेत धातूच्या कितीतरी वस्तू होत्या. आणखी एक पट्टा होता. त्याला धातूचे बक्कल होते. नेलकटर होता. शिवाय शेव्हिंग क्रीमचा कॅन, रेझर आणि ब्लेड, खिशातला छोटा चाकू ह्या वस्तू होत्या. तसेच माझ्या निळ्या जीन्सला मारलेले धातूचे रिबेट होतेच...''

विंसने चाकू आणि बेल्ट काढून घेतला, पण इतर वस्तू तशाच ठेवल्या, ''तुम्ही हे सगळं पुन्हा बॅगेत भरलं तरी चालेल. आता माझं म्हणणं लक्षात घ्या. हे सगळं राहण्याच्या जागेपर्यंत जाऊ शकेल. पण कोणत्याही परिस्थितीत त्याच्या पुढे जाणार नाही. ओके? तिकडं एक धातूशोधक यंत्र बसवलेलं आहे. कृपा करून ती यंत्रणा चालू होऊ देऊ नका. ओके? कारण त्यामुळे सावधगिरीचा उपाय म्हणून चुंबकांचं काम थांबवण्यात येतं आणि मग सगळं परत सुरू व्हायला दोन मिनिटे लागतात. त्यामुळे तंत्रज्ञ मंडळी थैमान घालतात. कारण ते त्यावेळी काही तयार करत असतील तर त्यांची सगळी मेहनत वाया जाते.''

मी हे लक्षात ठेवण्याचा प्रयत्न करीन असे सांगितले.

''तुमच्या उरलेल्या सगळ्या वस्तू इथं राहतील.'' विंसने भिंतीकडे बोट दाखवले. तेथे इलेक्ट्रॉनिक की-पॅड असणारे बारा लॉकर होते. ''तुम्ही तुम्हाला हवं ते कॉम्बिनेशन वापरून त्यात वस्तू ठेवा.'' तो बाजूला झाला.

''मला घड्याळ लागणार नाही का?''

त्याने मान डोलावली, ''आम्ही घड्याळ देऊ तुम्हाला.''

''आणि पट्टा?''

''तुम्हाला पट्टादेखील देऊ.''

''आणि माझा लॅपटॉप?''

''तो देखील इथंच लॉकरमध्ये जाईल. अर्थात चुंबकीय क्षेत्रामुळे तुम्हाला आपली हार्ड डिस्क घासूनपुसून लख्ख करून घ्यायची असली तर गोष्ट वेगळी.'' मी लॅपटॉप आत टाकला आणि इतर वस्तूही ठेवून दिल्या. मला त्यावेळी तुरुंगात दाखल होणाऱ्या माणसाप्रमाणे वाटले, ''माझ्या बुटांच्या नाड्या नकोत ना काढायला?'' मी विनोद करण्याचा प्रयत्न केला.

''नाही. त्या राहू देत तशाच. त्या फास लावून घ्यायला उपयोगी पडतील, जर गरज पडली तर.''

"मी तसं का करीन?"

"ते मला माहिती नाही." विंसने खांदे उडवले. "पण हे इथं काम करणारे लोक म्हणजे ... मी तुम्हाला सांगतो हे सगळे चक्रम लोक ××× आहेत. ते कसले तरी छोटे कण मागेपुढे बसवून काहीतरी बनवत असतात. ××× हे काम फार काळजीपूर्वक करावं लागतं आणि त्याचा मनावर ताण येतो. त्यामुळे त्यांचं डोकं फिरतं. इथला प्रत्येकजण तसलाच ××× आहे... हं आता इकडून या."

आम्ही आणखी काचेच्या दारांमधून आत गेलो. पण ह्यावेळी मात्र फवारा वगैरे काही नव्हते.

आम्ही आता पॉवर बिल्डिंगमध्ये आलो होतो. मोठ्या निळ्या हॅलोजन दिव्यांच्या खाली मला भल्यामोठ्या धातूच्या नळ्या दिसल्या. त्या दहा फूट उंचीच्या नळ्यांना चिनी मातीची जी आवरणे होती ती माणसाच्या पायाएवढी जाड होती. सगळीकडे लाल भडक अक्षरांमध्ये सूचना लिहिलेल्या होत्या. उदाहरणार्थ 'प्राणघातक विद्युतप्रवाह' वगैरे.

"तुम्ही इथं बरीच वीज वापरता असं दिसतंय." मी म्हणालो.

"इतकी की एखाद्या छोट्या गावाला पुरेल." विंस म्हणाला. त्याने एका पाटीकडे बोट दाखवले. "ह्या इशाऱ्यांकडं गांभीर्यानं पाहा. इथं काही काळापूर्वी आगी लागण्याचे प्रकार घडले होते."

"होय का?"

"होय. ह्या इमारतीत उंदरांचा वावर सुरू झाला होता. ते सतत जळत होते. म्हणजे अक्षरशः भाजले जात होते. उंदरांच्या जळणाऱ्या केसांचा वास मला अजिबात आवडत नाही. तुमचं काय?"

"मला तो अनुभव कधीही आलेला नाही."

"तुम्ही तो वास कसा असेल याची नुसती कल्पना करून पाहा."

"हं..हं.." मी म्हणालो; "पण उंदीर आत कसे येतात?"

"टॉयलेटच्या भांड्यातून." मी चकित झालो आहे हे पाहून तो म्हणाला, "ओह... तुम्हाला ते माहिती नसेल, नाही का? उंदीर नेहमी तसं करतात. त्यांना फक्त थोडंसं पोहावं लागतं इतकंच. अर्थात तुम्ही टॉयलेट वापरत असताना त्यांनी तसं केलं तर मग..." विंस हसला. "ह्याचं कारण म्हणजे कॉन्ट्रॅक्टरनी नीट काम केलं नाही. ह्यामुळे नेहमीच अपघात घडतात."

"होय का? ... कसले अपघात?"

विंसने खांदे उडवले. "त्यांनी हे सगळं उत्तम बनवायचा प्रयत्न केला खरा.

पण हे जग सर्वोत्कृष्ट नाही जॅक. ते तसं कधीच नव्हतं आणि कधीच सर्वथा निर्दोष असणार नाही.''

मी पुन्हा विचारले ''कशा प्रकारचे अपघात?''

पण आम्ही आता एका दरवाज्यापाशी आलो होतो. त्या दारापाशी की-पॅड होते. विंसनं काही बटणे दाबली. दार उघडले, ''सर्व दरवाज्यांसाठी एकच नंबर आहे. शून्य, सहा, शून्य, दोन.''

विंसनं दार नीट उघडल्यावर आम्ही त्यातून पलीकडे गेलो. आम्ही आता एका बंदिस्त पॅसेजमध्ये होतो. ह्या पॅसेजमध्ये एअर कंडिशनर चालू असूनही गरम होत होते.

''कॉन्ट्रॅक्टर.'' विंस म्हणाला, ''त्यांनी ही हवा खेळवण्याची यंत्रणा नीट केली नाही. आम्ही त्यांना त्यासाठी पाच वेळा बोलावलं. पण नाहीच जमलं त्यांना. ह्या पॅसेजमध्ये नेहमीच फार उष्णता असते.''

कॉरिडॉरच्या शेवटी आणखी एक दरवाजा होता. विंसने मला की-पॅडवरचे नंबर दाबून पाहायला मुद्दाम सांगितले. दरवाजा उघडला. मला त्या जागी पूर्वीसारखी एअरलॉकची व्यवस्था आणि पलीकडचे काचेचे दार दिसले. त्याच्या मागे जीन्स आणि टी-शर्ट घातलेला रिकी मोर्स उभा होता. तो माझ्याकडे पाहून हसत होता, आणि आनंदाने हात हलवत होता.

त्याच्या टी-शर्टवर 'मी रूट आहे. माझी आज्ञा पाळा' अशी अक्षरे होती. हा एक खास संगणक तंत्रज्ञांमधला जुना विनोद होता. युनिक्स ऑपरेटिंग सिस्टिममध्ये रूट याचा अर्थ बॉस असा असतो.

इंटरकॉमच्या स्पीकरमधून रिकी म्हणाला, ''विंस आता पुढचं मी पाहातो.'' विंसने हाताने खूण केली, ''काही हरकत नाही.''

''तू पॉझिटिव्ह प्रेशर नीट केलं होतंस ना?''

''होय. एक तासापूर्वी. का?''

''मुख्य लॅबमध्ये तसं दिसत नाहीये.''

''मी पुन्हा तपासून पाहातो. कदाचित पुन्हा कुठेतरी गळती सुरू झाली असेल.'' विंसने माझ्या पाठीवर थाप टाकली. आतल्या बाजूला अंगठा उडवत म्हणाला, ''आतल्या कामासाठी भरपूर शुभेच्छा.'' मग वळून तो निघून गेला.

''तुला पाहून आनंद झाला.'' रिकी म्हणाला, ''आत येण्यासाठी दाराचा कोड नंबर माहिती आहे ना?''

मी होकार दिला. रिकीने मला की-पॅड कुठे आहे ते दाखवले. मी नंबर दाबताच दार उघडले. मी चार फूट रूंदीच्या जागेत उभा राहिलो. ह्या ठिकाणीही चारी बाजूंना जाळ्या होत्या. माझ्यामागचे दार बंद झाले. मग खालून जोराचा हवेचा झोत आला. हा झोत एवढा जोरदार होता की माझ्या पॅन्टची खालची कडा उचलली गेली होती. त्यानंतर चारही बाजूंनी हवेचे झोत वेगाने माझ्या अंगावर आणि केसांवर मारले जात होते. ते थांबल्यावर व्हॅक्यूम पंपांचा आवाज सुरू झाला. अखेर माझ्या समोरचे दार उघडले. मी केस ठाकठीक करत त्यातून बाहेर पडलो.

"ह्या सगळ्याबद्दल माफ कर." रिकी माझा हात हातात घेत, जोरात हलवत म्हणाला, "निदान इथं आपल्याला तो अवाढव्य पोशाख अंगावर चढवावा लागत नाही."

मी रिकीकडे पाहिले. मला तो चांगलाच दणकट आणि निरोगी वाटला. त्याच्या हातांचे स्नायू चांगले पीळदार दिसत होते.

"रिकी. तू एकदम टणटणीत दिसतो आहेस." मी त्याच्या खांद्यावर ठोसा लगावला.

रिकी दात काढून हसला, "काही नाही. कामाचा ताण आहे इतकंच. विंसनं तुला घाबरवून तर टाकलं नाही ना?"

"तसं नाही म्हणा..."

"तो जरासा चमत्कारिक आहे." रिकी म्हणाला, "विंस आणि त्याची आई वाळवंटात एकटेच राहत होते. एक दिवस त्याची आई मरून पडली. ती सापडली तेव्हा तिचे शरीर जवळजवळ सडून गेले होते. पाच वर्षांच्या बिचाऱ्या विंसला काहीच कळले नसणार...बिचारा...तर तो जरासा विचित्र वागतो." रिकीने खांदे उडवले. "कदाचित मी देखील तसाच झालो असतो .. पण आता तू आला आहेस म्हणून मी खूष आहे."

रिकी वरकरणी जरी निरोगी वाटला तरी मला त्याच्यामधला नर्व्हसपणा जाणवला. तो किंचित चिडखोर झालाय असंही मला वाटून गेले. त्याने मला चट्कन एका छोट्या कॉरिडॉरमधून नेले, "हं...ज्युलिआ कशी आहे?"

"तिचा हात मोडला आहे. डोक्यालाही बराच मार लागलाय. ती हॉस्पिटलमध्ये आहे. पण ती तशी ठीक आहे."

"छान...छान." रिकीने भराभरा मान डोलावली. आम्ही कॉरिडॉरमधून पुढे जात होतो. "मुलांकडं कोण बघतंय?"

मी त्याला माझी बहीण घरी आलीय हे सांगितले.

"त्याचा अर्थ तू इथं राहू शकशील? ...काही दिवस?"

"तुम्हाला माझी तेवढी आवश्यकता असेल तर राहू शकेन." मी म्हणालो. प्रत्यक्षात सॉफ्टवेअरच्या बाबतीत सल्ला देणारे प्रत्यक्ष कामाच्या जागी एक-दोन दिवसांपेक्षा जास्त राहत नाहीत.

रिकीने माझ्याकडे अर्धवट वळून पाहिले. "ज्युलिआनं तुला ह्या ठिकाणाबद्दल काही माहिती दिलीय का?"

"नाही. तशी काही फारशी नाहीच."

"पण ती खूप वेळा इथं येत होती हे तुला माहिती आहे ना?"

"होय."

"मागच्या आठवड्यात ती जवळजवळ रोजच हेलिकॉप्टरनी इथं यायची. काही वेळा रात्रीही राहायची."

"ज्युलिआला प्रत्यक्ष उत्पादनात एवढा रस आहे याची मला कल्पना नव्हती."

रिकी क्षणभर घुटमळला. "जॅक. त्याचं असं आहे...हे सगळंच नवीन आहे." त्याच्या कपाळाला आठ्या पडलेल्या दिसल्या. "तिनं तुला खरंच काही सांगितलं नाही?"

"नाही. खरंच नाही. का?"

रिकीने ह्या प्रश्नाला उत्तर दिले नाही.

रिकीने एक दार उघडून मला आत जाण्याची खूण केली. "हा आमचा निवासी भाग आहे. इथं सगळेजण राहातात. खातात-पितात आणि झोपतात."

पॅसेजच्या तुलनेत इथली हवा गार होती. भिंतींना सगळीकडे तसेच गुळगुळीत फॉर्मायकासारख्या वस्तूचे आवरण चढवलेले दिसत होते. मला हवा खेळवणाऱ्या यंत्राचा मंद असा 'वूऽऽश' आवाज येत होता. आतल्या बाजूला असणाऱ्या हॉलच्या दोन्ही बाजूंना काही दारे दिसत होती. त्यातल्या एकावर लावलेल्या टेपवर माझे नाव लिहिलेले दिसले. रिकीने ते दार उघडून धरले, "जॅक...स्वीट होम..."

खोली अगदी साधीसुधी आणि एखाद्या मठात शोभण्यासारखी होती. एक छोटासा पलंग, जेमतेम मॉनिटर आणि की-बोर्ड मावेल एवढेच छोटे डेस्क, पलंगाच्या वरच्या बाजूला कपडे, पुस्तके वगैरेसाठी छोटे शेल्फ हे एवढेच तेथे होते. सर्व वस्तू व फर्निचरवर पांढऱ्या रंगाचे लॅमिनेशन केलेले दिसत होते. कोठेही धूळ साठेल अशा प्रकारचे कोपरे किंवा फटी नव्हत्या. खोलीला

खिडकी नव्हतीच. फक्त एक लिक्विड क्रिस्टल पडदा होता. त्यावर बाहेरच्या वाळवंटाचे दृश्य दिसत होते.

पलंगावर एक प्लॅस्टिकचे बक्कल असणारा पट्टा आणि प्लॅस्टिकचे घड्याळ ठेवलेले दिसले. मी त्या दोन्ही घेतल्या.

"तुझ्या वस्तू इथं ठेव. मी तुला सगळीकडे फिरवून आणतो," रिकी म्हणाला. मला किंचित जलदीनंच नेत रिकीनं एका मध्यम आकाराच्या लाऊंजमध्ये आणले. तेथे एका कॉफी टेबलाभोवती काही खुर्च्या आणि एक कोच होता. भिंतीवर एक बुलेटीन बोर्ड लावलेला होता. सगळे फर्निचर त्याच गुळगुळीत पांढऱ्या रंगाच्या लॅमिनेटेड बोर्डचे होते. "उजवीकडे किचन आणि मनोरंजनासाठीची खोली आहे. त्यात टी.व्ही., व्हिडिओ गेम्स वगैरे साधनं आहेत."

आम्ही किचनमध्ये प्रवेश केला. आत दोन माणसे होती. एक स्त्री आणि एक पुरुष. दोघे सॅन्डवीच खात होते. आम्हाला पाहताच ते उठून उभे राहिले, "मला वाटतं. तू त्यांना ओळखतोस." रिकी हसत म्हणाला.

मी त्यांना ओळखत होतो. कारण ते माझ्याकडेच मिडियाट्रॉनिक्समध्ये काम करत होते.

सावळ्या आणि सडपातळ असणाऱ्या रोझी कास्ट्रोने बॅगी शॉर्ट आणि छातीवर घट्ट बसणारा टी-शर्ट परिधान केलेला होता. तिच्या टी-शर्टवर "तुमची इच्छा" अशी अक्षरे लिहिलेली होती. रोझी स्वतंत्र वृत्तीची आणि बंडखोर स्वभावाची होती. ती पूर्वी हार्वर्डमध्ये शेक्सपिअरचा अभ्यास करत असे. तिच्या भाषेत सांगायचे तर 'शेक्सपिअर ××× मरून अनेक शतकं उलटलीत. त्यात काहीही नवीन नाही. तेव्हा त्यात काहीही अर्थ नाही." ती मग एम.आय.टी.मध्ये गेली आणि रॉबर्ट किमच्या हाताखाली तिने नैसर्गिक भाषेत प्रोग्रॅम लिहिण्याच्या विषयात प्रगती केली. ती ह्या विषयात चमकली. अशा प्रोग्रॅममध्ये सध्या वितरीत प्रक्रियेचा उपयोग करायला सुरवात झालेली आहे. कारण आपण जेव्हा वाक्य उच्चारतो तेव्हा इतरजण त्याचा अर्थ एकाचवेळी अनेक प्रकाराने घेतात असे आढळते. वाक्य पुरे होण्याचीही वाट पाहिली जात नाही. अगोदरच पुढे काय बोलले जाणार आहे. याचा अंदाज बांधला जातो. वितरीत प्रक्रियेसाठी ही पद्धत अगदी आदर्श आहे. कारण एखाद्या विशिष्ट कामाचा विचार एकाचवेळी अनेक ठिकाणी करणे ह्या प्रकारे शक्य होईल.

"रोझी. तू अजून तसेच टी-शर्ट वापरतेस वाटतं." मी म्हणालो. ती मिडियाट्रॉनिक्समध्ये असताना तिच्या कपड्यांवरून किंचित खळबळ उडाली होती.

"कारण त्यामुळे पोरं जागृत राहतात." रोझी खांदे उडवत म्हणाली.

"खरं तर आम्ही त्यांच्याकडे दुर्लक्षच करतो." मी वळून पाहिले. डेव्हिड ब्रूक्स बोलत होता. डेव्हिड अठ्ठावीस वर्षांचा असूनही त्याला टक्कल पडलेले होते. त्याचा पोशाख औपचारिक आणि फारच नीटनेटका होता. जाड काचांच्या चष्म्यामागून त्याचे डोळे लुकलुकत होते.

"ते तसे काही फार चांगले नसतातच म्हणा." रोझीने जीभ बाहेर काढून त्याला वेडावून दाखवले.

डेव्हिड इंजिनिअर होता. तो बेधडक होता. त्याला लोकांशी कसे वागावे हे नीट कळत नसे. तो स्वत:च्या कामासंबंधी सतत बारीकसारीक गोष्टींवरून शंकाकुशंका काढत बसायचा आणि त्याच्या वागण्यात प्रचंड प्रमाणात विसंगती असे. सुट्टीच्या दिवशी तो बाईकवरून कुठेतरी आडरानांमध्ये हिंडायचा. बऱ्याचदा परत आला की तो चिखलाने बरबटलेला असायचा.

"जॅक, तुला इथं पाहून फार आनंद वाटला." डेव्हिड म्हणाला.

"मला पाहून तुम्हा सर्वांना आनंद का झालाय ते कोणीतरी मला सांगेल का?"

"कारण तुला मल्टी-एजंट प्रोग्रॅमबद्दल माहिती आहे आणि—" रोझी म्हणाली.

"मी त्याला अगोदर सगळं काही दाखवतो." रिकीने रोझीचे बोलणे मध्येच तोडले. "त्यानंतर आपण बोलू."

"का?" रोझी म्हणाली, "तुला त्याला एकदम चकित करून टाकायचं आहे की काय?"

"कसलं चकित नी काय..." डेव्हिड म्हणाला.

"नाही. तसं काही नाही." रिकी त्या दोघांकडे धारदार नजरेने पाहत म्हणाला, "जॅकला अगोदर थोडी पार्श्वभूमी माहीत व्हावी हा माझा उद्देश आहे."

"त्याला किती वेळ लागेल तुला?" डेव्हिड घड्याळाकडे पाहत म्हणाला, "कारण माझ्या अंदाजानुसार—"

"मी म्हणालो की मी त्याला अगोदर सगळं दाखवतो. फॉर ख्राईस्ट्स सेक!"

रिकी जवळजवळ गुरगुरल्यासारखा म्हणाला. मला ते पाहून आश्चर्य वाटले. मी त्याला कधीही स्वत:वरचे नियंत्रण गमावलेल्या अवस्थेत पाहिलेले नव्हते. पण आत्ता तसे घडले होते खरे.

"ओके...ओके. रिकी."

"रिकी...तूच तर बॉस आहेस आमचा ...ठीक आहे."

"होय. तेच बरोबर आहे. मी आहेच बॉस" रिकी चांगलाच रागावलेला दिसला, "आणि मला वाटतं, तुमची सुटी संपून दहा मिनिटं होऊन गेलेली आहेत. तेव्हा कामाला सुरवात करा" रिकीने बाजूच्या मनोरंजनाची साधने असणाऱ्या खोलीत नजर टाकली, "बाकीचे कुठं आहेत?"

"ते बाहेरचे संवेदक नीट करत आहेत."

"म्हणजे ते बाहेर गेले आहेत की काय?"

"नाही, नाही. ते युटिलिटी विभागात आहेत. बॉबीच्या मते संवेदकांच्या बाबतीत नीट कॅलिब्रेशन झालेले नाही."

"ओहो ...छान! कोणी विंसला याबद्दल काही सांगितलंय का?"

"नाही. हा घोटाळा सॉफ्टवेअरचा आहे. त्यामुळे बॉबीच तिकडे लक्ष देतोय."

नेमक्या त्याचवेळी माझा सेलफोन वाजू लागला. मला आश्चर्य वाटले. मी फोन बाहेर काढला आणि इतरांना उद्देशून म्हणालो, "इथं सेलफोन चालतो?"

"होय." रिकी म्हणाला, "इथं तशी व्यवस्था केलेली आहे." एवढे बोलून मग त्याने इतरांशी चाललेले संभाषण पुन्हा सुरू केले.

मी कॉरिडॉरमध्ये थांबून फोनवरचा मेसेज वाचला. तो हॉस्पिटलमधून आलेला होता नि ज्युलिआबद्दल होता, "तुम्ही ज्युलिआ फोरमनचे पती आहात असे समजते... तुम्ही आम्हाला लवकरात लवकर फोन केलात तर बरे होईल..." मग डॉ.राणा यांचा एक्टेन्शन नंबर दिलेला होता.

मी फोन केला. माझा संपर्क आय.सी.यू.शी करून देण्यात आला. मी डॉ. राणांची चौकशी केली आणि ते फोनवर यायची वाट पाहत थांबलो. काही क्षणांनंतर मी कोण ते सांगितले. "मी जॅक फोरमन बोलतोय...ज्युलिआ फोरमनचा नवरा."

"ओह... होय...मि.फोरमन." फोनवरचा आवाज मंजूळ आणि प्रसन्न होता, "तुम्ही फोन केल्याबद्दल आभार. तुम्ही त्यांना इथं आणलं तेव्हा त्यांच्याबरोबर होतात. तेव्हा त्यांना झालेली इजा कितपत गंभीर स्वरूपाची आहे किंवा ठरू शकेल याची तुम्हाला कल्पना आहेच. आम्हाला वाटतं की मानेतलं फ्रॅक्चर, कमरेचं फ्रॅक्चर आणि हिमॅटोमा ह्याविषयी तपासणी करून घ्यायला हवी."

"होय." मी म्हणालो, "काल रात्री मला त्याबद्दल कल्पना देण्यात आली होती. बरं काही प्रॉब्लेम आहे का?"

"खरं म्हणजे आहे. तुमची पत्नी उपचार करून घ्यायला नकार देते आहे."

"म्हणजे काय?"

"काल रात्री त्यांनी आम्हाला क्ष-किरण फोटो काढून दिले. तसंच मनगटातील फ्रॅक्चर नीट करायला सहकार्य दिलं. आम्ही त्यांना समजावून सांगितलं की क्ष-

किरण फोटोंचा उपयोग तसा मर्यादित असतो. आम्हाला एम.आर.आय. तपासणी करायला हवी. पण त्या त्याला नकार देत आहेत.''

''कशासाठी?''

''त्या म्हणतात की त्यांना त्या तपासणीची गरज नाही.''

''अर्थातच ती आहे.'' मी म्हणालो.

''अगदी बरोबर मि.फोरमन. ''डॉ. राणा म्हणाले, ''मला तुम्हाला अजिबात घाबरवण्याची इच्छा नाही. पण कमरेच्या फ्रॅक्चरच्या बाबतीत पोटामध्ये रक्तस्राव होण्याची शंका घेतली जाते. काही वेळा प्रचंड रक्तस्रावानं मृत्यू उद्‌भवतो आणि हे काही प्रसंग फार वेगानं...''

''मी काय मदत करू शकतो.''

''तुम्ही त्यांच्याशी बोलावं असं आम्हाला वाटतं.''

''जरूर...तिला बोलवा फोनवर.''

''दुर्दैवानं आत्ता त्यांना आणखी काही क्ष-किरण फोटो काढण्यासाठी नेण्यात आलं आहे. तुम्हाला फोन करता येईल असा नंबर आहे का? ...तुमचा सेलफोन?..ठीक आहे. आणखी एक गोष्ट मि.फोरमन आम्हाला तुमच्या पत्नीकडून मानसिक विकारांसंबंधी मागची काहीच माहिती मिळू शकली नाही...''

''का बरं?''

''त्या त्याविषयी अजिबात बोलायला तयार नाहीत. आम्हाला ड्रग्ज किंवा वर्तनातील समस्या इत्यादी विषयी जाणून घ्यायचं आहे. तुम्ही त्याबद्दल काही सांगू शकता का?''

''मी प्रयत्न करतो...''

''मी तुम्हाला घाबरवून टाकत नाही. पण तुमची पत्नी जराशी अतार्किकपणे वागत आहे. काही प्रसंगी तर त्या मुद्दाम टाळाटाळ करत आहेत.''

''सध्या तिच्यावर खूपच ताण आहे.''

''होय. त्याचाही परिणाम होत असेल.'' डॉ. राणा सफाईदारपणे म्हणाले, ''शिवाय त्यांच्या डोक्याला मारदेखील लागला आहे म्हणा. आम्हाला अजून त्याची नीट तपासणी करायची आहे. मी तुम्हाला अवाजवी घाबरवून टाकतोय असं नाही. पण स्पष्ट सांगायचं तर आमच्या मानसोपचार तज्ज्ञाचं मत आहे की त्यांना मानसिक विकाराची किंवा ड्रग्जजन्य विकाराची किंवा दोन्हीची समस्या आहे.''

''आणि एकट्यानं गाडी चालवताना झालेल्या अपघातांच्या बाबतीत हे प्रश्न सहाजिकच उद्‌भवतात...''

ह्या बोलण्याचा अर्थ उघडपणे असा होता की हा कदाचित आत्महत्येचा प्रयत्न असू शकतो. मला तसे वाटत नव्हते. ''मला ती ड्रग्ज घेते काय

ह्याबद्दल काहीच माहिती नाही. पण तिच्या वागणुकीबद्दल मलाही चिंता वाटत होती.. ओह, म्हणजे गेल्या काही आठवड्यांबद्दल म्हणायचं आहे मला.''

रिकी माझ्याशेजारी येऊन अस्वस्थपणाने उभा राहिला. मी फोनवर हात ठेवून त्याला सांगितले. ''ज्युलिआबद्दल आहे.'' रिकीने मान डोलावली आणि घड्याळाकडे नजर टाकली. त्याने भुवयाही उंचावल्या. मला हे चमत्कारिक वाटले. मी माझ्या बायकोविषयी बोलत असताना त्याने मला अशा तऱ्हेने घाई करणे मला खटकले. विशेष म्हणजे हॉस्पिटलमध्ये असणारी ती व्यक्ती त्याची बॉस होती.

डॉक्टर आणखी थोडा वेळ बोलत होते. मी त्यांच्या प्रश्नांना उत्तर देण्याचा कसोशीने प्रयत्न करत होतो. पण त्यांना उपयोगी पडेल अशी फारशी माहिती मी त्यांना देऊ शकत नव्हतो. ज्युलिआला परत आणल्यानंतर ते फोन करतील असे डॉ. राणा म्हणाले. मी फोनची वाट पाहतो असे म्हणून मी माझा सेलफोन बंद केला.

''ओके... हं... तुला अशाप्रकारे घाई केली म्हणून माफ कर जॅक, पण ...मला तुला अजून बरंच काही दाखवायचं आहे.''

''वेळ कमी आहे का?''

''मला माहिती नाही. कदाचित आहे.''

मी त्याला त्या वाक्याचा अर्थ काय ते विचारणार होतो. पण तेवढ्यात तो वेगाने पुढे गेलादेखील होता. आम्ही आता निवासी भागातून बाहेर पडून आणखी एका कॉरिडॉरमधून आणि काचेच्या दारांमधून पलीकडे गेलो होतो.

आम्ही आता ज्या पॅसेजमध्ये उभे होतो तो अगदी काळजीपूर्वक सीलबंद केलेला आहे हे माझ्या लक्षात आले. आम्ही आता एका उंचीवर अधांतरी बांधलेल्या काचेच्या वॉक-वे मधून पुढे जात होतो. काचेमध्ये बारीक छिद्रे दिसत होती आणि काचेच्या खाली हवा शोषून घेण्यासाठी व्हॅक्युमपंपाला जोडलेल्या नळ्या दिसत होत्या. हवा खेळती ठेवणाऱ्या यंत्रांच्या आवाजाला एव्हाना मी सरावलो होतो.

कॉरिडॉरच्या मध्यभागी आणखी एक काचेचे दार होते. त्याचे वैशिष्ट्य म्हणजे आम्हाला त्यातून एकावेळी एक असे जावे लागले. मला आत जाताना पुन्हा एकदा आपण तुरुंगात जात असल्यासारखे वाटले.

चकचकीत काचेच्या भिंती आणि उच्च तंत्रज्ञान असले तरी तुरुंगच होता तो.

❑

सहावा दिवस
सकाळी ८ वाजून १२ मिनिटे

आम्ही एका मोठ्या दालनात होतो. त्यावर 'युटिलिटी' असे लिहिलेले होते. त्याच्याखाली 'मॉलस्टॉक/फॅबस्टॉक/फीडस्टॉक' अशी अक्षरे होती. भिंती आणि छत सगळीकडे पूर्वीसारखेच गुळगुळीत लॅमिनेशन लावलेले दिसत होते. तसेच तेथे जमिनीवर मोठमोठ्या तशाच गुळगुळीत पृष्ठभाग असणाऱ्या टाक्या होत्या. उजवीकडे मला स्टेनलेस स्टीलच्या मोठ्या आकाराच्या किटल्या दिसल्या. त्या अर्धवट गाडलेल्या स्टीलच्या किटल्यांना जोडलेल्या असंख्य नळ्या दिसत होत्या. तसेच अनेक ठिकाणी व्हॉल्व्ह असणारे पाईप पहिल्या मजल्याएवढ्या उंचीवर गेलेले दिसत होते. मला हे पाहून एखाद्या मद्यनिर्मिती कारखान्याची आठवण आली. मी रिकीला तसे बोलून दाखवणार होतो. एवढ्यात तो म्हणाला, "हं...आपण आलोच पाहा इथं."

एका मॉनिटरपाशी माझ्या पूर्वीच्या टीममधले आणखी तिघेजण होते. आम्ही त्यांच्यापाशी जात असताना मला ते अपराधी भावनेने पाहत असल्याचे जाणवले. जणू चॉकलेटच्या बरणीत हात घालताना सापडलेली पोरे होती ती. बॉबी लेम्बेक हा त्यांचा प्रमुख होता. पस्तीस वर्षांचा बॉबी आता स्वत: लिहिलेल्या प्रोग्रॅम कोडपेक्षा मोठ्या कोडची देखरेख करत होता. जर गरज असेल तर अजूनही तो प्रोग्रॅम कोड लिहू शकत होता. नेहमीप्रमाणे त्याने विटलेली जीन्स पॅन्ट आणि भुताटकीची चित्रे असणारा टी-शर्ट हा वेष परिधान केलेला होता. तसेच त्याच्याजवळ कायम असणारा वॉकमन कंबरेपाशी अडकवलेला होताच.

तिथे मे चँग होती. सुंदर, नाजूक आणि रोझी कास्ट्रोपेक्षा पूर्णत: निराळी. दोन बायकांमध्ये जितका जास्त फरक असू शकेल तो सगळा त्या दोघींमध्ये स्पष्ट दिसत होता. मे चँगने सिचुआन भागात प्रत्यक्ष अभ्यास केलेला होता. प्रोग्रॅम लिहिणे सुरू करण्याअगोदर मेने सोनेरी स्नब-नोज्ड् माकडांचा जीवशास्त्रीय अभ्यास केला होता. तेथील प्रशिक्षण आणि तिची मूळची प्रवृत्ती त्यामुळे मे जवळपास अबोल झाली होती. ती फार कमी बोलून जवळजवळ नि:शब्दपणे हालचाली करत असे. तिचा आवाज कधीच चढत नसे, पण ती कुठल्याही युक्तिवादात कधीच हरत नसे. क्षेत्रीय

जीवशास्त्रज्ञांप्रमाणे तिनेही मागे राहण्याचे आणि जवळपास अदृश्य असल्याप्रमाणे वावरण्याचे कौशल्य आत्मसात केले होते.

तिसरा माणूस होता चार्ली डेव्हेनपोर्ट. सतत कुरकुर करणारा हा चुरगाळल्यासारखा वाटणारा माणूस तिसाव्या वर्षी चांगलाच लठ्ठ झालेला होता. त्याच्या हालचाली सावकाश असत. तो जणू झोपेतून उठून तसाच आला आहे अशा तऱ्हेचे त्याचे कपडे असत. तो तसा बऱ्याचवेळा आहेत त्याच कपड्यात झोपायचा. विशेषत: प्रदीर्घ काळ प्रोग्रॅम लिहीत बसल्यानंतर तर असे हमखास व्हायचे. त्याने शिकागोत जॉन हॉलंड आणि लॉस अलमॉसमध्ये डॉयन फार्मर ह्यांच्या हाताखाली काम केलेले होते. तो आनुवंशशास्त्रीय प्रकार अल्गोरिथम लिहिण्याच्या बाबतीत तज्ज्ञ होता. उत्तरे शोधण्यासाठी आनुवंशशास्त्रातील नैसर्गिक निवड ह्या तत्त्वाप्रमाणे ह्या प्रकारच्या प्रोग्रॅमची रचना केली जाते. पण त्याचे व्यक्तिमत्त्व अतिशय चिडखोर प्रकारचे होते. तो दुसऱ्यालाही वैताग देई. त्याला सतत हळू आवाजात गुणगुणण्याची सवय होती. तो सतत फुरफुर करत चिडकेपणा करत असे. तो मध्येच स्वत:शी बोलायचा आणि मोठ्या आवाजात ढुमढुम करून पादायचा. सगळे त्याचे वागणे सहन करायचे कारण तो अतिशय हुशार होता.

"ह्या कामासाठी खरंच तीनजण लागतात का?" मी सगळ्यांशी हस्तांदोलन केल्यानंतर रिकी म्हणाला.

"होय." बॉबी म्हणाला, "होय इल रूट्टो. ह्या कामाला तिघांची गरज आहे. कारण ते गुंतागुंतीचं आहे."

"का?...आणि मला इल रूट्टो म्हणायचं काम नाही."

"मी आज्ञा पाळतो मिस्टर रूट."

"फक्त आपलं काम नीट कर..."

"हं..." बॉबी म्हणाला, "आज सकाळी घडलेल्या प्रसंगानंतर मी संवेदक तपासून पाहू लागलो. मला वाटलं की त्यांचं कॅलिब्रेशन नीट झालेलं नाही. पण कोणीही बाहेर जात नसल्यानं आता प्रश्न असा आहे की ते आपल्याला चुकीचे रिडींग देत आहेत की आपण ते नीट घेत नाही...शिवाय ते मुळातच खराब आहेत की इतर उपकरणांबरोबर ते नीट जुळलेले नाहीत हे सांगता येणार नाही. मेला ह्या संवेदकांची माहिती आहे. तिनं ते चीनमध्ये वापरलेले आहेत. मी आता कोड सुधारून घेतोय आणि चार्ली इथं आहे कारण तो आम्हाला सोडून जात नाही."

"×××× मला इतर बरंच काम आहे." चार्ली म्हणाला, "पण मी त्या संवेदकांवर नियंत्रण ठेवणारे अल्गोरिथम लिहिले आहेत आणि ते तयार झाल्यानंतर

आता संवेदकांचे कोड त्यांना अनुरूप करून घेतलं जाणं आवश्यक आहे. ते आता ××× करत फिरत आहेत आणि मी त्यांनी कोड नीट करून घेण्याची वाट पाहत थांबलोय.'' त्याने बॉबीकडे रोखून पाहिले. ''ह्या इथल्या कोणालाही कवडी इतकंही कोड अनुरूप करून घेता येणार नाही...''

मे म्हणाली, ''बॉबी करू शकेल.''

''होय तर! तुम्ही त्याला त्यासाठी सहा महिने दिलेत तर करेल म्हणा.''

''पोरांनो...पोरांनो...'' रिकी त्यांना थांबवत म्हणाला, ''आपण पाहुण्यासमोर असा तमाशा करणं बरं नाही.''

मी किंचित उपहासाने पण वरकरणी साधेपणाने हसलो. पण खरी गोष्ट अशी होती की माझे त्यांच्या बोलण्याकडे फार मनापासून लक्ष नव्हते. मी फक्त त्यांचे निरीक्षण करत होतो. हे माझ्या सर्वोत्तम प्रोग्रॅमरपैकी तिघे होते. ते माझ्या हाताखाली काम करत असताना त्यांचा आत्मविश्वास एवढा दांडगा होता की काहीवेळा ते उद्धट वाटायचे. पण त्यांचे काम खरोखरच उत्कृष्ट असायचे. पण आता त्यांच्या बोलण्यातला नर्व्हसपणा पाहून मी चकित झालो होतो. ते चिडके झालेले दिसत होते. ते सतत एकमेकांवर कुरघोडी करण्याचा प्रयत्न करत वादावादी करत होते. मला त्यांच्या पूर्वीच्या स्वभावाची आठवण आली. त्या तुलनेत तर रोझी आणि डेव्हिड दोघेही चिडके झाले आहेत हे मला चांगलेच जाणवले.

चार्ली दुसऱ्याला वैताग येईल अशा प्रकारे गुणगुणू लागला.

''ओह ख्राईस्ट!'' बॉबी म्हणाला, ''त्याला थोबाड बंद करायला सांगशील का?''

रिकी म्हणाला, ''चार्ली, आपण तुझ्या ह्या गुणगुणण्याविषयी चर्चा केलेली आहे.'' चार्लीने आपला चाळा चालूच ठेवला.

''चार्ली...''

चार्लीने एक भला मोठा उसासा नाटकीपणाने टाकला आणि मग गुणगुणणे बंद केले.

''आभार.'' बॉबी म्हणाला.

चार्लीने ह्यावर फक्त डोळे गरागरा फिरवून छताकडे पाहायला सुरवात केली.

''ठीक आहे.'' रिकी म्हणाला, ''लवकर काम उरकून आपापल्या जागी जा.''

''ओके...ठीक.''

''मला सगळेजण लवकरात लवकर आपापल्या जागी असायला हवेत.''

''ओके.'' बॉबी म्हणाला.

“मी गंभीरपणानं सांगतोय ...आपापल्या जागी जा.”

“.....रिकी...ओके...ओके. आता तू गप्प बसून आम्हाला काम करू देशील का?”

ह्या तिघांपासून रिकी मला दूर घेऊन गेला. आम्ही आता एका छोट्या खोलीपाशी आलो होतो. मी रिकीला म्हणालो, “रिकी, ही पोरं माझ्यासाठी काम करत होती तेव्हापेक्षा आता वेगळी वाटत आहेत.”

“होय. मला कल्पना आहे. सगळेजण ताठ्यानं वागत आहेत.”

“आणि ते का?”

“कारण, इथं जे काही चाललंय त्यामुळे.”

“आणि इथं काय चाललंय?”

रिकी खोलीच्या दुसऱ्या टोकाला असणाऱ्या एका छोट्या क्युबिकलपाशी थांबला. “ज्युलिआनं तुला सांगितले नाही. कारण ही माहिती गोपनीय होती.” रिकीने की-कार्ड दरवाजाला लावले.

“गोपनीय? वैद्यकीय क्षेत्रामधील चित्रणाचे तंत्रज्ञान गोपनीय आहे?”

दरवाजा उघडला. आम्ही आत शिरलो. आमच्या मागे दार बंद झाले. मला आत एक टेबल, दोन खुर्च्या, एक मॉनिटर आणि की-बोर्ड एवढ्या वस्तू दिसल्या. रिकीने खुर्चीत बसताच टाईप करायला सुरवात केली.

“वैद्यकीय चित्रणाचा प्रकल्प हा नंतर सुचलेला होता.” रिकी म्हणाला.

“हा तर आम्ही अगोदरच विकसित करत असलेल्या तंत्रज्ञानाचा नगण्य भाग आहे.”

“हं...हं...कोणतं तंत्रज्ञान?”

“लष्करी.”

“झायमॉसमध्ये लष्करी उपयोगाचं काम चालतं?”

“होय. तसं कंत्राट आहे.” रिकी मध्येच थबकला. “दोन वर्षांपूर्वीच्या आपल्या बोस्नियामधल्या अनुभवामुळं संरक्षण विभागाला असं वाटू लागलं की यंत्रमानवी विमानांचा फार मोठा उपयोग होऊ शकेल. अशी विमानं शत्रूच्या प्रदेशात उडून युद्धभूमीवरच्या प्रतिमा **‘रिअलटाइम’**मध्ये पाठवू शकतील. पुढील काळातल्या युद्धांमध्ये अशा उडत्या कॅमेऱ्यांचे प्रचंड प्रमाणात उपयोग करून घेता येतील हे त्यांच्या लक्षात आले. अगदी शत्रू जरी जंगलात किंवा मोठ्या इमारतीत दडले असतील तरी त्यांना ह्या कॅमेऱ्यांमुळे शोधून काढता येईल. ह्या उडत्या कॅमेऱ्यांचा वापर करून लेसर नियंत्रित क्षेपणास्त्रे सोडता येतील किंवा आपल्याला मदत करणाऱ्या सैन्याच्या पथकांची माहिती मिळवता येईल वगैरे उपयोग लक्षात आले. युद्धभूमीवरच्या सेनापतींना त्यामुळे हव्या त्या

भागांच्या प्रतिमा सहज उपलब्ध होऊ शकतील. ते सुद्धा त्यांना हव्या त्या किरणांच्या माध्यमामधल्या. म्हणजे दृश्य-प्रकाश, इन्फ्रारेड किंवा कोणत्याही प्रकारच्या किरणांपासून बनवलेल्या प्रतिमा. रिअलटाइममधल्या प्रतिमा मिळवण्याचे तंत्रज्ञान हे पुढील युद्धांमध्ये फार प्रभावी ठरणारे आहे.''

''बरं मग...''

''पण हे सोपं नव्हतं कारण ते यंत्रमानव कॅमेरे सहज लक्ष्य ठरू शकतील असे होते. अशा उडत्या कॅमेऱ्यांना कोणीही कबुतरांप्रमाणे सहज टिपून काढू शकत होतं. म्हणूनच **पेन्टागॉनला** नजरेस न पडणारे कॅमेरे बनवून हवे होते. त्यांना हे कॅमेरे छोटे म्हणजे एखाद्या चतुर कीटकाच्या आकाराएवढे बनवायचे होते. एवढं छोटे लक्ष्य टिपता येणं शक्य नाही. पण ह्यात अनेक अडचणी आल्या. एवढ्या छोट्या वस्तूसाठी ऊर्जेचा पुरवठा करणं, कमी आकाराचे नियंत्रण करणारी प्रणाली बनवणे आणि त्यामधील भिंगाची वियोजन क्षमता, ह्या समस्या होत्या. त्यांना मोठ्या आकाराचं भिंग हवं होतं.''

मी मान डोलावली, ''आणि म्हणून तुम्ही नॅनोकणांच्या थव्याचा विचार केलात...''

''अगदी बरोबर.'' रिकीने पडद्याकडे बोट दाखवले. पक्ष्यांच्या थव्याप्रमाणे काही काळे ठिपके गोलाकारात घिरट्या घालत फिरताना दिसत होते, ''छोट्या कणांच्या एखाद्या ढगामधून तुम्ही पाहिजे त्या आकाराचा आणि पाहिजे तेवढे मोठं भिंग असणारा कॅमेरा बनवू शकता आणि हा कॅमेरा गोळीने उडवता येणार नाही, कारण गोळी त्याच्यामधून सरळ आरपार जाऊ शकेल. शिवाय बार टाकल्यानंतर पक्ष्यांचा थवा जसा विखरून जातो त्याप्रमाणे हे कण विखरून जाऊ शकतात. त्यामुळे कण पुन्हा एकत्र येईपर्यंत कॅमेरा अदृश्य होणार. त्यामुळे ही पद्धत अगदी आदर्श वाटली. पेन्टागॉननं आम्हाला संरक्षण विभागाच्या संशोधन निधीमधून तीन वर्षांसाठी आर्थिक तरतूद करून दिली.''

''मग..?''

''आम्ही असा कॅमेरा बनवण्याच्या उद्योगाला लागलो आणि अर्थातच ताबडतोब आमच्यासमोर वितरीत बुद्धिमत्तेची समस्या उभी ठाकली.''

मला ह्या समस्येचा चांगला परिचय होता. नॅनोकणांना प्राथमिक पातळीवरील बुद्धिमत्ता पुरवण्याची आवश्यकता होती. हवेत घिरट्या घालत फिरून थवा बनवण्यासाठी त्यांना एकमेकांशी संपर्क ठेवण्याची गरज असल्याने ही बुद्धिमत्ता

आवश्यक होती. थवा बनवणे किंवा विशिष्ट आकारात हालचाल करणे ही बाब जरी वरकरणी फार बुद्धिमान वाटली तरी प्रत्यक्षात थवा निर्माण करणारे घटक स्वत: मात्र निर्बुद्ध असू शकतात. मासे आणि पक्षी असे थवे सहज तयार करतात आणि हे प्राणी काही फार विलक्षण बुद्धिमान असतात असे नाही.

पक्ष्यांचा थवा किंवा माशांचा फिरणारा घोळका हे पाहताना अनेकजणांना वाटते की त्यांच्यामध्ये कोणीतरी नेतृत्व करत असणार. ह्याचे कारण म्हणजे आपण मानव, सामाजिक प्राणी असल्याने तशा सामाजिक वर्तन असणाऱ्या इतर प्राण्यांप्रमाणे आपल्याला गटनेता ही कल्पना नैसर्गिक वाटते. पण पक्षी आणि माश्यांमध्ये मात्र नेते नसतात. त्यांचे समूह तशा प्रकारे तयार होत नाहीत. थवा बनण्याच्या त्यांच्या वर्तनाचा उत्तम कॅमेरे वापरून अत्यंत सखोल अभ्यास केल्यानंतर दिसून आले आहे की त्यांच्यात कोणीही गटनेता नसतो. पक्षी आणि मासे एकमेकांना अत्यंत साध्या आणि कमी उत्तेजना संकेतांचा वापर करून प्रतिसाद देतात आणि त्यामधून सूसूत्र वर्तन निर्माण होते. पण कोणीही त्याचे नियंत्रण प्रत्यक्षात करत नाही. कोणीही त्या वर्तनाचे संचालन करत नाही की कोणीही नेतृत्व करत नाही.

त्याचप्रमाणे एकेकट्या पक्ष्यांमध्येही थवा निर्मितीच्या वर्तनासाठी लागणारी आनुवंशिक नियमावली नसते. त्याचप्रमाणे थवा बनवण्याच्या वर्तनासाठी पूर्वरचना त्यांच्या शरीरात अस्तित्त्वात नसते. त्यांच्या मेंदूमध्ये असा संदेश पुरवणारी व्यवस्था नसते की 'अमूक अमूक घडले की थवा निर्माण करायला सुरवात करा.' उलट एखाद्या समूहात निव्वळ कमी पातळीवरच्या साध्या नियमांमुळे थवा तयार होण्याची क्रिया आपोआप घडते. हे नियम अगदी साधे म्हणजे असे असू शकतात: 'तुमच्या सर्वात जवळ असणाऱ्यांच्या जवळ राहा. पण त्यांच्यावर आदळणार नाही ह्याची काळजी घ्या.' ह्या एवढ्या साध्या नियमांमुळे पक्षी थवा करून सुसूत्रपणे उडताना आढळतात.

अगदी कमी पातळीवरच्या नियमांमधून थवा निर्मिती होते म्हणून ह्या वर्तनाला 'उद्‌भवणारे वर्तन' असे म्हटले जाते. ह्याची व्याख्या अशी आहे की जे वर्तन समूहातल्या एकाही घटकाच्यामध्ये प्रोग्रॅम केलेले नसूनही समूहात दिसून येते त्याला 'उद्‌भवणारे वर्तन' म्हणतात. कोणत्याही समूहामध्ये असे वर्तन उद्‌भवू शकते. संगणकांच्या समूहामध्ये, यंत्रमानवांच्या समूहात किंवा नॅनोकणांच्या थव्यामध्येही.

मी रिकीला म्हणालो, "तुमची समस्या थव्यामध्ये उद्‌भवणाऱ्या वर्तनाची आहे काय?"

"बरोबर."

"ते अपेक्षित नव्हतं?"

"सौम्य शब्दात सांगायचं तर, नाही."

अलीकडच्या काळात उद्‌भवणाऱ्या वर्तनाच्या संकल्पनेमुळे संगणक विज्ञानात एक छोटी क्रांती घडून आली आहे. प्रोग्रॅम लिहिणाऱ्यांच्या दृष्टीने त्याचा अर्थ असा होता की त्यांनी वैयक्तिक एजंटनी कसे वर्तन करावे याचे नियम बनवले तरी पुरतात. त्यांनी एजंटच्या एकत्रित वर्तनासाठी नियम तयार करण्याची आवश्यकता नाही.

वैयक्तिक एजंट म्हणजे प्रोग्रॅममध्ये असणारे भाग, प्रक्रिया करणारे घटक किंवा ह्या ठिकाणी असणारे सूक्ष्म यंत्रमानवी घटक. त्यांनी विशिष्ट परिस्थितीत एकमेकांशी सहकार्य करावे किंवा काही परिस्थितीत एकमेकांशी स्पर्धा करावी अशा तऱ्हेने त्यांचे प्रोग्रॅमिंग करता येते. त्यांना गाठण्यासाठी एखादे ध्येय अथवा उद्दिष्ट देता येते. त्यांनी हे ध्येय गाठण्यासाठी सर्वतोपरी प्रयत्न करावेत अशा सूचना त्यांना पुरवायच्या किंवा गरज पडल्यास त्यासाठी इतर एजंटना मदत करायची असे त्यांना सांगून ठेवायचे. पण त्यांच्यामधल्या परस्परसंबंधांचे मात्र अगोदर प्रोग्रॅमिंग करून ठेवायचे नाही. ते संबंध आपोआप उद्‌भवतात आणि त्यातून निघणारी फलिते काहीवेळा चकित करून टाकणारी असतात.

हे सारे विलक्षण थरारक आहे. पहिल्यांदाच प्रोग्रॅम लिहिणाऱ्याला ज्याची कल्पना करता येणार नाही अशा प्रकारची फलिते प्रोग्रॅममधून मिळण्याची शक्यता निर्माण झाली. प्रोग्रॅम किंवा एजंट हे यांत्रिक अथवा मानवनिर्मित कृत्रिम असूनही ते प्रत्यक्षात सजीवांप्रमाणे वर्तन करू शकतात हे विलक्षण आहे. त्यामुळे प्रोग्रॅम लिहिणारे लोक उत्तेजित झाले हे खरे असले तरी त्यांना त्यातून निराशाही वाटू लागली आहे.

ह्याचे कारण म्हणजे उद्‌भवणारे वर्तन अत्यंत अनियमित स्वरुपाचे असते. काहीवेळा एकमेकांशी स्पर्धा करणारे एजंट त्या स्पर्धेमुळे काहीही न करू शकण्याच्या कोंडीत सापडतात. त्यामुळे प्रोग्रॅममधून काहीही साध्य होत नाही. काही प्रसंगी एजंट एकमेकांवर एवढा प्रभाव टाकतात की त्यांच्या समोरचे ध्येय ते विसरतात. त्यामुळे ध्येय गाठायचे सोडून ते निराळेच काहीतरी करत बसतात. ह्या दृष्टीने विचार करता प्रोग्रॅम हा एखाद्या लहान बालकासारखा वागतो. म्हणजे पुढे काय करेल त्याचे भाकित करायला अवघड आणि सहज दुसऱ्या कोणत्याही गोष्टीकडे भुलण्याची वृत्ती. एका प्रोग्रॅमरने वर्णन करताना असे म्हटले आहे की, 'वितरीत बुद्धिमत्तेसंबंधी प्रोग्रॅम लिहिणे म्हणजे पाच वर्षाच्या मुलाला खोलीत जाऊन कपडे बदल असे सांगण्यासारखे आहे. तो कपडे बदलेलही कदाचित. पण खोलीत गेल्यावर तो तिसरेच काहीतरी करत

बसून खोलीतून परत बाहेर न येण्याची शक्यताही तेवढीच आहे.'

प्रोग्रॅम अशाप्रकारे वागत असल्यामुळे प्रोग्रॅमरनी खऱ्याखुऱ्या सजीवांच्या प्रत्यक्ष वर्तनाचा वापर प्रोग्रॅम लिहिताना करायला सुरुवात केली. प्रोग्रॅमध्ये काय ध्येय गाठायचे आहे व ते कसे गाठायचे हे ठरवण्यासाठी त्यांनी खऱ्याखुऱ्या सजीवांच्या वर्तनाची मॉडेल उपयोगात आणायला प्रारंभ केला. म्हणूनच मग प्रोग्रॅमर मुंग्यांच्या किंवा वाळवींच्या वारुळांचा अभ्यास करू लागले. विमानांचे दळण-वळण किंवा भाषांतर यांचे नियंत्रण करण्यासाठी लागणारे प्रोग्रॅम लिहिताना त्यांनी मधमाश्यांच्या नृत्याचा अभ्यास सुरू केला. असे प्रोग्रॅम जरी उत्कृष्ट काम करू शकत असले, तरी ते घसरण्याची शक्यता उरली होतीच. विशेषत: जर आजुबाजूची परिस्थिती झपाट्याने बदलली तर हे प्रोग्रॅम साफ कोलमडायचे; आणि त्यांनी गाठायचे ध्येय केंव्हाच दूर गेलेले असायचे.

म्हणूनच मी पाच वर्षांपूर्वी कामाला सुरुवात केली तेव्हा ध्येय सतत नजरेसमोर राहावे म्हणून भक्षक-भक्ष्य यांच्यातील परस्परसंबंधांचा विचार करून मॉडेल बनवले. कारण भुकेलेले शिकारी कधीही आपल्या ध्येयापासून ढळत नाहीत. परिस्थितीनुसार कधीकधी त्यांना आपल्या काम करण्याच्या पद्धतीत बदल करावा लागतो. तर काहीवेळा यश मिळवण्यासाठी त्यांना वारंवार प्रयत्न करावे लागतात. पण ते, कधीही आपल्याला काय मिळवायचे आहे ते नजरेआड होऊ देत नाहीत. अशाप्रकारे मी शिकार-शिकारी या विषयातला तज्ज्ञ झालो. मी तरसांच्या टोळ्या, आफ्रिकेतल्या शिकारी कुत्र्यांच्या टोळ्या, माग काढणारी सिंहीण आणि लष्करी मुंग्यांचे हल्ला करण्याचे तंत्र यांच्यासंबंधी सखोल ज्ञान प्राप्त करून घेतले. आम्ही या सगळ्या विषयांवरील संशोधनाचा उपयोग करून प्रेड-प्रे या नावाचा प्रोग्रॅम लिहिला. हा प्रोग्रॅम एखादे ध्येय गाठण्यासाठी वापरण्याजोगा होता.

रिकीच्या पडद्यावरील छोट्या ठिपक्यांची सफाईदार हालचाल होताना पाहून मी विचारले, "तुम्ही यासाठी प्रेड-प्रे प्रोग्रॅम वापरलात की काय?"

"होय. आम्ही ते नियम वापरले."

"पण मला ठिपक्यांचे वर्तन तर खूपच छान वाटत आहे. मग अडचण काय आहे?"

"आम्हाला खात्री नाही."

"म्हणजे काय?"

"याचा अर्थ असा की आम्हाला आलेल्या अडचणींचं कारण समजत नाही. समस्या प्रोग्रॅममध्ये आहे की आणखी कशात ते कळत नाही."

"आणखी कशात म्हणजे? उदाहरण?" मी कपाळाला आठ्या घालून म्हणालो, "मला तू काय म्हणतोस ते कळत नाही. रिकी, हा फक्त सूक्ष्म यंत्रमानवी कणांचा घोळका आहे. तुला हवं ते तू त्याच्याकडून करवून घेऊ शकतोस. जर प्रोग्रॅम नीट नसेल तर तू तो नीट करून घे. मला कळत नाही की..." रिकीने माझ्याकडे अस्वस्थपणे नजर टाकली. खुर्ची मागे सरकवत तो उठून उभा राहिला, "आम्ही हे एजंट कसे बनवतो ते तुला दाखवतो. म्हणजे मग तुला इथली परिस्थिती अधिक चांगली समजून येईल."

ज्युलिआने दाखवलेल्या डेमोची व्हिडिओ टेप मी अगोदर पाहिलेली असल्याने रिकी मला आता काय दाखवतो याची उत्सुकता होती. कारण मला ज्यांच्याबद्दल आदर वाटतो अशा अनेकांचे मत असे आहे की रेणू पातळीवरील उत्पादन ही अशक्यप्राय गोष्ट आहे. ह्या क्षेत्रासंबंधीचा एक मूलभूत सैद्धांतिक आक्षेप असा होता की उपयुक्त रेणू निर्माण करायला लागणारा कालावधी फार मोठा असेल. नॅनोतंत्रज्ञानाने करण्याची जुळणी एवढी कार्यक्षम असायला हवी की अशा तऱ्हेचे वेगवान उत्पादन मानवी इतिहासात कधीही झाले नसेल. साधारणत: कोणत्याही उत्पादन प्रक्रियेमधील जुळणी यंत्रे एकाच वेगाने काम करतात. ती एका सेकंदात एक सुटा भाग जोडू शकतात. उदाहरणार्थ एखाद्या वाहनात हजारो सुटे भाग असतात. एखादी गाडी असेंब्ली लाईन पद्धतीने काही तासात तयार करता येते. एखाद्या विमानात साठ लाख सुटे भाग असतात. ते जोडायला काही महिने लागतात.

उत्पादन करण्याच्या प्रक्रियेमधील रेणूमध्ये $१०^{२५}$ एवढे सुटे भाग असतात. १०,०००,०००,०००,०००,०००,०००,०००,००० ह्या संख्येचा अर्थ म्हणजे दहाचा २५वा घातांक एवढे भाग. ही संख्या मानवी मेंदूच्या आकलनापलीकडची आहे. जर आपण दर सेकंदाला दहा लक्ष भाग एवढ्या वेगात जुळणी करू शकलो तरी एका रेणूची जुळणी करायला ३०००,००० अब्ज वर्षे लागतील. हा काळ विश्वाच्या वयाच्यापेक्षा कितीतरी पट जास्त आहे आणि नेमकी समस्या तर इथेच आहे. ह्यालाच 'बांधणी-कालावधी' समस्या असे म्हणतात.

मी रिकीला म्हणालो, "तुम्ही औद्योगिक पातळीवर उत्पादन करत असाल तर..."

‘‘होय. आम्ही तसंच करतो.’’

‘‘तर मग तुम्ही बांधणी-कालावधी समस्येवर उपाय शोधला असणार...’’

‘‘होय.’’

‘‘कसा?’’

‘‘थोडा धीर धर.’’

आम्ही काही प्रयोगशाळांजवळून गेलो. त्यामधल्या काही सूक्ष्मजीवशास्त्रीय किंवा आनुवंशशास्त्रीय प्रयोगशाळांप्रमाणे दिसत होत्या. त्यामधल्या एकीत मला मे चँग काम करताना दिसली. मी रिकीला विचारण्याच्या बेतात होतो की इथे अशी सूक्ष्मजीवशास्त्रीय प्रयोगशाळा कशासाठी आहे. पण त्याने माझा प्रश्न अर्ध्यातच उडवून लावला. तो आता उतावीळ झाल्याप्रमाणे वाटला. त्याला कशाची तरी घाई होती. त्याने एकदा घड्याळाकडेही नजर टाकली होती.

आम्ही उभ्या असणाऱ्या ठिकाणी समोर काचेचे दार होते. त्यावर ‘मायक्रोफॅब’ अशी अक्षरे लिहिली होती. रिकीने मला आत जाण्याची सूचना केली. ‘‘एकावेळी एक. या ठिकाणी ही यंत्रणा तेवढी काटेकोर आहे.’’

मी आत शिरलो. मागच्या बाजूला हिस्स् आवाज करत दार बंद झाले. प्रेशर पॅडनी दार घट्ट लावून घेतल्यानंतर सगळीकडून हवेचे झोत आले. मला आता ह्याची सवय झाली होती. हा सगळा सोपस्कार झाल्यावर मी पुढच्या दारातून आत शिरलो. एका छोट्या कॉरिडॉरच्या पुढे खूप मोठा भाग दिसत होता. तेथे प्रखर पांढरा प्रकाश होता. हा प्रकाश एवढा प्रखर होता की माझ्या डोळ्यांना इजा झाल्यासारखे वाटले.

माझ्या मागून रिकी आला. तो मला काहीतरी सांगत होता. पण मला तो काय म्हणाला ते आठवत नाही. मी स्तिमित होऊन पाहत होतो. मी आता मुख्य इमारतीत होतो. तीन मजली उंच अशा एकही खिडकी नसलेल्या अवाढव्य इमारतीत मध्यभागी एक प्रचंड गुंतागुंतीची रचना दिसली. ती एखाद्या हिऱ्याप्रमाणे चमकत होती.

❑

सहावा दिवस
सकाळी ९ वाजून १२ मिनिटे

सुरवातीला मी काय पाहातोय तेच मला कळत नव्हते. मला माझ्यासमोर एक अवाढव्य आकाराचा ऑक्टोपस दिसत होता. त्याचे झगझगीत हात सगळ्या दिशांना पसरलेले होते. त्यांच्यावरून परावर्तित होणाऱ्या प्रकाशाची असंख्य रंगांची प्रतिबिंबे आजूबाजूंच्या भिंतीवर पडली होती. त्या ठिकाणी हातांचे अनेक थर होते. सर्वात खालचा थर अगदी जमिनीपाशी, नंतरचा छातीएवढ्या उंचीवर आणि मग त्यावर आणखी थर खूप उंचीवर होते. सगळे हात चमचम करत होते.

मी डोळे मिचकावले आणि त्या झगझगीत प्रकाशात नीट पाहण्याचा प्रयत्न करू लागलो. ही सगळी ऑक्टोपससारखी रचना एका तीन मजली काचेच्या आवरणात होती. ह्या आवरणाच्यामध्ये काचेचे चौकोनी घटक वापरलेले दिसत होते. त्या ठिकाणी जमीन, छत, पायऱ्या वगैरे सर्वकाही ह्या काचांच्या चौकोनी लोलकांचे बनवलेले होते. हातांची रचना निरनिराळ्या काळ्या रंगाच्या ॲनोडाईज केलेल्या जाळ्यांनी जागच्याजागी उभी ठेवलेली होती. पण ह्या जाळ्या त्या ठिकाणच्या प्रतिबिंबांमुळे नीट दिसत नसल्याने प्रथमदर्शनी ही सगळी ऑक्टोपससारखी रचना हवेत तरंगत आहे असा भास होत होता.

रिकी हसला. "ही आमची मुख्य असेंब्ली यंत्रणा आहे. त्याची रचना फ्रॅक्टल आहे. छान आहे ना?"

मी हलकेच मान डोलावली. मी आता आणखी नीट पाहत होतो. मला जी रचना ऑक्टोपससारखी वाटली होती ती रचना अनेक फांद्या असणाऱ्या झाडासारखी होती. मध्यभागी असणारी चौकोनी नळी खालपासून वरपर्यंत गेलेली होती. त्याच्यापासून निघालेल्या छोट्या नळ्या सगळीकडे पसरल्या होत्या. त्या छोट्या नळ्यांच्या पुढे आणखी छोट्या नळ्या पसरलेल्या होत्या. सर्वात छोट्या नळ्या पेन्सिलीएवढ्या जाडीच्या होत्या. त्या सगळ्या जणू पारा चढवल्याप्रमाणे लखलख करत होत्या.

"हा एवढा झगझगाट कशामुळे आहे?"

"काचांना हिऱ्यांच्या पावडरीचा लेप चढवलेला आहे." रिकी म्हणाला, "आपण ज्या पातळीसंबंधी बोलतोय त्या पातळीवर काचेमध्ये असंख्य छिद्रे

असतात. शिवाय काच हा अखेर द्रवपदार्थ असल्याने त्यामधून अणू सहज आतबाहेर करू शकतात.''

''म्हणून तुम्ही लेप चढवला का?''

''होय.''

ह्या चकचकणाऱ्या काचेच्या फांद्यांच्या जंजाळातून डेव्हिड आणि रोझी फिरत होते. ते हातातल्या संगणकांकडे नजर टाकत काही व्हॉल्व्ह नीट करत, नोंदी करत फिरताना दिसले. माझ्या लक्षात आले की मी एका अवाढव्य समांतर असेंब्ली लाईनकडे पाहत होतो. छोट्या नळीमधून रेणूंचे तुकडे आत पाठवल्यावर त्यांच्यात आणखी अणूंची जोडणी केली जात होती. हे काम पूर्ण झाले की मग ते रेणू आणखी मोठ्या नळीत शिरत होते. ह्या ठिकाणी आणखी अणूंची भर घातली गेली की ते रेणू आणखी मोठ्या नळीत जाऊन अखेर रचना पूर्ण झाली की मधल्या मुख्य नळीत जाऊन पडत होते.

''ही रचना वाहन उद्योगातल्या असेंब्ली लाईनसारखीच आहे. फरक एवढाच आहे की ती रेणूच्या पातळीवरची आहे. रेणू टोकाकडून मध्यभागी येताना तयार होत जातात. आम्ही ह्या इथं प्रथिन रेणू चिकटवतो. ह्या ठिकाणी मिथाईल रेणूगट जोडतो. जसं तिकडं मोटार जोडताना ते दारं, चाकं वगैरे जोडतात ना तसंच. आणि हे सगळं झाल्यावर आम्ही रचना केलेला अपेक्षित रेणू तयार होतो.''

''आणि हे निरनिराळे हात..?''

''निरनिराळे रेणू बनवण्यासाठी आहेत. म्हणून तर ते हात वेगळे-वेगळे दिसत आहेत.''

मला काही हातांना भोवती स्टीलचे आवरण घातलेले भाग दिसले. काही ठिकाणी मला द्रवरूप नायट्रोजनच्या टाक्या दिसल्या. ह्याचा अर्थ त्या ठिकाणी अत्यंत कमी तापमानाचा वापर केला जात होता.

''ह्या आमच्या अतीशीतकरणाच्या खोल्या आहेत.'' रिकी म्हणाला, ''पण आम्ही फार कमी तापमानाला जात नाही. फारफार तर उणे सत्तर अंश सेंटीग्रेडपर्यंत जातो. चल, मी तुला दाखवतो.''

मला त्याने त्या हातांमधून वाट काढत जाणाऱ्या काचेच्या वॉक-वेमधून पुढे नेले. काही ठिकाणी कमी उंचीच्या हातांवरून पलीकडे जाण्यासाठी आम्ही पायऱ्यांचा वापर केला.

रिकी सतत तांत्रिक माहितीसंबंधी मला सांगत होता. त्याने मला आवरणात लपेटलेल्या एका चौकोनी जागी नेले. त्याने एक भक्कम दार उघडून मला आतला भाग दाखवला. आत दोन छोट्या खोल्या होत्या. त्या मला मांस

साठवणुकीच्या लॉकरसारख्या वाटल्या.

रिकीने मला पुन्हा लगेच बाहेर आणले. बाहेर येताना त्याने हातातल्या घड्याळाकडे नजर टाकली.

"आपल्याला एखाद्या अपॉईंटमेंटला उशीर झाला आहे की काय?" मी विचारले.

"नाही...नाही. तसं काही नाही."

ह्या मुख्य चौकोनी ठोकळ्यासारख्या रचनेच्या बाजूला आणखी दोन ठोकळे होते. ते धातूचे होते आणि त्यांच्या आतल्या बाजूला विजेच्या जाडजूड केबल्स् दिसत होत्या. मी विचारले, "ह्या तुमच्या चुंबकांच्या खोल्या आहेत, वाटतं?"

"होय." रिकी म्हणाला, "आमच्या इथं मध्यभागी ३३ टेस्ला चुंबकीय क्षेत्र निर्माण करणारे पल्स फील्ड मॅग्नेट आहेत. हे क्षेत्र म्हणजे पृथ्वीच्या चुंबकीय क्षेत्राच्या दहा लाख पट मोठे असणारे आहे."

रिकीने जोर लावून किंचित हुंकार देत एका खोलीचे दार उघडले. मला आतल्या बाजूला डोनटच्या आकाराची वस्तू दिसली. तिचा व्यास साधारणपणे सहा फूट होता. मध्यभागी एक इंच व्यासाचे छिद्र होते. त्या डोनटवर संपूर्णपणे आवरण घातलेले होते.

"ह्या पिल्लासाठी खूप शीतकरणाची गरज असते. तुला सांगतो हे फार प्रचंड ऊर्जाही खातं. पंधरा किलोव्होल्ट. त्याचे **कपॅसिटर्स** पूर्ण लोड व्हायला अख्खं मिनिट लागतं. अर्थातच आम्ही त्याचा फक्त क्षणमात्र कालावधीसाठी वापर करतो. असा पल्सप्रमाणे वापर केला नाही तर त्यातून निर्माण होणाऱ्या प्रचंड चुंबकीय क्षेत्रामुळे त्याचा स्फोट होऊन तुकडे-तुकडे उडतील." रिकीने खालच्या बाजूला बोट दाखवले. त्या ठिकाणी एक बटण होते. "जर गरज पडली आणि हात मोकळे नसतील तर सुरक्षिततेचा उपाय म्हणून तो बंद करण्यासाठी गुडघ्याने हे बटण दाबायची सोय आहे."

मी म्हणालो, "ह्याचा अर्थ तुम्ही तुमच्या रचनेसाठी प्रचंड चुंबकीय क्षेत्राचा वापर करता तर..."

पण रिकी हे ऐकण्याअगोदरच घड्याळाकडे पाहत दाराबाहेर पडलाही होता. मी त्याच्यामागून घाईघाईने बाहेर आलो, "रिकी—"

"मला तुला आणखी बरंच काही दाखवायचं आहे." रिकी म्हणाला.

"रिकी हे सगळं फारच विलक्षण आहे." मी चमचमणाऱ्या हातांकडं पाहत म्हणालो, "पण तुमची बरीचशी कामे सामान्य तापमानाला केली जाताना दिसत आहेत. निर्वातपणा नाही, अतीशीत तापमान नाही की तसं फार मोठं चुंबकीय क्षेत्रही नाही—"

“बरोबर. कोणत्याही खास बाबी नाहीत.”

“ते कसं काय शक्य झालं?”

रिकीने खांदे उडवले, “कारण असेंब्लरना तसं काही लागत नाही म्हणून.”

“असेंब्लर? तुला असं म्हणायचं आहे का की ह्या असेंब्ली लाईनमध्ये तुम्ही रेणू पातळीवरच्या असेंब्लरचा वापर केलाय?”

“होय. अर्थातच.”

“हे असेंब्लर तुमच्यासाठी रेणूंचे उत्पादन करत आहेत म्हणतोस?”

“अर्थातच. मला वाटलं की तुझ्या ते लक्षात आलं असेल.”

“नाही रिकी.” मी म्हणालो, “माझ्या ते अजिबात लक्षात आलं नाही आणि एक गोष्ट...मला कोणी खोटं सांगितलेलं आवडत नाही.”

रिकीचा चेहरा मला दुखावलेला वाटला, “मी खोटं बोलत नाहीये.”

पण मला त्याबद्दल खात्री होती.

रेणूपातळीवरच्या उत्पादनाच्या बाबतीत वैज्ञानिकांच्या लक्षात सर्वात प्रथम कोणती गोष्ट आली असेल तर ती ही की प्रत्यक्षात असे उत्पादन करणे अत्यंत अवघड आहे. १९९०मध्ये आय.बी.एम. कंपनीच्या कोणातरी संशोधकाने झेनॉनचे अणू ढकलून-ढकलून निकोलच्या पट्टीवर आय.बी.एम. ही अक्षरे तयार केली होती. ही कंपनीचे बोधचिन्ह असणारी अक्षरे एक दशांश अब्ज इंच एवढ्यात मावली होती आणि ती फक्त इलेक्ट्रॉन सूक्ष्मदर्शकाखालीच वाचता येत होती. ते चित्र म्हणून फार उत्कृष्ट होते आणि त्याला प्रसिद्धीही खूप मिळाली. रेणू पातळीवरील उत्पादन करण्याच्या संकल्पनेचा पुरावा म्हणून ह्याकडे लोकांनी पाहिले. पण खरे तर तो एक स्टंट होता. कारण एकेकट्या अणूंना हलवून विशिष्ट जागी बसवणे हे फार सावकाशीने करण्याचे काम असून ते अत्यंत कष्टाचे आहे. त्या आय.बी.एम.च्या संशोधकाला अवघे पस्तीस अणू हलवून ती रचना करायला अख्खा एक दिवस लागला होता. अशा प्रकारे नवीन तंत्रज्ञान निर्माण होईल ह्यावर कोणीही विश्वास ठेवणे शक्यच नव्हते. बहुतेकांनी असाच विचार केला की नॅनोतंत्रज्ञानवाले इंजिनियर अखेर कोणत्याही प्रकारे असेंब्लर तयार करायचा मार्ग शोधून काढतील. असेंब्लर म्हणजे हवे तसे रेणू तयार करू शकणारी रेणू पातळीवरची सूक्ष्म यंत्रे. ह्या यंत्रांचा वापर करून नवीन रेणू बनवता येतील अशी कल्पना होती.

कल्पना चांगली होती, पण त्यामधल्या व्यावहारिक अडचणी फार कठीण

होत्या. कारण अर्थातच जे रेणू बनवायचे आहेत त्यांच्यापेक्षा हे असेंब्लर आणखीनच गुंतागुंतीच्या रचनेचे असणार. त्यामुळे मुळातच हे सगळे फार अवघड आहे. माझ्या माहितीत तरी जगातल्या कोणत्याही प्रयोगशाळेत हे अद्याप शक्य झालेले नाही. इथे मात्र रिकी मला अगदी सहजगत्या सांगत होता की झायमॉसने बनवलेल्या असेंब्लरचा वापर करून ते रेणू तयार करत होते.

आणि माझा ह्यावर विश्वास बसत नव्हता.

मी सगळे आयुष्य तंत्रज्ञानाच्या क्षेत्रात घालवले असल्याने मला काही गोष्टी चांगल्या माहिती होत्या. तंत्रज्ञानात ही एवढी प्रचंड उडी कधीच मारली जात नाही. तंत्रज्ञानाचा विकास हा इतर कोणत्याही क्षेत्राप्रमाणे ज्ञान साचत जाण्यानेच होत असतो. उलट गोष्टींवर विश्वास ठेवणे याचा अर्थ राईट बंधूंनी किटी हॉक येथे क्षेपणास्त्र बनवून चंद्रावर जाण्याची क्षमता मिळवली होती ह्यावर विश्वास ठेवण्यासारखे होते.

नॅनोतंत्रज्ञान अद्याप किटी हॉकच्या पातळीएवढेच वाढलेले होते.

"काहीतरीच सांगू नकोस रिकी...तुम्ही खरोखरच हे कसं करता?"

"त्यामधला तांत्रिक तपशील फार महत्त्वाचा नाही जॅक."

"हा काय आणखी नवीन मूर्खपणा? अर्थातच, तपशील महत्त्वाचे आहेतच."

"जॅक." माझ्यावर भुरळ पाडण्यासाठी रिकीने मोहक स्मितहास्य केले, "तुला खरंच वाटतं का मी तुझ्याशी खोटं बोलतोय?"

"होय."

मी माझ्या सभोवताली पसरलेल्या हातांकडे नजर टाकली. सगळीकडे काचा असल्याने मला माझी असंख्य प्रतिबिंबे दिसली. त्यामुळे मला जरा गोंधळल्यासारखे वाटले. मनातले विचार स्थिर करण्यासाठी मी पायांकडे पाहिले. त्यावेळी माझ्या लक्षात आले की आम्ही जरी काचेच्या वॉक-वे वरून चालत असलो तरी खालच्या मजल्यावरचा काही भागही काचेचा बनवलेला आहे. त्यामधून मला खालचे धातूंचे पाईप आणि तत्सम नळ्या वगैरे दिसल्या. त्यामधल्या एका प्रकारच्या नळ्यांनी माझे लक्ष वेधले गेले. ह्या नळ्या स्टोअररूमपासून काचेच्या ठोकळ्यापर्यंत जाताना दिसल्या. मी स्टोअररूममधून बाहेर पडणाऱ्या नळ्यांच्या पलीकडे नजर टाकली. ती जागाही काचेची बनवलेली असल्याने मला त्या पलीकडच्या खोलीत ठेवलेल्या मोठमोठ्या किटलीसारख्या दिसणाऱ्या टाक्या दिसल्या. आता माझ्या लक्षात आले. त्या किटल्यांमध्ये

रिकी बियर तयार करत नव्हता तर त्या ठिकाणी सूक्ष्मजीवांचे संवर्धन केले जात होते. मी त्याला म्हणालो, "सन ऑफ अ बिच."

रिकी हसला, आणि खांदे उडवत म्हणाला, "जॅक...आमचं काम तर होतंय ना."

माझ्या लक्षात आले ती गोष्ट खरीच होती. त्या किटल्यांमध्ये सूक्ष्मजीवांचे संवर्धन करून झायमॉसने रेणू बनवण्यासाठी वेगळा मार्ग काढला होता. नॅनो असेंब्लर तयार करता येत नसल्याने ते काम जीवाणूंकडून करून घेतले जात होते. हे जनुक अभियांत्रिकीचे तंत्रज्ञान होते. हे नॅनोतंत्रज्ञान नव्हते. "होय...अगदी तसंच काही नाही." मी माझ्या मनातले विचार सांगितल्यावर रिकी मला म्हणाला, "आम्ही संमिश्र तंत्रज्ञान वापरतोय हे मी कबूल करतो. पण ह्याचं काही फार आश्चर्य वाटायला नको. नाही का?"

हे बरोबर होते. गेली दहा वर्षे निरीक्षकांचे असे भाकित होतेच की जनुक अभियांत्रिकी, संगणकविज्ञान आणि नॅनोतंत्रज्ञान अखेर एकत्र येतील. कारण ह्या सगळ्यांची कामे परस्परांशी निगडित स्वरुपाची आहेत. संगणक वापरून जीवाणूंच्या जनुकांमधील संकेत उलगडणे काय किंवा जीवाणूच्या जनुकांमध्ये नवीन भाग घुसवण्यासाठी संगणकाची मदत घेणे काय ह्यात तसा काही फरक नसतोच. इन्शुलिन बाहेर टाकणारे नवीन जीवाणू तयार करणे आणि यांत्रिक असेंब्ली सूक्ष्म स्तरावर बनवून त्यातून रेणू तयार करणे ह्यामध्येही तसा काही फरक नाहीच. ह्या सर्व ठिकाणी अत्यंत गुंतागुंतीच्या प्रणालींवर मानवी बुद्धीने निर्माण केलेला आराखडा लादणे ह्याचे आव्हान फार मोठे आहे.

रेणूचा आराखडा बनवणे ही देखील साधीसुधी गोष्ट नाहीच. रेणूमध्ये अनेक अणू एकमेकांना चिकटलेले असतात असे वरकरणी वाटू शकते. पण निव्वळ अणू एकमेकांना चिकटणे एवढेच महत्त्वाचे नसते. अणू कोणत्याही प्रकारे एकमेकांना चिकटू शकत नाहीत. आपण रेणूमध्ये एखादा अणू घुसवण्याचा प्रयत्न केला तर त्या अणूवर चुंबकीय आणि विद्युत क्षेत्रांचा प्रभाव पडत असल्याने अनेकदा पाहिजे तसे काम पूर्ण होत नाही. अणू सरळसरळ तेथून बाहेर फेकून दिला जाऊ शकतो. जर अणू त्या जागी बसला तरी तो योग्य त्या अंशात नसण्याचीही शक्यता असते. अशावेळी रेणूमध्ये घड्या पडून चमत्कारिक गाठी तयार होऊ शकतात.

म्हणूनच रेणू पातळीवरील उत्पादन ही अणू बसवणे किंवा बदलणे आणि तसे करताना अपेक्षित रचना मिळवणे ही गुंतागुंतीची प्रक्रिया असते. तयार झालेला रेणू काम करण्याक्षम असणे गरजेचे असल्याने हा सगळा खेळ अत्यंत कुशलपणे करणे ही एक कलाच आहे. अर्थातच ह्या सगळ्या अडचणींमधून

मार्ग काढत जाताना आपण आणखी एका गोष्टीकडे दुर्लक्ष करू शकत नाही. ती म्हणजे निसर्गात पेशींच्या रूपाने असंख्य प्रकारचे रेणू बनवण्याचे अगदी कार्यक्षम कारखाने उपलब्ध आहेत.

"दुर्दैवानं पेशींचा वापर करून आम्हाला उत्पादनाच्या बाबतीत इतपतच यश मिळू शकलं." रिकी म्हणाला, "आम्ही त्यांचा वापर करून आवश्यक तो कच्चा माल तयार करून घेतो आणि मग नॅनोतंत्रज्ञानाचा वापर करून त्याच रेणूंवर आवश्यक ती बांधणी करत जातो. म्हणजेच आम्ही दोन्ही तंत्रज्ञानांचा थोडा-थोडा वापर करतो."

मी टाक्यांकडे बोट दाखवून विचारले, "त्यात तुम्ही कोणत्या पेशी वाढवता?"

"थीटा-डी-५९७२"

"म्हणजे कोणत्या प्रकारच्या?"

"इ. कोलायचा एक प्रकार."

इ. कोलाय हा निसर्गात सर्वत्र आढळणारा एक जीवाणू आहे. हा जीवाणू माणसांच्या आतड्यांमध्येही आढळतो. मी म्हणालो, "माणसाच्या शरीरात जगू शकतील अशा पेशी वापरू नयेत हा साधा विचार इथं कोणालाही सुचला नाही? तसं करणं कदाचित योग्य नाही हे लक्षात आलं नाही?"

"नाही." रिकी म्हणाला, "खरं सांगायचं तर ह्या गोष्टीचा विचार केला गेला नव्हता. आम्हाला ज्या सजीवाबद्दल भरपूर माहिती उपलब्ध आहे अशा पेशी हव्या होत्या. म्हणून आम्ही उद्योगात सर्वसामान्यपणे वापरले जाणारे हे जीवाणू निवडले."

"हं..हं.."

"ते काहीही असो." रिकी पुढे म्हणाला, "जॅक, मला नाही वाटत त्यामुळे काही समस्या उद्‌भवेल असं. हा जीवाणू मानवी आतड्यात जगू शकणार नाही. कारण थिटा-डी-५९७२ ह्या जीवाणूला जगण्यासाठी खास गोष्टी लागतात. त्याला प्रयोगशाळेत वाढवण्यासाठी स्वस्त अन्नपदार्थांवर जगण्यासाठी बनवण्यात आलं आहे. मला वाटतं हा जीवाणू तर कचऱ्यावरही वाढू शकतो."

"म्हणजे तुम्हाला लागणारे रेणू जीवाणू बनवतात तर."

"होय. त्या प्रकारे आम्ही प्राथमिक रेणू मिळवतो. आम्ही सत्तावीस प्रकारचे प्राथमिक रेणू मिळवतो आणि जास्त तापमानात त्यांची जुळणी करतो. जास्त तापमानात रेणू अधिक कार्यक्षम असतात आणि चट्‌कन एकमेकांत मिसळतात."

"म्हणून या इथं गरम होतंय का?"

"होय. एकशेसत्तेचाळीस अंश फॅरनहाईटला प्रक्रियेची कार्यक्षमता सर्वात जास्त असते. तसं पाहिलं तर कमी तापमानाला म्हणजे पस्तीस-चाळीस

अंशालाही काही रेणू तयार होतात. पण जास्त तापमानाला काम जास्त चांगलं होतं.''

''आणि त्यासाठी तुम्हाला आणखी खास काहीही लागत नाही? म्हणजे व्हॅक्यूम, जास्त दाब किंवा जास्त मोठं चुंबकीय क्षेत्र वगैरे..?''

रिकीने मान हलवली, ''नाही. जॅक, आम्ही कामाचा वेग वाढवण्यासाठी त्यांचा वापर करतो, पण त्यांची आवश्यकता मात्र नाही. ह्या कामासाठीच्या यंत्राचा आराखडा इतका उत्कृष्ट आहे की रेणूंची जुळणी सहजगत्या होत जाते.''

''आणि ह्या जुळणी झालेल्या रेणूंमधून तुमचे असेंब्लर तयार होतात?''

''होय. मग हे असेंब्लर आमच्यासाठी हवे ते रेणू बनवू लागतात.''

''पण असं असेल तर ही काचेची गुंतागुंतीची रचना कशासाठी लागते?''

''कार्यक्षमता वाढवणं आणि प्रक्रिया वेगवेगळ्या करणं.'' रिकी म्हणाला, ''आम्ही वेगवेगळ्या हातांमध्ये एकाचवेळी नऊ असेंब्लर तयार करू शकतो.''

''आणि हे असेंब्लर मग अखेर तयार होणारे रेणू कुठं बनवतात?''

''याच ठिकाणी. पण त्या अगोदर त्यांना रि-अप्लाय करतो.''

मी मान हलवली, ''रि-अप्लाय? म्हणजे काय?''

''ही प्रक्रिया आम्ही इथंच विकसित केली आहे. आम्ही तिचं पेटंटही घेतो आहोत. आमचं काम सुरवातीपासून चांगलंच चाललं होतं, पण उत्पादनाचे प्रमाण कमी होते. आम्ही दर तासाला अवघा अर्धा ग्रॅम ह्या प्रमाणात रेणू निर्माण करत होतो. ह्या वेगामुळं एक कॅमेरा बनवायला कितीतरी दिवस लागले असते. आम्हाला नेमकी अडचण कळत नव्हती. उत्पादनाच्या अखेरच्या अवस्थेसाठी वायू अवस्थेचा वापर केला जातो. त्यावेळी लक्षात आलं की रेणू स्वरुपातील असेंब्लर जड असल्याने खाली बसत होते. जीवाणूंचा थर त्यांच्यावर बसायचा. त्यामुळे असेंब्लर आणि ज्यांची जुळणी करायची आहे त्या रेणूंचा परस्परांशी संबंध कमी येत होता. म्हणून आम्ही काही बदल करून पाहिले, पण त्याचा फारसा उपयोग झाला नाही.''

''मग, तुम्ही काय केलं?''

''आम्ही असेंब्लरचा आराखडा बदलला. आम्ही जीवाणूंच्या पृष्ठभागावर चिकटण्यासाठी मेदपदार्थावर आधारित रचना तयार करून घेतली. त्यामुळे आमच्या उत्पादनात एकदम पाचपटीने वाढ झाली.''

"म्हणजे आता तुमचे असेंब्लर जीवाणूंच्या पृष्ठभागावर स्वार होतात काय?"

"बरोबर. ते जीवाणूच्या बाहेरच्या आवरणाला चिकटतात." रिकीने मला जवळच्या वर्कस्टेशनच्या मॉनिटरवर असेंब्लरची रचना दाखवली. असेंब्लरच्या मध्यभागी अणूंची घट्ट गाठ असल्यासारखी दिसत होती आणि त्यापासून सर्व दिशांनी पसरणारी हातांसारखी रचना होती. पडद्यावरच्या चित्रात आता एक लांबट आकार दिसत होता आणि हा असेंब्लर त्याला चिकटत होता.

"हा थिटा-डी. जीवाणू आहे आणि असेंब्लर त्यावर स्वार झालेला आहे."

मी पाहत असताना भराभरा अनेक असेंब्लर जीवाणूच्या पृष्ठभागावर चिकटताना दिसत होते.

"आणि हे असेंब्लर तुमच्या कॅमेऱ्याची जुळणी करतात तर...?"

"होय." रिकी म्हणाला- त्याने काही अक्षरे टाईप करताच पडद्यावरची प्रतिमा बदलली, "हे आमचे अंतिम सूक्ष्मयंत्र आहे. आमचा कॅमेरा हा असा आहे. तू रक्तप्रवाहात काम करणाऱ्या कॅमेऱ्यांचा डेमो पाहिला आहेस. ही आमची पेन्टागॉनसाठी बनवलेली आवृत्ती आहे. हा कॅमेरा मोठा आहे आणि हवेत उडणारा आहे. तू पाहतो आहेस ते रेणू स्वरुपातील हेलिकॉप्टर आहे असं समज."

"पण त्याची पाती कुठं आहेत?"

"ती नाहीतच. तू ही छोटी बाहेर आलेली टोकं पाहतो आहेस ना. ही टोकं मोटारीचं काम करतात. हे सूक्ष्मयंत्र प्रत्यक्षात हवेच्या अर्धप्रवाही गुणधर्माचा वापर करून हवेत उडते."

"हवेच्या काय...म्हणालास?"

"हवेचा अर्धप्रवाहीपणा." रिकी हसला "आपण अत्यंत सूक्ष्म पातळीवर काम करणाऱ्या यंत्राबद्दल बोलतोय हे लक्षात घे. जॅक, हे सगळं जग फार वेगळं आहे."

ह्या यंत्राची रचना कितीही उत्तम असली तरी त्याचे काम अजूनही पेन्टागॉनच्या अपेक्षेसारखे नव्हते. उडणारा आणि प्रतिमा पाठवू शकणारा, उडवून न देता येण्यासारखा कॅमेरा तयार झाला असला तरी बाहेरच्या वातावरणात अगदी साध्या झुळकीमुळेही तो वाहून जात होता. झायमॉसचे इंजिनिअर कॅमेऱ्यांमध्ये सुधारणा करण्याचा प्रयत्न करत होते पण त्यांना अद्याप यश आलेले नव्हते. दरम्यान संरक्षण विभागाने हा सगळा प्रकल्प अव्यवहार्य आहे असे म्हणून

झायमॉससशी झालेला करार रद्द केला. येत्या सहा आठवड्यात सगळा निधीपुरवठा ठप्प होणार होता.

"म्हणून ज्युलिआ बाहेरून भांडवल मिळावे यासाठी आटोकाट प्रयत्न करत होती तर."

"होय. खरे सांगायचे तर ही कंपनी येत्या ख्रिसमसच्या आत उलथणार आहे."

"म्हणजे तुम्ही जर ह्या एवढ्यात वाऱ्यामध्ये उडू शकणारे कॅमेरे बनवले तरच कंपनी वाचेल. बरोबर?"

"होय...होय."

"रिकी" मी म्हणालो, "मी एक प्रोग्रॅमर आहे. मी तुमच्या ह्या एजंटच्या हालचालींच्या समस्येसंबंधात काहीही मदत करू शकत नाही. हा इंजिनियर लोकांचा विषय आहे. तो माझा प्रांत नाही रिकी."

"हं...मला ते माहिती आहे." रिकी मध्येच थबकला. त्याच्या कपाळाला आठ्या पडल्या, "पण आम्हाला वाटतं की ह्या समस्येवरचा उपाय प्रोग्रॅम कोडच्या मधून सापडेल."

"प्रोग्रॅम कोड? ते कसं काय?"

"जॅक. मला तुला खरं तेच सांगणं भाग आहे. आमच्या हातून एक चूक घडली आहे. पण मी शपथ घेऊन सांगतो की आमचा त्यात काहीही दोष नाही. दोष कंत्राटदारांचा आहे. ये मी तुला काय झालंय ते दाखवतोच."

रिकीने मला इमारतीच्या टोकापाशी नेले. भिंतीपाशी पिंजऱ्यासारखी दिसणारी छोटी लिफ्ट होती. ती उघडी लिफ्ट पाहून मी अस्वस्थ झालो. मी नजर दुसरीकडे वळवली. ते पाहून रिकी म्हणाला, "उंचीची भिती वाटते की काय?"

"होय."

"चालण्यापेक्षा बरं." त्याने मला बाजूची छतापर्यंत गेलेली लोखंडी शिडी दाखवली, "लिफ्ट नसते तेव्हा यावरूनच जावं लागतं."

माझा थरकाप उडाला होता. "मी नाही जाणार..."

आम्ही तीन मजले उंचीवरच्या छतापर्यंत लिफ्टमधून गेलो. छतापाशी अनेक प्रकारच्या नळ्या आणि केबल लोंबकळत होत्या. त्यांची देखभाल करण्यासाठी तेथे अनेक प्रकारचे वॉक-वे होते. रिकीने सगळीकडे हात फिरवून सांगितले, "हवा खेळवण्याची यंत्रणा, पाण्याच्या टाक्या, विजेची नियंत्रणप्रणाली

हे सगळं इथेच आहे.'' रिकी एका 'वॉक-वे'वरून मला घेऊन पलीकडच्या भिंतीपाशी गेला.

''ही हवेसाठीची झडप आहे'', माझ्या कानापाशी जवळ-जवळ ओरडून रिकी म्हणाला. तो एक साधारण तीन-फूट व्यासाची मोठी झडप दाखवत होता. ''चार मुख्य झडपांपैकी ही एक मुख्य आहे. त्यातून हवा बाहेर फेकली जाते. तुला त्या बाजूच्या खाचा आणि चौकोनी डब्या दिसत आहेत का? त्या हवेच्या गाळण्या आहेत. त्यामध्ये सूक्ष्मजीव गाळू शकणाऱ्या गाळण्यांचे अनेक थर आहेत.''

''होय. मला दिसल्या...''

''दिसल्या ना. आता नीट पाहा. या झडपेमध्ये गाळण्या बसवायला कंत्राटदार विसरला. खरं म्हणजे मुळात त्याने खाचाच पाडल्या नव्हत्या. त्यामुळे ही त्रुटी इमारत तपासनीसाच्या लक्षात आली नाही. आम्ही काम सुरू केलं आणि न गाळलेली हवा बाहेर सोडू लागलो.''

''हे किती काळ चालू आहे?''

रिकी ओठ चावत म्हणाला, ''तीन आठवडे.''

''आणि तुमचं उत्पादन पूर्ण क्षमतेनं चालू होतं?''

रिकीने मान डोलावली, ''आम्ही साधारण पंचवीस किलो प्रदूषक बाहेर सोडले असावेत.''

''आणि हे प्रदूषक काय होते?''

''थोडं-थोडं सगळंच. पण नेमकी खात्री कशाबद्दलच नाही.''

''म्हणजे तुम्ही इ. कोलाय, असेंबलर तयार केलेले रेणू हे सगळं सोडलं?''

''बरोबर. पण किती प्रमाणात काय त्याची कल्पना नाही.''

''त्यामुळे काही फरक पडेल?''

''कदाचित.''

'रिकी आता चांगलाच अस्वस्थ झाला होता. ओठ चावत, डोके खाजवत बोलताना तो माझी नजर टाळत होता. मला हे लक्षात येईना की त्यात एवढे काळजी करण्यासारखे काय होते? प्रदूषणाच्या क्षेत्रामध्ये पन्नास पाऊंड ही नगण्य बाब समजली जाते. मी म्हणालो, ''रिकी, मग काय झालं? ते कण तर वाऱ्यामुळे वाळवंटात शेकडो मैलपर्यंत विखुरले असतील. बाहेर असलेला सूर्यप्रकाश आणि कॉस्मिक किरण यामुळे ते नष्ट झाले असतील. काही तास किंवा फारतर काही दिवस त्याला लागले असतील. बरोबर ना?''

रिकीने खांदे उडवले, ''प्रत्यक्षात जॅक हे असं...'' अचानक धोक्याची घंटा वाजू लागली होती.

घंटेचा आवाज फार मोठा नव्हता पण तो ऐकताच रिकी धावतच भिंतीजवळच्या वर्कस्टेशनपाशी गेला. मॉनिटरवर 'पी.व्ही-९०' अशी अक्षरे लाल रंगात चमकत होती.

"याचा अर्थ काय?"

"बाहेरची यंत्रणा कशामुळंतरी सुरू झाली आहे." त्याने रेडिओ काढला, "विंस, आम्हाला वेगळं काढ."

रेडिओवरून आवाज आला, "रिकी, काम झालंय."

"हवेचा दाब वाढव."

"नेहमीपेक्षा पाच पाऊंड जास्त आहे. आणखी वाढवू का?"

"नको. इतका ठीक आहे. आपल्याला काही दिसतंय का?"

"अजून तरी नाही."

"××××" रिकीने रेडिओ पुन्हा पट्ट्यामध्ये अडकवला. मग तो वर्कस्टेशनपाशी भराभरा टाईप करू लागला. मॉनिटरवर आता बाहेरची अनेक दृश्ये दिसू लागली होती. काही दृश्ये छतावर बसवलेल्या कॅमेऱ्यातून तर काही अगदी जमिनीलगत दिसणारी होती. पण मला काहीही खास दिसले नाही. समोर फक्त निवडुंगाचे पुंजके असलेल्या वाळवंटाखेरीज काहीही नव्हते.

मी म्हणालो, "हा फसवा इशारा होता वाटतं?"

"तसं असेल तर फार छान."

"मला तर काहीच दिसत नाही."

"ते सापडायला एखादे मिनिट लागेल."

"ते म्हणजे?"

"ते."

रिकीने ओठ आवळत मॉनिटरकडे बोट दाखवले. मला काळ्या कणांचा एक घोंघावणारा ढग दिसला. तो वावटळीसारखा वाटला. पण फरक असा होता की त्या काळ्या ढगाला निश्चित आकार होता आणि मध्यभागी दाबल्याप्रमाणे खळगा होता. हा आकार मात्र कायम राहत नव्हता. त्यात सतत बदल होत होते.

"रिकी, हे काय आहे?"

"मला वाटलं तूच सांगशील."

"मला हा एजंटचा घोळका दिसतोय. हा तुमच्या कॅमेऱ्यांचा थवा आहे की काय?"

"नाही हे निराळंच आहे."

"कशावरून?"

"कारण त्यावर आमचं नियंत्रण नाही. आमच्या रेडिओ संदेशांना हा थवा प्रतिसाद देत नाही."

"तुम्ही प्रयत्न केलात?"

"होय. आम्ही दोन आठवडे प्रयत्न करतोय. त्या थव्यातून निर्माण होणारं विद्युतक्षेत्र आम्हाला मोजता येतंय. पण त्याच्याशी संपर्क मात्र होत नाही."

"म्हणजे हा बंडखोर थवा आहे का?"

"होय."

"तो कसाही वेडावाकडा वागतोय?"

"होय."

"आणि हे असं किती दिवस..."

"साधारण दहा दिवस."

"दहा दिवस? रिकी हे कसं शक्य आहे. हा तुमच्या सूक्ष्म यांत्रिक एजंटचा थवा आहे. मग ते नष्ट कसे झाले नाहीत? त्यांची ऊर्जा कशी संपली नाही? शिवाय तुम्ही त्यांच्यावर नियंत्रण ठेवू शकत नाही म्हणजे काय? ते थव्याच्या स्वरुपात आहेत म्हणजे त्यांच्यात विद्युतऊर्जेच्या माध्यमातूनच परस्पर संबंध आहेत. तेव्हा त्यांच्यावर नियंत्रण ठेवायला किंवा त्यांच्यातील सुसूत्रता नष्ट करायला काय अडचण आहे?

"हे सगळं बरोबर आहे पण तसं करता येत नाही हे खरं, आम्ही शक्य ते सर्व करून पाहिलंय. पण तो ढग स्वतंत्र आहे, जॅक."

"आणि म्हणून तुम्ही मला..."

"त्याला परत आणण्यासाठी इथं बोलावलंय."

❑

सहावा दिवस
सकाळी ९ वाजून ३२ मिनिटे

अशा समस्येची कल्पना बहुधा कोणीच केली नसेल. मी अनेक वर्षे एजंटसाठी प्रोग्रॅम लिहितो आहे. या प्रोग्रॅमचा उद्देश एजंटनी परस्पर सहकार्य करून एखादे काम पार पाडावे हा होता. कधीकाळी हे एजंट स्वतंत्र वृत्तीने वागू लागतील असे कोणाच्याही मनात येणे शक्यच नाही. कारण तसे घडूच शकत नाही. प्रत्येक एजंट हा एवढा छोटा असतो की त्यांना बाहेरूनच ऊर्जा पुरवावी लागते. आपण ऊर्जेचा स्रोत बंद केला की एजंट काहीही करू शकत नाहीत. ते मृतप्राय होतात आणि इथे तर रिकी मला सांगत होता की ते कित्येक दिवस बाहेर टिकून होते. हे माझ्या कळण्यापलीकडचे होते. मी विचारले, ''पण त्यांना ऊर्जा कुठून मिळते?''

रिकीने एक सुस्कारा टाकला, ''आम्ही त्यांच्यामध्ये अत्यंत छोटी **पाईझो-**चकती बसवली. त्यामुळे फोटॉनपासून ऊर्जा तयार होते.''

''याचा अर्थ ते एजंट ऊर्जेच्या बाबतीत स्वयंपूर्ण आहेत?''

''बरोबर.''

''ही कल्पना कोणाची होती?''

''पेन्टागॉनची.''

''आणि तुम्ही त्यांच्यात कॅपॅसिटर्स देखील बसवले की काय?''

''होय. त्यांच्यामध्ये तीन तासांपर्यंत चार्ज राहू शकतो.''

''ठीक आहे. आता जरा तरी काही समजायला लागलंय. त्यांच्यामध्ये तीन तास ऊर्जा असते हे ठीक. पण मग रात्री काय होतं?''

''अंधार पडल्यावर तीन तासांनी ऊर्जा खलास होत असणार.''

''म्हणजे हा ढग नष्ट होत असणार. होय ना?''

''होय.''

''आणि सगळे एजंट मग जमिनीवर पडत असतील ना?''

''कदाचित.''

''त्यावेळी तुम्ही त्यांचा ताबा घेऊ शकत नाही का?''

''घेऊ शकतो.'' रिकी म्हणाला, ''पण त्यासाठी तो थवा सापडायला हवा. आम्ही रोज रात्री जाऊन शोधतोय. पण आम्हाला सापडला नाही.''

"तुम्ही त्यांच्यात खास मार्कर बसविले असतीलच की?"

"आहेत की अल्ट्रा-व्हायोलेट किरणांमध्ये ते निळसर-हिरव्या रंगानं चमकतात."

"म्हणजे तुम्ही रात्री बाहेर जाऊन वाळवंटाचा कुठला भाग निळसर-हिरव्या रंगानं चमकतोय त्याचा शोध घेत फिरता तर?"

"होय. पण अजून आम्हाला यश आलेलं नाही."

मला ह्या गोष्टीबद्दल अजिबात आश्चर्य वाटले नाही. जर तो ढग खाली बसला तर जमिनीवर त्याचा गोलाकार सहा इंच व्यासाचा वर्तुळापेक्षा फार मोठा होणार नाही आणि वाळवंट तर एवढे प्रचंड होते की तो सापडणे जवळपास अशक्यच होते. परंतु मला आणखी एका गोष्टीचा उलगडा होत नव्हता. एकदा का सगळे एजंट खाली पडले की त्यांच्यामध्ये कोणतीही सुसूत्र रचना शिल्लक राहत नव्हती. चार्ज संपून गेल्यावर तर ते निव्वळ धुलीकणांप्रमाणे वाऱ्यावर विखरून जाणे आवश्यक होते. असे झाल्यास तो थवा परत कधीही तयार व्हायला नको होता. पण तसे होत मात्र नव्हते. उलट दररोज तो ढग पुन:पुन्हा तयार होत होता. हे असे का होत असावे?

"आम्हाला वाटतं की ढग रात्रीच्यावेळी लपून राहत असावा" रिकी म्हणाला.

"लपून राहतो म्हणजे?"

"होय. कदाचित तो ढग कुठेतरी सुरक्षित ठिकाणी, म्हणजे एखादे बीळ किंवा आडोसा अशा ठिकाणी जाऊन लपतो."

मी पडद्यावर दिसणाऱ्या त्या घोंघावणाऱ्या ढगाकडे बोट दाखवले, "तुला खरंच वाटतं की त्यामध्ये लपण्याची क्षमता असावी?"

"होय. मला तसं खात्रीनं होतं हे माहिती आहे." रिकीने सुस्कारा टाकला, "आणि जॅक, एकापेक्षा जास्त असे थवे आहेत."

"एकापेक्षा जास्त?"

"किमान तीन किंवा कदाचित आणखीही असतील."

हे ऐकून क्षणभरासाठी माझ्या डोळ्यापुढे अक्षरश: अंधेरी आली. माझी विचार करण्याची शक्ती अचानक गोठून गेली होती. मी अर्धवट गुंगीत असलेल्या माणसाप्रमाणे विचारले, "हे तू काय सांगतो आहेस रिकी?"

"हा थवा पुनरुत्पादन करू शकतो." रिकी म्हणाला, "त्या ×××× थव्याबद्दल हेच तर मी सांगतोय."

जमिनीलगतचा कॅमेरा आता त्या घोंघावणाऱ्या थव्याचे दृश्य दाखवत होता. तो थवा आमच्या दिशेने पुढे येत होता. मी नीट पाहिले. त्यांच्यामधली कणांची हालचाल वावटळीतल्या धुलीकणांप्रमाणे नव्हती. ह्यामधले कण सतत दोन दिशांना वळत होते.

ह्या ढगामधले कण नक्कीच थवा बनवण्याचे वर्तन दाखवत होते. मुंग्या किंवा मधमाशा अशा काही सामाजिकता असणाऱ्या कीटकांमध्ये दिसणारे हे एक खास वर्तन आहे. मधमाश्या पोळे सोडून नवीन ठिकाणी जाताना त्यांचा एक मोठा प्रवाह आकाशात उडत जातो. त्यामधल्या माशा एकदा एका दिशेने आणि मग दुसऱ्या दिशेने उडत राहतात. काहीवेळा हा थवा एखाद्या झाडावर काही तासांपुरता किंवा एखाद्या रात्रीपुरता विसावतो. मग पुन्हा थवा पुढे जातो आणि एखाद्या विशिष्ट ठिकाणी नवीन पोळे तयार करतो. ह्या वर्तनाची मग अखेर होते.

अलीकडच्या काळात प्रोग्रॅम लिहिताना कीटकांच्या ह्या वर्तनाचे मॉडेल वापरले जाते. ह्या क्षेत्रात 'थवा-बुद्धिमत्ता' अल्गोरिथम हे नवीन साधन फारच उपयुक्त ठरते आहे. प्रोग्रॅमरच्या दृष्टीने एजंटचा थवा हा महत्त्वाचा असतो. त्यांनी विशिष्ट प्रकारे काम करण्यासाठी प्रवृत्त व्हावे म्हणून ह्या कीटकांच्या वर्तनाचे मॉडेल वापरले जाते. काही परिषदा आणि काही व्यावसायिक संघटना केवळ ह्याच थवा-बुद्धिमत्ता प्रोग्रॅम यासाठीच काम करतात. आता तर ह्या प्रकारचे प्रोग्रॅम लिहिणे हे नित्याचे झाले आहे. अजून काही नाविन्यपूर्ण कोड लिहिता आले नाही की प्रोग्रॅमर सरळ एजंटना थवा बनवण्यासाठी प्रवृत्त करतात.

मी त्या ढगाची हालचाल नीट निरखून पाहात असताना माझ्या लक्षात आले की पुढे-मागे होणारी लयबद्ध हालचाल हा त्याचा एकूण वर्तनाचा केवळ एक भाग होता. त्या ढगांमध्ये आकुंचन-प्रसरणाची एक हालचाल सतत होत होती. ती श्वासोश्वासासारखी लयबद्ध वाटत होती. तसेच मध्येच ढग विरळ होऊन वर जात होता आणि मग पुन्हा खाली येत होता. खाली आला की ढग जरा चपटा होत होता. हे सारे बदल सतत होताना मला दिसले.

"××××" रिकी म्हणाला, "मला आणखी दिसत नाहीत, आणि हा एकटा नाही ते मला नक्की माहिती आहे." त्याने रेडिओचे बटण दाबले, "विंस, तुला आणखी काही दिसताहेत का?"

"नाही, रिकी."

"बाकीचे कुठं आहेत? ...लोकहो बोला पटापटा."

रेडिओचे आवाज सगळीकडून ऐकू येऊ लागले. "तो एकटाच आहे." बॉबी म्हणाला.

"एकटा असणं शक्य नाही."

"रिकी, आणखी कशाचीही नोंद होत नाहीये." मे चँग म्हणाली.

"एकच थवा आहे, रिकी." हा आवाज डेव्हिड ब्रूक्सचा होता.

"तो एकटा असूच शकत नाही." रिकी म्हणाला. त्याने रेडिओ एवढा गच्च धरला होता की त्याची बोटे पांढरीफटक पडली होती. तो रेडिओचे बटण दाबत म्हणाला, "विंस, दाबाचं प्रमाण सातवर ने."

"नक्की?"

"सांगतो ते कर."

"ठीक आहे, तुला खरंच तसं वाटत असेल तर—"

"तुझी ही ×××× बडबड बंद कर आणि काम कर. कळलं?"

रिकी विंसला आतला हवेचा दाब दर इंचाला सात पौंड ठेवायला सांगत होता. बाहेरचे कण आत येऊ नयेत म्हणून आतली हवा जास्त दाबाखाली ठेवली जाते हे खरे आहे. पण त्यासाठी एक-दोन पौंडाचा दाब पुरेसा असतो. निष्क्रिय कणांना आत येऊ न देण्यासाठी सात पौंड दाब अनावश्यक होता.

पण हे कण काही साधे निर्जीव धुलीकण नव्हते.

कणांचा तो सतत हालणारा ढग जवळ आला तेव्हा त्याचे सर्व भाग मला नीट दिसले. ज्या भागावर सूर्यप्रकाश पडत होता तो चमकदार चंदेरी रंगाचा दिसत होता. मग तो रंग विरून जाऊन ढग काळा होत होता. अर्थात त्यामध्येही काही भाग मात्र काळा होत नव्हता. म्हणजेच कण अत्यंत वेगवान हालचाल करत होते. त्यामुळे ढगाचा काही भाग किंवा काही पट्टे काळे होताना दिसले.

"मला वाटलं की तुम्हाला वाऱ्यामध्ये ह्या थव्यावर नियंत्रण ठेवता येत नाही हे पाहून पेन्टागॉनने तुमचा नाद सोडून दिला असावा."

"होय. आम्हाला नियंत्रण ठेवता येत नाही."

"पण गेल्या काही दिवसात वाऱ्याचा जोर बराच असणार ना?"

"अर्थातच, साधारणत: दुपारी वारा जोराचा असतो. त्याचा वेग काल दहा नॉट होता."

"मग हा ढग विखरून नाहीसा का झाला नाही?"

"कारण त्या ढगाला त्याची कल्पना असावी." रिकीचा स्वर निराशामय होता. "त्यानं त्या परिस्थितीशी जुळवून घेतलं आहे."

"कसं?"

"पाहत राहा. कदाचित तुला ते दिसेल. वाऱ्याचा वेग वाढला की हा थवा खाली बसतो, आणि जमिनीलगत रेंगाळतो. वारा कमी झाला की पुन्हा तो वर चढतो."

"हे उद्‌भवलेले वर्तन आहे का?"

"होय. कोणीही त्यासाठी प्रोग्रॅम लिहिलेला नाही." रिकीने ओठ चावले. तो पुन्हा खोटं बोलत होता की काय?

"तेव्हा तुझ्या सांगण्याचा अर्थ असा की तो थवा शिकतो..."

"होय. बरोबर."

"ते कसं शक्य आहे? प्रत्येक एजंटकडे मेमरी नाही."

"हं...ती एक फार मोठी कहाणी आहे."

"म्हणजे...त्यांच्याजवळ मेमरी आहे?"

"होय. पण मर्यादित. आम्ही ती त्यांच्यामध्ये निर्माण केली होती." रिकीने रेडिओचे बटण दाबले, "कोणाला काही आवाज ऐकू आला का?"

रेडिओवरून भराभरा उत्तरे आली.

"नाही. अजून तरी."

"अजिबात नाही."

"कसलाही आवाज नाही?"

"अजून नाही."

मी रिकीला विचारले, "तो आवाजही काढतो?"

"नक्की कल्पना नाही. पण काही वेळा तसं वाटतं. आम्ही तो आवाज रेकॉर्ड करायचा प्रयत्न करतोय..." रिकीने मॉनिटरवर आणखी काही दृश्ये आणली. ती नीट पाहत तो म्हणाला, "हे लक्षण चांगलं नाही... पण तो नक्कीच एकटा नाही. बाकीचे कुठं आहेत ते कळायला हवं,"

"इतरदेखील आहेत हे कशावरून म्हणतोस?"

"कारण तसे ते नेहमीच असतात." रिकीने जोराने ओठ चावले आणि मॉनिटरकडे पाहत म्हणाला, "तो नेमका काय करतोय ते कळत नाही..."

आम्हाला फार वेळ थांबावे लागलं नाही. काही क्षणातच तो काळा ढग इमारतीच्या जवळ काही यार्ड अंतरावर आला. मग एकदम त्याचे विभाजन होऊन तीन भाग झाले. आता तीन ढग एकाशेजारी एक असे तरंगू लागले.

"सन ऑफ अ बिच!" रिकी म्हणाला, "त्यानं इतर दोघांना दडवून ठेवलं

होतं.'' त्याने पुन्हा रेडिओचे बटण दाबले, ''पोरांनो, आता ते तीन आहेत आणि अगदी जवळ आलेले आहेत.''

खरोखरच ते आता इमारतीच्या एवढे जवळ होते की जमिनीलगतचा कॅमेरा त्यांचे दृश्य टिपू शकत नव्हता. रिकीने आता छताजवळच्या कॅमेऱ्यातून टिपलेले दृश्य पडद्यावर आणले. तीन काळे ढग इमारतीच्या भिंतीपाशी हालचाल करताना दिसले. हे वर्तन निश्चित काहीतरी उद्देश असल्यासारखे भासत होते.

''ते काय करत आहेत?''

''आत शिरण्याचा प्रयत्न.'' रिकी म्हणाला.

''कशासाठी?''

''ते त्यांनाच विचारावं लागेल...पण काल त्यांच्यापैकी एक...''

अचानक इमारतीजवळच्या एका निवडुंगाच्या पुंजक्यामधून एक पांढऱ्या शेपटीचा ससा उड्या मारत बाहेर पडताना दिसला. तत्काळ तिन्ही थवे वळले आणि त्याच्या मागे निघाले. आम्ही आता जमिनीलगतच्या कॅमेऱ्यातून दिसणारे दृश्य पाहत होतो. तिन्ही थवे आता पळणाऱ्या सशाच्या मागे नीट दिशा धरून जात होते. भेदरलेला ससा जीव खाऊन पळत होता. पडद्यावर फक्त पांढरी धूसर रेषा दिसावी एवढा त्याचा वेग होता. थवे त्याच्यामागे आश्चर्यकारकरित्या घोंघावत जात होते.

हे वर्तन अगदी स्पष्ट होते. ते शिकार टिपत होते. माझ्या मनात अचानक एक सर्वस्वी अतार्किक वाटणारा अभिमान दाटून आला. माझा प्रेड-प्रे प्रोग्रॅम अगदी उत्तम काम करत होता! त्यांचे वर्तन इतके स्पष्ट होते की जणू एखादी सिंहीण हरिणाचा पाठलाग करताना दिसते तसेच ते दृश्य होते. थवा आता अचानक मध्यभागी दुभंगला. त्यांनी ससा पळून जाऊ नये म्हणून डावी आणि उजवी बाजू रोखून धरली होती. त्या तिन्ही थव्यांचे वर्तन अगदी सुसूत्र वाटत होते. आता ते भक्ष्यावर अखेरची झडप टाकण्याच्या बेतात होते.

अचानक सशाच्या वर असणारा एक थवा वेगाने खाली उतरला. त्याने त्या सशाला जणू गिळून टाकले आहे असे वाटले. पुढच्या काही क्षणात इतर दोन थव्यांनी सशावर झडप घातली. त्यांच्या एकत्रित परिणामामुळे तयार झालेला कणांचा ढग एवढा दाट होता की आता ससा अजिबात दिसत नव्हता. तो पाठीवर पडला असावा. कारण त्याचे मागचे पाय तो हवेत वेगाने झाडताना दिसला.

मी म्हणालो, ''ते त्याला ठार करत आहेत की काय?...''

''होय.'' रिकीने मान डोलावली, ''बरोबर.''

''पण हा थवा कॅमेऱ्यांचा आहे असं मी ऐकलंय.''

"अं...होय."

"मग ते ठार कसं काय करू शकतात?"

"जॅक, त्याची कल्पना नाही. पण ते वेगानं तसं करतात हे नक्की."

मी विचारात पडलो, "म्हणजे हा प्रकार तुम्ही अगोदर पाहिलाय की काय?"

रिकी घुटमळला. त्याने ओठ चावले, पण मला उत्तर न देता तो पडद्यावरची प्रतिमा पाहत राहिला.

"रिकी, तू हा प्रकार अगोदर पाहिला आहेस का?"

रिकीने एक मोठा सुस्कारा टाकला, "अं...हं...म्हणजे कालच पहिल्यांदा पाहिलंय. त्यांनी काल एका खुळखुळ्या सापाला ठार केलं."

"त्यांनी काल एका खुळखुळ्या सापाला ठार केलं! जीझस! रिकी" मी म्हणालो. मला हेलिकॉप्टरमधली माणसे मेलेल्या प्राण्यांबद्दल बोलत होती ते सारे आठवले. रिकी मला सगळे काही खरे सांगत होता की नाही हे मला ठरवता येईना.

ससा आता हालचाल करत नव्हता. फक्त त्याचा ढगाच्या बाहेर दिसणारा पाय काही क्षण थरथरला आणि मग सारे काही शांत झाले. कणांचा ढग त्याच्या शरीरावर किंचित वरखाली होत होता. ही हालचाल एक मिनिटभर चालू होती.

"हे काय चाललंय आता?" मी विचारले.

रिकीने मान हलवली, "मला माहिती नाही. पण हे असं त्यांनी पूर्वीही केलंय."

"हे तर जणू ते त्याला खात आहेत असं दिसतंय."

"होय." रिकी म्हणाला.

हे सगळे अतिशय निरर्थक होते. कारण प्रेड-प्रे प्रोग्रॅम फक्त खऱ्याखुऱ्या सजीव प्रणालीची नक्कल होती. कणांचा तो ढग वरखाली होत असताना पाहून माझ्या मनात विचार आला की कदाचित ही प्रोग्रॅम हँग होण्याची अवस्था असावी. एखादे ध्येय साध्य केल्यानंतर एजंटनी पुढे काय करायचे ह्यासंबंधी कोणते नियम आम्ही त्या प्रोग्रॅममध्ये लिहिले आहेत हे मला आठवत नव्हते. खरेखुरे भक्षक अर्थातच सावज टिपल्यानंतर ते खातात हे खरे आहे. पण ह्या सूक्ष्म यंत्रमानवी एजंटनी तसे काही करण्याचे वर्तन अस्तित्त्वातच नव्हते.

म्हणूनच कदाचित गोंधळल्यामुळे तो ढग वरखाली घोंघावत राहिलेला असावा. तसे असेल तर काही वेळाने तो ढग तेथून निघून जाणे अपेक्षित होते.

सर्वसाधारणत: वितरीत बुद्धिमत्तेवर आधारित प्रोग्रॅम असा अडकला किंवा थांबला की काही वेळ तसाच जातो. ही तात्पुरती अवस्था असते. काही वेळाने आपोआप पर्यावरणातील घटकांमुळे एजंटवर परिणाम होतो आणि प्रोग्रॅम पुन्हा सुरू होतो. पुन्हा एकदा सगळे एजंट नवीन ध्येय गाठण्यासाठी कामाला लागतात. अशा प्रकारचे वर्तन अनेकदा एखादे व्याख्यान संपल्यावर दिसून येते. व्याख्यान संपल्यानंतर श्रोते किंचित सैलसर होत हातपाय ताणतात. काहीजण आपल्याजवळ बसलेल्या लोकांशी गप्पा मारू लागतात. व्याख्यान संपल्यावर तत्काळ फार कमी लोक बाहेर निघून जातात. लोक त्याकडे लक्ष देत नाहीत. काही वेळाने गप्पा मारणारे किंवा रेंगाळणारे लोक काही प्रमाणात निघून जातात. कारण त्यावेळी त्यांच्यासमोरच्या उद्दिष्टांमध्ये फरक पडलेला असतो.

जर माझी विचारांची पद्धत बरोबर असेल तर मला त्या हालचाल करणाऱ्या ढगांमध्ये अशा प्रकारचे वर्तन दिसणे अपेक्षित होते. काही कण इतस्तत: भरकटत जाताना दिसल्यानंतर मग मुख्य ढग तेथून हलायला पाहिजे होता. मी मॉनिटरवरच्या घड्याळाकडे नजर टाकली. ''हे किती वेळ चालू आहे?''

''साधारण दोन मिनिटे.''

हा कालावधी काही फार मोठा नव्हता. सुरवातीला प्रोग्रॅम लिहिताना आम्ही काम संपल्यावर तो पुन्हा सुरू व्हावा म्हणून काही नियम लिहिले होते. पण नंतर मात्र आम्ही थांबून काय होतेय ते पाहायचे ठरवले. प्रोग्रॅम कायमचाच ठप्प झाला की काय हे आम्हाला पाहायचे होते. आमच्या लक्षात आले की आमचा प्रेड-प्रे प्रोग्रॅम काहीकाही प्रसंगी सलग बारा तास हँग होऊन राहायचा आणि मग अचानक सुरू व्हायचा. ह्या वर्तनामुळे चेताविज्ञानात रस असणाऱ्यांना कुतूहल वाटले होते कारण—

''त्यांनी सुरवात केलीय पाहा.'' रिकी म्हणाला.

खरोखरच त्या ढगांनी हालचाल करायला सुरवात केली होती. मृत सशाच्या शरीरापासून वरच्या दिशेने जाणाऱ्या ढगांना पाहाताच माझा सिद्धांत चुकीचा आहे हे तत्काळ माझ्या लक्षात आले. तिन्ही ढग एका लयीत वर चढू लागले होते. त्यांच्या त्या हालचालीत नियंत्रितपणा स्पष्ट वाटत होता. काही क्षण स्वतंत्रपणे घोंघावल्यावर तिन्ही ढग एकत्र झाले. सूर्यप्रकाशात त्यांचा चंदेरी रंग चमकत होता. खाली ससा पडलेला होता.

पुढच्या काही क्षणात तो ढग घोंघावत क्षितिजाच्या दिशेने जात दिसेनासा झाला.

रिकी माझ्याकडे पाहत होता. ''तुला काय वाटतं?''

''हा नॅनोकणांचा बंडखोर थवा आहे. कोणीतरी मूर्खाने त्यांना स्वयंचलित आणि टिकाऊ बनवलंय.''

''तुला वाटतं की, आपण त्याला परत आणू शकू?''

''नाही.'' मी म्हणालो, ''मी जे काही पाहिलंय, त्यानुसार मला ते सर्वस्वी अशक्य वाटतंय.''

रिकीने मान हलवत सुस्कारा सोडला.

''पण तुम्ही त्याचा नायनाट मात्र नक्कीच करू शकता.'' मी म्हणालो, ''तुम्ही त्याला ठार मारू शकाल.''

''असं म्हणतोस?''

''होय. अगदी नक्की?''

''खरंच?'' रिकीचा चेहेरा उजळला होता.

''अगदी नक्की.'' मी म्हणालो. मला त्याबद्दल खात्री वाटत होती. रिकी उगीचच समस्येचा बाऊ करतोय असे मला वाटत होते. त्याने नीट विचार केला नव्हता आणि त्याला जे करणे शक्य आहे ते देखील त्याने केलेले नव्हते. मी त्या बंडखोर थव्याचा अत्यंत वेगाने नायनाट करू शकतो ह्याबद्दल मला विश्वास वाटत होता. फारफार तर उद्या पहाटेपर्यंत मी ते काम उरकू शकणार होतो.

मला माझ्या शत्रूबद्दल किती कमी माहिती आहे हे माझ्या तेव्हा लक्षात आले नव्हते.

❑

सहावा दिवस
सकाळी १० वाजून ११ मिनिटे

आता मागे वळून पाहताना लक्षात येतेय की ससा कसा मेला हे समजून घेणे अत्यावश्यकच होते. ससा कशामुळे मेला आणि त्याच्यावर हल्ला का झाला हे आता माझ्या लक्षात येतेय. पण त्या दिवशी झायमॉसच्या त्या प्रयोगशाळेत असताना मात्र मला ह्याबद्दल काडीमात्रही काही समजलेले नव्हते आणि मी सत्याची कल्पना करूच शकलो नसतो. मीच नव्हे तर त्याक्षणी कोणालाही काहीच माहिती नव्हते. अगदी रिकी आणि ज्युलिआ यांनासुद्धा कशाचीही कल्पना नव्हती.

थवा निघून गेल्यानंतर दहा मिनिटे उलटून गेलेली होती. आम्ही सर्वजण स्टोअर रूममध्ये उभे होतो. सगळेजण अतिशय तणावाखाली होते. मी रेडिओ ट्रान्समीटर माझ्या पट्ट्यात अडकवला आणि हेडसेट डोक्यावर बसवला. सगळेजण माझ्याकडे चिंताक्रांत होऊन पाहत होते. हेडसेटमध्ये एक व्हिडिओ कॅमेरा होता. तो नीट काम करतोय की नाही हे पाहायला जरासा वेळ लागला.

"तू खरंच बाहेर जाणार आहेस की काय?'' रिकीने विचारले.

"होय. जाणार आहे.'' मी म्हणालो, "त्या सश्याचं नेमकं काय झालं ते मला जाणून घ्यायचं आहे.'' मी इतरांकडे वळून विचारले, "माझ्याबरोबर कोण येतंय?''

कोणीही हालचाल केली नाही. बॉबी लेम्बेक जमिनीकडे पाहत होता. डेव्हिड पापण्या फडकावत नजर टाळून दुसरीकडेच पाहताना दिसला. रिकी स्वत:च्या बोटांची नखे नीट पाहण्याचा बहाणा करत होता. माझी आणि रोझी कास्ट्रोची नजरानजर झाली. तिने मान हलवली, "नाही...जॅक...''

"का नाही रोझी?''

"तू स्वत:च पाहिलंस ना. ते शिकार करत आहेत.''

"खरंच?''

"होय. तसंच तर स्पष्ट दिसलं की.''

"रोझी..." मी म्हणालो, "मी तुला ह्यापेक्षा नक्कीच चांगलं शिकवलंय. हे थवे शिकार कशी काय करू शकतील?"

"आपण सर्वांनी तसं करताना पाहिलंय." रोझी आठमुठेपणाने हनुवटी उंचावत म्हणाली, "तिन्ही थवे शिकार करत होते. अगदी सुसूत्रपणानं."

"पण कसे?"

रोझी आता गोंधळली होती. ती कपाळाला आठ्या पाडत बघत होती, "हे तू काय विचारतो आहेस? त्यात काहीच नवल वाटण्याजोगं नाही. एजंट एकमेकांशी संपर्क साधू शकतात. प्रत्येक एजंट विद्युत संदेश निर्माण करू शकतो."

"बरोबर." मी म्हणालो, "किती मोठा विद्युत संदेश रोझी?"

"अंहं..." रोझीने खांदे उडवले.

"किती मोठा? रोझी सांग. हा संदेश फार मोठा असूच शकत नाही. प्रत्येक एजंट आपल्या केसांच्या शंभरपट कमी जाडीचा आहे. त्यातून फार मोठ्या शक्तीचा संदेश निर्माण होणार नाही. बरोबर?"

"बरोबर..."

"आणि विद्युतचुंबकीय प्रारणांची तीव्रता त्रिज्येच्या वर्गाच्या प्रमाणात कमीकमी होत जाते. हा भाग तर कोणाही शाळकरी पोराला माहिती असणारा आहे. जसेजसे आपण प्रारणांच्या उगमापासून दूर जातो त्या प्रमाणात तीव्रता वेगाने कमीकमी होत जाते."

"आणि ह्याचा अर्थ असा की प्रत्येक एजंट त्याच्या अगदी जवळच्याच एजंटशी संपर्क साधू शकतो. हे एजंट वीस-तीस यार्ड अंतरावरच्या एजंटशी संबंध स्थापन करूच शकत नाहीत."

रोझीच्या कपाळावरचे आठ्यांचे जाळे वाढले. सगळेजण आता विचारात पडले होते. ते एकमेकांकडे अस्वस्थपणाने पाहत होते.

डेव्हिड ब्रूक्सने घसा साफ केला, "मग आपण पाहिलं ते काय होतं, जॅक?"

"तो एक भास होता." मी ठाम स्वरात म्हणालो, "आपण पाहिलं त्यावेळी ते तिन्ही थवे स्वतंत्रपणाने काम करत होते, आणि ते सुसूत्रपणानं वागत आहेत असं आपल्याला वाटलं. पण ते तसं नव्हतं आणि मला खात्रीनं वाटतंय की तुमच्या त्या थव्याबद्दलच्य इतर कल्पनाही खऱ्या नाहीत."

मला त्या थव्यांबद्दल कितीतरी गोष्टी माहिती नव्हत्या आणि माझा कितीतरी गोष्टींवर विश्वास बसत नव्हता. उदाहरणार्थ थव्यांचे पुनरुत्पादन होते आहे ह्यावर मी विश्वास ठेवायला तयार नव्हतो. रिकी आणि इतर सगळेजण उगीचच घाबरून काहीतरी कल्पना करत होते. इथून जर पन्नास पौंड एवढे पदार्थ बाहेर सोडले गेले असतील तर त्यातून हे तीन थवे तयार होणे समजण्यासारखे होते. हे एवढे पदार्थ साधारण दहाबारा थव्यांना पुरेसे ठरणारे होते. मधमाश्यांच्या एका थव्याचे वजन तीन पौंड असल्याने मी त्यावरून हा अंदाज बांधला होता.

त्या थव्यांनी विशिष्ट उद्दिष्ट असल्याप्रमाणे वर्तन केले ह्या गोष्टीबद्दल आश्चर्य वाटण्याजोगे काहीच नव्हते. कमी पातळीवरच्या प्रोग्रॅममुळेच तसे घडत होते. त्या थव्यांमध्ये सुसूत्रता असेल हे मी मानायला तयार नव्हतो. कारण त्यांच्यामधली विद्युतक्षेत्रे अत्यंत कमी क्षमतेची होती. शिवाय रिकी म्हणाला त्याप्रमाणे त्यांच्यामध्ये अनुकूलनाची क्षमता असावी हे देखील मला मान्य नव्हते. मी अनेक यंत्रमानवांची प्रात्यक्षिके पाहिलेली होती. उदाहरणार्थ परस्पर सहकार्याने खोलीत ठेवलेले एखादे खोके ढकलत नेणे वगैरे पाहाताना हे वर्तन अतिशय बुद्धिमत्तेचे लक्षण वाटले तरी हे यंत्रमानव प्रत्यक्षात अगदी मठ्ठच असतात. त्यांच्यामध्ये प्रोग्रॅम लिहिलेले असतात आणि त्यांच्यामधील सहकार्य केवळ अपघातानेच निर्माण होत असते. अनेकदा प्रत्यक्षात आहे त्यापेक्षा वर्तन खूपच छान वाटते. चार्ली डेव्हेनपोर्ट खवचटपणाने म्हणत असे की ह्याबद्दल रिकीने देवाचे आभार मानायला हवेत.

याखेरीज तो थवा खरोखरच फार धोकादायक असेल हे मी मानायला तयार नव्हतो. तीन पौंड वजनाच्या नॅनोकणांमुळे ससा मेला असेल हे मला पटत नव्हते. ससे मुळातच अतिशय घाबरट असतात. कदाचित तो निव्वळ भेदरून मेला असण्याची शक्यता होती किंवा त्याच्या श्वसनमार्गात हे कण एकदम घुसल्यामुळे घुसमटून ससा मेला असावा असाही विचार माझ्या मनात आला. थोडक्यात म्हणजे रिकी आणि इतर सगळेजण विनाकारण घाबरून गेले आहेत असे माझे मत होते. पण त्याचवेळी अनेक प्रश्न मला सतावत होते. पहिला आणि सहजरित्या समोर येणारा प्रश्न असा होता की हा थवा रिकीच्या नियंत्रणातून कसा निसटला. मुळात सूक्ष्म कॅमेऱ्यांच्या घोळक्यावर नियंत्रण ठेवण्यासाठी रेडिओ ट्रान्समीटरची व्यवस्था करण्यात आलेली होती. पण हा थवा मात्र त्यांच्यासाठी प्रक्षेपित केलेल्या रेडिओ संदेशांना जुमानत नाही असे दिसत होते. असे का व्हावे? मला वाटले की कदाचित नॅनोकण तयार करतानाच काहीतरी चूक झाली असेल.

दुसरा प्रश्न होता की हा थवा इतका काळ टिकून कसा राहिला. त्यांच्यातले

कण अतिशय सूक्ष्म होते. त्यांच्यावर कॉस्मिक किरण, प्रकाश, रसायने वगैरे घटकांचा परिणाम होत असणार. तसेच त्यांच्यामधील प्रथिन शृंखलांची मोडतोड होत असली पाहिजे. वाळवंटासारख्या भयंकर परिस्थितीत तर सर्व थवे केव्हांच 'वय होऊन' नष्ट व्हायला हवे होते. पण तसे घडले नव्हते. ते का?

ह्या थव्यांसमोर उद्दिष्ट काय आहे. हा तिसरा महत्त्वाचा प्रश्न मला सोडवता येत नव्हता. रिकीच्या म्हणण्यानुसार हे थवे सतत मुख्य इमारतीकडे येत होते. त्याला वाटत होते की हे थवे आत शिरण्याचा प्रयत्न करत आहेत. पण हे उद्दिष्ट मला एजंटच्या दृष्टिकोनातून संयुक्तिक वाटले नाही. असे का व्हावे ते मी प्रोग्रॅम कोडमध्ये पाहण्याचे ठरवले होते. मला वाटत होते की हा आमच्या कोडमधला **'बग'** असावा.

आणखी एका प्रश्नाचे उत्तर मला हवे होते. त्या थव्यांनी सशाचा पाठलाग कशासाठी केला असावा? कारण प्रेड-प्रे प्रोग्रॅममधील घटकांनी खऱ्याखुऱ्या भक्षकांची भूमिका करावी अशी त्याची रचनाच नव्हती. फक्त एजंटनी आपल्या लक्ष्यापासून ढळू नये म्हणून भक्षकांच्या वर्तनाचे मॉडेल वापरले होते इतकेच. पण त्यात बदल होऊन आता हे थवे खरोखरच शिकारी वृत्तीचे बनले आहेत असे दिसत होते. कदाचित हे देखील प्रोग्रॅममधल्या एखादया बगमुळे घडले असेल.

त्यावेळी ह्या सगळ्या शंकांची उत्तरे मिळवण्यासाठी माझ्या डोळ्यासमोर एकच उपाय दिसत होता. ससा कसा मेला ते शोधून काढणे. त्याचा मृत्यू एक साधा अपघात होता की त्याला ठार मारण्यात आले होते?

हे आम्हाला शोधून काढायचेच होते.

मी माझ्या डाव्या डोळ्यावर असणारा व्हिडिओ कॅमेरा आणि हेडसेट नीट बसलेला आहे याची खात्री करून घेतली. मग डोळ्यावर गॉगल चढवून मी ससा आणण्यासाठी प्लॅस्टिकची पिशवी उचलली. "कोणी येणार का माझ्याबरोबर?"

सर्वत्र अस्वस्थ शांतता पसरलेली होती.

रिकीने विचारले, "ही पिशवी कशासाठी?"

"ससा घेऊन येण्यासाठी."

"×××× ते शक्य नाही." रिकी म्हणाला, "तुला बाहेर जायचंय. तू जा हवं तर पण तू ससा आत आणू शकत नाहीस."

"तू थट्टा करत असला पाहिजेस."

"नाही." रिकी म्हणाला, "इथं आम्ही सहाव्या पातळीवरची स्वच्छता राखलेली आहे. जॅक, तो घाणेरडा ससा आत येऊच शकत नाही."

"ठीक आहे. मग आपण त्याला मेच्या प्रयोगशाळेत ठेऊ आणि—"

"जमणार नाही. जॅक, माफ कर पण ससा पहिल्या एअर लॉकमधूनच आत येणार नाही."

मी इतरांकडे पाहिले. सगळेजण माना डोलावत होते.

"ठीक...मी त्याची तपासणी बाहेरच पूर्ण करीन."

"तू खरंच बाहेर जाणार आहेस की काय?"

"होय. का नको जायला?" मी आळीपाळीने प्रत्येकाकडे नजर फिरवली. "एक गोष्ट मी तुम्हाला सांगतो. तुम्ही विनाकारण चड्डी सुटल्यासारखं वागता आहात. ते थवे धोकादायक नाहीत. मी बाहेर जाणार आहे हे नक्की." मी मे कडे वळलो, "तुझ्याकडे डिसेक्शन करण्यासाठी काही आहे का—"

"मी तुझ्याबरोबर येते." मे शांतपणाने म्हणाली.

"ठीक आहे. धन्यवाद." मी चकित झालो होतो. पण प्रत्यक्ष संशोधन क्षेत्रांमध्ये जाऊन काम केलेले असल्याने तिला इतरांपेक्षा बाहेरच्या कामामधल्या धोक्यांची अधिक चांगली जाण असणे स्वाभाविक होते. तिच्या पुढाकारामुळे त्यावेळी तेथील तणाव थोडासा निवळला. इतरांचे चेहरे सैलावलेले दिसले. मे डिसेक्शनसाठी लागणाऱ्या वस्तू आणि इतर काही गोष्टी आणण्यासाठी प्रयोगशाळेकडे गेली. त्याचवेळी फोन वाजला. विंसने तो घेतला. तो मला म्हणाला, "तुला कोणी डॉ. एलेन फोरमन माहिती आहेत का?"

"होय."

"त्या बोलत आहेत." विंस माझ्या हातात फोन ठेऊन मागे सरकला. मला एकदम अस्वस्थ वाटले. मी घड्याळाकडे नजर टाकली. अकरा वाजले होते. अमान्डाची सकाळची झोपण्याची वेळ झाली होती. ती आता पाळण्यात गाढ झोपी गेलेली असणार. हे विचार मनात येताच मला एकदम आठवले की मी अकरा वाजता फोन करीन असे एलेनला कबूल केले होते.

"हॅलो. एलेन सर्वकाही ठीक आहे ना?"

"होय. उत्तम." एलेनने मोठा सुस्कारा टाकला. "ठीक आहे सगळं. तू हे सर्व कसं काय करतोस कोणास ठाऊक."

"दमलीस का?"

"कधीही दमले नव्हते एवढी."

"पोरं शाळेला गेली का?"

आणखी एक सुस्कारा. "होय. गाडीत बसल्यावर एरिकनं निकोलच्या

पाठीत धपाटा घातला आणि तिनं त्याच्या कानाखाली आवाज काढला.''

''पुन्हा त्यांनी असं केलं तर त्यांना ताबडतोब थांबव.''

''मी शिकतीय हळूहळू.''

''आणि छोटीचं काय? तिच्या अंगावरचे पुरळ गेले का?''

''चांगली आहे पहिल्यापेक्षा. मी मलम लावते आहे.''

''तिच्या हालचाली व्यवस्थित होत आहेत ना?''

''उत्तम... का आणखी काही मला समजायला हवं आहे का?''

''नाही...नाही.'' मी इतरांपासून जरासा दूर झालो आणि हलक्या आवाजात विचारले, ''तिला शी व्यवस्थित झाली का?''

मागच्या बाजूला उभा असणारा चार्ली डेव्हेनपोर्ट खाकरला.

''भरपूर'' एलेन म्हणाली, ''आत्ता ती झोपलीय. मी तिला जरा वेळ बागेत फिरवून आणलं. तिला खाली खेळायचं होतं. घरात सर्व काही ठीक आहे. फक्त हीटरचे पायलट युनिट बंद पडलंय. ते दुरुस्त करायला माणूस येणार आहे.''

''छान, छान ...एलेन ऐक. मी आत्ता एका कामामध्ये अडकलोय आणि—''

''जॅक, थोड्या वेळापूर्वी हॉस्पिटलमधून ज्युलिआचा फोन आला होता. ती तुला शोधत होती.''

''हं...हं..''

''तू नेवाडाला गेला आहेस हे मी तिला सांगताच ती भडकली.''

''अस्सं?''

''ती म्हणाली की तुला काहीही कळत नाही...आणि तू आता सगळं फार भयंकर करून ठेवणार आहेस. अशा प्रकारचं काहीतरी बोलत होती. ती फारच त्रासलेली वाटली.''

''ठीक. मी तिला फोन करतो.''

''तिथं कसं काय चाललंय काम? आज रात्री परतणार आहेस ना?''

''आज नाही. उद्या सकाळी येईन. एलेन मला आता निघायला हवं—''

''रात्री जेवणाच्या वेळी जमलं तर फोन कर. पोरांना तेवढंच बरं वाटेल. एलेन आन्टी ठीक आहे. पण ती म्हणजे काही डॅड नाही. मी काय म्हणतेय ते समजतंय ना तुला?''

''ठीक आहे. तुम्ही सहा वाजता जेवणार आहात का?''

''साधारणत: सहा.''

मी त्यावेळी फोन करायचा प्रयत्न करीन असे म्हणून मी फोन ठेवला.

मी आणि मे बाहेरच्या दारापाशी असणाऱ्या काचेच्या दुहेरी भिंतीजवळ उभे होतो. त्याच्या पलीकडचे भक्कम लोखंडी दार मला दिसत होते. माझ्याशेजारी उभ्या असलेल्या रिकीचा चेहेरा गंभीर आणि अस्वस्थ होता. आम्ही बाहेर जाण्याची तयारी करत होतो.

"तुला खात्री आहे की ... बाहेर जायलाच हवं?"

"होय. ते जरूरी आहे."

"तू आणि मे रात्र पडेपर्यंत का थांबत नाही? मग जा."

"कारण तोपर्यंत ससा तिथं असणार नाही." मी म्हणालो, "रात्र पडेपर्यंत कोयोट किंवा ससाण्यांनी त्याचा निकाल लावून टाकलेला असेल."

"मला त्याची कल्पना नाही." रिकी म्हणाला, "आम्ही बरेच दिवसात बाहेर कोयोट वगैरे काहीही पाहिलेले नाही."

"ओह हेल!" मी अस्वस्थपणाने म्हणालो आणि रेडिओ सेट सुरू केला, "आपण जेवढा वेळ वाद घालण्यात घालवला आहे ना, तेवढ्यात आम्ही बाहेर जाऊन परत आलोही असतो... चला - रिकी पुन्हा भेटू."

मी काचा असणाऱ्या दारामधून बाहेर पडलो आणि मग एअर लॉकमधून नित्याचे सोपस्कार पार पडल्यावर मी भक्कम लोखंडी दाराच्या दिशेने निघालो. मी मागे वळून पाहिले. मे एअर लॉकमध्ये शिरताना दिसली.

मी बाहेरचे दार किंचित किलकिले केले. कठोर प्रखर प्रकाशाची एक जळती रेषा जमिनीवर उमटली. माझ्या तोंडावर एकदम गरम हवेचा झोत आला. इंटरकॉमवरून रिकीचा आवाज आला, "गुड लक..."

मी एक खोल श्वास घेतला आणि दार उघडून बाहेरच्या वाळवंटात पाय ठेवला.

वारा नसल्याने आता हवा चांगलीच गरम वाटत होती. दूरवरून येणारा कोणत्यातरी पक्ष्याचा अस्पष्ट आवाज वगळता सगळीकडे शांतता होती. मी प्रखर प्रकाश चुकवण्यासाठी डोळे बारीक केले. माझ्या अंगातून एक शिरशिरी निघून गेली. मी आणखी एकदा खोल श्वास घेतला.

मला कितीही सैद्धांतिक माहिती असली तरी आता प्रत्यक्ष बाहेर उभा असताना थवे धोकादायक नाहीत हे माझे मत मलाच डळमळीत वाटू लागले. बहुधा मलादेखील रिकीप्रमाणेच घाबरटपणाची लागण झाली असावी. मी मनोमन कुठेतरी अस्वस्थ नक्कीच झालो होतो. माझ्या अगोदरच्या अंदाजापेक्षा

ससा आता मला जास्त दूर अंतरावर असल्याची जाणीव झाली. ससा साधारण पन्नास यार्ड म्हणजे अर्ध्या फूटबॉल मैदानाएवढ्या अंतरावर होता. वाळवंट अगदी उजाड होते. मी झगझगणाऱ्या क्षितिजाच्या रेषेकडे नजर टाकली. तिथे काही काळे आकार आहेत का ते मी पाहात होतो. पण मला तसले काही दिसले नाही. मागच्या बाजूला दार उघडून मे बाहेर आली, ''जॅक. तू तयार आहेस का?''

''चला. ते काम पूर्ण करून टाकू या.''

आम्ही वाळवंटातील त्या उघड्या वाळूवरून सशाच्या दिशेने निघालो. मे माझ्यामागे काही पावले अंतरावर होती. आमच्या पायाखाली वाळू चिरडल्याचा आवाज येत होता. मला घाम येऊ लागला होता. मी शांत राहण्याचा प्रयत्न करत हळूहळू खोलवर श्वास घेत पुढे जाऊ लागलो. मी रिकीच्या घाबरवण्याला बळी पडलो हे माझ्या लक्षात आले होते. पण आता काही इलाज नव्हता. मी मधूनमधून क्षितिजाची रेषा निरखून पाहत होतो.

''कसं काय ...ठीक आहे ना?'' मी विचारले.

''हे उरकलं की मग मला बरं वाटेल.''

आम्ही आता गुडघ्याएवढ्या उंचीच्या चोला निवडुंगाच्या झुडपांमधून वाट काढत जाऊ लागलो होतो. उन्हात त्यांचे काटे चमकत होते. मधूनच जाडजूड अंगठा असावा असे वाटणारे गोल निवडुंगाचे फडे वर आलेले दिसत होते. चोला निवडुंगांच्या खाली आवाज न करता काही छोटे पक्षी उड्या मारत जात होते. आम्ही जवळ जाताच ते भुर्रक्‌न उडाले. निळ्या आकाशाच्या पार्श्वभूमीवर त्यांची रेषा उमटली. मग ते काही यार्ड अंतरावर खाली उतरले.

आम्ही अखेर सशाजवळ येऊन पोहोचलो. त्याच्याभोवती काळा ढग घूं घूं आवाज करत फिरत होता. मी एकदम दचकून पाय मागे घेतला.

''ह्या माश्या आहेत फक्त.'' मे म्हणाली.

आम्ही मग माशांकडे दुर्लक्ष करून सशापाशी खाली वाकलो. मे त्याच्यापाशी बसली. तिने रबरी हातमोजे बाहेर काढले. ते हातात चढवून तिने एक जोडी माझ्या हातात ठेवली. मेने मग चौकोनी प्लॅस्टिकचा एक तुकडा जमिनीवर पसरला. तो उडून जाऊ नये म्हणून त्याच्या चारी कोपऱ्यांवर दगड ठेवले. तिने मग ससा उचलून त्या प्लॅस्टिकच्या कागदावर एका बाजूला ठेवला. मेने मग डिसेक्शनसाठी लागणारी हत्यारे बाजूला काढून ठेवली. ती उन्हात चमकत होती. तिने एक सिरिंज आणि रबरी बूच लावलेल्या काही परीक्षानळ्याही बाजूला ओळीत ठेवल्या. मेच्या हालचाली वेगाने आणि सफाईने होत होत्या. तिने असे काम पूर्वी केलेले आहे हे स्पष्ट दिसत होते.

मी सशाचे निरीक्षण करू लागलो. अजून वास येत नव्हता. बाहेरून तरी सशाच्या मृत्यूचे कारण दर्शवणाऱ्या कोणत्याही खुणा मला आढळल्या नाहीत. त्याचे सताड उघडे पडलेले डोळेही तो मरण्यापूर्वी निरोगी असल्याचे दर्शवत होते. मे रेडिओत उद्देशून म्हणाली, "बॉबी ... तू रेकॉर्ड करतो आहेस ना?"

हेडसेटमधून बॉबी लेम्बेकचा आवाज आला, "तुझा कॅमेरा खाली घे."

मेने तिच्या गॉगलच्या वरच्या बाजूला बसवलेल्या कॅमेऱ्याला बोट लावले.

"थोडा ...अजून थोडा ... हं... उत्तम. ठीक..पुरे..."

"ठीक तर मग." मे म्हणाली. तिने सशाचे शरीर उलटेपालटे करून पाहिले. ती भराभरा बोलत होती. "बाह्य निरीक्षणानुसार हा प्राणी संपूर्णपणे निरोगी दिसतोय. त्याच्यामध्ये जन्मजात दोष किंवा विकाराची कोणतीही खूण दिसत नाही. नाकाची पोकळी अर्धी किंवा पूर्णपणे चोंदलेली दिसते आहे. ढुंगणापाशी थोडीशी विष्ठा बाहेर आलेली दिसत आहे. पण हे मरणाच्या वेळेचे नैसर्गिक उत्सर्जन असावे." मेने ससा पुन्हा त्याच्या पाठीवर ठेवला. मग त्याचा पंजा हातात घेतला.

"जॅक, मला मदत कर." मेने सशाचे पुढचे पंजे माझ्या हातात ठेवले. अजून ससा कडक व्हायला सुरुवात झालेली नव्हती. त्याचे शरीर अजून उबदार लागत होते.

मेने स्काल्पेल घेऊन सफाईने सशाच्या मधल्या भागात चीर पाडली. एकदम रक्ताचा प्रवाह उसळून बाहेर पडला. तिने त्याचे पोट उघडताच मला फासळ्यांचा पिंजरा आणि आतड्याचा काही भाग दिसला. मे भराभरा हात चालवत अवयवांचे वर्णन करत होती.

मेने सशाच्या जठराखाली सफाईने बोट फिरवले. "उं...हे पाहा."

"काय?"

"हे...पाहा" मेने मला दाखवले की जठरावर अनेक ठिकाणी लालभडक ठिपके आहेत. जणू खरचटले असावे अशा प्रकारचा सूक्ष्म रक्तस्राव तेथे झालेला होता. मला त्यामध्ये काही काळे पट्टे दिसले. "हे लक्षण नैसर्गिक नाही." मे म्हणाली. तिने मग भिंगातून पाहून सांगायला सुरवात केली. "मला साधारणत: चार ते आठ मिलिमीटर व्यासाचे काळे चट्टे दिसत आहेत. बहुधा त्या जागी नॅनोकण जमा झालेले आहेत."

"जठराच्या अस्तरात नॅनोकण आहेत?...पण ते तिथं कसे गेले?" मी विचारले, "सशाने ते खाल्ले की ते अनावधानाने त्याच्या पोटात शिरले?"

"मला तसं वाटत नाही. ते जाणूनबुजून आत घुसले असावेत."

मी विचारात पडलो, "तुझ्या म्हणण्याचा अर्थ असा आहे की ते सरपटत तिथं खाली..."

"होय...ते अन्ननलिकेतून खाली घुसलेत. निदान मला तसं वाटतं."

"पण त्यांनी तसं का करावं?"

"मला माहिती नाही."

मे सफाईने डिसेक्शन करत होती. ती क्षणभरही न थांबता एक-एक अवयव तपासून पाहात होती. तिने बरगड्यांचा भाग बोटांनी उघडला. "इथं पकडून ठेव." तिच्या सांगण्याप्रमाणे मी बरगड्यांचा भाग उघडून ठेवलेल्या अवस्थेत धरून ठेवला. "फुफ्फुसं व्यवस्थित दिसत आहेत." मेने मग श्वासनलिकेचा एक भाग हातात घेऊन त्याला छेद दिला. श्वासनलिका आतून संपूर्ण काळी पडलेली दिसली.

"श्वासनलिकांमध्ये नॅनोकण भरपूर प्रमाणात आहेत." मे सांगता सांगता मध्येच बॉबीला उद्देशून म्हणाली, "बॉबी, तुला हे रेकॉर्ड करता येतंय ना?"

"होय. व्हिडिओ चित्रण व्यवस्थित होतंय."

मे वेगाने आपले काम करत होती. तिने घशाचा भाग उघडला. "मला घसा आणि तोंडाच्या पोकळीपाशी खाली नॅनोकण भरपूर प्रमाणात दिसत आहेत. नाकाच्या पोकळीतही ते आहेत. बहुधा श्वास कोंडल्यामुळं सशाचा मृत्यू झाला असावा. सशामध्ये कणांचे प्रमाण खूपच जास्त आहे. कदाचित ॲलर्जीसारख्या प्रतिक्रियेमुळे—"

रिकीचा आवाज हेडसेटमधून आला. "तुम्हाला आणखी वेळ लागणार आहे काय?"

"होय. जेवढा आवश्यक आहे तेवढा लागणार." मी म्हणालो आणि पुन्हा मेकडे वळलो, "हं कसली प्रतिक्रिया म्हणत होतीस तू?"

"हं...हे पाहा. हा भाग कसा सुजलेला आहे ते पाहा. तो करडाही दिसतोय. त्याचा अर्थ असा की—"

"तुमच्या लक्षात येतंय का... तुम्ही तिथं चार मिनिटं आहात." रिकी म्हणाला.

"आम्ही इथं काम करतोय कारण आम्ही सशाला आत आणू शकत नाही."

"ते बरोबरच आहे. ससा आत येऊ शकत नाही."

मे हे संभाषण ऐकत होती. तिने मान हलवली, "रिकी...तुझ्या ह्या बोलण्यामुळे आम्हाला काहीही मदत होत नाही आणि—"

बॉबी म्हणाला, "मे, डोकं हलवू नकोस. कॅमेरा वेडावाकडा हलतोय."

"माफ कर."

मेने मान उंचावून क्षितिजाकडे नजर टाकली. त्याचवेळी तिने जठराच्या

अस्त्राचा एक छोटा तुकडा परीक्षानळीत सरकवला. ती बंद करून तिने परीक्षानळी खिशात ठेवली. मग तिने पुन्हा मान खाली केली. व्हिडिओ पाहत असणाऱ्या कोणालाही तिने काय केले ते दिसणे शक्य नव्हते. मग ती मला उद्देशून म्हणाली, "हं...आता आपण रक्ताचा नमूना घेऊ या."

"तुम्ही फक्त आत रक्ताचा नमूना आणणार आहात." रिकी म्हणाला.

"होय रिकी. आम्हाला ते माहिती आहे."

मेने अत्यंत सफाईदारपणे सशाच्या एका रक्तवाहिनीतून रक्ताचा नमूना घेतला. "मला हे पाहताना जाणवतंय की तू असं काम ह्या पूर्वी केलेलं असावं."

"हे तर काहीच नाही. सिचुआनमध्ये तर आम्ही बर्फाच्या वादळात काम करत होतो. आपण नेमकं काय करतोय हे सुद्धा नीट कळत नसे. आमचे हात थंडीनं आखडून गेलेले असायचे. प्राणीही एखाद्या दगडासारखा कडक झालेला असायचा. त्याच्या शरीरात सुई खुपसणं फार अवघड जाई." मेने हातातल्या रक्ताचा नमूना असलेली नळी बाजूला ठेवली. "हं, आता संवर्धनासाठी लागणारा नमूना घेतला की काम झालंच."

मेने तिची वस्तू असणारी पिशवी उलटी केली. "ओह!"

"काय झालं?"

"संवर्धनाचे नमूने गोळा करण्यासाठी लागणारा कापसाचा बोळा नाही इथं."

"पण तू ते घेतले होतेस ना?"

"होय. मला चांगलं आठवतंय."

"रिकी, तुला दिसत आहेत कुठं ते?" मी विचारले.

"होय. एअर लॉकपाशी ते पाकीट आहे."

"ते घेऊन बाहेर येतोस का?"

"होय तर!" रिकी कर्कश्य स्वरात हसला. "मी कोणत्याही परिस्थितीत दिवसा तिथं बाहेर येणं शक्यच नाही. तुम्हाला हवं ते तुम्हीच आत येऊन घेऊन जा."

"तू आणतोस का जॅक?" मेने विचारले.

"नाही. मी इथं थांबतो. तू जा."

"ठीक आहे." मे उठून उभी राहिली. "माशा दूर ठेवायचा प्रयत्न कर. आपल्याला अनावश्यक संदूषण नकोय. मी लगेच जाऊन येते." मे भराभरा चालत निघाली.

काही वेळाने मेच्या पावलांचा आवाज नाहीसा झाला. मग लोखंडी दार उघडल्याचा आणि ते बंद झाल्याचा आवाज मला ऐकू आला. मग मात्र सारे

शांत झाले. मी एका हाताने माशा हाकलण्याचा प्रयत्न करू लागलो. आपण एकटे आहोत हा विचार मनातून दूर करण्यासाठी मी माशा हाकलण्यावर लक्ष केंद्रित केले होते. मधून-मधून मी इकडे-तिकडे पाहत होतो. मला कुठेही काही दिसत नव्हते. माशा हाकलताना माझा हात अचानक सशाच्या केसाळ कातडीला लागला. त्यावेळी माझ्या लक्षात आले की केसांखालची त्वचा झगझगीत लाल रंगाची होती. ते पाहून माझ्या अंगावर शहारा आला.

मी हेडसेटमध्ये उद्देशून म्हणालो, "बॉबी..."

"बोल जॅक."

"तुला ससा दिसतोय का?"

"होय."

"तुला त्याची लालसर रंगाची त्वचा दिसतेय का?"

"अं...एक सेकंद..."

माझ्या कानापाशी हलकी घरघर ऐकू आली. बॉबी कॅमेरा झूम करत होता. आवाज थांबला.

"बॉबी. आता तुला पाहाता येतंय ना?"

उत्तर आले नाही.

"बॉबी?"

मला हलकी कुजबूज ऐकू आली.

"बॉबी...तुला ऐकू येतंय का?"

शांतता. उत्तर नाही.

"अं...जॅक." हा आवाज डेव्हिड ब्रूक्सचा होता. "जॅक...तू आत ये."

"पण मे अजून परत आलेली नाही. ती कुठं आहे?"

"आत आहे."

"मला थांबायला हवं. ती संवर्धनासाठी नमूने—"

"नाही...जॅक. ताबडतोब निघ तिथून."

मी ससा तसाच ठेवून उभा राहिलो आणि सगळीकडे नजर फिरवली, "मला तर काहीच दिसत नाही."

"ते इमारतीच्या पलीकडच्या बाजूला आहेत." मला त्याच्या आवाजातला गंभीरपणा जाणवला.

"पलीकडे आहेत?"

"जॅक. ताबडतोब आत ये."

मी वाकून मेने गोळा केलेले नमुने उचलले. तिची पिशवी बाजूला होती आणि डिसेक्शनची हत्यारे पसरलेली होती.

"जॅक!"

"एक मिनिट..."

"जॅक...××× बंद कर."

मी दरवाजाच्या दिशेने निघालो. मला काहीही दिसत नव्हते. पण मला वेगळा आवाज मात्र निश्चित ऐकू आला. तो आवाज अगदी हलका होता. पण त्याच्यामध्ये लय होती. एखाद्या यंत्राची थरथर असावी असे मला अगोदर वाटले. पण त्या आवाजात हृदयाच्या ठोक्यासारखे लयबद्ध चढउतार होते. त्यातच अधूनमधून हिस्स् हिस्स् असेही काही आवाज येत होते. हा आवाज मी पूर्वी कधीही ऐकलेला नव्हता. जणू तो ह्या जगातला नाही असा मला भास झाला.

आता पुन्हा त्या घटनेची आठवण आली की लक्षात येतेय. मी त्यावेळी इतर कशापेक्षाही त्या आवाजामुळे घाबरलो होतो.

मी वेगाने चालू लागलो. "कुठं आहेत ते?"

"येत आहेत."

"कुठून?"

"जॅक...तू पळत सुटलास तर बरं!"

"काय?"

"पळ!"

मला अजूनही काहीही दिसत नव्हते. पण आवाजाची तीव्रता मात्र वाढलेली होती. तरीही हा आवाज एवढा कमी होता की मला जणू माझे शरीर थरथरत असल्याने तो निर्माण होतोय की काय असा भास झाला.

"जॅक ...पळ."

मी क्षणभर विचार केला आणि मग पळायला सुरुवात केली.

चंदेरी रंगाचा चमकणारा पहिला थवा इमारतीच्या कोपऱ्यावरून पुढे आला. हिस्स् हिस्स् आवाज त्यामधून येत होता. तो इमारतीच्या अगदी जवळून पुढे सरकत होता. मी दरवाजापाशी पोहोचण्याच्या अगोदर तो तिथे जाणार हे मला दिसत होते.

मला इमारतीच्या दुसऱ्या कोपऱ्यावरून बाहेर पडलेला दुसरा थवा दिसला. तो सुद्धा माझ्याच दिशेने येत होता. हेडसेटमधून डेव्हिडचा आवाज आला, "जॅक...तू पोहोचू शकणार नाहीस..."

"ते मला दिसतंय." मी म्हणालो. कारण पहिला थवा आता दरवाजापाशी पोहोचला होता. तो दरवाजासमोर माझी वाट अडवून उभा होता. मी काय करावे हे न कळल्याने थांबलो.

मला समोर एक चार फूट लांबीची काठी पडलेली दिसली. मी ती उचलून गरागरा फिरवू लागलो. थवा जागचा हलला नाही. त्याचे स्पंदन चालूच होते. दुसरा थवा अजून माझ्या दिशेने येतच होता.

मी भराभरा विचार करू लागलो. मी प्रेड-प्रे प्रोग्रॅमच्या कोडशी परिचित होतो. ह्या थव्यांना हलणाऱ्या उद्दिष्टांकडे जाण्यासाठी बनवण्यात आले आहे याची मला कल्पना होती. त्यांचे लक्ष वेधण्यासाठी काय बरे उपयोगी पडेल? मी हातातली मेची काळी पिशवी गरागरा फिरवून दुसऱ्या थव्याच्या दिशेने हवेत उंच भिरकावून दिली. ती खाली पडली आणि किंचित गडगडत स्थिर झाली. त्या क्षणी दुसरा थवा त्या पिशवीकडे निघाला आणि त्याचवेळी दारापाशी थबकलेला पहिला थवादेखील त्याच दिशेने निघालेला दिसला. चेंडू टाकल्यावर कुत्रे ते आणण्यासाठी पळतात तसे हे घडत होते. मला जरा हायसे वाटले. अखेर हे थवे प्रोग्रॅम लिहिल्यामुळेच काम करत होते. मी विचार केला की हा तर साधा पोरखेळ झाला. मी दरवाज्याच्या दिशेने पुढे निघालो. पण माझी चूक झाली होती. माझ्या हालचालीमुळे पहिला थवा एकदम जागच्याजागी थांबला आणि मागे वळून त्याने पुन्हा माझी वाट अडवली. एखादे धारदार पाते चमकत असावे अशा प्रकारे तो थवा तिथे स्पंदन करत थांबला. त्याने माझी वाट रोखून धरली होती.

मला त्याचा अर्थ कळायला एक सेकंद लागला. माझ्या हालचालीमुळे तो थवा माझ्या मागे लागणे अपेक्षित होते. पण तसे घडलेले नव्हते. तो माझ्या संभाव्य हालचालींनुसार वर्तन करत होता. मी पुढे काय करणार ह्याचा तो विचार करत होता! माझ्या प्रोग्रॅम कोडमध्ये हा भाग नव्हता. म्हणजेच हे नवीन वर्तन त्या थव्याने स्वत: शोधून काढलेले होते. परिस्थितीनुसार त्याने आपले वर्तन बदलून घेतले होते. माझा पाठलाग करायच्याऐवजी तो मागे वळून मला पकडण्याचा प्रयत्न करत होता. हे वर्तन मूळ प्रोग्रॅमपेक्षा फार वेगळे होते. असे कसे होऊ शकते ते मला समजेना. प्रत्येक कणाजवळ एवढी अत्यल्प मेमरी होती की त्याचा पराभव करणे ही साधी गोष्ट होती.

मी एकदा उजवीकडे, मग डावीकडे जात त्याला हूल दिली. प्रत्येक वेळी

ढगाची हालचाल माझ्याप्रमाणेच होत होती. पण ते क्षणभरासाठीच. पुन्हा तो ढग दारासमोर ठिय्या देऊन माझी वाट पाहात होता. जणू काही माझे लक्ष्य तो दरवाजा आहे हे त्याला कळत असावे अशीच ती हालचाल होती. हे वर्तन फार फार बुद्धिमानपणाचे होते.

ह्याचा अर्थ उघड होता. ह्या इथल्या लोकांनी आणखी काही प्रोग्रॅम लिहिला असणार. ही माहिती त्यांनी मला सांगितलेली नव्हती. मी हेडसेटमध्ये म्हणालो, "ह्याचं तुम्ही लोकांनी नेमकं काय करून ठेवलंय ते कळेल का मला."

डेव्हिड म्हणाला, "जॅक, तुला तो निसटू देणार नाही."

मी हे ऐकून वैतागलो, "अस्सं! मग पाहू या काय होतं ते..."

मी काय करायचे त्याचा मनाशी विचार केला. हा थवा म्हणजे धुलीकणांच्या आकाराचा कणांचा ढग होता. त्याला पांगवणे सहज शक्य होते. जर तसे केले तर त्यांना पुन्हा एकत्र येऊन तसाच ढग बनवायला काही काळ लागणार होता. मी तेवढ्या वेळात दारातून आत शिरू शकणार होतो. पण त्या थव्याची रचना कशी मोडावी? माझ्या हातातली काठी त्यासाठी पुरेशी नव्हती. मला काहीतरी जास्त पृष्ठभाग असणारी वस्तू हवी होती. पण ती काय आणि कशी मिळणार...? मी वेगाने विचार करत होतो. मला काहीतरी हवे होते.

काहीही चालले असते.

मागच्या बाजूने आता दुसरा ढग माझ्याच दिशेने सरकताना दिसला. तो पुढे सरकताना आडवा तिडवा हलत होता. जणू मी त्याला चकवून जाऊ नये म्हणून तो प्रयत्न करत होता. मी हे पाहून मनापासून हादरलो. हे देखील मूळच्या प्रोग्रॅममधले नाही ह्याची मला खात्री होती. मी चकित होऊन घाबरून पाहत असताना मला त्याचा अर्थ स्वच्छ जाणवला. हे उद्भवलेले वर्तन अगदी उघड होते. तो ढग माझी शिकार करत होता!

स्पंदनाचा आवाज वाढत चालला होता. मला काहीतरी करणे भाग होते. त्यांची पांगापांग व्हायला हवी.

मी पूर्ण वर्तुळाकारात फिरून सगळीकडे नजर फिरवली. मला काहीही वस्तू दिसेना. जवळचे ज्युनिपरचे झाडही तसे बऱ्याच अंतरावर होते. चोला निवडुंगांचा फारसा उपयोग नव्हता. मी इमारतीच्या जवळच्या भागाकडे नजर फिरवली. तेथे कोणीतरी एखादी वस्तू टाकून दिली असेल अशी मला आशा वाटत होती. काहीही नाही.

मी काहीही मिळवू शकत नव्हतो. मला मदत करायलाही कोणी नव्हते. फक्त माझ्या अंगावर शर्ट होता—

अर्थात!

हेडसेटमधून आवाज आला, "जॅक...ऐक..."

पण मी त्यानंतरचे काहीही ऐकायच्या मनस्थितीत नव्हतो. मी डोक्यामधून माझा शर्ट बाहेर काढला. हेडसेट खाली पडला. हातातला शर्ट गरागरा फिरवत मी एखाद्या मध्ययुगीन योद्ध्याप्रमाणे दरवाज्याच्या दिशेने चालून गेलो.

थवा थरथरत होता. मी धावत जात असताना तो किंचित सपाट झालेला मला दिसला. पुढच्याच क्षणी मी त्या कणांच्या ढगात शिरलो. मला फारसे नीट दिसेनासे झाले. मला दरवाजा दिसेना. मी हाताने दरवाजाची मूठ चाचपडत होतो. माझ्या डोळ्यात सुया खुपसल्याप्रमाणे वेदना होता होत्या. पण मी शर्ट मात्र जोराने फिरवत ठेवला होता. मला आता थोडे दिसू लागले होते. माझा श्वास नीट असला तरी मला घसा कोरडा पडलेला जाणवला. घशात वेदनाही होऊ लागली होती. माझ्या सगळ्या शरीरावर हजारो सुया टोचल्यासारखी वेदना होत होती. पण मला आता तीदेखील जाणवत नसावी.

मला आता दरवाजाची मूठ दिसली. मी शर्ट वेगाने घुमवत दरवाजा उघडत असताना तो ढग मागे सरकलेला आहे हे मला जाणवले. जणू तो माझ्या फटकाऱ्यांच्या कक्षेबाहेर मुद्दाम जात होता.

मी दरवाजा उघडून आता शिरलो, आणि दार मागे बंद करून घेतले.

मी आतल्या अंधारात डोळे मिचकावून पाहाण्याचा प्रयत्न केला. मला वाटत होते की क्षणभरात अंधाराला माझी नजर सरावेल आणि नीट दिसू लागेल. पण उलट मला आता आणखी अंधुक दिसू लागले होते. मी घसा साफ करण्याचा प्रयत्न केला. तो कोरडा पडलेला होता. मला आता चक्करही येऊ लागली होती.

एअर लॉकच्या पलीकडे उभे असणारे मे आणि रिकी मला दिसले. रिकी ओरडून सांगत होता, "जॅक...घाई कर...लवकर!"

मी खाली पडू नये म्हणून भिंतीचा आधार घेऊन उभा राहण्याचा प्रयत्न केला. माझे डोळे प्रचंड आगीने धगधगल्यासारखे झाले होते. माझा घसा दाटून आला. श्वास घ्यायला मला त्रास होऊ लागला होता. मी धापा टाकत एअर लॉकच्या काचेच्या दारांकडे खुळ्यासारखा पाहत उभा होतो.

"तू दारासमोर उभा राहणं आवश्यक आहे...जॅक. उभा राहा!"

मला आजूबाजूचे सारे स्लो-मोशनप्रमाणे आहे असे जाणवत होते. माझ्या अंगात अजिबात ताकद उरली नव्हती. माझे सारे शरीर थरथरत होते. मी उभा राहू शकेन ह्याबद्दल मला खात्री वाटेना.

"जॅक...उभा राहा!"

मी कसाबसा धडपडत एअर लॉकच्या दिशेने पुढे झालो. हिस्स् आवाज करत काचेचे दार उघडले.

"जॅक...आत ये! ताबडतोब..."

माझ्या डोळ्यासमोर रंगीत ठिपके चमकत होते. पोटात मोठा खड्डा पडल्याप्रमाणे झाले होते. मी धडपडतच आत शिरलो आणि काचेला धडकून कसाबसा उभा राहिलो. प्रत्येक क्षणाला माझी शुद्ध हरपत होती. माझा श्वास कोंडत चालला आहे हे मला जाणवत होते.

बाहेरच्या बाजूला पुन्हा स्पंदनाचा हलका लयबद्ध आवाज सुरू झालेला आहे माझ्या लक्षात आले. मी मागे वळून पाहिले. एअर लॉकचे काचेचे दार बंद झाले. माझ्या अंगावर फवारा मारला गेला. हवा खेचणाऱ्या पंपांची धडधड सुरू झालेली मला जाणवली.

मी काचेपलीकडे नजर टाकली. रिकी आणि मे तिथे उभे होते. मी भिंतीला टेकून अर्धवट शुद्धीत उभा होतो. मला ते खूप दूरवर उभे आहेत असा भास झाला. मला आता त्यांच्याबद्दल काही विचार करणे निरर्थक वाटू लागले होते. मी आता मरणार ह्याची मला खात्री पटली होती.

मी खाली घसरून पडलो आणि मग मला काहीही ऐकू येईनासे झाले.

❑

सहावा दिवस
सकाळी ११ वाजून १२ मिनिटे

"**ह**लू नकोस"

माझ्या शरीरातून काहीतरी भयंकर थंड असा प्रवाह वाहतो आहे असे मला वाटत होते.

"जॅक, हलू नकोस. फक्त एखादा सेकंद...ओके?"

माझ्या हातामधून खांद्याच्या दिशेने बर्फासारखा थंड द्रव वर चढतो आहे याची मला जाणीव झाली. मी डोळे उघडले. पण हिरवा भगभगीत प्रकाश टाकणारा प्रखर दिवा माझ्या अगदी डोक्यावरच असल्याने माझे डोळे दिपून गेले होते. मी पापण्या फडकवत पाहण्याचा प्रयत्न केला. माझ्या संपूर्ण शरीरात ठसठसणारी वेदना होती. जणू मला कोणीतरी ठोकून काढले आहे असे वाटत होते.

मे चँगच्या प्रयोगशाळेतल्या काळ्या पृष्ठभागाच्या टेबलावर मी उताणा पडलेला होतो. मी डोळे किलकिले करून पाहिले. मे माझ्या डाव्या हातापाशी वाकून उभी होती. तिने माझ्या हातात सलाईनची सुई खुपसलेली दिसली.

"हे सगळं काय चाललंय?"

"जॅक, प्लीज, हालचाल करू नकोस. मी हे पूर्वी फक्त प्राण्यांवर केलेलं आहे."

"हे ऐकून बरं वाटलं." माझी कानशिले ठणकत होती. मी उठून ती काय करते आहे ते पाहण्याचा प्रयत्न केला आणि कण्हलो. मग मी वेदनेमुळे पुन्हा पाठीवर पडलो.

"त्रास होतोय का?"

"भयंकर."

"सहाजिकच आहे. मला तुला तीन वेळा टोचावं लागलं..."

"काय टोचावं लागलं?"

"जॅक. तुला **ॲनाफायलेक्टिक** शॉक बसला होता. जबरदस्त ॲलर्जीसारख्या प्रतिक्रियेमुळे तुझा श्वास कोंडायची शक्यता होती."

"ॲलर्जीसारखी प्रतिक्रिया... म्हणजे?"

"होय. तीव्र प्रतिक्रिया होती ती."

“कशामुळे? त्या थव्यामधल्या कणांमुळे होती का?”

मे क्षणभर थबकली, “होय. अर्थातच.”

“नॅनो आकाराच्या कणांमुळे अशी ॲलर्जीप्रमाणे प्रतिक्रिया शरीर देतं का?”

“तसं शक्य आहे—”

“पण तुला खरोखर तसं वाटत नाही—”

“होय. मला वाटतं की नॅनोकण अशा प्रकारे प्रतिजन म्हणून प्रतिक्रिया उत्पन्न करू शकत नाहीत. माझ्या मते तुझ्या शरीरानं कोलिफॉर्मच्या टॉक्सिनला प्रतिक्रिया दिली होती.”

“कोलिफॉर्म टॉक्सिन....” माझ्या कानशिलांमधील ठणका वाढला होता. मी श्वास किंचित रोखून धरला आणि मग सोडला. ती काय म्हणाली त्याचा अर्थ लावण्याचा मी प्रयत्न करत होतो. माझे मन सावकाश विचार करत होते. “कोलिफॉर्म टॉक्सिन?”

“होय.”

“म्हणजे इ.कोलाय जीवाणूंचे टॉक्सिन असं तू म्हणते आहेस का?”

“बरोबर. कदाचित प्रथिनांचा नाश करणारे विषारी द्रव्य.”

“आणि हे असलं विषारी द्रव्य माझ्या शरीरात आलं कसं?”

“थव्यांमधून”

मला ह्या शब्दाचा अर्थच कळेना. रिकीने मला जे सांगितले होते त्यानुसार फक्त रेणूंची अर्धवट बांधणी करण्यासाठी त्यांनी इ.कोलाय जीवाणूंचा वापर केला होता. “पण त्या थव्यामध्ये प्रत्यक्ष जीवाणू असूच शकत नाहीत.” मी म्हणालो.

“मला माहिती नाही, जॅक...कदाचित ते असू शकतील.”

मे अशी आडपडद्याने का बोलत होती ते मला कळेना. सामान्यपणे मे नेहमी स्वच्छ, मोजके आणि मुद्द्याचे बोलत असे.

“हं...पण कोणाला तरी त्याची माहिती असणार.” मी म्हणालो, “हे थवे मुद्दाम तयार करून घेण्यात आले आहेत. तेव्हा त्यात जीवाणू असणार किंवा नसणार हे ठाम माहिती असलेच पाहिजे.”

मेने एक सुस्कारा टाकला. मला काही कळत नाही असा त्याचा अर्थ होता. मला काय कळत नव्हते?

मी मेला विचारले, “एअर लॉकमध्ये उडून गेलेले कण तू परत मिळवलेस का? त्यातले काही कण शिल्लक असतील—”

“नाही. सगळे कण जळून नष्ट झालेले आहेत.”

"ही कोणाची—"

"सुरक्षिततेचा उपाय म्हणून ती रचना मुळातच करण्यात आली आहे. आपण त्यावर काहीही करू शकत नाही."

"ओके..." आता सुस्कारा टाकायची पाळी माझी होती. आमच्याजवळ त्या थव्यामधले काहीही कण अभ्यासासाठी उपलब्ध नाहीत ही वस्तुस्थिती होती. मी उठून बसायचा प्रयत्न केला.

"हळूहळू जॅक..." माझ्या छातीवर मृदूपणे हात दाबत मेने मला थांबवले. मेचे म्हणणे बरोबरच होते. कारण उठून बसताना माझ्या डोक्यातला ठणका आणखी वाढला होता. मी पाय टेबलाखाली सोडले.

"मी किती वेळ बाहेर होतो?" मी विचारले.

"बारा मिनिटे."

"मला तर कोणीतरी जबरदस्त मारहाण केल्यासारखं वाटतंय." प्रत्येक श्वास घेताना माझ्या बरगड्यांमधून कळा येत होत्या.

"तुला श्वास घ्यायला फार त्रास होत होता."

"अजूनही होतोय." मी म्हणालो. मी जवळचा कागदी रुमाल घेऊन तो नाकावर दाबून नाक साफ केले. नाकातून वाळवंटातील धूळ, थोडे रक्त आणि काळपट रंगाची घाण बाहेर आली. मी त्या रुमालाचा बोळा करून तो फेकून देऊ लागलो.

मेने हात पुढे केला. "दे."

"नाही. ठीक आहे, मी—"

"जॅक. माझ्याकडे दे."

मेने कागदी रुमालाचा बोळा घेतला आणि छोट्या प्लॅस्टिकच्या पिशवीत बंद करून टाकला. तेव्हा कुठे माझ्या लक्षात आले की त्या बोळ्यावर मला जे कण हवे होते ते असणार. मी डोळे बंद करून खोल श्वास घेतला. माझ्या डोक्यातली वेदना थोडी कमी होण्याची मी वाट पाहत होतो. काही वेळाने मी डोळे उघडले तेव्हा खोलीतल्या प्रकाशाची तीव्रता कमी झाली असल्याचे मला जाणवले.

"हं...सांगायचं राहिलं. ज्युलिआचा आत्ताच फोन येऊन गेला. ती म्हणाली की कसल्यातरी चाचण्या घेणार आहेत ते लोक. पण तू तिला फोन करू शकणार नाहीस असं काहीतरी म्हणत होती. तिला तुझ्याशी बोलायचं होतं."

"अं...हं..हं"

मेने माझा कागदी रुमाल असणारी प्लॅस्टिकची पिशवी एका काचेच्या बरणीत ठेऊन झाकण घट्ट लावून घेतले.

“मे...जर ह्यात इ.कोलाय असतील तर ते आपण लगेचच तपासून पाहू शकतो. नाही का?”

“नाही. आत्ता लगेच नाही. मला सवड मिळाली की मी करीन. माझ्या एका फर्मेंटेशन युनिटमध्ये थोडी अडचण आलीय. मला त्यासाठी सूक्ष्मदर्शक लागणार आहे.”

“कसली अडचण?”

“मला नक्की सांगता येणार नाही.” मे म्हणाली, “पण एका टाकीमध्ये अपेक्षेएवढी निर्मिती होत नाहीये. फार काही गंभीर प्रकार नसावा. ही निर्मिती प्रक्रिया फारच नाजूक आहे. ह्यामुळे अधूनमधून असं घडतं. ही चालू ठेवायची म्हणजे एकाचवेळी शंभर चेंडू उडवण्याचा खेळ केल्यासारखं आहे. जॅक, आत्ता मला सवड नाही.”

मी मान डोलावली. पण मला असे वाटू लागले की मे त्यावेळी तसे म्हणण्यामागचे कारण निराळेच असावे. तिला त्या थव्यांमध्ये जीवाणू आहेत हे पक्के ठाऊक असल्यानेच ती टाळाटाळ करत असावी आणि हे कारण जर खरे असेल तर ती मला कधीच त्याबद्दल काही सांगणार नाही असे वाटू लागले.

“मे.” मी म्हणालो, “इथं काय चाललंय ते मला कोणीतरी सांगायला हवं...नाही. रिकी नको. मला कोणीतरी खरं काय ते सांगायला हवंय.”

“उत्तम.” मे म्हणाली, “कल्पना खरोखरच उत्तम आहे.”

अशा तऱ्हेने मी माहिती मिळवण्यासाठी एका वर्कस्टेशनपाशी बसलो होतो. त्या प्रकल्पाचा इंजिनियर डेव्हिड ब्रूक्स माझ्याशेजारी बसलेला होता. बोलत असताना डेव्हिड सतत त्याचे कपडे साफसूफ करत होता. त्याने टायवर हात फिरवला, बाह्या ठाकठीक केल्या. कॉलर साफसूफ करून घेतली. मांडीवरची पॅन्टची घडी उचलून सरळ केली. डावा पाय उजव्यावर टाकून त्याने मोजा उचलून सरळ केला. मग उजवा पाय डाव्यावर टाकून त्याने त्या पायाचा मोजाही नीट केला. त्याने खांद्यावरून जणू धूळ झटकत असल्याप्रमाणे हात फिरवले. मग हे सगळे त्याने पुन्हा सुरू केले. हे सारे तो अनावधानाने करत होता. डोके दुखत असल्याने मला हे पाहणे वैतागाचे वाटत होते. शिवाय डेव्हिड जशीजशी मला माहिती देत होता त्या बरोबर माझी डोकेदुखी आणखीनच जोर धरत होती.

रिकीच्या तुलनेत डेव्हिड जास्त संतुलित मनाचा होता. त्याने मला अगदी

सुरवातीपासून काय घडले ते व्यवस्थित सांगितले. कॅमेऱ्याचे काम करू शकणाऱ्या सूक्ष्म यंत्रमानवी कणांच्या थव्याची निर्मिती करण्याचे काम झायमॉसने स्वीकारले होते. हे कण प्रयोगशाळेतल्या वातावरणात उत्तम प्रकारे कामही करत होते. पण त्यांची बाहेर चाचणी घेतल्यावर ते वाऱ्यामध्ये काम करण्यास अपयशी ठरतात असे आढळून आहे. वाऱ्यामुळे थवा विखरून जात होता. ही घटना सहा आठवड्यांपूर्वीची होती.

"त्यानंतर तुम्ही आणखी काही थव्यांची चाचणी घेतली होती का?"

"होय. दोन आठवड्यात आणखी काही चाचण्या केल्या होत्या."

"एकही यशस्वी झाली नाही?"

"बरोबर. एकही यशस्वी झाली नाही."

"म्हणजेच तुम्ही बनवलेले मुळामधले थवे वाऱ्यावर विखरून गेले तर?"

"होय?"

"म्हणजेच ह्या बंडखोर थव्यांचा आणि तुम्ही मुळात बनवलेल्या थव्यांचा काहीही संबंध नाही."

"बरोबर..."

"त्यांची निर्मिती इथून बाहेर टाकलेल्या पदार्थांमुळे झालीय..."

डेव्हिडने डोळ्यांची उघडझाप केली. "बाहेर टाकलेल्या म्हणजे?"

"फिल्टर नसल्यामुळे जे काही एक्झॉस्ट फॅनमधून बाहेर फेकलं गेलं त्या पंचवीस किलोमुळं—"

"कोण म्हणालं पंचवीस किलो पदार्थ होते म्हणून?"

"रिकी."

"ओह...नाही जॅक." डेव्हिड म्हणाला, "आम्ही कित्येक दिवस हवा बाहेर टाकतोय. आम्ही किमान पाचशे ते सहाशे किलो संदूषक पदार्थ बाहेर टाकले आहेत. त्यात जीवाणू, रेणू आणि नाना प्रकारचे असेंब्लर होते."

म्हणजेच रिकी वस्तुस्थितीचे गांभीर्य कमी करण्याचा प्रयत्न करत होता. पण त्याने खोटे सांगायचे कारण काय असावे? अखेर ती एक चूक होती आणि रिकीच्याच म्हणण्याप्रमाणे ती चूक बांधकाम करणाऱ्यांची होती.

"ठीक आहे...बरं हे वाळवंटातले थवे प्रथम तुम्हाला कधी दिसले?"

"दोन आठवड्यांपूर्वी." टाय साफ करत मान डोलावत डेव्हिड म्हणाला. त्याने सविस्तर माहिती दिली. सुरवातीला थव्यांमध्ये फारशी सुसूत्रता नव्हती. प्रथम तर ते वाळवंटातल्या कीटकांसारखे वाटत होते. अधूनमधून तो थवा इमारतीजवळ येऊन निघून जात होता."

काही दिवसांनी पुन्हा एकदा एक थवा आला. हा थवा मात्र अधिक

सुसूत्रपणा असणारा वाटत होता. "त्यामध्ये आता तू पाहिलंस त्या प्रकारचे निश्चित वर्तन होते. ते थवा करण्याचे खास वर्तन होते. ते पाहूनच आमच्या लक्षात आले की हा थवा आम्ही सोडलेल्या पदार्थांचाच बनलेला आहे."

"मग पुढे काय घडले?"

"हा थवा इथं इमारतीपाशी घोघांवत राहिला. मग पूर्वीसारखा तो निघून गेला. पुढच्या काही दिवसात आम्ही रेडिओ वापरून त्यावर नियंत्रण मिळवण्याचा प्रयत्न केला. पण त्याचा उपयोग झाला नाही... त्यानंतर साधारण एक आठवड्यानंतर आमच्या लक्षात आलं की एकही गाडी सुरू होत नाही. मी बाहेर जाऊन कारण तपासलं. सर्व गाड्यांमधले संगणक निकामी झालेले होते. सध्या गाड्यांमध्ये सर्वकाही नियंत्रण मायक्रोप्रोसेसर्स करतात ना..."

"एकही गाडीचा संगणक काम करत नव्हता?"

"होय. प्रत्यक्षात प्रोसेसर्सच्या सर्व चिप उत्तम होत्या. पण मेमरी चिप मात्र खराब झालेल्या होत्या. त्यांचा अक्षरशः भुगा झालेला होता."मी मनोमन म्हणालो, "ओह, शिट्!" मग डेव्हिडला विचारले, "असं का व्हावं?"

"त्यात फार मोठं रहस्य नाही जॅक. ती गॅमा असेंब्लरनी काम केल्याची खूण होती. तुला गॅमा असेंब्लर म्हणजे काय माहिती असेल, नाही? बरं... मी सांगतो. आम्ही इथं निर्मितीसाठी निरनिराळी नऊ कामं करणारे असेंब्लर वापरतो. सिलिकॉनच्या थरांमधील कार्बनची संयुगे विघटन करून घेण्यासाठी गॅमा असेंब्लर वापरले जातात. नॅनोपातळीवर बोलायचं तर ते कार्बन असणारा भाग अक्षरशः खाऊन फस्त करतात."

"म्हणजे ह्या असेंब्लरनी गाड्यांमधल्या मेमरी चिप खलास केल्या होत्या?"

"बरोबर. जॅक पण—" डेव्हिड घुटमळला. मला मुद्दा समजला नाही अशा प्रकारचा त्याचा अविर्भाव होता. त्याने बाह्यासारख्या केल्या आणि कॉलर सरळ केली, "एक गोष्ट लक्षात घे जॅक. हे असेंब्लर सर्वसामान्य तापमानाला काम करू शकतात. जास्त तापमान त्यांना अधिक चांगले ठरते. वाळवंटाच्या उष्णतेत तर त्यांची कार्यक्षमता वाढते."

मला काही क्षण ह्या माहितीचा अर्थ कळेना. कमी उष्णता आणि जास्त उष्णता ह्यांचा इथे मेमरी चिपशी संबंध काय? माझ्या काही लक्षात येईना. पण मग अचानक डोक्यात लख्ख प्रकाश पडला.

"होली शिट्!" मी उद्गार काढला.

"होय." डेव्हिड म्हणाला.

डेव्हिड सांगत होता त्याचा अर्थ असा होता की फॅब प्रयोगशाळेत ह्या घटकांनी स्वतःची निर्मिती करावी अशाप्रकारे त्यांची रचना केलेली होती. हवेत

सोडलेल्या पदार्थांमध्ये ह्यांचाही समावेश होता. सामान्य तापमानाला काम करू शकत असल्याने ते स्वनिर्मिती बाहेरच्या वातावरणात देखील करू शकत होते आणि नेमके हेच घडत होते. माझा मुद्दा बरोबर आहे याची खात्री करून घेण्यासाठी मी आणखी काही प्रश्न विचारले. "रचनेचे प्राथमिक काम जीवाणूंपासून सुरू होते. बरोबर? ते काहीही खाऊ शकतील, अगदी कचराही, अशाप्रकारे त्यांची रचना मुद्दामच केलेली आहे... म्हणजे वाळवंटात ते कशाचाही सहज उपयोग करून घेऊ शकतात. बरोबर?"

"बरोबर."

"त्याचा अर्थ असा की जीवाणूंमधून हे असेंब्लर तयार होतात. त्यांना स्वत:ची निर्मिती करता येत असल्याने ते एकमेकांशी जुळून मोठे रेणू बनवत जातात, आणि मग त्यातून तुमचे सूक्ष्म एजंट तयार होतात."

"बरोबर...बरोबर."

"म्हणजेच थव्यांचे पुनरुत्पादन होत आहे."

"होय."

"आणि प्रत्येक एजंटकडे स्वत:ची मेमरी आहे."

"होय. अल्प प्रमाणात."

"आणि त्यांना फार मोठी मेमरी लागतही नाही. वितरीत बुद्धिमत्तेचा तोच तर मुख्य गाभा आहे. त्यांची मेमरी कमी असली तरी एकत्रितपणे ते शिकण्याएवढे बुद्धिमान आहेत...अनुभवातून शिकणे?"

"होय."

"आणि प्रेड-प्रे प्रोग्रॅम उपलब्ध आहे ह्याचा अर्थ ते समस्या सोडवण्यात सक्षम आहेत. तसेच प्रोग्रॅममध्ये आपोआप जुळणी होणाऱ्या घटकांचा समावेश असल्याने ते नवनवीन गोष्टी तयार करू शकतात..."

"होय...बरोबर आहे."

माझ्या हृदयाचे ठोके जलद गतीने पडू लागले. ह्या सगळ्याचा भीषण अर्थ मला नीट समजत होता.

"थोडक्यात म्हणजे तुमच्या म्हणण्यानुसार ह्या थव्यांचं पुनरुत्पादन होतं, तो स्वत: टिकून राहणारा आहे. एकत्रित बुद्धिमत्ता त्याच्याजवळ आहे नि तो अनुभवांमधून शिकत समस्या सोडवत जातो..."

"होय."

"म्हणजेच हा थवा, वेगळ्या भाषेत सांगायचं तर जिवंत आहे."

डेव्हिडने मान डोलावली, "होय. निदान त्याचे वर्तन तरी सजीवाप्रमाणे आहे."

"मला एका गोष्टीचा खुलासा हवा आहे." मी म्हणालो, "हा थवा ह्यापूर्वी

नष्ट का करण्यात आला नाही?''

डेव्हिड काहीही बोलला नाही. तो फक्त अस्वस्थपणाने टायवर हात फिरवत राहिला.

''तुमच्या हे लक्षात आलं होतं, की हा प्लेगसारखाच रोग आहे. फरक एवढाच आहे की हा यांत्रिक प्लेग आहे. यांत्रिक सजीवांपासून निर्माण झालेला ××× प्लेग!''

डेव्हिडने मानेने होकार दिला.

''त्यामध्ये उत्क्रांती होते आहे.''

''होय.''

''आणि हा थवा जैविक उत्क्रांतीच्या नियमांना बांधील नाही ...त्याची उत्क्रांती फार वेगानं होत असणार.''

''होय. उत्क्रांतीचा वेग प्रचंड आहे.''

''किती प्रचंड वेग आहे, डेव्हिड?''

डेव्हिडने सुस्कारा टाकला. ''फार वेग आहे त्याचा. संध्याकाळी परत येईल तेव्हा त्यात बदल झालेला असेल.''

''तो परत येईल.''

''होय. नेहमीच तो परत येतो.''

''ते कशासाठी?''

''तो सतत आत शिरण्याचा प्रयत्न करत असतो.''

''कशासाठी?''

डेव्हिडने अस्वस्थपणाने आपली बसण्याची ढब बदलली, ''जॅक, आपल्याजवळ फक्त सिद्धांत आहेत.''

''उदाहरणार्थ?''

''एक शक्यता अशी आहे की त्याच्यामध्ये क्षेत्रीय प्रभुत्त्वाची कल्पना असावी. सगळे शिकारी विशिष्ट क्षेत्रात वावरतात. तुमच्या मूळच्या प्रेड-प्रे प्रोग्रॅममध्येही कार्यकक्षेची संकल्पना होतीच. कदाचित त्या थव्याला ही इमारत म्हणजे आपल्या हक्काच्या क्षेत्राचा गाभा वाटत असावा.''

''तुला हे खरं वाटतं?''

''नाही...म्हणजे तसं नाहीच.'' डेव्हिड क्षणभर घुटमळला, ''आम्हा सगळ्यांना जवळपास हे वाटतंय की तो थवा ज्युलिआला शोधतोय...तुझी बायको ज्युलिआ. जॅक... तो तिच्यासाठी पुन्हा पुन्हा परत येतोय.''

❑

सहावा दिवस
सकाळी ११ वाजून ४२ मिनिटे

वेदनेमुळे डोके फुटते की काय असे वाटत असतानाच मी सान जोसमधल्या हॉस्पिटलला फोन केला. "ज्युलिआ फोरमन..." मी नावाचे स्पेलिंग सांगितले.

"त्या आय.सी.यू.मध्ये आहेत?" हॉस्पिटलची ऑपरेटर म्हणाली.

"होय."

"माफ करा. पण तिथे फोन देता येत नाही."

"बरं मग, नर्स बसतात त्या ठिकाणी?"

"ठीक आहे. धन्यवाद जरा थांबा."

मी वाट पाहत थांबलो. पण बराच वेळ कोणीही फोन उचलला नाही. मी मग पुन्हा फोन केला. पुन्हा त्याच ऑपरेटरने फोन घेतला. अखेर मला आय.सी.यू.च्या नर्सशी बोलण्यात यश आले. नर्स म्हणाली की ज्युलिआला क्ष-किरण तपासणीसाठी नेण्यात आले असून ती परत केंव्हा येईल याची काही कल्पना नाही. मी म्हणालो की एव्हाना ज्युलिआ परत येणे अपेक्षित आहे. त्यावर ती नर्स जराशी आव्हानात्मक स्वरात म्हणाली की ती त्यावेळी ज्युलिआच्या बेडकडे पाहत आहे आणि बेडवर ज्युलिआ दिसत नाही. हे नक्की. मी पुन्हा फोन करतो असे सांगून फोन बंद केला.

मी सेलफोन बंद करून डेव्हिडकडे वळलो, "ह्या सगळ्यात ज्युलिआचा काय संबंध?"

"जॅक, ती आम्हाला मदत करत होती."

"ते बरोबर आहे. पण मदत करत होती म्हणजे नेमकं काय करत होती?"

"सुरवातीला ती त्या थव्याला लाडीगोडी लावून परत येण्यासाठी प्रयत्न करत होती. कारण त्या थव्यावर नियंत्रण मिळवण्यासाठी तो इमारतीजवळ असणे गरजेचे होते."

"पण कसं?"

"हं...ती त्याचे मनोरंजन करत होती."

"ती.. काय करत होती म्हणालास?"

"मला वाटतं... हा शब्दच योग्य आहे. त्या थव्याकडे प्राथमिक स्वरुपाची बुद्धिमत्ता आहे हे खूपच अगोदर स्पष्ट झालं होतं. तेव्हा त्याला एखाद्या लहान

पोराप्रमाणे वागवावं ही कल्पना ज्युलिआचीच होती. लहान पोरांना आवडतात ना तशा प्रकारची मोठमोठी रंगीत खेळणी घेऊन ती बाहेर जात असे. तो थवा तिच्या ह्या वागण्याला प्रतिसाद देत होता असे दिसत होते. तिला त्याची मजा वाटत होती.''

''त्या वेळेस त्या थव्याबरोबर राहण्यात काहीही धोका नव्हता?''

''नाही. तो सुरक्षित होता. कारण तो त्यावेळी कणांचा साधा ढग होता.'' डेव्हिडने खांदे उडवले, ''पहिल्या एक-दोन दिवसात तिने आणखी पुढे जाऊन त्याची चाचणी घ्यायची असे ठरवले. म्हणजे बालमानसशास्त्रज्ञ जशा चाचण्या करतात ना तसंच काहीतरी तिला करायचं होतं.''

''म्हणजे ती त्याला शिकवण्याचा प्रयत्न करत होती?''

''नाही. तिची कल्पना फक्त चाचणी घेण्याची होती.''

''डेव्हिड...'' मी म्हणालो, ''ह्या थव्यामध्ये वितरीत बुद्धिमत्ता आहे आणि ते एक प्रकारचे जाळे आहे. तुम्ही काहीही केलं तरी ते जाळं शिकणारच. चाचणी घेणं म्हणजेच शिकवणं. ती नेमकं काय करत होती?''

''म्हणजे जराशी खेळत होती त्याच्याशी. ती जमिनीवर तीन मोठे ठोकळे ठेवायची. दोन निळे आणि एक पिवळा. मग तो थवा पिवळा ठोकळा निवडतो का ते पाहायची. अशाच प्रकारे चौकोन, त्रिकोण वगैरे आकारांचा ती वापर करत होती.''

''पण डेव्हिड. हा थवा पळून गेलेल्या बंडखोरांसारखा आहे हे तुम्हाला सर्वांना माहिती होतं. तो प्रयोगशाळेच्या बाहेर प्रगत होतोय हे कळत असूनही तुमच्यापैकी एकालाही तो नष्ट करावा असं वाटलं नाही?''

''होय. आम्हाला तसं वाटत होतंच. पण ज्युलिआचा त्याला विरोध होता.''

''कशासाठी?''

''तिला त्या थव्याला जिवंत ठेवायचं होतं.''

''आणि कोणीही तिच्याशी ह्यावर वाद घातला नाही?''

''जॅक...ती ह्या कंपनीची उपाध्यक्ष आहे...ती म्हणत होती की हा थवा निर्माण होणं ही एक सुदैवी घटना आहे. योगायोगाने आपल्यासमोर काहीतरी अत्यंत भव्यदिव्य गोष्ट उभी आहे. त्यामुळे आपली कंपनी वाचेल. तेव्हा आपण त्याला नष्ट करता कामा नये... तिला तो थवा आवडू लागला होता. म्हणजे...तिला त्याचा अभिमान वाटत होता. जणू काही तो तिनंच शोधला असावा असं तिचं वागणं होतं. तिला फक्त त्याला वेसण घालायची होती. वेसण घालणे हे शब्द तिचेच आहेत.''

''हं...हं...हे ती केंव्हापर्यंत म्हणत होती?''

''कालपर्यंत.'' डेव्हिडने खांदे उडवले, ''ती कालच तर इथून गेली.''

डेव्हिडचे बोलणे बरोबर आहे हे कळायला मला एक क्षण लागला. ती इथून गेल्यानंतर तिचा अपघात झाला त्याला फक्त एक दिवस होतोय आणि ह्या एवढ्या कमी वेळात थव्यांनी खूपच प्रगती केलेली आहे.

"काल किती थवे होते?"

"तीन. पण आम्हाला दोनच दिसले. बहुधा तिसरा थवा लपून बसला होता." त्याने मान हलवली, "त्या थव्यांमधला एक तिच्या खास आवडीचा होता. तो इतरांपेक्षा छोटा होता. तो थवा ज्युलिआ बाहेर येण्याची वाट पाहत थांबत असे, आणि तो नेहमीच तिच्या अवतीभोवती राहायचा. जणू तिला पाहून त्याला आनंद झालाय अशाप्रकारे तो तिच्याभोवती रुंजी घालत असे. आपण कुत्र्याशी बोलतो ना त्या प्रकारे ती त्याच्याशी काहीतरी बोलायची."

मी माझी ठणकणारी कानशीले दाबून धरली, "ती त्याच्याशी बोलायची!...त्या थव्याला ऐकू येतं की काय? त्यांना ध्वनीसंवेदकही बसवलेले आहेत...?"

"नाही."

"म्हणजेच त्याच्याशी बोलणं हा निव्वळ वेळेचा अपव्यय होता."

"हं...आमच्या मते ज्युलिआ त्याच्या अगदी जवळ असल्याने तिच्या श्वासाच्या लयीने थव्यात छोटीसी हालचाल होत असावी."

"म्हणजेच हा सगळा थवा एखाद्या कानासारखा काम करत होता तर..."

"एक प्रकारे, होय."

"आणि ते एक जाळे असल्याने ते शिकत होते..."

"होय."

मी एक उसासा टाकला. "आता तू मला हे सांगणार की तो प्रतिसाद देत होता."

"नाही. पण त्याने काही चमत्कारिक आवाज काढायला सुरवात केली होती."

मी मान डोलावली, "मी तो चमत्कारिक आवाज ऐकलाय. पण तो कसा निर्माण होतो."

"आम्हाला नक्की कल्पना नाही. पण बॉबीला वाटतंय की त्याला आवाज कळतो, आणि कण विशिष्ट प्रकारे एकत्रित स्पंदन करत ध्वनीतरंग निर्माण करतात. म्हणजे स्पीकरमध्ये होतं ना तसंच काहीतरी होत असावं."

हे काहीतरी होत असणार हा विचार योग्य होता. कारण ह्या थव्यामधले कण प्रत्येकी एवढे छोटे होते की ध्वनीतरंग निर्माण करण्याएवढे त्यांचे वस्तुमान नव्हते आणि त्यांच्यात तेवढी ऊर्जाही नव्हती.

माझ्या मनात एक विचार आला, "डेव्हिड...काल ज्युलिआ ह्या थव्याबरोबर होती का?"

“होय. काल सकाळी. पण तसा काही प्रॉब्लेम नव्हता त्यावेळी. ती इथून निघून गेल्यानंतर काही तास उलटल्यावर त्या थव्यानं साप मारला.”

“त्या अगोदर त्यानं आणखी काही मारलं होतं का?”

“होय ... कदाचित. काही दिवसांपूर्वी एक कोयोट मारला असावा. पण मला नक्की सांगता येणार नाही.”

“म्हणजे हा साप ही पहिली शिकार नव्हती तर?”

“कदाचित नव्हती...”

“आणि आज त्यांनी ससा मारला.”

“होय.”

“म्हणजेच त्याची प्रगती फार वेगानं होतीय...ही ज्युलिआची कृपा” मी म्हणालो.

मला खात्री होती की आम्ही जे फार झपाट्याने बदलणारे वर्तन पाहात होतो तो मागच्या शिक्षणाचा परिणाम होता. हे वितरीत बुद्धिमत्ता प्रणालींचे आणि एका अर्थाने उत्क्रांतीचे खास वैशिष्ट्य होते. उत्क्रांती ही एका दृष्टीने शिकण्याचीच प्रक्रिया असते. उत्क्रांती होत असताना त्यामध्ये सुरवातीचा काळ संथपणाने प्रगती होते, आणि मग प्रगतीचा वेग फार झपाट्याने वाढत जातो.

आपण पृथ्वीवरची सजीवसृष्टीची उत्क्रांती पाहिली तर हेच दिसून येते. चार अब्ज वर्षांपूर्वी एकपेशीय सजीव निर्माण झाला. नंतरची दोन अब्ज वर्षे फारसे काही बदलले नाही. मग पेशींमध्ये केंद्रके दिसू लागली आणि घटना वेगाने घडू लागल्या. अवघ्या काही कोटी वर्षात बहुपेशीय सजीव अवतरले. आणखी काही कोटी वर्षांनंतर सजीवांमध्ये प्रचंड विविधता निर्माण झाली. आता अत्यंत गुंतागुंतीची रचना असणारे प्राणी आणि वनस्पती हे सारे उत्पन्न झाले. महाकाय डायनोसॉरसारखे प्राणी निर्माण झाले. माणसाचा ह्या मधला प्रवेश खूपच अलीकडे झालेला आहे. अवघ्या वीस लक्ष वर्षांपूर्वी मानवाचे पूर्वज निर्माण झाले आणि गुहांमध्ये मानवाने चितारलेली चित्रे तर फक्त पस्तीस हजार वर्षांएवढी नवीन आहेत.

प्रगतीचा हा वेग फार जबरदस्त आहे. जर आपण पृथ्वीवरच्या सजीवसृष्टीचा इतिहास हा चोवीस तासांचा आहे हे मानले तर बहुपेशीय सजीव गेल्या बारा तासात, तर डायनोसॉर मागच्या तासात अवतरले. प्राचीन मानव गेल्या चाळीस सेकंदात निर्माण झाले आणि आधुनिक मानव निर्माण होऊन एक सेकंदही

झालेला नाही. म्हणजेच प्राथमिक रचना तयार व्हायला दोन अब्ज वर्षे लागली. पण बहुपेशीय सजीव बनायला ह्यातला एक दशांश काळ लागला. पण छोट्या आकाराच्या मेंदू असणाऱ्या कपिंपासून ते प्राथमिक अवजारे वापरणारा माणूस तयार होणे, आणि नंतर जैवतंत्रज्ञानाला गवसणी घालणारा आजचा मानव बनणे ह्या प्रत्येकासाठी कमीतकमी वेळ लागलेला आहे.

एजंटवर आधारित संगणक प्रणालींमध्येही अशाच प्रकारची प्रगती दिसते. साधेसाधे नियम बनवायला एजंटना खूप वेळ लागला खरा, पण एकदा का ते झाले की मग पुढचे टप्पे गाठायला फारसा वेळ लागत नाही. अर्थातच जरी सुरुवातीला काही काळ लागला तरी नंतर होणारी प्रगती थांबवताही येत नाही. प्रगतीचा वेग शिकवून वाढतो. थव्याच्या सध्याच्या वर्तनामागेही ज्युलिआने दिलेल्या शिकवण्याचा परिणाम आहे हे मला खात्रीने वाटत होते. नव्याने वर्तन उद्‌भवत असताना ज्युलिआने त्याच्याशी संबंध ठेवल्याने त्यांच्यावर 'निवडीचा दबाव' कार्यान्वित झाला होता. ज्याच्याबद्दल पुढे काय होणार ह्याची जराही माहिती नसताना असे करणे हा सर्वस्वी मूर्खपणा होता.

हा थवा म्हणजे मानवनिर्मित सजीव असल्याने त्याची उत्क्रांती जैविक नियमांना धरून होत नव्हती. त्याच्या बदलण्याचा वेग तासागणिक वाढत होता. त्यामुळे उलटणाऱ्या तासागणिक त्या थव्याचा नाश करण्याचे काम जास्तच कठीण बनत चालले होते.

"ठीक आहे. जर हे थवे इमारतीकडे येणार असतील तर आपण त्यांना तोंड देण्याची तयारी करायला हवी." मी उठत म्हणालो.

"तुझ्या मनात काय आहे?" डेव्हिडने विचारले.

"माझ्या मनात काय असणार? आपण त्यांना खलास करून टाकलं पाहिजे. आपण त्यांचा ह्या पृथ्वीतलावरून समूळ नाश करायला हवा. तो देखील ताबडतोब."

डेव्हिडने जागच्याजागी हालचाल केली. "माझं ठीक आहे. पण मला नाही वाटत रिकीला ही कल्पना पसंत पडेल."

"का नाही?"

डेव्हिडने खांदे उडवले, "नाही...बस्स."

मी ह्यावर काहीही बोललो नाही.

डेव्हिड जागच्याजागी पुन्हा अस्वस्थपणाने हालचाल करत म्हणाला, "त्याचं

असं आहे की ह्या बाबतीत रिकी आणि ज्युलिआ ह्यांच्यात एकमत आहे.''

''अस्सं...''

''म्हणजे ह्या बाबतीत दोघांचे विचार एकच आहेत...''

''डेव्हिड...तुला नेमकं काय सांगायचं आहे?''

''वेगळं काही नाही. मला एवढंच म्हणायचं आहे की त्या थव्यांना जिवंत ठेवावं असं त्या दोघांना वाटतं. म्हणूनच मला वाटतं की रिकी तुला विरोध करेल. बस्स.''

मी पुन्हा एकदा मेशी बोलावं असा विचार केला. ती प्रयोगशाळेत होती. ती एका मॉनिटरसमोर पोक काढून बसलेली दिसली. गडद लाल रंगाच्या पार्श्वभूमीवर दिसणाऱ्या एका पांढऱ्या रंगाच्या जीवाणूंकडे ती पाहात होती.

''मे...ऐक. मी डेव्हिडशी बोललो आहे आणि मला... ओह! मे? काही प्रॉब्लेम आहे का?''

मे मॉनिटरवरच्या प्रतिमेकडे एकटक पाहत होती. ''आहे...मला वाटतं ...फीडस्टॉकच्या बाबतीत काहीतरी गडबड आहे.''

''काय गडबड आहे?''

''हे नवीन थिटा-डी जीवाणू नीट वाढत नाहीत असं दिसतंय.'' तिने मॉनिटरकडे बोट दाखवून सांगितले, ''कोलिफॉर्म जीवाणूंची नैसर्गिक वाढ झाली तर हे असं दिसायला हवं. पण इथं...'' मेने पडद्यावर दुसरी प्रतिमा आणली. ह्या ठिकाणचे ठिपके वेडेवाकडे, कडा कुरतडल्यासारखे दिसत होते. ''ही वाढ नैसर्गिक नाही.'' मे डोके हलवत म्हणाली, ''मला वाटतं...हा **फाज** संदूषणाचा प्रकार आहे.''

''फाज म्हणजे? विषाणू की काय?'' फाज हे जीवाणूंवर जगणारे विषाणू असतात.

''होय. अनेक प्रकारचे फाज कोलाय जीवाणूंवर हल्ला चढवतात. त्यामध्ये टी-४ हा विषाणू सर्वात जास्त आढळतो. पण थिटा-डी जीवाणूंची रचना मुळातच टी-४ला दाद न देण्यासाठी करण्यात आलेली आहे. तेव्हा माझ्या मते हा आणखी कोणतातरी नवीन फाज असावा.''

''नवीन फाज? म्हणजे तो उत्क्रांत झालाय असं तुला म्हणायचं आहे का?''

''होय. कदाचित एखाद्या मूळामधील जातीचा उत्परिवर्तन झालेला प्रकार

असेल. ह्या प्रकाराने कोणत्यातरी प्रकारे थिटा-डीमध्ये निर्माण केलेल्या विरोधी यंत्रणेवर मात केलेली असावी. तसं असेल तर उत्पादन विभागासाठी ही फार वाईट खबर आहे. बहुतेक उत्पादन बंद करावं लागेल. नाहीतर आपण इथं निव्वळ विषाणूंचं उत्पादन करत बसू.''

''खरं सांगायचं तर उत्पादन बंद करायची कल्पना चांगली आहे.''

''मी त्या विषाणूला वेगळं काढायचा प्रयत्न करीन. पण ते अवघड दिसतंय. कारण हा प्रकार फार आक्रमक दिसतोय. मला सगळ्या टाक्या घासूनपुसून स्वच्छ करणे आणि पुन्हा सगळं पहिल्यापासून सुरू करणे हा एकच उपाय दिसतो आहे. रिकीला हे नक्कीच पसंत पडणार नाही.''

''तू रिकीला ह्याबद्दल सांगितलंस का?''

''अजून नाही.'' मेने नकारार्थी मान हलवली, ''त्याच्या कानावर आणखी वाईट बातम्या जाणं बरं नाही आत्ता, शिवाय—'' मे मध्येच थांबली. जणू आपण पुढचे शब्द उच्चारणे योग्य नाही असे तिला बोलता-बोलता जाणवले असावे.

''शिवाय काय?''

''ह्या कंपनीने यश मिळवण्यावर रिकीचे भवितव्य फार मोठ्या प्रमाणात अवलंबून आहे. परवा तो फोनवर कोणाशी तरी त्याच्या शेअरभागांबद्दल बोलताना बॉबीनं ऐकलंय. तो फारच चिंतेत पडलेला आहे. रिकी इथं पाच वर्षे आहे आणि आपल्याला यश मिळायची ही अखेरची संधी आहे असं त्याला वाटतंय. नव्याने दुसऱ्या एखाद्या कंपनीत पहिल्यापासून सगळे सुरू करून पाच वर्षे वाट पाहात बसण्याएवढा तो नवशिका राहिलेला नाही. त्याचं मूलही लहान आहे. त्यामुळे आत्ताच काहीतरी मिळवलं तरच ठीक असा विचार तो करतोय. त्यामुळे तो अक्षरशः दिवसरात्र जीवापाड कष्ट उपसतोय. जेमतेम दोन-तीन तास झोपतो इतकंच. ह्या सगळ्यामुळे त्याच्या मनाची संतुलित विचार करायची शक्ती कमी झालीय असं मला खरंच वाटू लागलंय.''

''होय. मी त्याची कल्पना करू शकतो.''

''त्याचं वागणं इतकं चमत्कारिक झालंय की तो काय करेल ते सांगता येत नाही. त्याची ते थवे नष्ट करायची इच्छा नाही असंच मला वाटतंय. तो घाबरलाही आहे. तू त्या थव्यांना टिपून काढायला जाणार आहेस ना?''

''होय. मी तेच करणार आहे.''

❑

सहावा दिवस
दुपारी १ वाजून १२ मिनिटे

ते सर्वजण व्हिडिओ गेम वगैरे असणाऱ्या ठिकाणी जमलेले होते. पण कोणीही काहीही खेळायच्या मनःस्थितीत नव्हते. सगळेजण माझ्याकडे चिंताक्रांत नजरेने पाहात होते. मी त्यांना माझा बेत सांगितला होता. तो अगदी साधा होता, कारण तो थवा स्वतःच आम्हाला तसे करायला भाग पाडत होता. अर्थात मला अस्वस्थ करणारे खरे कारण त्यांना सांगितले नव्हते.

मी त्या सगळ्यांना ही गोष्ट समजावून दिली की आपल्याला एका नियंत्रणाबाहेर गेलेल्या बंडखोर थव्याचा सामना करायचा आहे. ''ह्या थव्यामध्ये स्व-संघटनाचा गुणधर्म असल्यानं थव्याला काही इजा झाली किंवा त्याची पांगापांग झाली तरी तो पुन्हा तशीच रचना निर्माण करू शकतो. म्हणूनच ह्या थव्याला प्रत्यक्षात थेट नष्टच करणं भाग आहे. त्यासाठी अती उष्णता, अती थंड तापमान, आम्लाचा वापर किंवा चुंबकीय क्षेत्र हे लागणार. माझ्या आत्तापर्यंतच्या निरीक्षणानुसार त्या थव्याला नष्ट करण्याची सर्वात चांगली संधी रात्रीच्यावेळी असेल. कारण तेव्हा त्याची ऊर्जा संपल्याने कण जमिनीवर पडून राहिलेले असतील.''

रिकीने कुरकूर केली, ''पण मी तुला अगोदरच सांगितलंय...रात्री आपण त्याला शोधू शकत नाही—''

''बरोबरच आहे. कारण तुम्ही त्यामध्ये कोणतीही खूण किंवा निशाणी बसवलेली नाहीत. वाळवंट तर किती मोठं आहे हे तुम्हाला माहिती आहेच. जर त्याचा रात्री शोध लावायचा असेल तर त्यावर काहीतरी खूण ही करावीच लागेल.''

''पण कशी?''

''तोच तर माझ्यापुढचा प्रश्न आहे.'' मी म्हणालो, ''इथं आपल्याजवळ निशाणी म्हणून वापरण्यासाठी काय-काय उपलब्ध आहे?'' सर्वजण माझ्याकडे रिकाम्या नजरेने पाहत राहिले.

''हे बघा. ह्या ठिकाणी औद्योगिक काम चालतं. तेव्हा त्या कणांवर फवारण्याजोगं इथं काहीतरी असणारच. म्हणजे प्रकाशात झगमगणारा किंवा विशिष्ट रासायनिक रचना असणारा **फिरामोन** सारखा काहीतरी घटक...''

लोकांनी नकारार्थी माना हलवल्या.

“हां...” मे म्हणाली, “आपल्याकडे **किरणोत्सारी रसायने** आहेत.”

“उत्तम. हे छान झालं. आता काहीतरी करता येईल.”

“आम्ही इथं गळती शोधून काढण्यासाठी ती वापरतो. दर आठवड्याला त्यांचा पुरवठा हेलिकॉप्टरने केला जातो.”

“इथं आता कोणती **समस्थानिके** आहेत?”

“सेनियम-७२. व्हेनिलेअम-१८६. कधीकधी झेनॉन-१३३ पण असतं. आत्ता नेमकं काय आहे त्याची मला कल्पना नाही.”

“आपण बोलतोय त्यांची अर्धायुष्ये काय आहेत?” काहींची **अर्धायुष्ये** काही मिनिटे किंवा काही तास एवढीच असतात. ही माझ्या उपयोगाची नव्हती.

“सरासरी एक आठवडा.” मे म्हणाली, “सेलेनिअमचं आठ दिवस आहे. व्हेनिअमचं चार, तर झेनॉनचं सव्वापाच दिवस आहे.”

“उत्तम. ह्यामधली कोणतीही आपल्याला चालू शकतील. कारण आपण ती फवारली की एक रात्रीपुरता त्यांचा परिणाम सुद्धा पुरेसा आहे.”

“आम्ही साधारणत: ही समस्थानिके एफ.डी.जी.मध्ये मिसळतो. ह्यामध्ये द्रवरूपात ग्लुकोज आहे. ह्याचा उपयोग फवारण्यासाठी होऊ शकतो.”

“उत्तमच होईल. बरं ही रसायनं आहेत कुठं?”

मे क्षीणपणाने हसली, “तिकडे स्टोअरमध्ये.”

“म्हणजे कुठं?”

“बाहेर. गाड्या पार्क केल्या आहेत त्याच्या बाजूला ते आहे.”

“ठीक आहे. आपण बाहेर जाऊन ती घेऊन येऊ.”

“ओह! फॉर ख्राईस्ट्स सेक...” रिकी हात हवेत उडवत म्हणाला, “तुझं डोकं ठिकाणावर आहे का? सकाळी तू मरणाच्या दारातून परत आलेला आहेस. जॅक. नाही तू बाहेर जायचं नाही.”

“दुसरा काही पर्याय नाही.”

“आहे. रात्र होईपर्यंत थांबणे.”

“नाही.” मी म्हणालो, “कारण तसं झालं तर आपण उद्यापर्यंत त्यांच्यावर फवारा मारू शकणार नाही आणि मग त्यांचा नाश करायला रात्रीपर्यंत थांबणं भाग आहे. म्हणजेच छत्तीस तास मध्ये जाणार, नाही. अतिशय वेगानं उत्क्रांत होणाऱ्या ह्या सजीवाच्या बाबतीत आपण हा धोका पत्करू शकत नाही.”

“धोका पत्करायचा नाही म्हणजे? जॅक, तू आता बाहेर गेलास तर तू खलास होशील. तू ××× ह्याचा विचार तरी कसा करू शकतोस.”

चार्ली डेव्हेनपोर्ट मॉनिटरकडे इतका वेळ पाहत बसला होता. तो आता मागे वळून पाहत म्हणाला, “नाही. जॅकचं डोकं फिरलेलं नाही.” त्याने

माझ्याकडे पाहून रूंद स्मितहास्य केले. "मी त्याच्याबरोबर जाणार." मग चार्ली गाणे गुणगुणू लागला.

""मी देखील जाणार आहे." मे म्हणाली, "रसायनं कुठं आहेत ते मला माहिती आहे."

"मे, त्याची आवश्यकता नाही. तू मला ती कुठं आहेत ते सांगितलंस तरी—"

"नाही. मी येणार."

"आपल्याला फवारणीसाठी काहीतरी उपकरणांचा बंदोबस्तही करावा लागेल." डेव्हिड बाह्या गुंडाळत म्हणाला, "लांबून नियंत्रण करता आलं तर उत्तम. मला वाटतं हे काम रोझीचं आहे."

"ओके. मी येते." रोझी क्रास्ट्रो डेव्हिडकडे पाहत म्हणाली.

"तुम्ही सगळेच जात आहात की काय बाहेर?" रिकी आळीपाळीने सर्वांकडे पाहत डोके हलवत म्हणाला, "ह्यात फार मोठा धोका आहे. भयंकर मोठा धोका."

कोणीही काही बोलले नाही. फक्त सगळेजण त्याच्याकडे पाहात होते. रिकी मग चार्लीकडे वळून म्हणाला, "तू तुझं हे ××× गुणगुणणं बंद करतोस का आता?" मग तो मला उद्देशून म्हणाला, "जॅक. मी ह्याला परवानगी देऊ शकत नाही..."

"तुझ्यासमोर दुसरा पर्यायच नाही."

"इथं मी प्रमुख आहे."

"आता नाही." मी अत्यंत उद्वेगाने म्हणालो. त्याने निष्काळजीपणाने काम केल्यामुळे थवे उत्क्रांत होत गेले हे त्याला सांगायचा मी विचार केला. पण मग तो रद्दही केला. अत्यंत महत्त्वाच्या निर्णयांपैकी किती निर्णयात ज्युलिआही सहभागी होती याची मला कल्पना नव्हती. रिकीला व्यवस्थापनाशी जुळवून घेणे भाग होते. रिकी एखादे लहान मूल आपल्या आई-वडिलांना खूष करायला वागते तसा वागत होता. हे तो फार चलाखीने आणि आवडावे अशा प्रकारे करत असल्याने रिकी पाहाता-पाहाता वर चढत गेला होता आणि हा त्याच्यामधला कच्चा दुवाही होता.

पण त्याक्षणी रिकी हनुवटी वर काढून आडमुठेपणाने मला म्हणत होता, "जॅक. तू हे करू शकत नाहीस. तुम्ही बाहेर पडलात तर जिवंत परत येणार नाही."

"जरूर परत येऊ आम्ही." चार्ली म्हणाला. त्याने मॉनिटरकडे बोट दाखवले, "तूच पाहा स्वत:"

मॉनिटरवर बाहेरच्या वाळवंटाचे दृश्य दिसत होते. खुरट्या निवडुंगाच्या झुडपांवर दुपारचे उन पडल्याने ती चकाकत होती. लांबवर एक खुरटलेले ज्युनिपरचे झाड दिसत होते. एक क्षणभर मला चार्लीला काय दाखवायचे आहे ते कळेना. नंतर माझ्या लक्षात आले की वाऱ्यामुळे वाळू उडत होती हे तो दाखवत होता. तेव्हा ज्युनिपरचे झाडही एका बाजूला झुकले आहे हे माझ्या लक्षात आले.

"होय. लोकहो. बाहेर वारा जोराचा आहे. जोराचा वारा म्हणजे थवे नाहीत. लक्षात येतंय का?" चार्ली म्हणाला आणि सरळ पॅसेजच्या दिशेने निघाला, "वेळ वाया चालला आहे. चला कामाला लागू या."

सगळेजण एका मागोमाग एक निघू लागले. मी शेवटी होतो. आश्चर्य म्हणजे रिकीने मला बाजूला ओढले आणि दरवाज्यात आडवा उभा राहून मला म्हणाला, "माफ कर जॅक. सर्वांच्यासमोर मला तुझा अपमान करायची इच्छा नव्हती. पण मी तुला हे करू देणार नाही."

"मग दुसऱ्या कोणाला तरी सांगणार आहेस का?"

रिकीच्या कपाळावर आठ्या दिसू लागल्या, "ह्या म्हणण्याचा अर्थ काय?"

"रिकी तू वास्तवाला सामोरं जाणं योग्य होईल. आपण संकटात आहोत आणि जर आपल्याला ते आटोक्यात आणता आलं नाही तर बाहेरून मदत मागवावी लागणार आहे."

"मदत? कशाबद्दल बोलतो आहेस तू?"

"म्हणजे, मला असं म्हणायचं आहे की पेन्टागॉनला कळवायला हवं किंवा लष्कराला पाचारण करायला हवं. ह्या थव्यांवर नियंत्रण ठेवून त्यांना काबूत आणण्यासाठी आपल्याला कोणाची तरी मदत घ्यावी लागणार आहे."

"जीझस! जॅक...नाही ते शक्य नाही."

"आपल्यापुढे पर्यायच नाही दुसरा."

"पण तसं केलं तर कंपनी बरबाद होईल. आपल्याला पुन्हा कधीही निधी मिळणार नाही."

"मला त्याच्याशी काडीएवढंही देणंघेणं नाही." मी म्हणालो. मला आता राग येऊ लागला होता. कित्येक दिवस नि महिने चुकीचे निर्णय. निव्वळ बेजबाबदारपणा आणि ढिलाई यामुळे इथं वाळवंटात सगळा विचका झाला होता. लहानसहान गोष्टी साध्य करण्याच्या नादात झायमॉसमधल्या लोकांनी

दीर्घकालीन उपायांचा विचारच केलेला नव्हता.

"हे बघ. इथं तुझ्यापाशी बंडखोर झालेला थवा आहे आणि तो प्राणघातक आहे हे दिसतंय. तू आता आणखी ह्या बाबतीत ××× करत बसूच शकत नाहीस."

"पण ज्युलिआ—"

"ज्युलिआ इथं नाही."

"पण ती म्हणाली होती की—"

"रिकी...ती काय म्हणाली ते गेलं खड्ड्यात!"

"होय, पण कंपनी—"

"कंपनी गेली ××××मध्ये. कळलं." मी रिकीचा खांदा गच्च धरला आणि त्याला गदागदा हलवले. "तुला हे कळत नाही का? ...तू स्वतः बाहेर जायला तयार नाहीस. रिकी, कारण तू घाबरला आहेस... पण त्यांचा नाश करायलाच हवा आणि आपल्याला ते जर लवकर जमलं नाही तर आपल्याला कोणाला तरी मदतीसाठी बोलावणं भाग आहे."

"नाही."

"होय. रिकी."

"आपण पाहू ते नंतर!" रिकी गुरगुरत म्हणाला. त्याच्या सगळ्या शरीरात तणाव जाणवू लागला. त्याने माझी कॉलर गच्च धरली. मी हालचाल न करता त्याच्या नजरेला नजर भिडवून पाहत राहिलो. त्याने माझ्याकडे एकदोन क्षण जळजळीत नजरेने पाहिले. पण मग त्याने कॉलर सोडून दिली. "ओह...जॅक... हे मी काय करतोय?" हे म्हणून त्याने माझ्याकडे पाहून भुरळ पाडणारे खोटेखोटे स्मितहास्य केले. "मी ह्या कामाच्या ताणामुळे असं करतोय बहुधा. तुझं म्हणणं बरोबर आहे. अगदी बरोबर आहे. कंपनी गेली ×××× मध्ये. हे काम आपण करायलाच हवंय. आपण त्यांचा ताबडतोब विनाश करायलाच हवा."

"होय." मी रिकीवरची नजर न हटवता म्हणालो.

रिकी किंचित थबकला, "मी विक्षिप्तपणानं वागतोय असं तुला वाटतंय. होय की नाही? मेरीला तसंच वाटतंय. ती परवा तसं म्हणाली देखील. मी खरंच विक्षिप्त झालोय का?"

"हं..."

"सांग."

"जरासा चिडखोर झाला आहेस असं म्हणता येईल... तू नीट झोपतोस की नाही?"

"नाही. फार फार तर काही तास."

"मग तू झोपेसाठी गोळी घ्यायला हवीस."

"घेऊन बघितली. पण त्याचाही काही उपयोग झाला नाही. हा कामाचा ताण एवढा मोठा आहे ना...मी इथं एक आठवडाच आहे. पण ह्या ठिकाणी तुमच्यावर परिणाम होतोच."

"होय. मी त्याची कल्पना करू शकतो."

"हं..." असे म्हणून रिकी एकदम वळला ... जणू तो एकदम शरमिंदा झाला असा काहीतरी त्याचा अविर्भाव होता. "हे पाहा. मी रेडिओवर संपर्क ठेवून आहेच. तुमच्या प्रत्येक पावलाबरोबर मी आहे असं समज. जॅक मी तुझ्याबद्दल कृतज्ञता व्यक्त करतोय. तू ह्या ठिकाणी शिस्त आणि पावित्र्य आणलंस... फक्त...फक्त तिथं बाहेर गेलास की काळजी घे. ओके?"

"होय. मी घेईन काळजी."

रिकी बाजूला झाला.

मी दारातून बाहेर पडलो.

पॉवर स्टेशनकडे जात असताना मी आणि मे बरोबर चालत होतो. मी तिला म्हणालो, "मे तू खरोखरच तिकडं येण्याची गरज नाही. तू मला रेडिओवर सांगितलंस तरी मी काम पुरं करीन."

"मला त्या किरणोत्सारी रसायनांबद्दल अजिबात काळजी वाटत नाही." मे चा आवाज अगदी हळू, मलाच ऐकू यावा एवढा होता, "माझी काळजी त्या सश्याच्या संदर्भात आहे."

मला नीट ऐकू आलं नाही, "काय म्हणालीस?"

"ससा...मला पुन्हा एकदा सश्याची तपासणी करायला हवी."

"कशासाठी?"

"मी त्याच्या उतींचा एक नमूना आणला होता, आठवतंय ना? मी तो काही वेळापूर्वी सूक्ष्मदर्शकाखाली पाहिला."

"बरं मग?"

"जॅक, आपल्यापुढे फार मोठं संकट उभं आहे."

❑

सहावा दिवस
दुपारी २ वाजून ५२ मिनिटे

दरवाजा उघडून बाहेरच्या वाळवंटात मी सर्वात अगोदर आलो होतो. तीन वाजत आले असले तरी सूर्याचा प्रकाश अजूनही प्रखर होता. मी डोळे किलकिले करून पाहात उभा होतो. गरम वाऱ्यामुळे माझा शर्ट आणि पॅन्ट फडफडत होते. मी माझ्या हेडसेटचा माऊथपीस जवळ घेऊन म्हणालो, "बॉबी तुला रेकॉर्ड करता येतंय का?"

"होय जॅक."

"दृश्यही दिसतंय का?"

"होय."

चार्ली डेव्हेनपोर्ट बाहेर आला आणि हसत रिकीला उद्देशून म्हणाला, "रिकी. तू खरोखरच एक मूर्ख उंदीर आहेस. तुला ते माहिती आहे का?"

मला रिकीचे उत्तर ऐकू आले, "नंतर बघून घेऊ ते....मला प्रशंसा आवडत नाही हे तुला माहिती नाही का? स्वतःचं काम कर."

मे बाहेर आली. तिच्या पाठीवर मोठी पिशवी लोंबकळत होती, 'त्या रसायनांसाठी.'

"ती जड आहेत का?"

"होय. त्यांच्या बाटल्या जड आहेत."

डेव्हिड ब्रूक्स आणि रोझी बाहेर पडले. रोझीने चेहेरा वेडावाकडा केला, "जीझस! किती गरम होतंय."

"वाळवंटात हे असंच असतं." चार्ली म्हणाला.

मी सगळीकडे नजर फिरवली. पण मला कुठेच काही दिसले नाही. साधारण पन्नास यार्ड अंतरावर गाड्या सावलीत पार्क केलेल्या होत्या. त्या शेडच्या पुढे छोट्या खिडक्या असणारी पांढऱ्या रंगाची क्राँक्रीटची इमारत होती. त्यातच रसायने साठवलेली होती. आम्ही सर्वजण त्या दिशेने जाऊ लागलो.

"त्या ठिकाणी एअर-कंडिशनर आहेत का?" रोझीने विचारले.

"होय. पण तरीही तिथे गरम होणार. कारण त्यावर पुरेसे जाड आवरण नाही." मे म्हणाली.

"इमारत हवाबंद आहे का?" मी विचारले.

“मला तसं वाटत नाही.”

“म्हणजे, नाही.” चार्ली हसला आणि बॉबीला उद्देशून म्हणाला, “वारा किती जोराचा आहे?”

“सतरा नॉटस.” बॉबी म्हणाला, “भरपूर जोर आहे त्याला.”

“आणि वाऱ्याचा वेग कमी केव्हा होईल? सूर्यास्ताच्या सुमारास?”

“कदाचित. अजून तीन तासांनी.”

“एवढा वेळ भरपूर होईल.” मी म्हणालो.

माझ्या लक्षात आले की डेव्हिड ब्रूक्स काहीही न बोलता भराभरा चालत होता. रोझी त्याच्या अगदी पाठोपाठ होती.

“पण नक्की सांगता येत नाही.” चार्ली म्हणाला, “आपण कोणत्याही क्षणी टोस्ट होऊन जाऊ शकतो.” तो पुन्हा हसला. ते हसणे त्रासदायक होते.

रिकी म्हणाला, “चार्ली, तू तुझं ते ×××× थोबाड बंद करशील का?”

“ए...दादा! तूच बाहेर येऊन का करत नाहीस, अं?” चार्ली म्हणाला, “तुझा रक्तप्रवाह कोंबड्यांच्या शीटानं थांबला की काय?”

“चार्ली, आपण आपल्या कामावर लक्ष दिलं तर बरं होईल.” मी म्हणालो.

“हं... माझं लक्ष आहेच.”

वाऱ्यामुळे आता वाळू उडत होती. माझ्या जवळून चालणाऱ्या मेने वाळवंटात दूरवर नजर टाकली आणि ती धारदार आवाजात म्हणाली, “मला पुन्हा एकदा सश्याची तपासणी करायची आहे. हवं तर तुम्ही इतर सर्वजण पुढे जा.”

तिच्या पाठोपाठ आम्ही सर्वजण उजवीकडे वळून चालू लागलो. सर्वांनाच एकत्र राहावे असे वाटत होते.

“कशासाठी मे?”

“मला आणखी काहीतरी पाहायचं आहे.” मे चालता-चालता हातात मोजे चढवत म्हणाली.

रेडिओतून रिकीचा आवाज आला, “हे काय चाललंय? मला कोणी सांगेल का?”

“आम्ही ससा पाहायला जातोय.” चार्ली म्हणाला.

“ते कशाला?”

“मेला पाहायचंय त्याला.”

“तिनं एकदा पाहिलाय तो. पोरांनो तुम्ही वाळवंटात उघड्यावर आहात. तुमच्या जागी मी असतो तर असा नाचत बसलो नसतो.”

“कोणीही नाचत नाहीये रिकी.”

काही क्षणातच आम्ही सश्यापाशी जाऊन पोहोचलो. मे खाली बसली आणि वाळूत अर्धवट खाली गेलेले सश्याचे शरीर तिने उलटे केले.

"जीझस!" रोझी म्हणाली.

मला दिसले की सश्याचे उघडे पडलेले मांस आता पाहिल्यासारखे गुलाबी दिसत नव्हते. काही ठिकाणी खरवडल्याप्रमाणे दिसत होते, तर बऱ्याच भागावर पांढऱ्या रंगाचा लेप लावल्यासारखा वाटत होता.

"आम्लामधून बाहेर काढल्यासारखं वाटतंय." चार्ली म्हणाला.

"होय. तसंच झालंय." मे गंभीर स्वरात म्हणाली.

मी घड्याळाकडे नजर टाकली. ससा मरून अवघे दोन तास झालेले होते.

"हे असं काय झालंय?" मी विचारले.

मे आता भराभरा पाहत होती. तिच्या हातात भिंग होते. तपासणी संपवून ती माझ्याकडे वळली, "त्याला अर्धवट खाऊन टाकलंय."

"खाऊन टाकलंय? पण कोणी?"

"जीवाणूंनी."

"एक मिनिट, एक मिनिट..." चार्ली म्हणाला, "हे थिटा-डी मुळे झालंय की काय? त्यांनी खाल्लंय असं तुला वाटतं?"

"हं...ते लवकरच कळेल." मे म्हणाली, "जास्त तापमानात वाढीचा वेग जास्त असतो." मेने कापसाचे बोळे घेऊन नमुने जमा केले.

"असं असेल तर हे थिटा-डी फार आक्रमक आहेत असं म्हणावं लागेल."

"जीवाणू नेहमीच उत्तम पोषक द्रव्यात वेगाने वाढतात. काही प्रसंगी तर ते दर दोन-तीन मिनिटात लॉगरिथमच्या पटीत वाढत जाऊन दुप्पट होत जातात. इथं हेच होत असावं."

"पण हे जर खरं असेल तर त्याचा अर्थ की थवा—" मी म्हणालो.

"मला अर्थ माहिती नाही जॅक." मे चट्‌कन म्हणाली आणि तिने मानेला अगदी हलका झटका दिला. तिचा इशारा स्पष्ट होता, "आत्ता नाही."

मी गप्प बसलो तरी इतर गप्प होत नव्हते. चार्ली म्हणाला, "मे...मे...मे मला हे सांग की, तुला म्हणायचं आहे. त्या थव्यांनी ससा मारला तो खाण्यासाठी? जास्त इ.कोलाय वाढवण्यासाठी...आणि आणखी थवे तयार करण्यासाठी?"

"होय. मला तसं वाटतंय." हातातले नमूने नीट बाजूला ठेवत मे उठून उभी राहिली, "मी आता नमुने घेतले आहेत. आपण आता त्यांचे ल्युरिआ आणि अगारोज माध्यमांवर संवर्धन करून पाहू, काय होतंय ते."

"आपण आणखी एखाद्या तासानं इथं आलो तर ह्या पांढऱ्या रंगाच्या जागी आपल्याला काळा रंग दिसेल...नवीन नॅनोकण तयार होऊन झालेला...होय ना?"

मेने मान डोलावली, "होय. हे देखील खरं असेल."

"आणि म्हणूनच आजूबाजूचे सगळे वन्यप्राणी नष्ट झालेत की काय?" डेव्हिडने विचारले.

"होय." आपल्या केसांची एक बट मागे ढकलत मे म्हणाली, "हे असंच चालू असणार."

आम्ही सर्वजण गप्प बसलो. मी जे पाहात होतो त्यावर माझा विश्वास बसत नव्हता.

"आपण त्या ×××× थव्यांना खलास करायला हवं." चार्ली म्हणाला.

बाकी कोणीही काही बोलले नाही. सर्वजण शेडच्या दिशेने निघाले होते. बोलण्यासारखे आणखी काही उरलेच नव्हते.

आम्ही शेडकडे जात असताना चोला निवडुंगांच्या झुडपात बसलेल्या छोट्या पक्ष्यांचा एक थवा भुर्र आवाज करत आकाशात उडाला. काही अंतरावर ते पुन्हा खाली उतरले. मी ते पाहून मेला म्हणालो, "इतर प्राणी नाहीत. पण हे पक्षी मात्र आहेत असं का?"

"तसं दिसतंय खरं." मे म्हणाली, "कदाचित ते एवढे छोटे आहेत की त्यांच्यात पुरेसे मांस मिळत नसेल..."

"शक्य आहे." मी म्हणालो. पण मला वाटत होते की ह्याचे उत्तर काहीतरी निराळे आहे. पण मला त्यासाठी प्रोग्रॅम कोड नीट पाहण्याची आवश्यकता होती.

मी शेडमध्ये उभ्या असणाऱ्या गाड्यांच्या रांगेजवळून चालत स्टोअरच्या दारापाशी आलो. त्यावर अनेक प्रकारचे इशारे देणाऱ्या खूणा लावलेल्या होत्या— किरणोत्सर्ग, जैविक धोकादायक घटक, मायक्रोवेव्ह, अतिस्फोटक रसायने, लेसर वगैरे.

मी दरवाज्यापाशी असतानाच रेडिओतून विंसचा आवाज आला, "जॅक, तुझा फोन आहे. मी जोडून देतो."

माझा सेलफोन वाजू लागला. मी तो उघडला, "हॅलो."

"डॅड." एरिक म्हणाला. हा त्याच्या चिडकेपणाचा खास आवाज होता.

मी सुस्कारा टाकला, ''हं...बोल एरिक.''

''तुम्ही परत केंव्हा येणार?''

''नक्की सांगता येत नाही.''

''रात्री जेवणासाठी घरी असाल का?''

''बहुतेक नाही. का बरं? काय झालं?''

''ती म्हणजे ××× आहे नुसती.''

''एरिक. नीट सांग काय झालं?''

''आन्ट एलेन कायम तिचीच बाजू घेते. हें बरोबर नाही, डॅड.''

''एरिक. मी आत्ता कामात आहे. नेमकं सांग—''

''जाऊ दे.'' एरिक खिन्न स्वरात म्हणाला, ''तुम्ही घरी येणार नसाल तर मग काही फरक पडत नाही...बरं तुम्ही कुठं आहात? तिकडं वाळवंटात का?''

''तुला कसं कळलं?''

''मी मॉमशी बोललो तेव्हा कळलं. आन्ट एलेननं आम्हाला हॉस्पिटलमध्ये नेलं होतं. मला जायचं नव्हतं. पण तिनं नेलंच बळजबरीने. डॅड हे योग्य नाही.''

''हं...हं...बरं, मॉम कशी आहे?''

''ती हॉस्पिटलमधून बाहेर पडणार आहे.''

''तिच्या सगळ्या तपासण्या झाल्या का?''

''डॉक्टरांना ती आणखी काही वेळ हॉस्पिटलात राहावी असं वाटतंय. पण ती स्वतःच त्याला तयार नाही. तिच्या हाताला प्लॅस्टर घातलंय. पण तेवढं सोडलं तर बाकी ठीक आहे असं म्हणतीय ती...डॅड. मी आन्ट एलेनचं का ऐकायचं? ...हे बरोबर नाही...''

''मी तिच्याशी बोलेन.''

''ती आत्ता इथं नाही. निकोलच्या नाटकासाठी नवीन ड्रेस विकत घ्यायला त्या दोघी गेल्या आहेत.''

''मग घरात कोण आहे तुझ्याबरोबर?''

''मारिआ.''

''ठीक तर. बरं, तू घरचा अभ्यास पूर्ण केलास का?''

''अजून नाही.''

''मग कामाला लाग पोरा. जेवायच्या वेळेआधी तो व्हायला पाहिजे. कळलं?''

ही वाक्ये आई-बापांच्या तोंडातून कशी नेमक्या वेळेस बाहेर पडतात पाहा! आम्ही आता दारातून आत जाण्याच्या तयारीत होतो. मेने दार उघडले आणि ती आत शिरली.

“डॅड...” एरिक आता रडायला लागला होता. “तुम्ही घरी कधी येणार?”

“मला खरंच माहिती नाही... पण सकाळी येईन असं वाटतंय.”

“ओके. प्रॉमिस?”

“प्रॉमिस.”

मला एरिकने नाक पुसल्याचा सूं सूं असा आवाज आला. त्याने शर्टला नाक पुसले असणार. वाटले तर मला पुन्हा फोन कर असे मी म्हणालो. आता एरिक पूर्ववत होत होता. ठीक आहे असे तो म्हणाला. मी फोन बंद केला आणि त्या स्टोअरमध्ये शिरलो.

आतल्या बाजूला दोन मोठ्या खोल्या होत्या. सर्व भिंतींपाशी आणि मध्यभागीही शेल्फ होती. भिंती आणि जमीनही काँक्रीटची होती. लाकडी चौकटी असणाऱ्या खिडक्यांमधून गरम उन्हे आत येत होती. एअर कंडिशनरची धडधड ऐकू येत होती. पण मे म्हणाल्याप्रमाणे आत गरम होत होते. मी दार बंद करून घेतल्यावर त्याच्याकडे पाहिले. दार साधेच होते. ही जागा निश्चितच हवाबंद होणारी नव्हती.

मी शेल्फांमधून चालत पुढे जाऊ लागलो. त्यावर नाना प्रकारच्या वस्तू, साबण वगैरे दैनंदिन गरजेच्या वस्तू, सुटे भाग आणि बरेच काही होते. दोनचार फ्रीजमध्ये खाद्यपदार्थ साठवलेले दिसले. मी मेला म्हणालो, “ती किरणोत्सर्गी रसायनं कुठं आहेत?”

“तिकडे” मेने मला शेल्फांच्या पलीकडे नेले. त्या ठिकाणी खालच्या काँक्रिटमध्ये तीन फूट व्यासाचे लोखंडी झाकण होते. त्यावर मध्यभागी एक दिवा होता आणि एक की-पॅड होते.

मे गुडघ्यावर बसली आणि तिने कोड नंबरची बटणे भराभरा दाबली. हिस्स् असा आवाज करत ते झाकण वर उचलले गेले. आतमध्ये खाली जाणारी शिडी दिसली. मेला निव्वळ बाहेरून पाहून कोणत्या बाटलीत काय आहे ते कळत असावे. “आपल्याजवळ सेलेनिअम-१७२ आहे. ते वापरायचं का?”

“चालेल.”

मे शिडीवरून खाली उतरू लागली. “तू ते ××× बाजूला घेतोस की नाही?” डेव्हिड उडी मारून मागे सरकत म्हणाला. चार्लीच्या हातात विंडेक्स क्लीनर स्प्रेची खूप मोठी बाटली होती.

चार्ली त्याचा ट्रिगर दाबत होता आणि त्यातून पाण्याचे थेंब डेव्हिडच्या अंगावर उडत होते. चार्ली हे मुद्दाम करतोय हे उघड दिसत होते. त्याच्या हातातली ही बाटली डेव्हिडने हिसकावून घेतली.

"मला वाटतं ह्याचा उपयोग होईल." चार्ली साधेपणाचा आव आणत म्हणाला. "पण आपल्याला लांबून नियंत्रण ठेवण्यासाठी काहीतरी लागेल."

"ह्याचा उपयोग होईल का पाहा." रोझी म्हणाली. तिच्या हातात एक चकचकीत सिलिंडर होता. त्याच्यातून निघालेल्या वायर लोंबकळत होत्या. "हा सोलेनॉईड रिले आहे ना?"

"होय." डेव्हिड म्हणाला, "पण त्याचा उपयोग होईल की नाही माहिती नाही. आणखी मोठं काही नाही का?"

"शिवाय लांबून नियंत्रणासाठी काहीतरी लागणारच म्हणा." चार्ली म्हणाला, "अर्थात त्या ××× थव्यांजवळ जाऊन तुम्ही फवारणार असलात तर गोष्ट वेगळी." मे खालून एक जड धातूचे नळकांडे घेऊन बाहेर आली. हातात रबरी हातमोजे चढवून तिने बेसिनजवळ जाऊन त्यातला द्रव आणि एक करड्या रंगाचा द्रव ह्यांचे मिश्रण करायला सुरवात केली. किरणोत्सर्गी दर्शकाचा किण्किण् असा आवाज येत होता.

रेडिओमधून रिकीचा आवाज आला, "पोरांनो, तुम्ही काही विसरता आहात असं नाही वाटत? तुम्ही जरी लांबून फवारा मारणार असलात तरी तुम्ही त्या थव्यांना जवळ कसं आणणार? तुम्ही फवारा मारेपर्यंत ते एका जागी थोडेच थांबतील."

"आपण त्यांना आकर्षित करून घेऊ." मी म्हणालो.

"कसं?"

"जसं ते सशाकडे आले तसं"

"पण 'इथं' ससाबिसा काही नाही त्याचं काय?"

चार्ली म्हणाला, "रिकी. तू फार नकारात्मक विचार करतोस."

"मी खरं तेच सांगितलं."

"त्याबद्दल धन्यवाद."

मे म्हणाली होती त्याप्रमाणे चार्लीलाही हे जाणवत असणार. रिकीला ते थवे जिवंत ठेवायचे होते. हे वागणे अनाकलनीय होते. पण रिकी तसाच वागत होता हे मात्र खरे. मी चार्लीला रिकीबद्दल काहीतरी सांगणार होतो. पण मग मी विचार बदलला. कारण हेडसेटच्या यंत्रणेतून सर्वांनाच ते ऐकू गेले असते.

"लोक हो!" रेडिओतून बॉबीचा आवाज आला, "काम कुठपर्यंत आलं?"

"होत आलंय. का बरं?"

“वाऱ्याचा वेग कमी होतोय.”

“आत्ता किती आहे?” मी विचारले.

“अठरावरून पंधरा नॉटवर आलाय.”

“तरीही वेग भरपूर आहे.” मी म्हणालो, “आम्ही ठीक आहोत.”

पलीकडच्या खोलीतून रोझीचा आवाज आला. “थर्माइट म्हणजे काय?”

तिच्या हातातल्या प्लॅस्टिकच्या ट्रेमध्ये अंगठ्याच्या आकाराच्या धातूच्या नळ्या होत्या. “नीट हाताळ त्या.” डेव्हिड म्हणाला, “त्या बांधकामाच्या वेळी उरलेल्या आहेत बहुतेक.”

“पण हे आहे तरी काय?”

“थर्माइट म्हणजे अल्युमिनियम आणि आयर्न ऑक्साईड.” डेव्हिड म्हणाला, “ते जळताना फार प्रखर प्रकाश पडतो. त्याच्याकडे पाहाता येत नाही एवढा प्रखर आणि तापमानही फार प्रचंड म्हणजे तीन हजार अंश सेल्सिअस एवढं असतं. वेल्डिंग करताना त्यामुळे पोलाद वितळू शकतं.”

“हे सामान किती आहे आपल्याजवळ?” मी विचारले, “कारण आपल्याला रात्री त्याचा उपयोग होईल.”

“तिकडे चार खोकी आहेत.” रोझी म्हणाली. तिने एक नळी बाहेर काढली.

“नीट...नीट रोझी.” डेव्हिड म्हणाला, “बाहेरचे आवरण मॅग्रेशिअमचे आहे. थोड्या उष्णतेनेही तो सुरू होईल.

“काडीमुळेही होईल की काय?”

“तुला तुझे हात हवे असतील तर प्रकाशासाठी साधे फ्लेअर्स वापर.”

“ठीक आहे. मी पाहते.” रोझी पुन्हा पलीकडच्या खोलीत गेली.

मे मिश्रण विंडेक्स बाटलीत भरत होती. किरणोत्सर्ग दर्शकाचा आवाज सतत येतच होता.

रेडिओवरून पुन्हा बॉबीचा आवाज आला, “वाऱ्यामध्ये अनियमितपणा आलाय. तो आता बारा नॉट एवढा कमी झालाय.”

“ठीक आहे. बॉबी, प्रत्येक बारीकसारीक गोष्ट आम्हाला सांगितलीच पाहिजे असं नाही.”

“मला वेगात अनियमितपणा जाणवला म्हणून सांगितलं, इतकंच.”

मेचे काम संपायला अजून पाच मिनिटे लागणार होती. मी बाजूला असणाऱ्या वर्कस्टेशनपाशी गेलो आणि ते सुरू केले. पडदा प्रकाशमान झाला. त्यावर काही मेन्यू दिसत होते. मी मोठ्या आवाजात म्हणालो, “रिकी. मला ते थव्यांच्या प्रोग्रॅमचे कोड इथं पाहाता येईल का?”

"कोड?" रिकी एकदम सावध होत म्हणाला, "ते कशाला हवंय तुला?"

"तुम्ही त्याचं काय केलंय ते मला पाहायचं आहे?"

"कशासाठी?"

"रिकी! ...मी पाहू शकतो की नाही."

"जरूर...जरूर पाहू शकतोस. कोडच्या सगळ्या आवृत्या एका डिरेक्टरीत आहेत— स्लॅश कोड...त्याला पासवर्ड आहे."

मी डिरेक्टरी पाहिली, पण मला त्यात शिरता येईना. "हं आणि पासवर्ड काय आहे?"

"तो लँगटन असा आहे. सगळी अक्षरं छोटी."

"ठीक आहे."

मी पासवर्ड दिल्यावर डिरेक्टरीत शिरू शकलो. त्यामध्ये प्रोग्रॅम बदलत गेल्यानुसार निरनिराळ्या फाईल होत्या. त्यांचे आकारही दिसत होते. थव्यांच्या विविध पैलूसंबंधी अनेक प्रोग्रॅम असलेल्या मोठमोठ्या फाईल दिसल्या. प्रत्यक्ष कणांच्या वर्तनासंबंधी कोडचा भाग अगदी छोटा असणार हे मला माहिती होते. सातआठ ओळी आणि फाईल दहा किलोबाईटपेक्षा मोठी नाही.

"रिकी..."

"बोल जॅक."

"कणांसंबंधीचं कोड कुठंय?"

"त्यात नाही का?"

"गॉड डॅम रिकी! ...××× बस कर."

"ए...मी ह्या अर्काइव्ह बनवलेल्या नाहीत. ती माझी जबाबदारी नाही."

"रिकी ह्या फाईल अर्काइव्हमधल्या नाहीत. त्या वापरातल्या फाईल आहेत. कुठं आहे ते कोड तेवढं सांग."

रिकी काही क्षण गप्प होता. "त्यामध्ये सी-डी-एन नावाची एक सबडिरेक्टरी असेल पाहा. त्यात ते आहे."

मी ती सबडिरेक्टरी पाहिली. "हं...दिसली."

मी त्या सबडिरेक्टरीमधल्या फाईल पाहिल्या. सगळ्यांचे आकार छोटे होते. त्यांच्यात बदल करायला सुरुवात सहा आठवड्यांपूर्वी झालेली होती. पण गेल्या दोन आठवड्यात कोणताही बदल केलेला नव्हता.

"रिकी. तुम्ही दोन आठवड्यात कोडमध्ये काहीही बदल केलेले नाहीत?"

"होय..."

"तुम्ही सारांश लिहिलाय का?" मी विचारले. हे लोक माझ्या हाताखाली काम करत असताना मी त्यांना ही सवय लावली होती. प्रोग्रॅमच्या रचनेसंबंधी

सारांश साध्या भाषेत लिहावा असे मी त्यांना सांगत असे. म्हणजे मग त्यामध्ये बदल करणे जास्त सोपे जाते.

"सारांश असेल तिथं." रिकी म्हणाला.

मला पडद्यावर खालील ओळी दिसत होत्या.

मी काही क्षण हे वाचून त्यात कायकाय बदल केले आहेत ह्याची पाहाणी करू लागलो. मग मी प्रत्यक्ष कोडमध्ये त्यांचा वापर कसा केलाय ते पाहायला सुरुवात केली. पण कोडचा सगळा भाग त्यात दिसेना. कणांच्या वर्तनासंबंधी सगळा प्रोग्रॅम एका ऑब्जेक्ट कॉलवर आधारित होता. त्याला त्या ठिकाणी 'compstat-do' असे नाव दिलेले होते.

"रिकी हा 'compstat-do' भाग कुठं आहे?"

"तिथंच असायला हवा."

"नाही. इथं नाही."

"मला माहिती नाही. त्याचं **कंपायलेशन** झालं असेल कदाचित."

"मला त्याचा काडीचाही उपयोग नाही. कंपाईल झाल्यानंतरचं कोड मी कसा वाचणार रिकी? मला ते मूळ मोड्यूल कोडच हवंय. काही अडचण आहे?"

"नाही...नाही. मला फक्त ते पाहायला लागेल."

"ओके..."

"तू परत येशील तेव्हा मी देईन तुला."

मी मेकडे नजर टाकली, "तू कोडचा काही भाग पाहिला आहेस का?" मे ने नकारार्थी मान हलवली. तिच्या चेहेऱ्यावरून हे स्पष्ट दिसत होते की रिकी मला काहीतरी नवीन सबबी काढून कोड देणे टाळणार. मला हे कळेना. मी त्यांना त्या कोडसंबंधी सल्ला देण्यासाठी म्हणून आलो होतो असे असताना मलाच कोड न देण्याचा अर्थ मला समजेना.

रोझी आणि डेव्हिड शेल्फ धुंडाळत होते. त्यांना रेडिओ रिलेसाठी काहीतरी वस्तू हवी होती. अचानक चार्ली ओरडला, "बिंगो!"

"काय आहे?" रोझी म्हणाली, "ही काय पद्धत झाली..."

"ओह! माफ कर...बरं, मग तुला हा रिमोट कंट्रोलनं चालणारा व्हॉल्व्ह नकोच असेल नाही?"

"ही काय मस्करी आहे." डेव्हिड चार्लीच्या हातातल्या चकचकीत धातूच्या झडपेकडे पाहत म्हणाला.

“आणि त्यावर दाबाची क्षमता ए.डी.सी. वीस पाय असं लिहिलंय.”

“ते पुरेसं होईल म्हणा.”

“अर्थात तू त्याची ××× केली नाहीस तर.” चार्ली म्हणाला.

मे सिंकपाशी काम करत होती त्या ठिकाणी त्यांनी तो व्हॉल्व्ह नेला. माझ्या हेडसेटमध्ये बॉबीचा आवाज आला, “लोकहो!...वाऱ्याचा वेग आता फक्त सहा नॉट एवढा कमी आहे.”

“चला. काम संपवा झटपट.” मी इतरांना उद्देशून म्हणालो.

“आम्ही मेचं काम संपायची वाट पाहातोय. ते झालं की आम्ही हा व्हॉल्व बसवणार आहोत.”

“आपण तो लॅबमध्ये बसवू.” मी म्हणालो.

“मी फक्त तो नीट—”

“लॅबमध्ये बसवू आपण. चला, निघायची तयारी करा.”

मी खिडकीपाशी जाऊन नजर टाकली. वाऱ्यामुळे ज्युनिपरची काही पाने हलत होती इतकेच. पण आता वाळू उडत नव्हती.

रिकीचा आवाज रेडिओमधून आला, “जॅक, तुझी ही ××× टीम घेऊन बाहेर पड.”

“होय. आम्ही तेच करतो आहोत.”

डेव्हिड औपचारिक आवाजात इतरांना म्हणाला, “हा व्हॉल्व त्या बाटलीला नीट बसतो की नाही हे कळेपर्यंत निघणं—”

“आपण निघावं हे बरं.” मे म्हणाली, “काम झालं असो वा नसो—”

“पण मग त्याचा उपयोग काय?” डेव्हिड म्हणाला.

“बोलणं बंद करा आणि निघा.” मी म्हणालो.

हेडसेटमधून बॉबीचा आवाज ऐकू आला, “चार नॉट आणि वेग कमी होतोय.”

“चला. चला. निघा...” मी सगळ्यांना दाराकडे हाकत निघालो.

रिकीचा आवाज आला, “नाही.”

“काय?”

“तुम्ही आता बाहेर पडू शकत नाही.”

“म्हणजे?”

“कारण आता फार उशीर झालाय. ते अगोदरच येऊन पोहोचले आहेत.”

❑

सहावा दिवस
३ वाजून १२ मिनिटे

आम्ही सर्वांनी खिडकीपाशी गर्दी केली. दाटीवाटीने उभे राहात आम्ही बाहेर पाहू लागलो. माझी नजर जात होती तिथवर मला काहीच दिसत नव्हते. मी हेडसेटमध्ये म्हणालो, "कुठं आहेत ते?"

"ते दक्षिणेकडून येत आहेत. पडद्यावर दिसत आहेत."

"किती आहेत?" चार्लीने विचारले.

"चार."

"चार!"

"होय. चार."

मुख्य इमारत त्या शेडच्या दक्षिण बाजूला होती. त्या दिशेला इमारतीला खिडकी नव्हती.

"आम्हाला काहीच दिसत नाही इथून." डेव्हिड म्हणाला, "त्यांचा वेग किती आहे?"

"भरपूर."

"आम्हाला पळत जाण्याएवढा वेळ मिळेल का?"

"मला नाही तसं वाटत."

डेव्हिडच्या कपाळावर आठ्या पडल्या, "त्याला तसं वाटत नाही अं!"

मी काही म्हणायच्या अगोदर डेव्हिड वेगाने मुख्य दरवाज्याकडे धावला होता. काही क्षणात तो दार उघडून बाहेर जाऊन उभा राहिलेला दिसला. तो दक्षिण दिशेला पाहात होता. आम्ही सर्वजण एकदम बोलू लागलो.

"डेव्हिड"

"डेव्हिड हा काय ××× प्रकार आहे?"

"डेव्हिड...×××"

"मी पाहातोय की...."

"आत परत ये ताबडतोब!"

"मूर्खा..."

पण डेव्हिड जागचा हलला नाही. डोळ्यांवर हाताचा आडोसा करून पाहत म्हणाला, "मला काहीच दिसत नाही. काही ऐकूही येत नाही. ऐका,

मला वाटतं, आपण अजूनही धावत जाऊ शकू...नाही, नाही. ते शक्य नाही.'' तो धावत आत शिरला. दारातून आत येताना अडखळून पडला. उठून त्याने दरवाजा लावून घेतला आणि दरवाज्याच्या मुठीला घट्ट धरून उभा राहिला.

''कुठं आहेत ते?''

''येत आहेत.'' डेव्हिडचा आवाज थरथरत होता, ''येत आहेत इकडंच.'' दरवाजाची मूठ पूर्ण ताकदीनिशी घट्ट धरून तो हेच वाक्य पुन:पुन्हा बोलू लागला. ''ते ...ते येत आहेत... येत आहेत...''

''ओह! वाहवा....'' चार्ली म्हणाला, ''हा ××× वेडा झाला बहुतेक.''

मी डेव्हिडजवळ जाऊन त्याच्या खांद्यावर हात ठेवला. तो जोरजोराने श्वास घेत दरवाजाची मूठ घट्ट धरून उभा होता.

''डेव्हिड...जरा सावर स्वत:ला. सर्वकाही ठीक होईल. जरा खोल श्वास घे.''

''मला...मला...त्यांना दूर ठेवलंच...मी...'' डेव्हिडला घाम फुटला होता. त्याचे शरीर थरथर कापत होते. तो प्रचंड भेदरला होता.

''डेव्हिड... खोल श्वास घे. ओके?''

''मला...मला...मला..''

''डेव्हिड, खोल श्वास घे. हा असा.'' मी त्याला प्रात्यक्षिक करून दाखवले. डेव्हिड मान डोलावत होता. त्याला माझे बोलणे ऐकू येत होते. तो वेगाने श्वास घेत असल्याने धाप लागल्यासारखा करत होता. त्याने प्रयत्न केला.

''छान...डेव्हिड पुन्हा एकदा तसंच कर...''

डेव्हिडची धाप थोडी कमी झाली.

''उत्तम. डेव्हिड...हे बरोबर आहे...''

माझ्या मागे उभा असणारा चार्ली म्हणाला, ''हा ××× असा होणार हे मला माहिती होतंच. पाहा कसं लहान पोरासारखं बोलावं लागतंय त्याच्याशी.''

मी मागे वळून चार्लीकडे एकदा धारदार नजर टाकली. त्याने फक्त खांदे उडवले. ''मी बरोबर बोलतोय.''

मे म्हणाली, ''त्याचा काय उपयोग चार्ली. तू मदत करत नाहीस हे बोलून.''

''मदत गेली ×××''

रोझी म्हणाली, ''शट् अप! चार्ली. ओके?''

मी डेव्हिडकडे वळलो. ''हं...हे ठीक आहे. डेव्हिड...उत्तम...आता मूठ सोडून दे.''

डेव्हिडने नकारार्थी मान हलवली. तो गोंधळलेला दिसत होता. त्याच्या डोळ्यांची उघडझाप होत होती. जणू तो कसल्यातरी मोहनिद्रेतून जागा होत असावा.

"मूठ सोडून दे डेव्हिड." मी मृदू स्वरात म्हणालो, "ती धरून काहीही उपयोग नाही."

डेव्हिडने मूठ सोडून दिली आणि तो जमिनीवर बसकण मारून दोन्ही हातांच्या आड तोंड खुपसून रडू लागला."

रोझीने फ्रीजमधून पाण्याची बाटली आणली. डेव्हिडने रडता-रडताच त्याचे काही घोट घेतले. मग तिने त्याला उठवून उभे केले आणि मानेने आपण आता पुढचे सांभाळू असा इशारा केला.

मी पुन्हा मॉनिटरपाशी आलो. इतर सर्वजण तिथेच होते. मुख्य इमारतीच्या उत्तर बाजूला चार थवे वरखाली होत हलताना दिसत होते. त्यांचे चंदेरी आकार उन्हात चमचम करत होते.

"ते काय करत आहेत?" मी विचारले.

"आत येण्यासाठी प्रयत्न करत आहेत."

"ते कशासाठी?"

"माहिती नाही." मे म्हणाली.

आम्ही सगळे मॉनिटरकडे पाहत गप्प बसलो. मला पुन्हा एकदा त्यांच्या हालचालींमधला हेतू स्पष्ट जाणवला. शिकाऱ्यांच्या ट्रेलरमधल्या अन्नासाठी घिरट्या घालणाऱ्या अस्वलांची मला आठवण झाली. ते बंद असलेल्या प्रत्येक दारापाशी आणि खिडकीपाशी थांबत होते. वरखाली होत सर्व फटी तपासून त्या हवाबंद आहेत हे पाहून ते पुढे सरकत होते.

"ते नेहमीच दारांपाशी असं करतात का?" मी विचारले.

"होय. का?"

"कारण त्याचा अर्थ असा की दारं हवाबंद आहेत ही गोष्ट त्यांच्या लक्षात राहत नाही."

"नाही. त्यांना आठवत नाही." चार्ली म्हणाला.

"कारण...त्यांच्याकडे पुरेशी मेमरीच नाही म्हणून?"

"ते कारण असू शकेल किंवा ही पुढची पिढी असण्याची शक्यता आहे."

"म्हणजे दुपारनंतर उत्पन्न झालेले हे थवे आहेत असं तुला म्हणायचं आहे की काय?"

"होय."

मी घड्याळाकडे नजर टाकली. "दर तीन तासांनी नवीन पिढी तयार होते म्हणतोस?"

चार्लीने खांदे उडवले, "कोणास ठाऊक. त्यांचं पुनरुत्पादन कुठे होतं ते आम्हाला अजून कळलेलं नाही. मी फक्त अंदाज बांधत होतो."

एवढ्या कमी वेळात नवीन पिढी उगम पावते ह्याचा अर्थ कोडमध्ये उत्क्रांती होण्यासाठी जी काही रचना होती तिचा वेग फार प्रचंड होता. सर्वसाधारणपणे उत्क्रांत होताना नवीन रचना निर्माण करण्यासाठी पुनरुत्पादनाच्या मार्गाने जाणाऱ्या आनुवंशिकीच्या अल्गोरिथमसाठी पाचशे ते पाच हजार पिढ्या लागतात. तेव्हा कुठे योग्य ती रचना आनुवंशिकदृष्ट्या स्थिर होते. जर दर तीन तासाला एक पिढी हा वेग असेल तर गेल्या दोन आठवड्यात साधारण शंभर पिढ्या उलटल्या असणार आणि वर्तन अधिक आखीव-रेखीव होण्यासाठी शंभर पिढ्या पुरेश्या असतात.

मे मॉनिटरकडे पाहात म्हणाली, "निदान ते मुख्य इमारतीपाशीच आहेत हे बरं. आपण इथं आहोत हे त्यांना माहित नाही असं दिसतंय."

"ते त्यांना कसं माहिती होणार?" मी विचारले.

"नाहीच होणार." चार्ली म्हणाला, "त्यांची मुख्य संवेदना ही दृष्टी ह्या स्वरुपाची आहे. गेल्या काही पिढ्यांमध्ये त्यांनी ध्वनीची संवेदना प्राप्त केली असण्याची शक्यता आहे. पण त्यांना दृष्टी हीच मुख्य आहे. त्यामुळे त्यांना जे दिसत नाही ते त्यांच्या दृष्टीने अस्तित्त्वात नाही."

रोझी आणि डेव्हिड आमच्याजवळ आले, "माफ करा."

"ठीक आहे. डेव्हिड."

"ठीक आहे."

"मला काय झालं ते कळत नाही...मी उभाच राहू शकलो नाही त्या ठिकाणी."

चार्ली म्हणाला, "जाऊ दे डेव्हिड. आम्ही समजू शकतो. मुळात तू वेडा आहेस आणि आत्ता आणखी सरकला होतास..."

रोझीने डेव्हिडच्या दंडावर हात ठेवला. ती मॉनिटरकडे पाहत म्हणाली, "आता ते काय करतील?"

"आपण इथं आहोत हे त्यांना माहिती नसावं बहुतेक."

"ओके..."

"ते तिथंच राहतील अशी आशा करू या."

"हं...हं...आणि तसं त्यांनी केलं नाही तर?" रोझीने विचारले.

मी त्याच गोष्टीचा विचार करत होतो. "तसं झालं नाही तर प्रेड-प्रे ह्या प्रोग्रॅममधल्या गृहितकांच्या त्रुटींवर आपण आशा ठेवायची. त्या प्रोग्रॅमधल्या त्रुटींमुळे निर्माण झालेल्या कच्च्या दुव्यांचा फायदा उठवायचा."

"म्हणजे?"

"आपण कळप करायचा."

चार्ली कर्कश्य हसला, "आपण भक्ष्याप्रमाणे कळप करायचा...आणि प्रार्थना करत बसायचं हॅ!"

"मी गंभीरपणानं बोलतोय." मी म्हणालो.

गेल्या तीस वर्षात वैज्ञानिकांनी भक्ष्य-भक्षक ह्यांच्यातील परस्पर संबंधाचा खूप अभ्यास केलेला आहे. सिंह, तरस ह्यांच्यापासून ते लष्करी मुंग्या ह्यांच्यापर्यंत अनेक भक्षकांचा अभ्यास झालेला आहे. भक्ष्यांमधील वर्तनाची भरपूर माहिती आता उपलब्ध आहे. झेब्रा किंवा कारीबू यांच्यासारखे प्राणी समाजशील असतात ते कळप करून राहत नाहीत. परंतु कळप केल्याने शिकार होण्यापासून बचाव करता येतो. जास्त प्राणी असल्याने आजूबाजूला लक्ष ठेवणे अधिक चांगल्या प्रकारे होऊ शकते. एखादा कळप एकदम अनेक दिशांनी विखुरला की हल्ला करणाऱ्या शिकाऱ्याचा गोंधळ उडतो. काहीवेळा समोर पळणारी अनेक सावजे आल्याने शिकारी जागच्याजागी खिळून बसतो आणि त्याला एकाही सावजाचा पाठलाग करता येत नाही.

हीच गोष्ट माशांचे थवे किंवा पक्ष्यांच्याबाबतीतही खरी आहे. समूहाच्या एकत्रित हालचालींमुळे शिकाऱ्याला सावज टिपणे अवघड जाते. समूहातील इतर प्राण्यांपेक्षा वेगळ्या राहाणाऱ्या प्राण्याकडे शिकारी आकृष्ट होतो. म्हणूनच काहीवेळा शिकारी लहान वयांच्या प्राण्यांवर हल्ला करतात. लहान वयाचे प्राणी मारायला सोपे असतात हे खरेच आहे, पण हे प्राणी इतरांपेक्षा निराळे दिसतात हे देखील त्याचे महत्त्वाचे कारण आहे. शिकारी बऱ्याचवेळा माद्यांपेक्षा नरांची शिकार जास्त प्रमाणात करतात. कारण कळपातील सत्तेच्या उतरंडीत महत्त्वाचे स्थान नसलेले नर कळपाच्या बाहेरच्या बाजूला भटकत राहिल्याने शिकाऱ्याच्या नजरेत भरतात.

तीस वर्षांपूर्वी हान्स क्रूक याने सेरेनगेटी ह्या ठिकाणी तरसांच्या शिकार करण्याच्या पद्धतीवर संशोधन केले होते. त्यावेळी दिसून आले की एखाद्या प्राण्याला निराळा रंग दिला की त्याची शिकार होणार हे नक्की. वेगळेपणामुळे हा एवढा फरक पडतो. तेव्हा ह्याचा अर्थ सरळ होता. कळप करून एकत्र राहायचे आणि एकसारखे वागायचे. पण जीव वाचवण्यासाठी हे करावे लागेल अशी मला त्यावेळी कल्पना नव्हती.

आम्ही सर्वजण मॉनिटरवर थव्यांची हालचाल पाहत होतो. मला त्यांचे वर्तन जरासे निराळे वाटू लागले होते. मी चार्लीला म्हणालो, ''चार्ली, लक्ष दे नीट, पाहा त्यांच्यात फरक पडलाय.''

थवे आता इमारतीच्याजवळ न राहाता आडव्या तिडव्या प्रकारे वाळवंटात दूरपर्यंत जात होते आणि मग पुन्हा इमारतीपाशी येऊन तीच हालचाल करत होते. ते सगळे एखाद्या तरल नृत्यासारखे वाटत होते.

मे म्हणाली, ''हे वर्तन नवीन...''

''होय. ते काहीतरी निराळं करून पाहात आहेत.'' मी म्हणालो.

''करू देत काय हवं ते.'' चार्ली म्हणाला, ''असल्या हालचाली करून त्यांना दरवाजे उघडता येणार थोडेच.''

मी ती हालचाल स्तिमित होऊन पाहत होतो. हे नव्याने उद्भवलेले वर्तन होते. इमारतीपासून दूर जाता-जाता एक थवा सशाच्या मृत शरीरापाशी जाऊन पोहोचला. मग पुन्हा मागे वळून तो इमारतीकडे आला. माझ्या मनात एक प्रश्न आला, ''त्यांची दृष्टी कितपत चांगली आहे?''

''उत्तम.'' हेडसेटमधून रिकीचा आवाज आला, ''मुळात त्यांची निर्मिती त्याचसाठीच झालेली आहे. त्यांना फार चांगलं दिसतं. मानवी दृष्टीपेक्षा कितीतरी जास्त चांगलं.''

''पण हे कसं होतं?'' थव्यामध्ये तर फक्त अनेक कण होते. जरी त्यांची तुलना मानवी डोळ्यामधील शंकू आणि दंड यांच्याशी केली तरी एकत्रित प्रतिमा निर्माण व्हायला मध्यवर्ती प्रक्रियेची गरज असते. ही प्रक्रिया कशी होत होती?

रिकी खाकरला, ''अं...नेमकं सांगता येणार नाही.''

चार्ली म्हणाला, ''ही दृष्टी नंतरच्या पिढ्यांमध्ये दिसू लागली.''

''म्हणजे त्यांच्यात दृष्टी उत्क्रांत झाली असं तुला म्हणायचं आहे?''

''होय.''

''आणि ते कसं पाहतात त्याची आपल्याला माहिती नाही...''

''हं...ते पाहतात एवढंच आपल्याला माहिती आहे.''

आम्ही पाहत असताना थवा तिरक्या मार्गाने इमारतीपासून दूर गेला. सशाच्या शरीराजवळ जाऊन तो थवा पुन्हा इमारतीजवळ आला. इतर थवेदेखील हेच करत होते. ते दूरवर जाऊन पुन्हा इमारतीच्या भिंतीजवळ येत होते.

हेडसेटमधून रिकीचा आवाज आला, ''तू मघाशी प्रश्न कशासाठी विचारलास?''

''कारण—''

''तुला वाटतं, की त्यांना ससा सापडेल?''

"मला त्या सशाबद्दल फिकीर वाटत नाही." मी म्हणालो, "मला वाटतं की आता तो त्यांना सापडणार नाही बहुतेक."

आम्ही पाहात होतो तो थवा सशापासून आणखी दूर गेला होता. पण आता इमारतीच्या दिशेने परतण्याऐवजी तो एका जागी स्थिर झाला. चंदेरी रंगाचा उभट गोलाकार एकाच ठिकाणी लहानमोठा होत होता.

"हे काय चाललंय?" मी विचारले.

"बहुधा त्याचा प्रतिमा बनवण्याशी संबंध असावा. कदाचित—"

"नाही. पण तो एकाच जागी स्थिर का झालाय?"

"प्रोग्रॅम अडकला असावा."

"नाही. मला त्याबद्दल शंका वाटते." मी मान हलवत म्हणालो.

"मग काय कारण असेल?"

"मला वाटतंय की त्याला काहीतरी दिसतंय."

"काय दिसत असावं?" चार्लीने विचारले.

मला उत्तर माहिती होते. ह्या थव्यांमध्ये वितरीत बुद्धिमत्ता होती. वितरीत बुद्धिमत्ता जाळ्यांचे मुख्य वैशिष्ट्य असे असते की ही जाळी समोरच्या माहितीमधले आकृतीबंध ओळखण्यात पटाईत असतात. म्हणूनच सुरक्षा तपासणीसाठी चेहेरे ओळखण्यासाठी वितरीत बुद्धिमत्तेवर आधारित प्रोग्रॅम वापरले जातात. त्याचप्रमाणे पुरातत्त्वीय उत्खननात मिळालेल्या भांड्यांच्या तुकड्यांची योग्य सांगड घालण्यासाठी असे प्रोग्रॅम उपयोगी पडतात. मानवी डोळ्याला न समजणारे आकृतीबंध प्रोग्रॅमना सहज समजतात.

मी हे चार्लीला सांगितल्यावर त्याने विचारले, "कसला आकृतीबंध? तिथं वाळवंटात वाळू आणि निवडुंगाखेरीज आहे काय?"

"पावलांच्या खुणा" मे म्हणाली.

"काय म्हणालीस? म्हणजे आपल्या पावलांच्या खुणा की काय? ×××... मे, पण पंधरा मिनिटे वाळू उडत असताना पावलांचे ठसे शिल्लक कसे राहतील?"

तो थवा दहापंधरा सेकंद जागच्याजागी श्वासोश्वास करत असल्याप्रमाणे स्पंदन करत उभा होता. त्याचा रंग जवळपास गडद काळा झालेला होता. त्यानंतर अचानक तो थवा हलला. पण इमारतीकडे किंवा आमच्याकडे न येता तो पॉवर स्टेशनच्या इमारतीकडे गेला आणि तिथल्या दारापाशी घोंघावत स्थिर झाला."

"ह्याचा अर्थ काय असावा?" चार्लीने विचारले.

मला तो कळला होता. मेला देखील तो समजला होता. ती म्हणाली, "त्यानं आपला उलट्या दिशेने माग काढला आहे."

पुढची काही मिनिटे अत्यंत ताणाची होती. थवा आता परत आम्ही जसे चालत सशापाशी गेलो होते तसाच सशापाशी गेला आणि मग काही सेकंद थांबून पुन्हा पॉवर स्टेशनच्या दरवाज्यापाशी येऊन थबकला. अशा तीन फेऱ्या त्याने केल्या.

"प्रोग्रॅम पुन:पुन्हा तेच करतोय. बहुधा चक्रात फसला असावा." चार्ली म्हणाला.

"तसं असेल तर आपण सुदैवी ठरू." मी म्हणालो. मी पाहत होतो की थव्याच्या वर्तनात काही बदल होतोय का. पण अजूनतरी तसा फरक दिसत नव्हता. जर त्याची स्मृती कमी आकाराची असेल तर त्याची वागणूक आपण हे पूर्वी केलेय हे न आठवणाऱ्या एखाद्या अल्झायमर्स रुग्णासारखी होणार होती. थवा आता सशाभोवती पुन:पुन्हा अर्धगोलाकारात फेऱ्या मारू लागला होता.

"नक्कीच प्रोग्रॅम चक्रात फसलाय." चार्ली म्हणाला.

मी पाहत होतो. ह्या लोकांनी प्रोग्रॅममध्ये केलेले सगळे फेरबदल नीट पाहायला मला पुरेसा वेळ मिळाला नव्हता. पण मूळच्या प्रोग्रॅममध्ये नेमक्या अशा परिस्थितीतून बाहेर पडण्यासाठी व्यवस्था करण्यात आलेली होती. हे पूर्णपणे विस्कळित स्वैर वर्तन होते. जेव्हा आपले ध्येय गाठण्यात प्रेड-प्रे अपयशी ठरायचा तेव्हा स्वैर वर्तन सुरू व्हायचे. आता मानसशास्त्रज्ञही हे मानतात की नवनिर्मितीसाठी काही प्रमाणात स्वैर वर्तन आवश्यकच असते. अनेक दिशांनी प्रयत्न करत राहताना अचानक योग्य उपाय सुचू शकतो.

थवा आता मोठ्या वर्तुळात फेऱ्या मारत असताना अचानक वेगळ्या दिशेला वळला. क्षणभर थबकला. वरच्या दिशेने गेला आणि सरळ आमच्या दिशेने येऊ लागला.

मे आणि चार्ली खिडकीतून बाहेर पाहण्यासाठी तिकडे धावले. सिंकपाशी उभे असलेले रोझी आणि डेव्हिड त्यांच्यासमोरच्या खिडकीतून बाहेर बघू लागले मी ओरडलो, "नाही! ... नाही!...खिडक्यांपासून दूर व्हा."

"काय?"

"त्यांना चांगलं दिसतं... हे लक्षात येतंय ना? खिडकीपासून मागे व्हा."

त्या ठिकाणी लपण्यासाठी तशी फार चांगली जागा नव्हती. रोझी आणि

डेव्हिड सिंकच्या खालच्या जागेत सरपटत गेले. त्यांच्या विरोधाला न जुमानता चार्ली त्यांच्या पलीकडे घुसला. दोन शेल्फांच्या मधल्या पोकळीत मे शिरून सावलीत लपून बसली. ती जराश्या प्रयत्नानंतरच पश्चिमेकडच्या खिडकीतून दिसू शकली असती.

रेडिओची खरखर सुरू झाली. "...एक तुमच्या दिशेने येतोय...आणि ...नाही... आणखी दोन त्याला सामील झालेत..."

"रिकी...रेडिओ बंद कर!" मी म्हणालो.

"काय?"

"रेडिओवरून संपर्क बंद कर ताबडतोब!"

"कशासाठी?"

"रिकी गप्प बस..."

मी गुडघ्यांवर बसत पुठ्ठ्यांच्या दोन खोक्यांमागे सरपटत गेलो. मी पूर्णपणे लपू शकत नसलो तरी मे प्रमाणे मी सहजासहजी दृष्टीस पडू शकत नव्हतो. फारफार तर उत्तरेकडच्या खिडकीतून तिरक्या कोनात पाहिले तरच मी दिसलो असतो. अर्थात मला ह्याखेरीज आणखी काही करणे शक्यच नव्हते.

दहा-पंधरा सेकंद उलटले. उत्तरेकडच्या खिडकीतून येणाऱ्या उन्हामुळे खाली जमिनीवर झगझगीत चौकोन तयार झालेला होता.

हेडसेटमधून पुन्हा खरखर सुरू झाली, "संपर्क का नको?"

"××× कारण..." चार्लीने शिवी हासडली.

मी ओठावर बोट ठेऊन इशारा केला. मी माझ्या पट्ट्यामधून रेडिओ ट्रान्समीटर काढून बंद केला. इतरांना ती खूण बरोबर कळली होती. त्यांनीही त्यांचे ट्रान्समीटर बंद केले.

चार्ली काहीतरी म्हणाला. मला ते ऐकू आले नाही. पण 'हा रिकी आपल्याला ठार करणार बहुधा' असे तो म्हणाला असावा.

फार फार तर दोनतीनच मिनिटे गेली असली तरी मला मात्र युगे लोटल्याप्रमाणे वाटत होते. माझे गुडघे दुखू लागले होते. मी त्यातल्यात्यात थोडी हालचाल करून नीट बसण्याचा प्रयत्न केला. थवा आता अगदी जवळ आहे हे मला जाणवत होते. पण अजून तो खिडकीपाशी आला नव्हता. एवढा वेळ का लागावा? मी विचार करत असताना जमिनीवर पडलेला प्रकाशाचा चौकोन करड्या रंगाचा झाला.

थवा तिथे आलेला होता. सिंकखाली बसलेला डेव्हिड कण्हला. चार्लीने त्याच्या तोंडावर हात दाबून धरला. सर्वजण वरच्या दिशेने त्यांना दिसत नसले तरी खिडकीकडे पाहू लागले.

पुन्हा एकदा प्रकाशाचा चौकोन स्वच्छ झाला होता.

आम्ही सर्वजण स्तब्ध बसून पाहत होतो.

काही क्षणांनंतर पश्चिमेकडची खिडकी काळी झाली.

मी विचार करत होतो की खिडकीच्या फटींमधून सहज आत शिरू शकत असूनही ते नॅनोकण आत का येत नव्हते. कदाचित ह्या बाबतीत त्या जाळ्याने मिळवलेले ज्ञान आमच्या फायद्याचे ठरणार होते. त्या थव्यांना असा अनुभव असावा की दारेखिडक्या ही हवाबंद असल्याने त्यात शिरता येत नाही. म्हणून कदाचित थवे प्रयत्न करत नसावेत.

आता पश्चिमेकडून खिडकी गडद असतानाच उत्तरेकडची खिडकी काळवंडली. आता दोन थवे एकाचवेळी शोध घेत होते. रिकी म्हणाला होता की तीन थवे आहेत. तिसरा थवा काय करत असावा हा विचार माझ्या मनात आला असतानाच पश्चिमेकडच्या दाराखालच्या फटीमधून आवाज न करता नॅनोकण खोलीत येऊ लागले असल्याची जाणीव मला झाली. आत आल्यानंतर कण इतस्तत: फिरत होते. पण काही वेळाने त्यांच्यात स्वसंघटनाच्या गुणधर्मामुळे रचना निर्माण होणार आहे हे मला माहिती होते.

आता उत्तरेकडच्या खिडकीला असणाऱ्या फटींमधून नॅनोकण वेगाने आत येऊ लागले होते. त्याचवेळी छतापाशी असणाऱ्या एअरकंडिशनरच्या हवेसाठी ठेवलेल्या झडपांमधून कण खाली येऊ लागलेले दिसले.

आता आणखी थांबण्यात काही अर्थ नव्हता. मी माझ्या लपण्याच्या जागेतून बाहेर येतायेता ओरडलो, ''दोन ओळीत उभे राहा!''

आम्ही एकमेकांना अगदी चिकटून पक्ष्यांच्या थव्याप्रमाणे जास्तीत-जास्त सुसूत्र हालचाली करण्याचा प्रयत्न करत होतो. माझ्या कानातून आणि छातीतून धाडधाड आवाज येत होते. आम्ही एका लयीत हालचाल करत भिंतीपाशी आलो. मी प्रत्येक पावलाच्या तालावर हात हलवायला आणि टाळी द्यायला सुरुवात केली. आम्ही आमच्या मनातल्या भीतीचा सामना करत जास्तीत-जास्त शिस्तीत हालचाल करत होतो. त्यावेळी कोणालाही आमची ती कवायत नक्कीच विनोदी वाटण्यासारखी होती. मे नंतर त्याबद्दल बोलताना ती 'नरकातली

कवायत' होती असे म्हणाली.

खोलीत शिरणाऱ्या नॅनोकणांमुळे आता धुरकटल्यासारखे झाले होते. हिस्स्हिस्स् आवाज करत कण आत येतच होते. अचानक खोली एकदम स्वच्छ झाली. आता आमच्या समोर नॅनोकणांचे दोन स्तंभ उभे ठाकले होते. ते सतत लाटेप्रमाणे वरखाली होत होते. त्याक्षणी त्यांचे रूप अत्यंत भीषण होते. त्यांच्यामध्ये थप्थप् असा ठेक्यासारखा आवाज होताच. पण अधूनमधून मला चवताळलेल्या सापासारखे फुत्कारही टाकल्याचा आवाज ऐकू येत होता.

पण त्या थव्यांनी आमच्यावर अद्याप हल्ला केलेला नव्हता. बहुधा प्रोग्रॅममधल्या त्रुटींचा फायदा आम्हाला होत असावा. जरी थवे जागच्याजागी स्थिर असले तरी किती वेळ ते तसेच राहतील याची मला खात्री वाटत नव्हती.

टाळ्या वाजवत जात असताना मी म्हणालो की 'आपण मागच्या दारानं बाहेर पडायचा प्रयत्न करू.' हे म्हणल्यानंतर आम्ही भिंतीजवळून मागे वळलो होतो. "दारातून बाहेर गेल्यावर पुढे काय?" डेव्हिड कण्हत म्हणाला. त्याला आमच्याबरोबर सूसूत्र हालचाल करणे अवघड जात होते. तो घामाने डबडबलेला होता. प्रचंड भेदरल्यामुळे तो मध्येच अडखळत होता.

"आपण असेच एकसंघपणे हालचाल करत बाहेर पडून लॅबकडे जाऊ आणि आत शिरू...आपण हा प्रयत्न करून पाहायचा का?" मी म्हणालो.

"ओह जीझस!..." डेव्हिड हुंदका दिल्याप्रमाणे म्हणाला, "तितक्या दूरपर्यंत.... मला वाटत नाही की..." तो पुन्हा अडखळला. तो आमच्या बरोबरीने टाळ्या वाजवत नव्हता. त्याला बहुधा तिथून तत्काळ निघून जायचे होते. मी हे ओळखून त्याला म्हणालो, "डेव्हिड ....आमच्याबरोबर राहा...तू एकटा निघालास तर पोहोचू शकणार नाहीस...तू ऐकतो आहेस ना?"

डेव्हिडने कण्हल्यासारखा आवाज केला. "जॅक...कोणास ठाऊक...पण ..." तो पुन्हा धडपडला आणि रोझीवर आदळला. ती तोल जाऊन चार्लीच्या अंगावर पडली. पण त्याने चट्कन तिला सावरून घेतले. पण क्षणभरासाठी का होईना आमच्या कळपाची हालचाल बेशिस्त झाली होती.

अचानक थवे गडद काळे झाले आणि एकदम घट्ट झाले. जणू ते उडी मारण्यासाठी दबा धरून बसले असावेत अशी त्यांची हालचाल होती. मला वाटले की आता खेळ खलास. पण क्षणानंतर लगेचच आमची लय आम्हाला पुन्हा सापडली. त्याचक्षणी थवे पुन्हा पहिल्यासारखे झालेले दिसले. त्यांचे लयबद्ध स्पंदन सुरू झाले.

आम्ही आता पाठीमागच्या दाराजवळ साधारण वीस फूट अंतरावर आलो

होतो. मला त्याक्षणी पहिल्यांदा आपण ह्यातून निसटू अशी आशा वाटू लागली आणि नेमक्या त्याक्षणी सारे काही उलटेपालटे होऊन गेले.

डेव्हिड ब्रूक्सने जागा सोडून दाराकडे धाव घेतली होती. त्याचक्षणी थवे गर्रक्न वळले आणि डेव्हिडच्या मागे लागले.

रोझी तारस्वरात किंचाळत डेव्हिडला मागे फिर म्हणून सांगत होती. पण त्याचे सारे लक्ष दाराकडे होते. डेव्हिड धावत दारापाशी पोहोचला होता आणि तो दार उघडण्यासाठी मुठीला हात लावत असतानाच पाठलाग करणारा थवा अचानक वेगाने त्याच्या खालून जमिनीलगत पुढे गेलेला दिसला. त्या थव्याने खाली पसरून जमीन काळी केलेली दिसली.

डेव्हिडचा पाय त्या काळ्या पृष्ठभागावर पडताच तो सटकला आणि तो घसरून काँक्रिटच्या कठीण पृष्ठभागावर आडवा पडला. वेदनेने चित्कारत त्याने उठून बसण्याचा प्रयत्न केला पण त्याला उठताच आले नाही. तो लगेच घसरून पुन्हा उताणा पडला होता.

डेव्हिडचा चष्मा उडून दूर पडला होता.

रोझी किंचाळत असतानाच दुसरा थवा डेव्हिडच्या अंगावर झेपावला. त्याच्या चेहेऱ्यावर, केसांमध्ये आणि अंगावर काळे पांघरुण टाकल्यासारखे झाले. एखाद्या प्राण्याप्रमाणे त्याच्या तोंडातून घुसमटलेले चित्कार बाहेर पडू लागले. तशाही परिस्थितीत डेव्हिडने अखेर जोर लावून उठून बसण्यात यश मिळवले. हातापायांवर सरकत त्याने दरवाज्याकडे जात मूठ फिरवली आणि दाराला धडक मारली. दार उघडताच डेव्हिड खाली पडला. त्याचवेळी शेडमध्ये बाहेरचा प्रकाश आत आला आणि त्याचबरोबर तिसरा थवा घोंघावत आत शिरला.

रोझी किंचाळत होती, "आपण काहीतरी करायला पाहिजे...काहीतरी करायला हवं..." मी तिला धरून ठेवले होते.

"आपण काहीच करू शकत नाही."

"त्याला मदत करायला हवी...मदत करायलाच हवी..."

"रोझी, आपण काहीही करू शकत नाही."

डेव्हिड आता तडफडत होता. त्याचे सगळे शरीर काळ्या रंगाने माखून निघाले होते. तिसऱ्या थव्यानेही आता डेव्हिडला पूर्णपणे लपेटून टाकल्याने नीट दिसत नव्हते. पण डेव्हिड तडफडत पाय झाडू लागलेला दिसला.

"चल...जॅक...आपण इथून बाहेर पडू." चार्ली म्हणाला.

"आपण त्याला सोडून जाऊ शकत नाही.... जाऊ शकत नाही.." रोझी

किंचाळत होती. रोझीने निसटून जाण्याचा प्रयत्न केला. चार्लीने तिचा खांदा धरला. त्यावर रोझीने जोर लावून त्याची पकड ढिली केली. ''×××'' शिवी हासडत ती आमच्या पकडीतून निसटून ती डेव्हिडकडे धावली, ''डेव्हिड...डेव्हिड!''

डेव्हिडने आपला काळा पडलेला हात तिच्या दिशेने पुढे केला. रोझीने तो धरला आणि त्याचवेळी ती घसरून पडली. ती खोकू लागली तरी त्याचे नाव ती घेत होती. तिच्या ओठांभोवती काळे वर्तुळ उमटले.

''चला...निघा इथून...मला पाहवत नाही.'' चार्ली म्हणाला.

मी जागच्याजागी खिळून बसलो होतो. मी मेकडे पाहिले. तिच्या गालावर अश्रू ओघळत होते. ''चला.''

रोझीने आता डेव्हिडला आपल्या छातीशी धरले होते. पण आता डेव्हिडच्या शरीराची हालचाल होत नसावी. मी अजूनही जागचा हलू शकत नव्हतो.

''ह्यात तुझी काहीही चूक नाही जॅक...चल.'' चार्ली म्हणाला आणि त्याने माझ्या पट्ट्याला अडकवलेला रेडिओ सुरू केला. ''चला!''

चार्लीचे म्हणणे बरोबर आहे हे मला कळत होते.

मी दरवाजाकडे वळलो आणि मग आम्ही तिघे वेगाने बाहेर पडलो.

❑

सहावा दिवस
दुपारी ४ वाजून १२ मिनिटे

पन्हाळीदार पत्रे लावलेल्या त्या शेडमधली हवा फार गरम होती. गाड्यांची रांग आम्ही होतो तिथपासून सुरू होत होती. छपराजवळ मला व्हिडिओ कॅमेऱ्याची मोटार सुरू होत असल्याचा आवाज ऐकू आला. रिकीने आम्हाला बाहेर येताना पाहिले असणार. माझ्या हेडसेटमध्ये रिकीचा आवाज आला, "तिथं काय चाललंय नेमकं?"

"फार चांगलं नाही." मी म्हणालो.

शेडच्या सावली पलीकडे पडलेले ऊन अजूनही चांगले प्रखर वाटत होते.

"बाकीचे कुठं आहेत?" रिकीने विचारले, "सर्वजण ठीक आहात ना?"

"नाही. सर्वजण नाहीत."

"काय झालं ते—"

"आत्ता नाही. नंतर सांगतो." मी म्हणालो. आता आठवते आहे की त्यावेळी आम्ही सगळेजणच सुन्न होऊन गेलो होतो. त्या क्षणी आम्हाला फक्त तिथून सुरक्षित बाहेर पडण्यासाठी काहीतरी करणे एवढीच जाणीव होत होती.

मुख्य इमारत आमच्या उजव्या हाताला शंभर यार्डांवर होती. आम्ही पॉवर स्टेशनच्या दरवाजापाशी तीस-चाळीस सेकंदात पोहचू शकत होतो. आता अर्ध्या मिनिटात आपण सुरक्षित जागी पोहोचणार आहोत हे विचार आमच्या सर्वांच्या मनात घोळत होते. रिकी अजून काहीतरी बोलत होता. पण आमचे कोणाचेच लक्ष नव्हते.

आणि आम्ही चौथा थवा आहे हे विसरून गेलो होतो.

"ओह ×××!" चार्ली म्हणाला.

चौथा थवा लॅबच्या इमारतीच्या बाजूने पुढे येऊन सरळ आमच्याच दिशेने येत होता. आम्ही सगळे गोंधळून उभे राहिलो, "आता काय करायचं? कळप बनवायचा का?" मे म्हणाली.

"नाही." मी मान हलवत म्हणालो, "आपण आता तिघंच आहोत. शिकाऱ्याला गोंधळात पाडण्यासाठी आपण पुरेसे ठरणार नाही. मला आणखी काही उपायही सुचेना. शिकारी-सावज ह्यांच्याबाबतीत मी वाचलेल्या संशोधनाचे निष्कर्ष माझ्या मनात पिंगा घालू लागले होते. लष्करी मुंग्या असो की सेरेनगेटीमधले

सिंह असोत ह्या सर्वांचे निष्कर्ष स्पष्ट हे सांगत होते, की सावजांना लपायला जागा मिळाली नाही तर त्या सर्वांची शिकार केल्यानंतरच शिकारी थांबतात. एखादी जमिनीखालची गुहा, झाडामधली पोकळी किंवा खोल पाणी असणारी नदी ह्या सगळ्यांचा उपयोग लपण्याच्या जागा म्हणून केला जातो. जर सावजांना अशी लपण्याची जागा मिळाली तर ते वाचतात. अन्यथा शिकारी सर्वांचा चट्टामट्टा करतात.

"मला वाटतं आपली ××× मारली." चार्ली म्हणाला.

आम्हाला लपण्यासाठी जागा हवी होती. थवा आता आमच्या अगदी जवळ येऊन ठेपला होता. मला त्वचेवर सुया टोचल्यासारखे वाटू लागले होते. मी सगळीकडे नजर टाकली. काही क्षणात आम्हाला लपायची जागा मिळाली तरच काही बचाव होणार होता. मला गाड्या सोडून तिथं आणखी काही दिसेना.

"गाड्या बंद आहेत का?"

"नाही. त्यांना कुलपं नसावीत." हेडसेटमधून आवाज आला.

आम्ही वळलो आणि पळू लागलो.

सगळ्यात पहिली गाडी निळ्या रंगाची फोर्ड सेडन होती. मी पुढे होत ड्रायव्हरच्या बाजूचे दार उघडले. मेने पलीकडे जाऊन दार उघडले. थवा आमच्या अगदी पाठीवरच होता. आम्ही दोघांनी आत शिरून दारे बंद करून घेतली. हातात विडेंक्स बाटली धरलेला चार्ली मागचे दार उघडण्याचा प्रयत्न करू लागला. पण ते बंद होते. मे मागचे दार उघडण्यासाठी वळली होती, पण दरम्यान चार्ली पुढच्या गाडीपाशी गेलेला होता. ती लँड क्रूझर होती. चार्ली त्यात शिरला. त्याने धाडक्न दार बंद करून घेतले.

"ओ! ×××× हवा फार गरम आहे." चार्ली म्हणाला.

"खरं आहे." मी उत्तर दिले. गाडीच्या आत एखाद्या भट्टीत बसल्यासारखे वाटत होते. मे आणि मी दोघेही घामाने निथळत होतो. थवा आता पुढच्या काचेपाशी स्पंदन करत उभा होता.

हेडसेटमधून घाबरलेल्या रिकीचा आवाज आला, "लोकहो! ...कुठं आहात तुम्ही?"

"गाड्यांमध्ये."

"कोणत्या?"

"ही ××× गोष्ट समजून काय फरक पडणार आहे?" चार्ली म्हणाला, "आम्ही दोन ××× गाड्यांमध्ये आहोत."

थवा आता आमच्या गाडीजवळून निघून गेला. चार्लीच्या गाडीजवळ जाऊन थवा खिडक्यांमधून आत शिरायचा प्रयत्न करू लागला. चार्ली हसला, "ही काही शेड नाही...गाड्या हवाबंद आहेत. तेव्हा थव्यांची ××× मारा."

"पण हवेच्या झडपांचं काय?"

"मी बंद करून घेतल्या आहेत."

"पण त्या हवाबंद होत नाहीत. होय ना?"

"होय. ते बरोबर आहे. पण ते समजण्यासाठी कोणालाही बॉनेटच्या खाली जाऊन पाहावं लागेल किंवा मागच्या डिकीपाशी खाली बघावं लागेल. मला नाही वाटत ह्या ठोंब्या गोळ्याला ते कळेल." आमच्या गाडीत मे हवेसाठीच्या झडपा भराभरा बंद करत होती.

हेडसेटमधून रिकीचा आवाज आला, "तुम्हाला भेटायला आणखी आलेत पाहा."

मी वळून पाहिले. शेडपासून आणखी दोन थवे आमच्याच दिशेने येत होते. काही क्षणातच ते आमच्या गाडीच्या सर्व बाजूंनी पसरले. मला आम्ही धुळीच्या वादळात सापडल्याचा भास झाला. मी मेकडे नजर टाकली. ती दगडी चेहेऱ्याने ताठ बसून नुसती एकटक पाहत होती.

त्या दोन नवीन थव्यांनी गाडीभोवती फेरी पूर्ण केली आणि मग एक थवा मेच्या बाजूला दारापाशी येऊन थबकला. चंदेरी रंगाच्या त्या थव्यात स्पंदन होत होते. दुसरा थवा पुढच्या बॉनेटवर मागेपुढे होत होता. तो वेगाने पुढे सरकून काचेवर पसरायचा. मग पुन्हा मागे तयार होत काही क्षण थांबायचा, आणि पुन्हा आणखी मागून पुढे येत काचेवर पसरत होता. माझ्या लक्षात आले की प्रत्येकवेळी तो अधिकाधिक मागून पुढे धावत आल्यासारखी हालचाल करत होता. काही वेळात तो पुढच्या जाळीपाशी जाईल आणि मग त्याला हवेच्या झडपांचे तोंड सापडायला वेळ लागणार नाही. मग सगळाच खेळ संपून जाईल.

मे सीटमधल्या जागेत असणाऱ्या कप्प्यामध्ये काय आहे ते पाहत होती. तिच्या हाताला एक टेप लागली. ती म्हणाली, "ही टेप लावून आपण ती तोंडं बंद केली तर —"

मी मान हलवली, "त्याचा काही उपयोग होणार नाही. हे नॅनोकण आहेत. ते त्या टेपमधून सहज आत शिरू शकतील."

"मग आपण नुसतं पाहत बसायचं?"

"खरं सांगायचं तर, होय."

हेडसेटमधून बॉबीचा आवाज आला, "वाऱ्याचा वेग पुन्हा वाढला आहे... सहा नॉट."

मला वाटले की बॉबी आम्हाला धीर देण्यासाठी हे बोलतोय. कारण सहा नॉट हा वेग पुरेसा नव्हता हे उघड दिसत होते. तेवढ्या वाऱ्यात माझ्या समोरचे थवे अगदी विनासायास हालचाल करताना दिसत होते.

चार्लीने मला विचारले, "जॅक....माझ्या इथला ठोंब्या कुठं गेला ते कळत नाही...काय करतोय तो?"

मी चार्ली होता त्या गाडीकडे पाहिले. तिसरा थवा त्याच्या पुढच्या चाकांच्या मधल्या पोकळीत शिरला होता. घोंघावत तो थवा चाकांच्या मधल्या जागेतून आत-बाहेर करत होता.

"चार्ली, तुझ्या गाडीची चाकं तपासतोय."

"अं..."चार्ली म्हणाला. त्याच्या स्वरात काळजी होती. कारणही तसेच होते. जर थव्याने गाडी नीट तपासली तर त्याला आत शिरण्यासाठी जागा सहज सापडणार होती, "खरा प्रश्न असा आहे की त्यांच्यातला स्वसंघटनाचा घटक कितपत मोठा आहे?"

"होय." मी म्हणालो.

"साध्या भाषेत सांगणार का..." मे म्हणाली.

मी समजावून सांगितले की ह्या थव्यांमध्ये कोणीही नेतृत्त्व करत नाही. तसेच त्यांच्यात मध्यवर्ती बुद्धिमत्ता केंद्रही नाही. त्यांची बुद्धिमत्ता ही सर्व नॅनोकणांच्या बुद्धिमत्तेची बेरीज ह्या स्वरुपात आहे. हे नॅनोकण आपोआप थव्यांच्या स्वरुपात संघटित होतात. ह्या गुणधर्मामुळे काही अनपेक्षित गोष्टी घडू शकतात. ते पुढे काय करतील ते आपण सांगू शकत नाही. आत्ताप्रमाणे ते काहीही करण्यात अयशस्वी होतील किंवा कदाचित त्यांना निराळी वाट योगायोगाने सापडेल. तसे झाले तर ते सूत्रबद्ध रितीने शोधायला सुरवात देखील करू शकतात. अजून तरी त्यांनी तसे केलेले दिसत नव्हते.

मी घामाने निथळत होतो. मी मेकडे पाहिले. ती देखील घामाघूम झालेली दिसली.

रिकीचा आवाज हेडसेटमधून आला, "...जॅक"

"काय?"

"ज्युलिआचा फोन आला होता. ती हॉस्पिटलमधून बाहेर पडलीय आणि—"

"आत्ता सांगू नकोस रिकी."

"ती आज रात्री इथं येणार आहे."

"आपण ह्या विषयावर नंतर बोलू."

"मी तुझ्या कानावर हे घालण्याचं काम केलंय..."

"जीझस!" चार्ली म्हणाला, "ह्या ××× माणसाला कोणीतरी गप्प करायला हवं. त्याला कळत नाही का..."

बॉबी म्हणाला, "आठ नॉट...नाही....माफ करा- सातच नॉट आहे वेग."

चार्ली म्हणाला, "माझ्या इथला थवा काय करतोय? वाट पाहूनच मी मरणार आता..."

"गाडीच्या खाली आहे...पाहू या काय करतोय तो ....नाही....थांब जरा. तो थवा गाडीची मागची बाजू तपासतोय बहुतेक."

मी चार्लीच्या गाडीपाशी असणाऱ्या थव्याकडे पाहत असतानाच मे म्हणाली, "जॅक...पाहा!"

मेच्या बाजूला असणाऱ्या खिडकीबाहेरच्या थव्याचा रंग आता बदलला होता. तो संपूर्ण चकचकीत चंदेरी रंगाचा दिसत होता आणि त्या चंदेरी पृष्ठभागावर मला मेच्या डोक्याचा आकार दिसला. ती प्रतिमा अगदी स्पष्ट होती.

"हा आरसा असावा त्याप्रमाणे..."

"नाही." मे म्हणाली, "तसं नाही." मेने माझ्याकडे पाहिले. ती वळली असली तरी थव्याच्या गोलाकारावरची तिची प्रतिमा अजिबात बदललेली नव्हती. तिचा चेहेरा माझ्याकडे टक लावून पाहात होता. एकदोन क्षण उलटल्यावर ही प्रतिमा विरून गेली. आता त्या जागी मेच्या डोक्याचा मागचा भाग दिसू लागला होता.

"ह्याचा अर्थ काय?"

"माझ्या नीट लक्षात येतं आहे की..."

पुढच्या बाजूचा थवादेखील असेच करताना मला दिसला. फरक एवढाच होता की त्याच्या पृष्ठभागावर आम्ही दोघे गाडीत बसलेलो आहोत असे दृश्य दिसत होते. आम्ही दोघे घाबरलेले आहोत हे देखील स्पष्ट कळत होते. प्रतिमा काहीशी धूसर वाटत होती खरी. पण माझ्या हे लक्षात आले की थवा आरश्याप्रमाणे काम करत नव्हता. तो स्वत: अशी प्रतिमा बनवत होता. ह्याचा अर्थ त्यांच्यामध्ये नेमक्या जागी नेमके कण—

"हे लक्षण चांगलं नाही." चार्ली म्हणाला.

"होय. ते नवनवीन गोष्टी करताना दिसत आहेत."

"तुला काय वाटतं....हा पूर्वनियोजनाचा परिणाम असावा?"

"होय, मला वाटतंय की नक्कल करत आहेत." मी म्हणालो.

मे काहीच न समजल्याने मान हलवत राहिली.

"विशिष्ट ध्येय गाठण्यासाठी प्रोग्रॅममध्ये पूर्वनियोजन केलेले होते. त्यात खऱ्या भक्षकांच्या वर्तनशैलीचे प्रारूप वापरलेले होते. त्यावरून प्रोग्रॅममध्ये पूर्वनियोजित व्यूहरचना केलेल्या होत्या. एक व्यूहरचना अशी होती की जागच्याजागी स्तब्ध उभे राहायचे आणि हल्ला चढवण्यासाठी योग्य संधी येईपर्यंत वाट पाहायची. दुसरी व्यूहरचना अशी असते की स्वैरपणे हालचाली करत जाताना योगायोगाने भक्ष्य हातात सापडते. मग त्याचा पाठलाग करायचा. ज्या पर्यावरणात शिकारी आहे त्यामधल्या एखाद्या घटकाप्रमाणे रंगरूप भासवून लपायचे हा तिसरा मार्ग शिकारी अवलंबतात. चौथा मार्ग आहे की आपल्या सावजाच्या वर्तनाची नक्कल करायची."

"ही तशा प्रकारची नक्कल आहे असं तुला वाटतं?" मेने विचारले.

"होय. हा नक्कल करण्यासारखाच एक प्रकार आहे." मी म्हणालो.

"थवे आपल्यासारखे दिसण्याचा प्रयत्न करत आहेत?"

"होय."

"आणि हे नव्यानं उद्‌भवलेलं वर्तन आहे की काय?"

"होय."

"हे चांगलं लक्षण नाही." चार्ली चिंताक्रांत होत म्हणाला.

गाडीत बसलेलो असताना मला राग येऊ लागला होता. कारण त्या थव्यांच्या मधल्या नॅनोकणांबद्दल मला संपूर्ण माहिती देण्यात आली नव्हती. मला सांगण्यात आले होते की ऊर्जासाधन म्हणून बसवलेली पाईझो चकती प्रकाश परावर्तित करते. म्हणूनच मधूनमधून थवा चंदेरी रंगाने चमकतो. ह्याचे काही आश्चर्य वाटत नव्हते. पण हा चमकणारा भाग स्वैर स्वरूपाचा असणे गरजेचे होते. पण आता थवा निराळेच वर्तन दाखवू लागला होता. थव्यामध्ये दिसणारी प्रतिमा निव्वळ पांढऱ्या रंगाची नव्हती तर रंगीत होती. हे समजायला कठीण होते. साध्या नॅनोकणांना असे रंग निर्माण करण्यासाठी लोलकाप्रमाणे विशिष्ट कोन साधणे जरूरी होते आणि ती रचना फारच अत्युच्च दर्जाची होती. तेव्हा ह्या कणांकडे रंग निर्माण करण्याची दुसरी कोणतीतरी पद्धत असावी हे

अनुमान तर्कशुद्ध होते. त्याचा स्पष्ट अर्थ असा होता की त्या नॅनोकणांबद्दल सगळी माहिती मला देण्यात आली नव्हती. रिकी माझ्याशी पुन्हा खोटे बोलला होता.

रिकीच्या बाबतीत काहीतरी बिघडले आहे हे मला अगोदर समजले होते. पण आता मागे वळून पाहताना मला वाटते की माझीच चूक होती. ते थवे कमालीच्या वेगाने उत्क्रांत होत आहेत ही गोष्ट मला तेव्हा समजायला हवी होती. माझा सामना कोणाशी आहे हे मला कळले नव्हते. शेडमध्ये जे काही घडले त्याचा नेमका अर्थ मला कळणे आवश्यक होते. त्या थव्यांनी दरवाज्यापाशी जमीन मुद्दाम निसरडी करून टाकली होती. हे वर्तन अतिशय नवीन होते. मुंग्यांमध्ये अशाप्रकारचे सामूहिक वर्तन आढळते. मला हे माहिती असूनही माझ्या मनाची थव्यांच्या वर्तनाशी त्याची सांगड घालायची तयारी नव्हती.

"जॅक..." मेने माझा खांदा हलवला आणि चार्ली होता त्या गाडीकडे बोट दाखवले. तिचा चेहेरा अत्यंत गंभीर होता.

चार्लीच्या गाडीच्या मागच्या बाजूला असणाऱ्या थव्याने आता एखाद्या लांब रेषेसारखे रूप धारण केले होते. ही रेषा गाडीच्या दिशेने वळून लाल रंगाचे प्लॅस्टिक आणि धातू ह्यांच्यामधल्या फटीतून दिसेनाशी झाली होती.

"चार्ली...मला वाटतं...त्याला आत शिरायची वाट सापडली आहे."

"होय...मी पाहिलंय...×××"

चार्ली मागच्या सीटवर धडपडत येताना दिसला. अगोदरच कण गाडीत शिरू लागले होते. बघता बघता आत करड्या रंगाचे धुके पसरल्याप्रमाणे वाटले. चार्ली खोकला. तो काय करतोय हे आता मला दिसत नव्हते. तो पुन्हा खोकला.

"चार्ली?"

चार्लीने उत्तर दिले नाही. पण त्याने शिवी हासडली असावी हे माझ्या लक्षात आले.

"चार्ली तू बाहेर पड..."

"××××" चार्लीने एक इरसाल शिवी त्या कणांना दिली. नंतर काहीतरी चमत्कारिक आवाज आला. मेने त्याचा अर्थ न कळून माझ्याकडे पाहिले.

"चार्ली?"

"मी...मी ह्या ××× कणांवर फवारा मारतोय...ते ओले झाले की काय करतात ते पाहू या."

"तू त्यांच्यावर किरणोत्सर्गी फवारा मारतो आहेस का?" मेने विचारले.

पण चार्लीने काहीही उत्तर दिले नाही. काही क्षणांनंतर चार्ली पुन्हा खिडकीत दिसला. तो हातातल्या विंडेक्स बाटलीतून सगळीकडे फवारे मारत होता. काचेवरही काही ओघळ आलेले दिसले. आता आणखी कण आत शिरत असल्याने आम्हाला काहीच दिसत नव्हते. मध्येच एकदा काळ्या ढगातून चार्लीचा हात बाहेर आला आणि काचेवर एकदा आपटून पुन्हा दिसेनासा झाला.

चार्ली खोकत होता. हा खोकला कोरडा होता.

"चार्ली...बाहेर पडून पळ काढ."

"ओह...××× त्याचा काय उपयोग?"

बॉबी रेडिओवरून सांगत होता. "वाऱ्याचा वेग दहा नॉट आहे...पळ."

दहा नॉट हा वेग पुरेसा नसला तरी अगदीच काही नसण्यापेक्षा ठीक होता. "चार्ली...ऐकू येतंय का?"

आम्हाला चार्लीचे शब्द ऐकू आले, "होय ....मी...मी पाहतोय...पण हे ××× हॅन्डल कुठंय...कोणास ठाऊक."

रेडिओमधून अनेक आवाज एकदम ऐकू आले. बॉबी म्हणाला. "चार्ली त्या टोयोटामध्ये आहे....ती गाडी कुणाची आहे?"

"ते कळलं तर हॅन्डल कुठे आहे ते सांगता येईल."

"विंस? ती गाडी कुणाची आहे?"

विंस म्हणाला, "नाही माझी नाही...ती त्या अधू डोळ्यांच्या इंजिनियरची आहे...तो सतत डोळे मिचकावतो तो..."

"कोण?"

"डेव्हिड ब्रूक्स?"

"होय."

रिकी म्हणाला, "ती गाडी डेव्हिडची आहे—"

"ते कळून काही उपयोग नाही —" मी म्हणालो. माझे वाक्य अर्धेच राहिले. कारण मे तिच्या सीटच्या मागच्या बाजूकडे बोट दाखवत होती. सीट कुशन आणि मागची धातूची बाजू यांच्यामधल्या फटीतून हिस्स्‌हिस्स्‌ आवाज करत नॅनोकण आत वेगाने शिरत होते. काळा धूर आल्यासारखा वाटत होता.

मी मागे नजर टाकली. मला त्या ठिकाणी एक ब्लँकेट दिसले. ते मेने देखील पाहिले असणार. कारण तिने त्याचक्षणी मागच्या बाजूला झेप टाकली

होती. हे करताना माझ्या डोक्यावर तिची लाथ बसली खरी, पण ब्लँकेट तिच्या हाताला लागले होते. माझा हेडसेट उडून खाली पडला होता.

मे ब्लँकेट त्या फटीवर दाबत होती. मी मदत करावी असे ती म्हणाली. मी कसाबसा मागच्या बाजूला दाटीवाटीने अंग मुडपून बसलो आणि मेला मदत करू लागलो. हे करतानाच मला डोळ्याच्या कोपऱ्यातून चार्लीच्या गाडीचे दार उघडलेले दिसले. त्यातून त्याचा संपूर्ण काळा झालेला पाय बाहेर आला होता. तो बहुधा बाहेर पडून काही उपयोग होईल का ते पाहात असणार. दरम्यान मी सुद्धा बाहेर पडायचा विचार केला होताच. कारण आमच्या गाडीतही आता हवा कुंद होऊ लागली होती. सगळ्या शरीरावर सुया टोचल्यासारख्या वेदना होत होत्या.

"मे...आपण पळू या इथून..."

मेने काहीच उत्तर दिले नाही. ती त्या फटीत निकराने ब्लँकेट खुपसत होती. आमच्याभोवती आता कणांची एवढी दाटी झाली होती की मला काहीच दिसत नव्हते. मी आणि मे सतत खोकत-ठसकत होतो. मला आता चक्करही येऊ लागली होती. आपण ह्या अवस्थेत फारफार तर एकदोन मिनिटांपेक्षा जगत नाही ह्याची स्पष्ट जाणीव मला झाली. मी हात हलवून खिडकीची काच स्वच्छ करण्याचा प्रयत्न करू लागलो.

सारे काही संपले असे वाटत असताना अचानक मला दिसले की समोर लॅबची इमारत आणि स्वच्छ सूर्यप्रकाश आहे. क्षणभर मी काय पाहातोय त्याचा अर्थ मला कळेना.

वाळू उडत होती.

"जीझस! वाळू उडत होती...."

"मे" मी खोकता खोकता म्हणालो, "दार...दार..."

मी धडपडत दार उघडू लागलो. मेने माझे शब्द ऐकले होते की नाही कोण जाणे, कारण ती देखील प्रचंड खोकत होती.

मला हॅन्डल सापडले. मी जोराने दार उघडताच वाळवंटातली गरम हवा आत घुसली. काही क्षणातच आतले सारे स्वच्छ होऊन गेले. मी अजून गडद धुरात लपेटलेल्या मागच्या सीटवरच्या मेला बाहेर पडायला मदत केली.

मेचे पाय लटपटत होते. तिला आधार देत मी गाडीपासून दूर धडपडत जाऊ लागलो.

गाडीपासून इमारतीपर्यंत मी कसा पोहोचलो हे मला आजही आठवत नाही. मेचे सगळे वजन माझ्या अंगावर पडलेले होते. तिचे पाय निर्जीव असल्यासारखे वाळूत फरफटत होते. मी खोकल्याच्या उबळींचा सामना करत दरवाजापाशी पोहोचलो होतो.

मी दार उघडले आणि मेला ओढत बाहेरच्या अंधाऱ्या भागात आणले. मे वाचेल की नाही ह्याबद्दल मला खात्री वाटत नव्हती. काचेच्या पलीकडे बॉबी आणि रिकी उभे राहून मला प्रोत्साहन देण्यासाठी खुणा करत होते. मला काही ऐकू येत नव्हते. कारण माझा हेडसेट गाडीतच पडला होता. एअर लॉकची दारे हिसहिस असा आवाज करत उघडली. मी मेला आत आणले. ती खोकत खोकत कशीबशी उभी राहिली. मी मागे झालो आणि भिंतीला टेकून उभा राहिलो. हवेचे झोत येऊ लागले. मेचे शरीर स्वच्छ झाले. मी एअर लॉक मोकळे होण्याची वाट पाहू लागलो.

रिकी आणि बॉबी कानांकडे बोट दाखवून काहीतरी ओरडून सांगत होते. मी नकारार्थी मान हलवली. माझ्याजवळ हेडसेट नाही हे त्यांना दिसत नव्हते का?

"चार्ली कुठं आहे?" मी विचारले.

त्यांनी काहीतरी उत्तर दिले. पण मला ते ऐकू आले नाही. कसले तरी उपकरण सुरू झाल्याचा आवाज झाला. रिकीचे बोलणे मला ऐकू येऊ लागले,— "तू फारसं काही करू शकणार नाहीस."

"तो इथं आलाय का?"

"नाही."

"मग...कुठं आहे तो?"

"गाडीत...तो गाडीतून बाहेर पडू शकला नाही. तुला माहिती नाही का?"

"म्हणजे तो अजून तिथंच आहे?"

"होय."

"जिवंत आहे का?"

"होय...जिवंत आहे."

मला अजून धाप लागलेली होती. मी कसाबसा म्हणालो, "काय?"

"मॉनिटरवर पाहून सांगणं अवघड आहे...पण तो जिवंत असावा."

"मग ××× तुम्ही त्याला आणत का नाही?"

रिकीचा आवाज शांत होता. "नाही. ते जमणार नाही. आम्हाला मेची काळजी घ्यायची आहे."

"इथलं कोणीही जाऊ शकतं."

“जाण्यासाठी कोणीच नाही इथं.”

“मी तर जाण्याच्या परिस्थितीत नाही.” मी म्हणालो.

“अर्थातच जॅक...” रिकी आता मला समजावण्याच्या सुरात बोलू लागला “जॅक....हे सगळं फार भयंकर होतं...तुला त्याचा धक्का बसला असणं अगदी सहाजिकच आहे...”

“‘एवढंच...मला एवढंच सांग...रिकी. त्याला आणायला कोण जातंय?”

“अगदी प्रामाणिकपणे सांगायचं तर तसं करण्यात काहीही अर्थ नाही. त्याला मोठा झटका आलाय. तो वाचेल असं मला वाटत नाही...”

मी विचारले, “कोणीच जाणार नाही?”

“त्यात काही अर्थ नाही जॅक.”

एअर लॉकमधून मेला बाहेर काढायला बॉबी मदत करत होता. रिकी काचेच्या मागून पाहात होता.

“जॅक...आता तू आत ये.” रिकी म्हणाला.

मी होतो त्याच ठिकाणी रेलून उभा राहिलो. “कोणीतरी जाऊन त्याला आणायलाच हवं.”

“जॅक...माझ्याप्रमाणे तुलाही माहिती आहे की आपल्या समोर काय संकट उभं आहे.” रिकी आता शांतपणे तर्कशुद्ध पद्धतीने मला पटवून देण्याचा प्रयत्न करत होता. “अगोदरच आपली केवढी हानी झालीय. आपण आणखी कोणाचा जीव धोक्यात टाकू शकत नाही. कोणी जरी चार्लीपर्यंत गेलं तरी काही उपयोग नाही. तो कदाचित मेलेलाच असेल तोपर्यंत. तेव्हा आता तू वेळ न घालवता एअर लॉकमध्ये शिर.” मी एकवार माझ्या शरीराची काय परिस्थिती आहे ह्याचा अंदाज घेतला. मी त्या क्षणी बाहेर जाण्याच्या परिस्थितीत नव्हतो. हे लक्षात येताच मी एअर लॉकमध्ये प्रवेश केला.

हवेच्या झोतांनी माझे कपडे, केस आणि शरीरावरचे सगळे काळे कण उडवून लावले माझी दृष्टी तत्काळ साफ झाली. माझा श्वासोश्वासही पूर्ववत झाला. हवेचा झोत आता खालून वरच्या बाजूला येत होता. मी हात पुढे करून पाहिला. माझा हात काळ्या रंगापासून करडा होत गेला आणि अखेर पूर्वीसारख्या रंगाचा झाला. मला आता बरे वाटू लागले होते. मी एक दीर्घ श्वास घेतला.

काचेची दारे उघडली. रिकी हात पसरून स्वागतासाठी उभा होता, “जॅक...तू सुखरूप आहेस. देवाची कृपा!”

मी त्याला काहीही प्रतिसाद न देता मागे वळलो आणि आलो होतो त्या मार्गाने चालू लागलो.

"जॅक..."

काचेची दारे माझ्यामागे बंद झाली. "मी त्याला तिथं टाकून येऊ शकत नाही."

"तू काय करणार जॅक? तो अवाढव्य शरीराचा आहे. तू त्याला उचलून आणू शकणार नाहीस."

"ते मला माहिती नाही. पण मी त्याला तिथं टाकून येणार नाही रिकी." मी बाहेर पडलो.

त्यावेळी माझ्या लक्षात आले नाही. पण मी अगदी रिकीला अपेक्षित होते तेच करत होतो. मला कोणी तसे म्हणाले असते तरी मला ते पटले नसते. रिकी माझ्याबाबतीत एवढा सफाईदारपणे खेळ करत असेल ह्यावर माझा विश्वास बसला नसता. रिकी इतरांना गुंडाळण्यात पटाईत होता हे मला माहिती होते. त्यावेळी माझ्या नकळत रिकीने माझा अचूक फायदा उठवला होता.

❑

सहावा दिवस
दुपारी ४ वाजून २२ मिनिटे

वाऱ्याचा जोर बऱ्यापैकी होता. थवे कुठेही दिसत नव्हते. मी विशेष काहीही न घडता शेडपाशी जाऊन पोहोचलो. माझ्याजवळ हेडसेट नसल्याने रिकीच्या सततच्या बडबडीचा त्रास नव्हता.

टोयाटा गाडीचे मागचे दार उघडे होते. चार्ली उताणा पडलेला होता. त्याचा श्वास मंदपणे चालू आहे हे कळायला मला काही क्षण लागले. मी त्याला उठवून बसवले. त्याने अतिशय निर्जीवपणे माझ्याकडे नजर टाकली. त्याचे ओठ निळे पडले होते आणि शरीर खडूसारखे पांढरे फटक पडलेले होते. त्याने काहीतरी बोलायचा प्रयत्न केला.

"बोलू नकोस. शक्ती राखून ठेव." मी म्हणालो आणि त्याला सीटच्या कडेला ओढून कसाबसा बसवला. चार्ली धिप्पाड होता. सहा फूट उंचीच्या चार्लीचे वजन माझ्यापेक्षा निदान वीस पाऊंड जास्त होते. त्याला मी उचलून नेऊ शकणार नाही ह्याची मला कल्पना होती. पण टोयाटाच्या मागच्या बाजूला सीटमागे मला वाळवंटात वापरण्याच्या बाईकचे सपाट टायर दिसले. कदाचित ती उपयोगी पडू शकेल असा विचार माझ्या मनात आला.

"चार्ली...माझं बोलणं समजतंय ना?"

चार्लीने अगदी सूक्ष्म अशी मान डोलावली.

"तू उभा राहू शकशील का?"

ह्यावर चार्लीने अजिबात प्रतिसाद दिला नाही. तो शून्यात पाहत होता.

"चार्ली...तू उभा राहू शकतोस का?" मी पुन्हा विचारले.

त्याने मान डोलावली आणि त्याने हातपाय ताणण्याची हालचाल केली. त्यामुळे तो सीटवरून घसरून खाली पडला. त्याने उठून उभे राहण्याचा प्रयत्न केला. पण लटपटत्या पायांवर भार क्षणभर पेलल्यावर पुन्हा तो खाली कोसळला. मी त्याला आधार दिला त्यामुळे मी जवळजवळ खाली पडलो होतो. कसाबसा मी जोर लावून त्याला दारात बसवण्यात यश मिळवले.

"चार्ली...इथंच बसून राहा. मी आलोच."

मी गाडीच्या मागच्या बाजूला आलो. तेथे डर्टबाईक होती. ती एकदम स्वच्छ होती. मी एवढी स्वच्छ बाईक कधीच पाहिली नव्हती. डेव्हिडचे काम

असेच असायचे. तो नेहमीच व्यवस्थित राहायचा आणि सगळे काही चकाचक ठेवायचा.

मी बाईक खाली काढून ठेवली. पण तिची किल्ली मात्र जागेवर नव्हती. मी पुढच्या बाजूला आलो आणि ग्लोव्ह बॉक्स उघडून पाहिली. आतमध्ये गाडीची कागदपत्रे, छोट्या वस्तू, ओठांना लावायचे मलम, बॅन्ड-एड पट्ट्या वगैरे सर्वकाही अगदी व्यवस्थित ठेवलेले आढळले. पण त्या ठिकाणी किल्ली नव्हती. किल्ली कुठे असेल? मी विचार करू लागलो. मी तिथे गेलो तेव्हा विंसने माझ्या जवळच्या वस्तू आणि किल्ल्या काढून घेतल्या होत्या. तसे असेल तर डेव्हिडची किल्लीही त्याने काढून घेतली असण्याची शक्यता होती.

मी लॅबच्या इमारतीकडे पाहिले. तिकडे जाऊन किल्ली आणावी की काय असा विचार माझ्या मनात आला खरा. पण लगेच मी तो सोडून दिला. कारण मला दिसले की जरी अजून वाळू उडत असली तरी वाऱ्याचा वेग कमी झाला होता. मला आता घाई करण्याची गरज होती. मी बाईकचा विचार बाजूला सारला आणि स्टोअरमध्ये चार्लीला वाहून नेण्याजोगी काही वस्तू मिळते का ते पाहायचे ठरवले. मला नेमके काही लक्षात येत नव्हते. पण मी प्रयत्न करून पाहायचा असा विचार करून सावधपणे आत शिरलो. कारण मला धाडधाड असा आवाज ऐकू येत होता. आत गेल्यावर मला दिसले की पलीकडचे दार वाऱ्यामुळे उघडत होते आणि बंद होत होते. त्याचा तो आवाज होता. रोझीचा मृतदेह दारापाशी आतल्या बाजूला पडला होता. तिच्या संपूर्ण शरीरावर अगोदर सश्याच्या अंगावर दिसला होता तसाच पांढरा थर जमा झालेला दिसला. मी घाईघाईने शेल्फ आणि कपाटे शोधली. खोक्यांच्या मागे पाहिले. मला फर्निचर हलवण्यासाठी बनवलेली चाके लावलेली एक ट्रॉली दिसली. पण वाळूमध्ये तिच्या काही उपयोग होणार नव्हता.

मी भराभरा बाहेर आलो आणि गाडीजवळ आलो. आता चार्लीला उचलून नेण्याखेरीज काही पर्याय मला दिसेना. जर चार्लीने थोडासा जोर लावला तर त्याला आधार देऊन मी कसाबसा नेऊ शकेन असे मला वाटले. कदाचित त्याला आता बरे वाटत असेल तर काम सोपे होईल हा विचार माझ्या मनात आला. पण त्याच्या चेहेऱ्याकडे पाहाताक्षणीच माझ्या लक्षात आले की उलट तो आणखीच क्षीण झालेला आहे.

"....चार्ली....काय करू मी आता? मी तुला उचलून नेऊ शकत नाही." चार्लीने काहीही उत्तर दिले नाही.

"डेव्हिडने गाडीत किल्ल्या ठेवलेल्या नाहीत. तेव्हा मला आता काय..." मी हे बोलत असतानाच माझ्या मनात विचार आला की डेव्हिड कधी गाडीतच

किल्ल्या विसरला तर अशा परिस्थितीत तो काय करेल. तो इंजिनिअर होता आणि ह्या प्रकारच्या आणीबाणीसाठी त्याने नक्कीच काहीतरी उपाय केला असणार. एकतर अशी परिस्थिती त्याच्या बाबतीत उद्भवणार नाही आणि तसे घडलेच तर डेव्हिड इतरांकडे तारेचा तुकडा मागत फिरणार नाही. तो अशांपैकी नव्हता. नाही...त्याने नक्कीच कुठेतरी किल्ली दडवली असणार. मी विचार केला की कदाचित त्याने दुसरी किल्ली गाडीखालच्या चिकटवलेल्या छोट्या खोक्यात लपवली असेल. पण लगेचच हे बरोबर नाही हे माझ्या लक्षात आले. चुंबकांनी चिकटवलेली ती खोकी काढण्यासाठी गाडीखाली वाकून बसावे लागले असते. किल्ली मिळवण्यासाठी डेव्हिड कपडे खराब करून घेणे शक्य नव्हते. किल्ली सहज मिळेल अशा जागी असणार होती. पण कुठे?

मी गाडीला असणाऱ्या अनेक फटींमध्ये हात फिरवून पाहिला. मी बंपरही पाहिले. कारण बहुतेकजण किल्ल्या बंपरमध्ये दडवतात. पण इथेही उपयोग झाला नाही. किल्ली कुठेच मिळाली नाही. मला आता घाम फुटला होता. किल्ली न मिळण्याचा ताण तर होताच, कारण आता वारा नक्कीच कमी झालेला होता. मी चार्लीला विचारले, "आता थोडं बरं वाटतंय का?"

चार्ली अजून होता त्याच जागी बसला होता. त्याने किंचित खांदे उडवले. मी त्याचा हेडसेट काढून घेतला आणि त्यावरचे बोलणे ऐकू लागलो. रिकी आणि बॉबी ह्यांच्यात काहीतरी बोलणे चालू होते. बहुधा त्यांच्यात काहीतरी वादविवाद सुरू होता. मी माऊथपीस जवळ घेऊन म्हणालो, "माझ्याशी बोला..."

"जॅक?" बॉबीचा आवाज आला.

"होय..."

"जॅक...तू तिथं आणखी थांबणं बरं नाही. वाऱ्याचा वेग सतत कमी होतोय. आता फक्त दहा नॉट आहे."

"ठीक आहे..."

"जॅक, तू ताबडतोब निघून ये."

"मला अजून निघता येणं शक्य नाही."

"सात नॉट वेगाखाली वारा गेला तर थवे सहज हालचाल करू शकतात."

"ठीक आहे..."

"ठीक आहे म्हणजे काय?" रिकी म्हणाला, "जॅक तू येणार आहेस की नाही?"

"मी चार्लीला उचलून आणू शकत नाही."

"ते तुला बाहेर पडायच्या अगोदर माहिती होतं..."

"अं..."

"जॅक...हे काय चाललंय?"

मी हे ऐकत असतानाच माझे लक्ष गाडीच्या टपावर ठेवलेल्या स्की रॅककडे गेले. मी ही जागा पाहिली नव्हती. पण स्की रॅकचा डेव्हिडला काय उपयोग असावा ते मला कळेना. त्याला थंडी अजिबात आवडत नसे. मी स्की रॅकच्या खालच्या बाजूने बोटे फिरवू लागलो. काही क्षणातच माझ्या हाताला टेप लागली. मी ती ओढून काढताच माझ्या हातात चंदेरी रंगाची किल्ली आली.

"जॅक? नऊ नॉट..."

"ठीक आहे..."

मी खाली उतरलो आणि पुढच्या सीटवर आलो. मला ग्लोव्ह बॉक्सच्या आत एक आणखी कप्पा दिसला होता. बहुधा ही किल्ली त्याचीच होती. मी चंदेरी किल्ली लावून पाहिली. ती लागली. आतमध्ये मला पिवळ्या रंगाची छोटी किल्ली दिसली. मी ती घेऊन बाईकपाशी आलो. ती इग्निशनचीच होती. कारण मी किक मारताच इंजिन धडधडू लागले. छपराखाली असल्याने आवाज घुमू लागला.

"जॅक?..."

मी बाईक चार्ली बसला होता त्या जागी फिरवून आणली. पण निराळीच समस्या माझ्यापुढे उभी होती. बाईकला बाजूचा स्टॅन्ड नव्हता. मी बाईक त्याच्या अगदी जवळ नेली आणि त्याला मागे बसण्यासाठी खूण केली. मी बसलेलो असतानाच चार्लीला आधार दिला. सुदैवाने त्याला मी काय म्हणतोय ते कळले होते. चार्ली मागच्या बाजूला बसला. मी त्याला मला घट्ट धरून ठेवायला सांगितले.

बॉबीचा आवाज आला, "जॅक....ते इथं आले आहेत."

"कुठे आहेत?"

"दक्षिणेकडून तुमच्याच दिशेने येत आहेत."

"ठीक आहे."

मी गाडीचे दार बंद करून घेतले आणि बाईक चालू ठेवून मी होतो त्याच ठिकाणी उभा राहिलो.

"जॅक?"

"हे काय करतोय तो?" रिकी बॉबीला विचारत होता, "आपण कसल्या संकटात आहोत हे त्याला कळत नाही का?"

"होय ...."

"तो नुसता तिथं बसून राहिलाय..."

मी वाट पाहत थांबलो होतो. आता मला थवे दिसत होते. ते नऊ होते. ते व्ही अक्षराच्या आकाराच्या रचनेत माझ्या दिशेने येत होते.

नऊ थवे! मी विचार करत होतो. लवकरच तीस होतील ते. मग दोनशे आणि नंतर...

"जॅक?...तुला दिसलं का?" बॉबीने विचारले.

"होय. मला दिसत आहेत."

मी पाहत होतो की आत्ताचे थवे निराळे वाटत होते. ते जास्त घट्ट भासत होते. हे थवे निश्चितच तीन पौंडापेक्षा जास्त वजनाचे असणार हे मला जाणवले. कदाचित हे थवे वीस-तीस पौंड एवढे असावेत. आता त्यांचे वजन नक्कीच भरपूर होते.

मी पाहत असताना माझ्या मनाच्या कोपऱ्यात अगदी वेगळा विचार सतत डोकावत होता. माझ्याजवळ येताना त्यांची रचना काय असेल? ते मला घेरतील की काही मुद्दाम मागे वाट पाहत थांबतील? त्यांना मोठा आवाज करणाऱ्या बाईकबद्दल काय वाटत असेल?

थवे आता पुढे आले. त्यांची एक सलग रेषा झाली आणि मग उलट्या व्ही अक्षरासारखा आकार झाला. त्यांचा आवाज मोठा होता. ते आता माझ्याजवळ वीस यार्डावर आले होते. मग दहा यार्डांवर आले. माझ्या अपेक्षेपेक्षा त्यांचा वेग जास्त होता की मला केवळ तसा भास होत होता? मी थवे माझ्या अगदी जवळ येईपर्यंत थांबलो आणि मग एकदम बाईकला वेग दिला. त्यासरशी मी सरळ माझ्यासमोरच्या थव्यामध्ये बाईक घुसवली. मी क्षणभर काळोखात गेलो आणि मग बाहेर पडलो. मी आता बाईक पूर्ण वेगाने पॉवर स्टेशनच्या दाराच्या दिशेने पळवायला सुरुवात केली. बाईक धडपडत जाऊ लागली. माझे मागे वळून पाहण्याचे धाडस झाले नाही.

आमचा बाईकवरचा हा प्रवास अवघ्या काही सेकंदांचा होता. पॉवरस्टेशनपाशी जाताच मी बाईक सोडून दिली. चार्लीला आधार देत मी एकदोन पावले धडपडत टाकत दरवाज्यापाशी आलो. मी दरवाजा उघडला आणि मग लाथेने तो पूर्ण उघडला. त्यावेळी थवे माझ्यामागे पन्नास यार्ड अंतरावर होते. पण दार जोराने उघडताना माझा तोल गेला आणि मी आतल्या बाजूला सरळ खाली आपटलो. माझ्या बरोबर चार्लीही पडला होता. पाठोपाठ दरवाजा झुलत जोराने लागला. तो आमच्या पायांवर आपटला. मला जोराची वेदना जाणवली. पण त्यापेक्षाही भयंकर गोष्ट अशी होती की दरवाजा उघडा राहिला होता. आमच्या पायांमुळे तो घट्ट बंद झालेला नव्हता. त्या फटीतून मला दरवाजाच्या दिशेने येणारे थवे दिसले. मी गडबडीने उभा राहिलो आणि चार्लीचे निष्क्रिय शरीर

आत खेचून घेतले. दरवाजा आता नीट बंद झाला. पण त्या दरवाज्यामधून नॅनोकण आत येऊ शकतात याची मला कल्पना होती. एअर लॉकमध्ये शिरून काचेच्या दाराआड होईपर्यंत आम्ही सुरक्षित नव्हतो.

मी घामाने डबडबून गेलो होतो. कण्हतच मी चार्लीला एअर लॉकमध्ये कोंबले आणि त्याला बसता केले. एकावेळी एकच माणूस एअर लॉकमध्ये मावू शकत असल्याने मी मागे झालो. मी दार बंद होण्याची वाट पाहू लागलो.

पण दार बंद झाले नाही.

मी बाजूला कुठे काही बटण आहे का ते पाहिले. पण मला काहीच दिसले नाही. तसेच एअर लॉकमध्ये दिवा लागलेला होता. ह्याचा अर्थ वीज गेलेली नव्हती. बाहेर थवे वेगाने पॉवरस्टेशनकडे येत असणार ह्याची मला खात्री होती.

बॉबी आणि मे पलीकडच्या बाजूला धावत आले. ते हात हलवून आम्हाला काहीतरी खुणा करत होते. बहुधा मी देखील एअर लॉकमध्ये शिरावे असा त्या खाणाखुणांचा अर्थ होता. मी माझ्या हेडसेटमध्ये उद्देशून म्हणालो, "मला वाटलं. एकावेळी एकच आत येऊ शकतो."

पण त्यांच्याजवळ हेडसेट नसल्याने त्यांना काहीही ऐकू आले नाही. त्यांचे हातवारे चालूच होते.

मी दोन बोटे दाखवली.

पण त्यांनी नकारार्थी माना हलवल्या. मला नेमका मुद्दा कळत नाही म्हणून ते हताश झाल्यासारखे दिसले. मी मागे वळून पाहिले. बाहेरच्या दरवाजाला असणाऱ्या फटींमधून नॅनोकण वेगाने आत घुसू लागले होते. आता माझ्याजवळ अवघे पाचदहा सेकंद उरलेत हे माझ्या लक्षात आले. बॉबी आणि मे आता उचलल्यासारखी खूण करत होते. आता अवघ्या काही सेकंदांचा अवधी उरला आहे हे त्यांनाही कळले होते.

मी चार्लीला उठवून उभा राहण्यासाठी सगळा जोर लावला. तो किंचित वर आला, पण पुन्हा खाली घसरला. मी चार्लीला म्हणालो, "चार्ली....प्रयत्न कर..." त्याने स्वत:ही प्रयत्न केला. मी त्याच्या काखेत हात घालून त्याला उचलले. ह्यावेळी मात्र तो कसाबसा उभा राहिला होता. मी काचेच्या दाराकडे पाहिले. पण अजूनही ते बंद झाले नव्हते.

आता एअर लॉकमधली हवा कुंद होऊ लागली होती. सगळीकडे काळे कण फिरू लागले होते. मी जीवाच्या आकांताने आमच्याकडे पाहाणाऱ्या बॉबी आणि मेकडे नजर टाकली. तिने वाकून स्वत:च्या दोन्ही पायांकडे बोटे दाखवली. मी तिच्या ओठांच्या हालचालीवरून ओळखले. ती 'दोन बूट' असे म्हणत होती.

"होय...आमच्या पायात दोन बूट आहेत..."

मेने नकारार्थी मान हलवली. तिने मला चार बोटे दाखवली. "चार बूट?"

माझ्या सगळ्या अंगावर सुया टोचल्यासारखी वेदना होत होती. त्यामुळे विचार करणेही अवघड जात होते. माझा मेंदू काम करेनासा झाला होता. ती काय म्हणत होती? चार बूट ह्याचा अर्थ काय?

एअर लॉकमध्ये आता नॅनोकणांमुळे अंधार होऊ लागला होता. मला आता बॉबी आणि मे नीट दिसतही नव्हते. मला ते खूप दूर आहेत असे वाटू लागले.

दोन बूट, चार बूट...

अचानक मला त्याचा अर्थ समजला. मी वळलो आणि चार्लीला म्हणालो "माझ्या मानेभोवती हात टाक." मी सांगितल्याप्रमाणे त्याने केले. मग चार्लीला पाठीवर घेतलेला असताना मी त्याचे पाय वर उचलले.

त्याचक्षणी काचेचे दार हिस्स् आवाज करत बंद झाले.

हवेचे झोत आमच्या अंगावर येऊ लागले. हवा स्वच्छ झाली. मी सगळा जोर एकवटून चार्लीला वर धरून ठेवले. काही क्षणात दुसऱ्या बाजूचे दार उघडले. मे आणि बॉबी धावतच एअर लॉकमध्ये शिरले होते.

मी खाली पडलो. चार्ली माझ्या पाठीवर कोलमडून पडला असावा. मला बॉबीने त्याच्यापासून बाजूला केले असावे. मला नक्की सांगता येणार नाही.

त्यावेळेपासूनच्या घटना मला पूर्णपणे आठवत नाहीत.

❑

घरटे

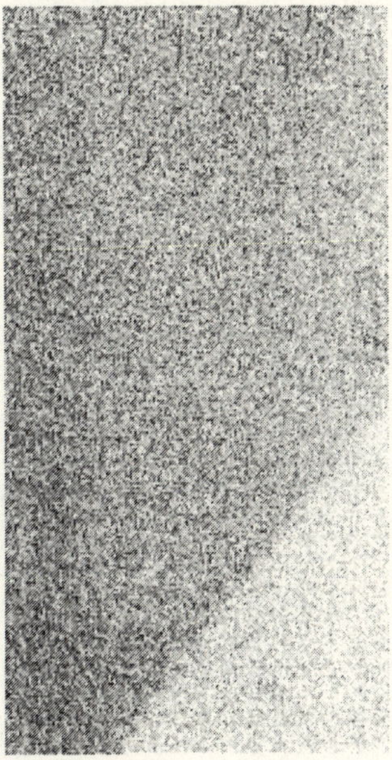

सहावा दिवस
सायंकाळी ६ वाजून १८ मिनिटे

मी जागा झालो. एअर कंडिशनरचा आवाज एवढा मोठा होता की आपण विमानतळावर आहोत की काय असे वाटत होते. माझे डोळे तारवटलेले होते. मी लडखडत उठून दारापाशी गेलो. दाराला कुलूप होते.

मी दारावर धपके मारले आणि जोरात हाका मारल्या. पण कोणीही प्रतिसाद दिला नाही. मी मग टेबलापाशी असलेल्या वर्कस्टेशनपाशी गेलो. त्यावर मला कसलातरी मेन्यू मिळाला. मी त्यावर कुठे इंटरकॉम किंवा तसले काही दिसते का ह्याचा शोध घेतला. पण प्रयत्न करूनही मला काही सापडले नाही. हे करत असताना कशाला तरी हात लागला असणार. कारण अचानक एक नवीन विंडो उघडली. रिकी माझ्याकडे पाहत स्मित करत होता, ''जागा झालास तर... तुला आता कसं वाटतंय?''

''दार उघड ते.''

''तुझं दार बंद आहे की काय?''

''दार उघड अगोदर.''

''ते तुझ्या सुरक्षिततेसाठी होतं जॅक.''

''डॅम इट! रिकी...दार उघड.''

''मी अगोदरच उघडलंय. दार उघडं आहे.''

मी दारापाशी गेलो. खरोखरच दार उघडे होते. मी दाराचे कुलूप नीट पाहिले. त्या ठिकाणी एक जास्तीचा बोल्ट होता. तो दूरवरून नियंत्रित करायची काहीतरी यंत्रणा असणार. त्याला टेप लावून बंद करायचा मी विचार केला. मॉनिटरवरून रिकी म्हणत होता, ''तुला अंघोळ करायची असेल ना.''

''अं...होय. मला आवडेल...बरं हवेचा एवढा गोंगाट का होतोय?''

''आम्ही तुझ्या खोलीतून बाहेर जाणारी हवा जोराने जाईल अशी व्यवस्था केली आहे. काही कण उरले असले तर त्यासाठी म्हणून—''

मी माझ्या बॅगेत हात घालून कपडे बाहेर काढू लागलो, ''शॉवर कुठं आहे?''

''तुला काही मदत हवी आहे का?''

''नाही...मला कोणाचीही मदत नकोय. फक्त शॉवर कुठं आहे ते सांग!''

"तू रागावलेला दिसतोस जॅक."

"रिकी....तुझी ×××"

अंघोळ केल्याने मला बरे वाटले. मी चांगला वीस मिनिटे कढत पाण्याखाली उभा होतो. माझ्या दुखऱ्या शरीरावर पाणी घेतल्याने मला जरा बरे वाटू लागले. माझ्या अंगावर अनेक ठिकाणी खरचटल्याच्या जखमा होत्या. त्या कशामुळे झाल्या ते मला कळत नव्हते.

मी बाहेर आलो तर रिकी समोरच एका बाकावर बसलेला दिसला.

"जॅक...मला काळजी वाटते..."

"चार्ली कसा आहे?"

"ठीक आहे असं दिसतंय. तो अजून झोपलेला आहे."

"तू त्याच्याही खोलीला कुलूप लावलेलं होतंस?"

"जॅक...तू कशामधून गेला आहेस याची मला कल्पना आहे. तू जे काही केलंस त्याबद्दल आम्ही सर्व तुझे आभारी आहोत हे मला तुला सांगायचंय...म्हणजे कंपनी तुझी आभारी आहे आणि —"

"कंपनीची ×××"

"जॅक...तू रागावलेला आहेस. हे मी समजू शकतो."

"गटारगप्पा बंद कर रिकी!...मला कोणीही मदत केली नाही. तू नाही की इथल्या आणखी कोणीही नाही."

"तुला तसं वाटत असणार हे—"

"मी म्हणतो ते बरोबर आहे. मला मदत मिळाली नाही म्हणजे नाही."

"जॅक...जॅक...प्लीज मी सांगतो ते ऐक. जे काही घडलं त्याबद्दल मला वाईट वाटतंय. मला भयंकर वाईट वाटतंय. खरोखर जॅक. मला जर कोणत्यातरी मार्गाने मागे जाऊन जे काही घडलं ते पुसता आलं तर मी नक्की तसं करेन. माझ्यावर विश्वास ठेव."

मी त्याच्या नजरेला नजर भिडवली, "माझा तुझ्यावर विश्वास नाही."

रिकी विजयी झाल्यासारखा हसत म्हणाला, "लवकरच हे मत बदलेल अशी माझी खात्री आहे."

"नाही बदलणार."

"जॅक. मला नेहमीच आपली मैत्री फार महत्त्वाची वाटत आली आहे. माझ्या दृष्टीने आपली मैत्री फारच महत्त्वाची होती जॅक." मी त्याच्याकडे नुसता

पाहत राहिलो. कारण रिकी माझे बोलणे ऐकत नव्हता. त्याच्या चेहेऱ्यावर 'सर्व काही ठीक होईल' अशा प्रकारचा भाव असणारे बावळट हास्य होते. रिकी ड्रग घेतो की काय हा विचार माझ्या मनात आला. कारण रिकी नक्कीच चमत्कारिकपणे वागत होता.

"हं...असो." रिकीने एक सुस्कारा टाकला आणि विषय बदलला, "ज्युलिआ बाहेर येतीय...ही बातमी चांगली आहे ना....ती आज संध्याकाळी इथं येईल."

"अं...हं...पण ती कशासाठी येतीय?"

"कारण तिला त्या बंडखोर थव्यांबद्दल काळजी वाटते म्हणून."

"तिला किती काळजी वाटते?" मी विचारले, "कारण कित्येक आठवडे अगोदर त्या थव्यांना मारून टाकता येणं शक्य होतं. सर्वप्रथम त्यांच्यात उत्क्रांतीची लक्षणे दिसू लागली तेव्हाच ते व्हायला हवं होतं. पण तसं घडलं नाही."

"हं...त्याचं असं आहे की त्यावेळी कुणालाही खरोखर काय होईल त्याची माहिती नव्हती—"

"होती."

"नाही." रिकी ठासून म्हणाला. तो दुखावल्यासारखा वाटत होता. पण आता मला त्याच्या ह्या खेळाचा कंटाळा आला होता.

"रिकी..." मी म्हणालो, "मी इथं ज्या हेलिकॉप्टरमधून आलो त्यात प्रसिद्धी विभागाची काही माणसं होती. इथं काहीतरी गडबड आहे हे त्यांना कोणी कळवलं?"

"मी कोणाही प्रसिद्धी विभागातल्या माणसांना ओळखत नाही."

"त्यांना हेलिकॉप्टरमधून उतरू नये अशी सूचना करण्यात आली होती. इथं खाली उतरणं धोकादायक आहे असं ते म्हणत होते."

रिकीने नकारार्थी मान हलवली, "मला माहिती नाही....तू काय म्हणतो आहेस ते मला कळत नाही."

मी वैतागून हात उडवले आणि बाथरूममधून बाहेर पडलो.

"मला माहिती नाही..." रिकी पाठीमागून ओरडत होता, "मी शपथेवर सांगतो...मला त्याबद्दल काडीचीही कल्पना नाही..."

अर्ध्या तासानंतर जणू तह करण्याचा उद्देश असावा अशाप्रकारे रिकी माझ्यासाठी ते मला न मिळालेले प्रोग्रॅम कोड घेऊन आला. ते अगदी छोटे

होते. त्याच्या हातात एकच कागद होता. "ह्याबद्दल माफ कर." रिकी म्हणाला, "पण मला शोधायला थोडा वेळ लागला. रोझीने काही दिवसांपूर्वी एक सगळी सबडिरेक्टरी काढून बाजूला ठेवली होती. ती परत त्या जागेवर आणायला विसरली होती बहुतेक. म्हणूनच ती मुख्य डिरेक्टरीत नव्हती."

"हं...हं...." मी त्या कागदावर नजर फिरवत म्हणालो, "ती कशावर काम करत होती."

रिकीने खांदे उडवले, "कोण जाणे?...ती कोणत्यातरी फाईलवर काम करत होती."

```
/*Mod Compstat_do*/
Exec (move{∅ ij (Cx1, Cy1, Cz1)})/*init*/
{∂ij (x1,y1,z1)}/*state*/
{∂ikl (x1,y1,z1)(x2,y2,z2)}/*track*/
Push {z(i)}/* store*/
React <advan> /* ref state*/
        ß1 {(dx(i,j,k)}{(place(Cj,Hj)}
        ß2 {(fx,(a,q)}
Place {z(q)}/* store*/
Intent <advan> /*ref intent*/
        ß ijk {(dx(i,j,k)}{(place(Cj,Hj)}
        ß x{(fx,(a,q)}
Load {z(i)}/* store*/
Exec (move{∅ ij (Cx1, Cy1, Cz1)})
Exec (pre{∅ ij (Hx1, Hy1, Hz1)})
Exec (post{∅ ij (Hx1, Hy1, Hz1)})
Push {∂ij(x1,y1,z1)}
      {∂ikl (x1,y1,z1) move (x2,y2,z2)}/*track*/
{0,1,0,01}
```

मी कोडवर नजर फिरवत म्हणालो, "रिकी ... हे कोड तर मला अगदी पहिल्यासारखंच वाटतंय."

"होय....तसंच असणार. कारण केलेले बदल फारच किरकोळ आहेत. पण ह्या विषयाचा एवढा मोठा बाऊ कशाला ते मला कळत नाही." रिकीने खांदे उडवले. "म्हणजे मला असं म्हणायचं आहे की आपले त्या थव्यांवरचे नियंत्रण नष्ट झाल्यानंतर आता ह्या कोडला काय महत्त्व उरलंय. कारण आता

ते आपण बदलूही शकत नाही म्हणा.''

''आणि तुमचं नियंत्रण नष्ट कसं झालं? ह्या कोडमध्ये उत्क्रांती व्हावी असा कोणताही अल्गोरिथम मला दिसत नाही.''

रिकीने हात पसरले. ''जॅक...ते जर आम्हाला कळलं असतं तर मग काय हवं होतं...मग सगळंच कळेल की आणि मग हा विचकाही झाला नसता.''

''पण माझ्या हाताखालच्या लोकांनी जे कोड लिहिले होते त्यामधल्या समस्या सोडवण्यासाठी मी इथं यावं असं मला सांगण्यात आलं होतं. मला असं सांगितलं होतं की एजंट आपले ध्येय विसरू लागले आहेत...''

''मी म्हणेन की रेडिओसंदेशांना दाद न देणं म्हणजेच ध्येय विसरणं.''

''पण कोडमध्ये बदल केला नव्हता.''

''होय...तसं म्हटलं तर कोडबद्दल कोणालाही फारशी फिकीर वाटत नव्हती. महत्त्वाचा मुद्दा असा की त्या कोडमुळे नवीन वर्तन उद्‌भवते आहे. म्हणूनच तर आम्हाला तुझी मदत हवी होती. म्हणजे माझ्या म्हणण्याचा अर्थ असा की हे कोड तुझंच आहे बरोबर?''

''होय आणि हे थवे तुझे आहेत रिकी.''

''मान्य, जॅक.'' रिकीने खांदे उडवले. तो स्वत:ची किंमत कमी केल्यासारखा विचित्र हसला आणि निघून गेला. मी कागदावर पुन्हा एकदा नजर टाकली. रिकीने कोड माझ्यासाठी अशाप्रकारे प्रिंट का करून आणले होते? मी इलेक्ट्रॉनिक स्वरुपातील कोड तपासू नये म्हणून की काय? बहुदा कोड बदललेले होते आणि रिकी मात्र मला—

जाऊ दे. मरू देत ते कोड असा विचार करून मी कागद चुरगाळून कचऱ्याच्या डब्यात फेकला. ही समस्या जर सुटणार असेल तर ती सुटण्यासाठी ह्या कोडचा काहीही उपयोग होणार नाही हे तर मला स्पष्ट दिसत होते.

मे तिच्या लॅबमध्ये होती. हनुवटीखाली हाताने आधार देऊन ती समोरच्या मॉनिटरकडे पाहत होती. मी विचारले, ''तुला कसं वाटतंय आता?''

''चांगलं. बरं, तुला बरं आहे का?''

''मी दमलोय.'' मी म्हणालो, ''माझं डोकं पुन्हा दुखू लागलंय.''

''माझंही डोकं दुखतंय. मला वाटतं त्याचं कारण हा फाज असावा.'' मेने पडद्यावर बोट दाखवले. त्यावर स्कॅनिंग इलेक्ट्रॉन सूक्ष्मदर्शकातून घेतलेली प्रतिमा होती. त्या काळ्यापांढऱ्या प्रतिमेत फाज विषाणू एखाद्या तोफेच्या

गोळ्याप्रमाणे वाटत होते. मोठे गोलाकार डोके आणि पसरलेली अरुंद शेपटी.

"म्हणजे तू ज्या नवीन उत्परिवर्तित प्रकाराबद्दल बोलत होतीस तोच हा प्रकार आहे का?"

"होय. मी अगोदरच एक टाकी उत्पादन प्रक्रियेतून काढून घेतली आहे. उत्पादन आता साठ टक्क्यांवर आलंय. अर्थात त्यामुळे काही फरक पडेल असं मला वाटत नाही."

"आणि तू त्या काढून टाकलेल्या टाकीचं काय करणार आहेस?"

"मी विषाणूविरोधी घटक वापरून पाहाणार आहे." मे म्हणाली, "इथं तसे फार काही उपलब्ध नाहीत म्हणा. जर एखाद्या टाकीत संदूषण आढळलं तर ती सरळ बाजूला काढून टाकायची अशी साधी पद्धत आहे. मग टाकी साफ करून टाकायची."

"पण मग हे अगोदरच का केलं नाही?"

"मी ते करणारच आहे. पण हा नवीन प्रकार असल्यानं मी विचार केला की ह्या विषाणूच्या विरोधी घटक शोधावा. त्यांना तो नंतर लागेलच. कारण हा विषाणू पुन्हा येणारच आहे परत."

"म्हणजे? हा विषाणू पुन्हा उत्क्रांत होईल असं तुला म्हणायचं आहे?"

"होय. कदाचित जास्त कमी प्रमाणात आक्रमक असेल. पण तोच विषाणू पुन्हा होईल."

मी मान डोलावली. आनुवंशिकशास्त्रातील अल्गोरिथम वापरताना मी ह्या प्रकारचे संशोधन वाचलेले होते. उत्क्रांतीची नक्कल करण्यासाठी प्रोग्रॅम लिहिताना मी त्यांचा वापर केला होता. अनेकांना उत्क्रांती ही एका प्रसंगातून घडणारी प्रक्रिया वाटते. अशा योगायोगाने घडलेल्या अनेक घटनांची मालिका. जर वनस्पतींनी ऑक्सिजन बनवायला सुरवात केली नसती तर प्राणीजीवन शक्यच झाले नसते. जर मोठ्या अशनीने पृथ्वीतलावरून डायनोसॉर नष्ट केले नसते तर सस्तन प्राण्यांना आपले साम्राज्य स्थापायला संधी मिळाली नसती. जर कोणातरी माश्यांनी पाण्यातून बाहेर येण्याचा प्रयत्न केला नसता तर आपण सगळेजण अद्याप पाण्यातच राहिलो असतो.

हे सारे खरे असले तरी उत्क्रांतीला आणखीही एक बाजू आहे. काही रचना आणि जगण्याचे काही मार्ग पुन:पुन्हा निर्माण होत राहतात. आपण परोपजीवींचे म्हणजे दुसऱ्यांवर जगणाऱ्या प्राण्यांचे उदाहरण घेऊ शकतो. उत्क्रांतीच्या कालखंडात परोपजीवी प्रकारे जगणे ह्याची उत्क्रांती स्वतंत्रपणे अनेकदा झालेली आहे. हा जगण्याचा मार्ग निश्चित यशस्वी ठरणारा असल्याने वारंवार ह्या मार्गाने जाणाऱ्या सजीवांची उत्क्रांती होत गेली.

उत्क्रांतीचा अभ्यास गेली दीडशे वर्षे चालू असूनही आपल्याला उत्क्रांतीविषयी फार कमी माहिती असणे आश्चर्यकारक आहे. जगायला योग्य तेच जगतात ही जुनी कल्पना आता केंव्हाच मागे पडली आहे. त्या कल्पना फारच बाळबोध स्वरूपाच्या होत्या. एकोणिसाव्या शतकातल्या विचारवंतांनी निसर्गाकडे 'नखे आणि दात' यांनी रक्तरंजित होणारी कल्पना या नजरेने पाहिले होते. त्यांच्या दृष्टीतल्या निसर्गात बलिष्ठ प्राणी दुबळ्या प्राण्यांना ठार मारतात. पण कोणत्यातरी मार्गाने दुबळे प्राणीही आपला हिसका दाखवून लढतात हे त्यांना माहिती नव्हते.

उत्क्रांतीची कल्पना अशी आहे की सतत उत्क्रांत होणारे निरनिराळे सजीव सतत एकमेकांना क्रिया-प्रतिक्रिया देतात. काहीजण तर ह्याकडे शस्त्रास्त्र स्पर्धेप्रमाणे पाहतात. म्हणजे कधीही कमी न होणारी आणि सतत वाढणारी क्रिया-प्रतिक्रियांची मालिका. एखाद्या किडीने वनस्पतीवर हल्ला केला तर त्यामुळे त्या वनस्पतीच्या पानांमध्ये कीडनाशक बनवण्याचा गुणधर्म उत्क्रांत होतो. मग त्या कीडनाशक रसायनाला न जुमानण्यासाठी ती कीड उत्क्रांत होते. त्यामुळे मग वनस्पती आणखी जोमदार रसायने निर्माण करू लागतात. हे असेच चालू राहते.

काही अभ्यासक सहउत्क्रांतीचे तत्त्व सांगतात. ह्यामध्ये दोन सजीव एकमेकांना सहन करत जगण्यासाठी एकाचवेळी उत्क्रांत होतात. म्हणूनच मुंग्यांचा हल्ला होणाऱ्या एखाद्या वनस्पतीत तो सहन करण्याचा गुणधर्म निर्माण होतो. इतकेच नाही तर ती वनस्पती त्या मुंग्यांसाठी पानांमध्ये खास अन्न तयार करू लागते. ह्या मुंग्या त्या वनस्पतीवर राहतात आणि ह्या अन्नाच्या बदल्यात ही पाने खाण्यासाठी येणाऱ्या प्राण्यांना चावून दूर ठेवतात. लवकरच परिस्थिती अशी उद्‌भवते की ती वनस्पती आणि त्या मुंग्या दोन्ही एकमेकांविना जगू शकत नाहीत.

अशाप्रकारे एकमेकांना सहकार्य करून जगणे आणि एका सजीवाने दुसऱ्याच्या जीवावर जगणे हे इतके मूलभूत स्वरूपाचे आकृतीबंध आहेत की अनेक अभ्यासकांना हा उत्क्रांतीचा गाभा आहे असे वाटते. हे उत्क्रांतीच्या अगदी सुरवातीपासून घडले असणार अशी कल्पना आहे. जीवाणूंनी इतर जीवाणूंना गिळून टाकण्यामधूनच त्यांच्यात केंद्रकांची निर्मिती झाली हे सिद्ध करण्यासाठी लीन मार्ग्युलिस हा संशोधन प्रसिद्ध आहे.

एकविसाव्या शतकात हे स्पष्ट झाले आहे की सहउत्क्रांती फक्त दोन सजीवांपुरती मर्यादित नसते. सहउत्क्रांतीचे आकृतीबंध तीन, दहा किंवा कितीही सजीवांच्या बाबतीत अस्तित्त्वात असतात. उदाहरणार्थ मक्याच्या शेतात अनेक

वनस्पती असतात. अनेक किडी असतात आणि विविध प्रकारे संरक्षण यंत्रणांची उत्क्रांती होत असते. शेतातील पिके तणांशी स्पर्धा करतात. किडी इतर किडींशी स्पर्धा करतात. मोठे प्राणी वनस्पती आणि किडी दोघांनाही खातात. ह्याचा परिणाम म्हणजे परस्परसंबंधांचे जाळे सतत बदलत राहते आणि उत्क्रांती चालूच राहते.

आणि ह्या सगळ्याचा अंदाज बांधणे मुळातच अशक्य असते.

म्हणूनच मी रिकीवर एवढा चिडलो होतो. थव्यांवर ताबा ठेवता येत नाही हे कळल्यानंतर रिकीला त्यामधला धोका समजायला हवा होता. निव्वळ गप्प बसून त्यांना आपोआप उत्क्रांत होऊ देणे हा तद्दन मूर्खपणा होता. रिकी हुशार होता. त्याला आनुवंशिक अल्गोरिथम आणि सध्याच्या प्रोग्रॅमची जैविक पार्श्वभूमी हे सर्व माहिती होते.

स्वयंसंघटन अपरिहार्य असते हे रिकीला माहिती होते.

उद्‌भवणारे सजीव काय करतील हे सांगणे अशक्य आहे हे रिकीला माहिती होते. उत्क्रांतीमध्ये अनेक सजीवांचे परस्परसंबंध असतात हे रिकीला माहिती होते. हे सगळे माहिती असूनही रिकीने ते होऊ दिले.

त्याने होऊ दिले किंवा ज्युलिआने.

मी चार्ली काय करतोय ते पाहिले. तो अजूनही त्याच्या पलंगावर पसरलेला होता. बॉबी लेम्बेक जवळून जात होता. मी त्याला विचारले, "हा केंव्हापासून झोपलेला आहे?"

"तुम्ही आलात तेव्हापासून. साधारण तीन तास झाले असतील."

"आपण त्याला उठवून तो ठीक आहे ना हे पाहायचं का?"

"नको. त्याला झोपू दे. आपण जेवण झाल्यानंतर पाहू."

"कधी जेवायचं आहे?"

"अर्ध्या तासाने." बॉबी हसला. "मी जेवण बनवतोय."

जेवण म्हणताच मला आठवले की मी त्या सुमारास घरी फोन करणार होतो. मी मग माझ्या खोलीत गेलो आणि फोन केला.

"हॅलो?...हं काय आहे?" फोन एलेनने घेतला होता. ती गडबडीत दिसत होती. मला पाठीमागे अमान्डाच्या रडण्याचा आणि एरिक निकोलवर ओरडत असल्याचे आवाज ऐकू येत होते. एलेन म्हणाली, "निकोल...आपल्या भावाशी असं वागायचं नाही."

मी म्हणालो, "एलेन..."

"ओह! थँक गॉड..." एलेन म्हणाली. "तूच आता तुझ्या मुलीला समजाव काहीतरी."

"काय झालं?"

"एक मिनिट निकोल...तुझ्या वडिलांचा फोन आहे." एलेनने फोन निकोलपुढे धरला असणार हे मला कळत होते.

"हाय डॅड..."

"निक, काय चाललंय?"

"काही नाही. एरिक...तो कार्टा..." निकोल रूक्ष स्वरात म्हणाली.

"निक, तू त्याला काय केलंस ते कळायला हवं."

"डॅड." निकोल हलक्या स्वरात सांगू लागली. तिने नक्कीच हाताची ओंजळ केली असणार, "आन्ट एलेन चांगली वागत नाही..."

"मी ऐकलं हे." एलेन पाठीमागून म्हणाली ते मला ऐकू आले. पण आता निदान अमान्डा गप्प झालेली दिसत होती.

"निकोल" मी म्हणालो. "तू भावंडांच्यात सगळ्यात मोठी आहेस. मी घरी नसताना तू घर सांभाळायला मदत करावीस अशी माझी अपेक्षा आहे."

"मी प्रयत्न करतेय. पण हा एरिक म्हणजे ××××"

पाठीमागून एरिक काहीतरी घाणेरडे चिडवत असल्याचा आवाज आला. मी हे ऐकत असताना समोरच्या मॉनिटरकडे पाहात होतो. त्यावर बाहेरची दृश्ये दिसत होती. एका दृश्यात मी दारापाशी आणून टाकलेली डर्टबाईक दिसली. एका दृश्यात कॅमेऱ्याने रोझीच्या मृतदेहाची बाह्यरेषा टिपली होती. आज दोनजण मेले होते. मी मरणाच्या दाढेतून परत आलो होतो आणि कालपर्यंत माझे जे कुटुंब माझ्या आयुष्यात सर्वात महत्त्वाचे होते. ते आज मला दूर कुठेतरी असल्यासारखे आणि क्षुल्लक वाटत होते. निकोल फोनवर त्यातल्यात्यात समजूतदारपणाच्या आवाजात सांगत होती, "डॅड हे अगदी साधं आहे. मी आन्ट एलेनबरोबर स्टोअरमध्ये जाऊन माझ्या नाटकासाठी एक छान ब्लाऊज आणलाय. परत आल्यानंतर एरिक माझ्या खोलीत आला आणि त्यानं माझी सगळी पुस्तकं खाली पाडली. मी त्याला ती उचलून ठेवायला सांगितलं तर त्यानं ऐकलं नाही. म्हणून मग मी त्याच्या ढुंगणावर लाथ मारली. फार जोरात नाही पण—"

"निक...तू काही आई नाहीस—"

"ओह!...आठवलं. मॉम पाच सेकंदासाठी घरी आली होती."

"ती घरी आली होती?"

"होय...पण आश्चर्याची गोष्ट म्हणजे तिला लगेच जायचं होतं. तिला फ्लाईट पकडायची होती."

"हं...हं...निकोल. तू एलेनचं ऐकायला हवं."

"डॅड. मी तुम्हाला सांगितलं की ती नीट—"

"निकोल. मी परत येईपर्यंत तिचं ऐकलं पाहिजे."

"पण डॅड—"

"हे असंच आहे. कळलं?"

"पण माझं —"

"*निकोल, मी परत येईपर्यंत हे असंच आहे.*"

"तुम्ही घरी परत कधी येणार?"

"कदाचित उद्या."

"ठीक आहे."

"तर मग माझं म्हणणं कळलं असेल तुला."

"होय डॅड. कदाचित तुम्ही परत येईपर्यंत मला वेड लागलेलं—"

"तर मग मी परत आलो की तुला मेंटल हॉस्पिटलमध्ये घेऊन जाईन—"

"डॅड...!"

मी मग एरिकशी दोन-चार शब्द बोललो. त्याने मला अनेकदा हे योग्य नाही असे सांगितले. मी त्याला निकोलची पुस्तके नीट ठेवायला सांगितले. त्यावर त्याने आपण ती मुद्दाम पाडली नव्हती असे सांगितले. तरीही मी त्याला ती नीट लावून दे म्हणून बजावून सांगितले. मग मी एलेनशी थोडेसे बोललो आणि तिला उत्साह वाटेल असे बोलण्याचा प्रयत्न केला.

मी फोनवर बोलत असताना कॅमेरे बाहेरची जी अनेक दृश्ये दाखवत होते त्यात काही शेड आणि स्टोअरची होती. ती पाहताना त्यात मला सतत काहीतरी खटकत होते. पण काय ते नेमके समजत नव्हते. अचानक माझ्या लक्षात आले की ज्या ठिकाणी डेव्हिडचा मृतदेह असायला हवा होता त्या जागी तो नव्हता.

आम्ही साधारण सातच्या सुमारास छोट्याशा किचनमध्ये जेवायला बसलो होतो. बॉबीने आमच्या प्लेटमध्ये टोमॅटो सॉस घातलेली रिव्होली आणली होती. त्यात काही भाज्याही घातलेल्या होत्या. मी कित्येक महिने घरी राहत असल्याने मला अन्नाचे सगळे प्रकार माहिती झाले होते. "माझ्या मते कोटाडिनची

रिव्होली चांगली असते.'' मी म्हणालो.

बॉबीने खांदे उडवले, ''मी फ्रीजपाशी जातो आणि त्यात काय असेल ते घेतो.''

मला त्यावेळी खूप भूक लागली होती. मी प्लेटमधले सगळे खाऊन संपवले.

''मी फार वाईट बनवली नसावी म्हणा.'' बॉबी म्हणाला.

मे नेहमीप्रमाणे गप्प बसून खात होती. विंस आवाज करत खात होता. रिकी टेबलाच्या दुसऱ्या टोकाला बसून खाली पाहत खात होता. तो माझ्या नजरेला नजर देत नव्हता. मला त्याची फिकीर वाटत नव्हती. कोणीही बोलून दाखवत नसले तरी रोझी आणि डेव्हिडची रिकामी स्टूले सगळ्यांच्या नजरेत भरत होती हे नक्की.

बॉबी मला म्हणाला, ''हं...तर, आज रात्री तुम्ही बाहेर जाणार आहात का?''

''होय.'' मी म्हणालो, ''अंधार कधी होईल?''

''सात वीसला सूर्यास्त होईल.'' बॉबी म्हणाला. त्याने भिंतीवरचा मॉनिटर सुरू केला, ''मी तुला नेमकी वेळ सांगतो.''

''म्हणजे त्यानंतर साधारण तीन तासांनी म्हणजे दहानंतर आम्ही बाहेर जाऊ शकतो.''

''आणि तुम्ही त्या थव्यांचा माग काढू शकाल असं तुम्हाला वाटतं?''

''होय. चार्लीने एका थव्यावर चांगला फवारा मारलेला आहे.''

''म्हणून तर मी देखील रात्री चमकणार'' चार्ली हसत हसत आत येत म्हणाला आणि टेबलापाशी येऊन बसला. सर्वांनी त्याला हसून अभिवादन केले. मी त्याला तो कसा आहे ते विचारले.

''ठीक आहे. फक्त थोडा थकवा वाटतोय आणि माझं डोकं ××× ठणकतंय.''

''होय. माझंही ठणकतंय.''

''आणि माझंही'' मे म्हणाली.

''रिकीमुळे मला जी डोकेदुखी होते त्यापेक्षा ही वेदना जास्त आहे.'' चार्ली रिकीकडे पाहात म्हणाला, ''आणि जास्त वेळही दुखतंय.''

''हे...कण मेंदूत शिरतात की काय?'' चार्ली म्हणाला, ''म्हणजे...हे नॅनोकण असल्याने ते मेंदूमधली संरक्षण फळी सहज पार करून आत जात असतील तर...?''

बॉबीने चार्लीपुढे पास्ताची प्लेट केली. चार्लीने त्यावर मिरपूड टाकून ती खायला सुरवात केली आणि तो पुढे बोलू लागला, ''सर्वजण नॅनोतंत्रज्ञान

पर्यावरण प्रदूषण करणार म्हणून काळजीत आहेत. बरोबर? पण हे कण एवढे छोटे आहेत की शरीरात ते कुठेही जाऊ शकतात. ते चेतापेशींच्या मधल्या जागेत किंवा कोणत्याही पेशीच्या आत शिरून केंद्रकातही शिरू शकतात. तेव्हा जॅक कदाचित आपल्यालाही संसर्ग झाला असेल."

"तुला फार काळजी दिसत नाही..." रिकी म्हणाला.

"ते काम मी तुझ्यावर सोडतोय आणि आता काळजी करून तरी काय उपयोग आहे?...बरं ही स्पॅघेट्टी काही वाईट नाही."

"रिव्होली" बॉबी म्हणाला.

"तेच ते. फक्त थोडी मिरपूड कमी पडली एवढंच."

मी म्हणालो, "लोकहो...आपल्यामध्ये कोणी कमी आहे का?"

"नाही....का बरं?"

मी मॉनिटरकडे बोट दाखवले, "तिथं वाळवंटात कोण उभं आहे?"

❑

सहावा दिवस
सायंकाळी ७ वाजून १२ मिनिटे

''ओह शिट्,'' बॉबी म्हणाला आणि टेबलाजवळून अक्षरश: उडी मारत तो बाहेर पडला. सर्वजण तसेच वेगाने दाराबाहेर पडले. मी त्यांच्या पाठोपाठ निघालो.

रिकीच्या हातात रेडिओ होता. ''विंस...विंस....आपल्याला लॉक करून टाक.''

''लॉक केलेलं आहे अगोदरच.'' विंस म्हणाला, ''हवेचा दाब पाचपेक्षा जास्त आहे.''

''पण मग धोक्याची घंटा का वाजली नाही?''

''कल्पना नाही. कदाचित त्या घंटेला चुकवायला ते शिकले असावेत.''

आम्ही सर्वजण युटिलिटी रूममध्ये आलो. त्या ठिकाणी भिंतीवर मोठेमोठे एल.सी.डी. पडदे लावलेले होते. त्यावर बाहेरची निरनिराळ्या कोनातून घेतलेली दृश्ये दिसत होती.

सूर्य अगोदरच अस्ताला गेलेला होता. पण आकाश अजूनही भडक नारिंगी ते गडद निळ्या-जांभळ्या रंगाचे होते. ह्या पार्श्वभूमीवर एक कमी केस राखलेला माणूस दिसत होता. त्याने जीनपॅन्ट आणि टी-शर्ट परिधान केलेला होता. तो वाळूवर सर्फिंग करणाऱ्यांसारखा वाटला. अंधुक प्रकाशात त्याचा चेहेरा मात्र नीट दिसत नव्हता. पण त्याची हालचाल पाहून तो आपल्या ओळखीचा आहे असे सारखे वाटत होते.

''बाहेर काही फ्लडलाईटची व्यवस्था वगैरे आहे का?'' हातात पास्ताची वाटी घेऊन खात-खातच आत येत चार्ली म्हणाला.

''लाईट लावतोय....'' बॉबी म्हणाला. काही क्षणातच त्या माणसावर भरपूर प्रकाश पडला. आता तो अगदी नीट दिसत होता—

आता मला एकदम जाणवले की तो संध्याकाळी ज्युलिआच्या गाडीत तिच्या शेजारी बसलेल्या माणसासारखा होता, आणि तो माणूस —

''जीझस!...'' बॉबी म्हणाला, ''रिकी...तो तुझ्यासारखा आहे.''

''बरोबर...'' मे म्हणाली, ''तो रिकीच आहे. अगदी टी-शर्टही तसाच आहे.'' रिकी बाजूच्या मशीनमधून स्वत:साठी सॉफ्ट ड्रिंक घेत होता. तो वळून

पडद्याकडे पाहू लागला, ''काय बोलता आहात तुम्ही?''

''तो तुझ्यासारखा आहे.'' मे म्हणाली, ''त्याच्या टी-शर्टवर पुढच्या बाजूला ''मी रूट आहे' अशी अक्षरेही लिहिलेली आहेत.''

रिकीने गोंधळून एकदा स्वत:च्या टी-शर्टकडे आणि मग पडद्याकडे पाहिले. क्षणभर तो गप्प बसला, ''डॅम!''

मी म्हणालो, ''रिकी...तू तर कधीच इथून बाहेर पडलेला नाहीस...तरीही तू तिथं कसा काय आहेस?''

''×××××'' रिकीने शिवी हासडून सहजरित्या खांदे उडवले. मला त्याच्या खांदे उडवण्यामधली बेफिकिरी जाणवली.

मे म्हणाली, ''मला त्याचा चेहेरा अजून नीट दिसत नाही.''

चार्ली त्यातल्यात्यात मोठ्या पडद्याच्याजवळ आला आणि डोळे किलकिले करून पाहात म्हणाला, ''बरोबर आहे. तुला चेहेरा नीट दिसत नाही. कारण त्याला चेहेराच नाही.''

''चार्ली...''

''चार्ली....ही प्रतिमेमधली मूळची त्रुटी आहे इतकंच.''

''नाही...तसं नाही. त्या ठिकाणी त्या ××× चेहेऱ्यावर काही आकारच नाहीत. झूम करून पाहा म्हणजे लक्षात येईल.''

बॉबीने झूम करताच तो चेहेरा मोठा दिसू लागला. तो माणूस मागेपुढे हालचाल करत होता. पण तरीही चार्ली काय म्हणतोय हे सगळ्यांच्या लगेच लक्षात आले. त्या माणसाला चेहेराच नव्हता. केसांच्या रेषेखाली फिक्कट रंगाची त्वचा होती, आणि फक्त नाक, भुवया वगैरे असतात त्या जागी फक्त तशी धूसर लक्षणे होती. प्रत्यक्षात नाक, ओठ वगैरे काहीही नव्हते. जणू एखाद्या मूर्तीकाराने चेहेरा कोरलेला नसावा असे ते अपूर्ण शिल्प वाटत होते.

''आपण काय पाहतोय ते तुमच्या लक्षात येत असेलच. होय ना?'' चार्ली म्हणाला. त्याच्या स्वरात काळजी होती. ''जरा खाली कॅमेरा वळव.''

बॉबीने त्याच्या पायाकडे कॅमेरा वळवताच आम्हाला त्याच्या पायातले बूट दिसले. तो वाळूवर चालत होता, पण फरक असा होता की बूट प्रत्यक्ष वाळूला स्पर्श न करता वरच्यावर राहत होते. शिवाय बूटही तसे धूसर वाटत होते. बुटाच्या लेस, बोधचिन्ह हे सारे होते पण जणू रेखाटन केल्यासारखे पुसट. त्या जागी प्रत्यक्षात काहीच नव्हते.

''हे फारच चमत्कारिक आहे.'' मे म्हणाली.

''अजिबात नाही.'' चार्ली म्हणाला, ''हा प्रत्यक्ष घनतेचा गणित करून केलेला अंदाज आहे. थव्यांकडे अगदी सुस्पष्ट प्रतिमा निर्माण करण्याएवढे कण

नाहीत. म्हणून ते त्याच्या जवळपास जाता येईल असा आभास निर्माण करत आहेत.''

''किंवा त्यांच्याजवळ जे काही उपलब्ध आहे त्यातून ते जास्तीत जास्त चांगली प्रतिमा तयार करत आहेत.'' मी म्हणालो, ''ते त्यांचे पृष्ठभाग विशिष्ट कोनातून फिरवून विविध रंगाचा प्रकाश परावर्तित करत असावेत. फूटबॉलच्या स्टेडियममध्ये प्रेक्षक शेकडो फ्लॅशकार्ड वापरून प्रतिमा तयार करतात ना तसं काहीतरी ते करत आहेत.''

''तसं असेल तर हे वर्तन खूपच प्रगत झालेलं आहे.'' चार्ली म्हणाला. ''आपण अगोदर पाहिलं होतं. त्यापेक्षा खूपच प्रगत.''

''ओह!...'' रिकी वैतागून म्हणाला, ''हा थवा म्हणजे आईनस्टाईन आहे अशाप्रकारे तुम्ही बोलता आहात.''

''नक्कीच नाही.'' चार्ली म्हणाला, ''तो आईनस्टाईन नक्कीच नाही कारण तो नक्कल करतोय ती तुझी!''

''चार्ली, गप्प बस.''

''गप्प बसलो असतो रिकी. पण तू ××× मला सतत चिडवतोस ना...''

बॉबी म्हणाला, ''तुम्ही दोघंही जरा गप्प बसणार का आता?''

मे माझ्याकडे वळून म्हणाली, ''थवा हे काय करतोय? सावजाची नक्कल की काय?''

''होय.''

''आपण सावज आहोत ही कल्पना मला तिटकारा आणते.'' रिकी म्हणाला.

''म्हणजे त्या थव्यामध्ये अक्षरश: खऱ्या सावजाची नक्कल करण्यासाठी लागणारे प्रोग्रॅम कोड आहे की काय?'' मे म्हणाली.

''नाही.'' मी सांगू लागलो, ''प्रोग्रॅमची रचना त्यापेक्षा खूपच सामान्य पातळीवरची आहे. त्या प्रोग्रॅममध्ये फक्त एजंटना त्यांचे ध्येय गाठण्यासाठी दिशादर्शन केलेले आहे. तेव्हा आपण पाहतोय ते त्या प्रोग्रॅममध्ये उद्‌भवलेले वर्तन आहे. ते पूर्वीच्यापेक्षा जास्त प्रगत आहे. ह्या अगोदर त्या थव्यांना स्थिर स्वरूपाची द्विमिती प्रतिमा बनवणे अवघड जात होते. आता ते त्रिमिती प्रतिमा बनवू लागलेले आहेत.''

मी माझ्या हाताखाली प्रोग्रॅम लिहिणाऱ्या सर्वांकडे नजर टाकली. ते जागच्याजागी खिळून बसले होते. थव्यांनी केलेल्या प्रगतीचा वेग पाहून त्यांना धक्का बसला होता. थवे आता त्रिमितीची नक्कल तर करत होतेच पण आता त्यांना वर्तनाचीही नक्कल करता येणार होती.

मे म्हणाली, ''आणि हे त्या थव्यांनी आपलं आपण ठरवलं की काय?''

“होय.” मी म्हणालो, “अर्थात त्यांनी ‘ठरवलं’ हा शब्द वापरणं योग्य आहे की नाही ह्याची मला कल्पना नाही. उद्‌भवणारे वर्तन ही प्रत्येक एजंटच्या वर्तनाची एकत्रित बेरीज ह्या स्वरूपात असते. त्या ठिकाणी ‘ठरवणारं’ असं कोणीच नाही. त्या थव्यांमध्ये मेंदू किंवा उच्च पातळीवरील नियंत्रण केंद्र अस्तित्त्वातच नाही.”

“म्हणजे त्यांच्यात सामूहिक मन आहे का?” मे म्हणाली, “जसं मधमाश्यांच्या पोळ्याचं असतं तसं काही?”

“साधारणपणे तसंच. मुख्य मुद्दा हा आहे की त्यात नियंत्रण करणारं कोणी नाही.”

“पण त्यांचं सगळं वर्तन तर फारच सुनियंत्रित आहे असं वाटतं.” मे म्हणाली.

“होय...आम्हा सर्वांनाही तसंच वाटतं.” चार्ली कर्कश्यपणाने हसला. पण त्याच्या हसण्याला कोणीही साथ दिली नाही.

आपण जर तसाच विचार केला तर माणूस हा देखील एक प्रचंड थवाच आहे. थव्यांचा प्रचंड मोठा थवा. कारण प्रत्येक अवयव, रक्त, यकृत, मूत्रपिंड वगैरे हे सगळे तसे मोठमोठे थवेच असतात. पेशींचे थवे आणि आपण ज्याला शरीर म्हणतो तो अशा अवयवांचा थवा असतो.

आपण आपले शरीर घन आहे असे म्हणतो. त्याचे कारण एवढेच की आपण पेशींच्या पातळीवर काय चालू आहे ते पाहू शकत नाही. आपण जर आपले शरीर खूप खोलात जाऊन पाहिले तर आपल्याला दिसेल की प्रत्यक्षात त्या जागी घोंघावणाऱ्या अणूरेणूंचा प्रचंड मोठा जमाव आहे. त्यांचेच पेशी किंवा रेणू असे छोटेमोठे थवे झालेले आहेत.

अवयवाच्या पातळीवर शरीरात कितीतरी प्रक्रिया सतत घडत असतात. मानवी वर्तनाचे नियंत्रण एका जागी म्हणजे मेंदूत घडत नसून ते अनेक ठिकाणी शरीरात घडते. नियंत्रणाच्या जागा कितीतरी असतात. तेव्हा आपण असा युक्तिवाद करू शकतो की ‘थव्यांची बुद्धिमत्ता’ ही संकल्पना अगदी आपल्यालाही लागू पडते. नियंत्रणाचे संतुलन मेंदू हा थवा करत असतो आणि जवळजवळ कधीच ते आपल्याला जाणवत नाही. त्याचप्रमाणे मज्जारज्जू, आतडे, जठर इत्यादी ठिकाणी प्रक्रिया घडत असतात. मेंदूचा सहभाग सुरू होण्याअगोदर डोळ्यातच दृष्टीचा बराच मोठा भाग प्रक्रिया करून पुढे गेलेला असतो.

त्यापेक्षाही महत्त्वाचे म्हणजे मेंदूमध्ये चालणाऱ्या अत्यंत प्रगत प्रक्रियांची मालिका आपल्या जाणिवेच्या पातळीखाली असते. त्याचे उदाहरण आपण अडथळे कसे चुकवतो ते पाहिले तर सहज लक्षात येणारे आहे. हालचाल करू शकणाऱ्या एखाद्या यंत्रमानवाला आपल्या प्रक्रिया कालावधीचा फार मोठा भाग पर्यावरणातले अडथळे बाजूला ठेवून जाण्यात खर्च होतो. आपणही वाटेत पडलेल्या वस्तू चुकवत जातो. पण आपल्याला त्याची जाणीव कधीच नसते. अर्थात अंधार पडला की मग मात्र अडथळे आहेत हे कटाक्षाने जाणवू लागते.

म्हणूनच काहीजण असा युक्तिवाद करतात की मानवामधील जाणीव, स्वत:वर नियंत्रण असण्याची भावना आणि विशिष्ट कारणांसाठी होणारे वर्तन हा केवळ आभास आहे. आपले आपल्या स्वत:वर जाणीवपूर्वक नियंत्रण मुळातच नसते. आपल्याला फक्त तसे वाटते इतकेच.

केवळ माणसाला 'आपण' आहोत ही जाणीव असते ह्याचा अर्थ ते सत्यच आहे असे नाही आणि त्यावेळी आमच्यासमोर असणाऱ्या त्या थव्याला प्राथमिक स्वरूपाची 'स्व'ची जाणीव असावी असे वाटत होते. कदाचित त्यावेळी ती नसली तरी कदाचित ती लवकरच निर्माण होण्याची शक्यता होती.

त्या पडद्यावरची ती चेहराहीन माणसाची प्रतिमा आता अस्थिर होऊ लागली होती. त्या थव्याला घनता राखून ठेवण्यात अडचण येत असावी. मधूनमधून चेहेरा आणि खांदे हलून विरघळल्यासारखे होत होते आणि पुन्हा त्यांचे आकार तयार होत होते. ते पाहायला फार चमत्कारिक होते.

"त्याचा ताबा कमी होतोय की काय स्वत:वरचा?" बॉबी म्हणाला.

"नाही. मला वाटतं तो आता दमलाय." चार्ली म्हणाला.

"म्हणजे त्यांची शक्ती संपत चाललीय असं तुला म्हणायचं आहे का?"

"होय...कारण ते सगळे कण नेमके कोनात ठेवायला फार उर्जा खर्च होत असणार."

खरोखरच पाहतापाहता थव्याने पुन्हा ढगासारखा आकार घेतलेला दिसला.

"म्हणजे ही थव्याची कमी उर्जा वापरण्याची स्थिती आहे तर." मी म्हणालो.

"होय...मला वाटतं ऊर्जेचा सर्वोत्तम उपयोग करण्याची क्षमता त्यांच्यात आहे."

"किंवा हे थवे नवीन आहेत."

आता चांगला अंधार पडला होता. क्षितिजावरचा लाल निळा रंग दिसेनासा झाला होता. आता कॅमेराही दृश्य नीट टिपू शकत नव्हता. ढग वळला आणि घोंघावत निघून गेला.

"डॅम." चार्ली म्हणाला.

मी त्या निघून जाणाऱ्या थव्याकडे पाहत म्हणालो, "फक्त तीन तास... तीन तासांनंतर हे थवे इतिहासजमा झालेले असतील."

❑

सहावा दिवस
रात्री १० वाजून १२ मिनिटे

चार्ली जेवल्यानंतर लगेच झोपायला निघून गेला होता. दहा वाजता आम्ही पुन्हा बाहेर जाण्याची तयारी करू लागलो तेव्हा तो गाढ झोपेत होता. बाहेर थंडी असेल म्हणून आम्ही जाकीटे अंगावर चढवली. आम्हाला बरोबर तिसऱ्या माणसाची गरज होती. रिकी म्हणाला की तो ज्युलिआची वाट पाहात थांबेल. कारण कोणत्याही मिनिटाला तिचे हेलिकॉप्टर येणे अपेक्षित होते. मी त्याला ठीक आहे म्हणालो. कारण मला मनापासून तो बरोबर यायला नकोच होता. विंस बियर पित कुठेतरी टी.व्ही. पाहत बसला होता. त्यामुळे फक्त बॉबी उरला.

बॉबीची आमच्याबरोबर यायची इच्छा नव्हती. पण मेने त्याला ढोसून ढोसून यायला भाग पाडले. आता प्रश्न निर्माण झाला की आम्ही तिघे तिकडे जाणार कसे? थव्यांची लपण्याची जागा वाळवंटात लांब असण्याची शक्यता होती. तेव्हा आम्हाला कोणतेतरी वाहन लागणारच होते. दारापाशी डेव्हिडची डर्टबाईक होती. पण ती दोघांनाच उपयोगी होती. अखेर हे कळले की विंसची एक कोणत्याही भागात फिरू शकणारी दणकट 'ए.टी.व्ही' गाडी होती. ती शेडमध्ये आहे असे कळले. मी त्याच्याकडे किल्ली मागण्यासाठी गेलो.

"किल्लीची गरज नाही." विंस म्हणाला. तो एका कोचावर आरामात बसून टी.व्ही.वरचा 'हू वॉन्टस टू बी ए मिलिऑनियर' हा कार्यक्रम पाहत होता. मला रेगीसचा आवाज आला, "अखेरचं उत्तर?"

मी विचारले, "किल्ली नाही, म्हणजे काय?"

"किल्ली तिथंच आहे. ती नेहमीच गाडीत असते."

"एक मिनिट...तुला असं म्हणायचं आहे की शेडमध्ये किल्ली असणारी तुझी गाडी ह्या अगोदरही तशीच होती?"

"होय तर." विंस म्हणाला. पाठीमागून टी.व्ही.वरचा आवाज ऐकू आला, "आता, पाच हजार डॉलरसाठीचा प्रश्न...."

"मला कोणीच कसं सांगितलं नाही." मी आता रागाने बेभान होऊ लागलो होतो.

विंसने खांदे उडवले, "मला काय माहिती? मला कोणी विचारलंच नाही."

मी भराभरा चिडून पुन्हा मुख्य इमारतीत आलो, "हा रिकी कुठं आहे?"

"फोनवर बोलतोय." बॉबी म्हणाला, "तो सिलिकॉन व्हॅलीतल्या कंपनीच्या बड्या धेंडांशी बोलतोय."

मे म्हणाली, "जरा शांतपणाने घे जॅक."

"मी शांतपणानंच घेतोय." मी म्हणालो, "कोणत्या फोनवर बोलतोय तो?" मे पुढे आली आणि माझ्या खांद्यावर हात ठेवून म्हणाली, "जाऊ दे. आता रात्रीचे दहा वाजून गेले आहेत....ठीक आहे..."

"जाऊ दे? म्हणजे काय? त्याच्यामुळे आपण तिकडं मेलो असतो की."

"पण आत्ता आपल्याला बरंच काम करायचं आहे."

मी मेच्या शांत आणि स्थिर चेहेऱ्याकडे पाहिले. ज्या सफाईदारपणाने तिने सश्याचे पोट उघडले होते त्याची मला आठवण झाली.

"तुझं म्हणणं बरोबर आहे." मी म्हणालो.

"उत्तम." मे वळली, "आपण आपल्या पिशव्या तयार केल्या की लगेच निघू या."

मी कपाटापाशी गेलो आणि तीन पाठपिशव्या बाहेर काढल्या.

त्यामधली एक मी बॉबीसमोर टाकली, "हं...चला. बाहेर पडायची वेळ झाली."

त्या रात्री आकाश स्वच्छ होते. चांदण्या दिसत होत्या. आम्ही अंधारातच शेडच्या दिशेने चालत गेलो. मी डर्टबाईक माझ्याबरोबर ओढत नेली. काही वेळ कोणीच बोलत नव्हते. मग काही वेळाने बॉबी म्हणाला, "आपल्याला दिव्यांची गरज आहे."

मे म्हणाली, "आपल्याला बऱ्याच गोष्टींची गरज आहे. मी यादी केलीय." आम्ही स्टोअरच्या शेडपाशी आलो. मी आत गेलो आणि आजूबाजूला चाचपडत दिवे लावले. बॉबी अंधारातच बाहेर उभा होता.

आतमध्ये शिरताच मेने आपली पिशवी उघडली आणि ती शेल्फमधून चालत बोलू लागली, "आपल्याला पोर्टेबल दिवे लागतील...इग्निशन फ्यूज फ्लेअर्स...ऑक्सिजन..."

"ऑक्सिजन? तो कशासाठी?" बॉबी म्हणाला.

"जर त्याची लपण्याची जागा जमिनीखाली असेल तर...होय...लागेलच आणि शिवाय थर्माइटही लागतील."

मी म्हणालो, "रोझीजवळ होते. कदाचित ते ती धावली तेव्हा..मी पाहतो."

मी दुसऱ्या खोलीत गेलो. थर्माइटच्या नळकांड्यांचे खोके जमिनीवर उलटे पडलेले मला दिसले. ती डेव्हिडकडे धावत गेली तेव्हा तिच्या हातातून ते पडले असणार. तिच्या हातात त्यातले काही आहेत की काय हे पाहण्यासाठी मी रोझीचा मृतदेह होता तिकडे गेलो. रोझीचा मृतदेह तिथे नव्हता.

"जीझस!"

बॉबी धावत आला, "काय झालं?"

मी दरवाजाकडे बोट दाखवले, "रोझी गेलेली आहे."

"गेलेली आहे म्हणजे?"

मी बॉबीकडे पाहिले. "गेली....ह्या जागी तिचा देह होता आणि आत्ता नाही."

"ते कसं काय?...एखादा प्राणी तर..."

"कोण जाणे." मी म्हणालो, आणि रोझी ज्या जागी पडली होती तिथे जाऊन नीट निरखून पाहू लागलो. त्या अगोदर मी रोझीला पाहिले होते तेव्हा तिच्या शरीरावर पांढऱ्या द्रवाचे आवरण होते. त्यातला काही द्रव जमिनीवर ओघळलेला होता. मी सगळ्या बाजूने पाहिले तर कुठेही काही फरकाटे वगैरे दिसत नव्हते. फक्त काही ठिकाणी तिरप्या रेषा मात्र होत्या.

"तिला ओढून बाहेर नेण्यात आलं असावं की काय?" बॉबीने विचारले.

"होय."

मी द्रव ओघळला होता त्या सर्व जागी नीट निरीक्षण केले. कुठे काही पायाचे ठसे वगैरे दिसतात का ते मी पाहत होतो. एकटादुकटा कोयोट तिला ओढून नेऊच शकत नव्हता. त्यासाठी एक झुंड तिथे असणे आवश्यक होते आणि तसे असेल तर त्यांचे ठसे तिथे असायलाच हवे होते.

पण एकही ठसा नव्हता.

मी दरवाज्यापाशी जाऊन पाहू लागलो. बॉबी बाहेर अंधाराकडे पाहत होता. "तुला काही दिसतंय का?" बॉबी म्हणाला.

"नाही."

मी मे काम करत होती त्याजागी परतलो. तिने सर्व वस्तू गोळा केल्या होत्या. तिने मॅग्नेटिक फ्यूज, फ्लेअर गन, हॅलोजन फ्लॅशलाईट, डोक्यावर अडकवण्याचे दिवे ह्या गोष्टी जमा केल्या होत्या. तसेच तिने दुर्बिण आणि रात्री पाहण्यासाठी उपयोगी नाईट-व्हिजन गॉगल्स घेतलेले दिसले. मेने शिवाय ऑक्सिजनची नळकांडी आणि प्लॅस्टिकचे मास्क घेतले होते. मी हे मास्क पाहून अस्वस्थ झालो. कारण आदल्या रात्री ज्युलिआला अपघात झाला होता त्या जागी एसएसव्हीटी असे लिहिलेल्या व्हॅनमधल्या लोकांनी तसेच मास्क घातल्याचे मला आठवले.

आदल्या रात्री हा विचार मनात आला नि मी स्वत:लाच प्रश्न केला. खरोखरच ती घटना कालच म्हणजे चोवीस तास अगोदर घडली होती? कारण मला तर मधे एखादा महिना उलटला आहे असे वाटत होते.

मे सर्व वस्तू तीन पिशव्यांसाठी वेगवेगळ्या वाटत होती. तिला ते करताना पाहून आमच्यामध्ये प्रत्यक्ष कामाचा अनुभव फक्त तिला आहे हे मला प्रकर्षाने जाणवले. मी आणि बॉबी एका जागी बसून केवळ पुस्तकी ज्ञान मिळवलेले होते. त्या रात्री मी मेवर किती मोठ्या प्रमाणात अवलंबून आहे हे पाहून मी स्वत:च चकित झालो होतो.

बॉबीने एक पिशवी उचलून तोलून पाहिली. तो कुरकुरत म्हणाला, "मे, खरंच हे एवढं सगळं आपल्याला लागणार आहे?"

"तुला ते उचलून थोडंच न्यायचं आहे? आपण गाडी वापरणार आहोत आणि नंतर पश्चाताप होण्यापेक्षा अगोदर काळजी घेतलेली बरी."

"अं...ठीक आहे. पण हा फील्ड रेडिओ—"

"कधी काय लागेल सांगता येत नाही."

"आपल्याला कोण कॉल करणार आहे?"

"बॉबी...त्याचं असं आहे की जर तुला ह्यातल्या कशाची गरज पडणार असेल तर ती अशी असेल की तुला हे घ्यावंच लागेल."

"होय. पण—"

मेने दुसरी पिशवी लीलया उचलून पाठीवर टाकली. मग ती बॉबीकडे वळून म्हणाली, "तू काय म्हणत होतास?"

"काही नाही. जाऊ दे."

मी तिसरी पिशवी उचलली. ती फार जड नव्हती. फक्त ऑक्सिजनचे नळकांडे जड होते आणि ते चमत्कारिकपणे पिशवीतून बाहेर लोंबकळत होते. बॉबी उगीचच घाबरल्यामुळे वजनाबाबत कुरकुर करत होता इतकेच. पण बरोबर आणखी ऑक्सिजन असला पाहिजे ह्याबाबत मे ठाम होती.

बॉबी नर्व्हसपणाने म्हणाला, "आणखी ऑक्सिजन कशाला हवा? त्यांची ती लपण्याची जागा किती मोठी असेल?"

"मला कल्पना नाही." मे म्हणाली, "पण नवीन थवे चांगलेच मोठे होते."

मे सिंकपाशी गेली आणि तिने किरणोत्सर्ग मोजणारे उपकरण-रेडिएशन काऊंटर उचलले. त्याची वायर काढल्यावर लक्षात आले की त्याची बॅटरी संपलेली आहे. आम्ही जुनी बॅटरी बाहेर काढली. मग शोधाशोध करून दुसरी बॅटरी बसवली. ही देखील संपलेली आहे की काय याची मला धास्ती वाटत होती. पण ही चालू होती.

"बॅटरी पूर्ण चार्ज आहे." मे म्हणाली, "ती चार तास पुरेल."

"चला. निघू या आपण." मी म्हणालो. तेव्हा रात्रीचे दहा वाजून त्रेचाळीस मिनिटे झालेली होती.

आम्ही चार्ली होता त्या गाडीपाशी आलो तेव्हा रेडिएशन काऊंटर अक्षरश: वेड लागल्यासारखा क्लिक् क्लिक् आवाज करू लागला. त्याचा आवाज जणू सतत चालू राहावा असा होता. काऊंटरची दांडी पुढे धरत मे गाडीपासून जरा दूर वाळवंटात गेली. ती पश्चिमेकडे वळली तेव्हा क्लिक् क्लिक् आवाजाची तीव्रता कमी झाली. ती पूर्वेकडे वळताच तीव्रता पुन्हा वाढली. पण आणखी पुढे गेल्यावर तीव्रता कमी झाली. मग मे उत्तरेकडे चालू लागताच तीव्रता पुन्हा एकदम वाढली.

"उत्तर" मे म्हणाली.

मी बाईकवर बसून ती सुरू केली.

बॉबीने शेडमधून ए.टी.व्ही. गाडी बाहेर काढली. त्या गाडीचे टायर सपाट होते आणि तिला सायकलप्रमाणे हॅन्डल होते. ही गाडी दिसायला फार चांगली नसली तरी वाळवंटात ती उत्तम आहे हे मला माहिती होते.

मे बाईकवर माझ्यापाठीमागे बसली. तिने काऊंटरची दांडी जमिनीलगत धरली, "ओके....चल."

आम्ही वाळवंटाच्या दिशेने निघालो. आकाश निरभ्र होते.

बाईक वरखाली होत असल्याने दिव्याचा झोत वाळवंटातल्या पृष्ठभागावर वरखाली होत होता. त्यामुळे सावली पडून समोर नेमके काय येत आहे ते कळणे अवघड झाले होते. दिवसा जे वाळवंट सपाट वाटले होते तसे ते नव्हते. अनेक ठिकाणी वाळूमध्ये खड्डे होते. काही ठिकाणी खोल घळी होत्या. दगडगोट्यांनी भरलेली नाल्यांची पात्रे होती. मी लक्षपूर्वक बाईक चालवत होतो. मे सतत मला सूचना करत होती.

"उजवीकडे...आता उजवीकडे आणखी....अं...जरा जास्त झालं...डावीकडे." काहीवेळा नेमका मार्ग सापडण्यासाठी आम्हाला पूर्ण वर्तुळाकारात प्रवास करावा लागत होता.

आम्ही जसे जात होतो ते जर कोणी दिवसा पाहिले असते तर चालवणारा पिऊन बेहोष झाला असावा असेच कोणालाही वाटले असते. एवढा आमचा मार्ग वाकडातिकडा होता. आम्ही आता लॅबपासून कित्येक मैल अंतरावर

आलो होतो. मला जराशी काळजी वाटू लागली होती.

काऊंटरमधून येणारे क्लिक् आवाज आता कमी प्रमाणात आणि कमी तीव्रतेचे होते. असे का व्हावे हे मला कळेना. मे देखील चिंतेत पडली होती. ती हातातली दांडी जमिनीच्या जास्तीत जास्त जवळ नेत होती. पण हळूहळू आम्हाला माग काढणे अवघड जात आहे हे स्पष्ट दिसू लागले होते. आम्ही वर्तुळाकार फेऱ्या मारत होतो. आपण पुन:पुन्हा एकाच जागी येतोय हे आमच्या लक्षात आले.

आणि अखेर आम्ही माग गमावला आहे हे स्पष्ट झाले.

जरी काळजी करायची नाही असे मनाला बजावले तरीही अखेर माझी सहनशक्ती संपुष्टात आली. मी अख्खा दिवस सतत जीव तोडून पळापळ करत होतो. त्यावेळी अचानक मी कमालीचा थकून गेलो. आपण हरलो ही भावना मनात खोलवर खुपत होती. माझे डोळे मिटू लागले. मी जागच्याजागी उभ्याउभ्याच झोपतो की काय असे मला वाटू लागले. मे मागच्या सीटवरून म्हणाली, “ठीक आहे...काळजी करू नकोस.”

“म्हणजे काय?” मी थकलेल्या स्वरात कसाबसा म्हणालो, “माझा बेत साफ फसला आहे. मे.”

“कदाचित, अद्याप नाही.”

बॉबीने जवळ येऊन गाडी थांबवली, “तुम्ही जरा मागे वळून पाहा.”

“काय?”

“पाहा तर खरं...आपण किती लांब आलोय ते पाहा जरा.”

मी दक्षिण दिशेकडे मागे वळून पाहिले. तर मला फॅब इमारतीचे प्रखर दिवे दिसले. आम्ही इमारतीच्या फारच जवळ होतो. फारफार तर एखादा मैल दूर. त्याचा अर्थ आम्ही मोठ्या अर्धवर्तुळात प्रवास केला असणार.

“हे चमत्कारिक आहे.”

मे बाईकवरून उतरली. ती बाईकच्या प्रकाशात काऊंटरवरचे आकडे पाहू लागली, “अँ...”

बॉबी आशेने म्हणाला, “हं...मे, मग काय? परत जायचं ना आता?”

“नाही.” मे म्हणाली, “हे पाहा जरा.”

आम्ही काऊंटरवरच्या छोट्या पडद्यावरचा आलेख पाहिला. किरणोत्सर्गाची पातळी जमिनीच्या दिशेने झपाट्याने कमी कमी होत एकदम शून्यावर आली

होती. बॉबी विचारात पडला, ''ह्याचा अर्थ?''

''मला त्याचा अर्थ बरोब्बर समजला आहे.'' मे म्हणाली आणि ती पुन्हा बाईकवर बसली. ''जॅक...पुढे चल...हळूहळू.''

मी समोर दिसणाऱ्या एका निवडुंगाच्या झुडपाकडे निघालो.

''नाही...जॅक...अजून सावकाश.''

मी वेग आणखी कमी केला. आता जणू आम्ही चालण्याच्या वेगाने पुढे सरकत होतो. मी जांभई दिली. कंटाळलो असलो तरी मेला प्रश्न विचारण्यात काहीही अर्थ नव्हता. ती मन लावून तिचे काम करत होती.

आम्ही थोडा चढ चढून पुढे गेलो. किंचित सपाटीवर आलो आहोत असे वाटत असतानाच अचानक उतार सुरू झाला.

''थांब!''

मी बाईक थांबवली.

माझ्यासमोर जमिनीचा भाग एकदम संपला होता. समोर गडद काळोख दिसत होता.

''कडा आहे की काय?''

''नाही. जरा उंच भाग आहे.''

मी सावकाश बाईक पुढे सरकवली. लगेचच माझ्या लक्षात आले की आपण एका उंचवट्याच्या कडेवर आहोत. हा उंचवटा साधारण पंधरा फूटांचा होता. त्याच्या खालच्या बाजूला नाल्याचे सुकलेले पात्र होते. त्यात काही झिजून गुळगुळीत झालेले खडक मला दिसले. पलीकडच्या बाजूला सपाट वाळवंट होते. मधल्या भागात साधारण पन्नास यार्डांवर एक खुरट्या झुडुपांची रेषा होती.

''आता समजलं...थव्यांनी उडी मारली असणार'' मी म्हणालो.

''होय आणि म्हणूनच आपण माग गमावला.''

''तसं असेल तर थवा पलीकडे कुठंतरी जमिनीवर उतरला असणार.'' बॉबी म्हणाला.

''शक्य आहे. पण तसं नसेलही.''

माझ्या समोरचा वाळवंटाचा विस्तीर्ण भाग पाहून मी निराश झालो. आता थवा आपल्याला सापडत नाही असा विचार माझ्या मनात आला. मी म्हणालो, ''थवा कदाचित नाल्याच्या पात्रात उतरला असेल किंवा थेट आणखी पुढे पाव मैलांवरही खाली आला असेल.''

पण मे अजिबात निरुत्साही झालेली नव्हती. ''बॉबी, तू इथंच थांब. थव्यानं कुठून उडी घेतली असेल त्या जागी तू खूण म्हणून उभा राहा. मी

आणि जॅक जाऊन पाहून कुठं माग मिळतो ते पाहतो. आपल्याला तो सापडणार म्हणजे सापडणार.''

''ठीक आहे.'' बॉबी म्हणाला.

''ठीक आहे.'' मी म्हणालो. पण मला यश मिळण्याबाबत जराही खात्री वाटत नव्हती.

बॉबी त्याच्या गाडीवरून वाकून पाहत म्हणाला, ''ते काय आहे?''

''कुठे?''

''प्राणी असावा. मला डोळे चमकलेले दिसले.''

''कुठे दिसले?''

''तिकडे. त्या झुडपांपाशी.'' बॉबीने नाल्याच्या पात्रामधल्या झुडपांकडे बोट दाखवले.

मी विचारात पडलो. आमच्या गाड्यांचा प्रकाश समोर वाळवंटापर्यंत पडलेला होता. मला तरी कुठेही प्राणी वगैरे काही दिसेना.

''तिथं पाहा!'' मे म्हणाली.

''मला काहीच दिसत नाही.''

मेने बोटाने खूण केली, ''त्या ज्युनिपरच्या झुडपांमागे आत्ताच काहीतरी गेलंय. ते पिरॅमिडसारखं झुडूप दिसतंय ना तिथं पाहा...''

''हं...''मी म्हणालो, ''पण मला काही तो प्राणी वाटत नाही.''

''त्याची हालचाल डावीकडून उजवीकडे होतीय पाहा...एक मिनिट थांब. तो पुन्हा बाहेर येईल लगेच.''

आम्ही काही क्षण पाहात होतो. मग आम्हाला प्रखर हिरव्या रंगाचे ठिपके चमकताना दिसले. ती ठिपक्यांची जोडी जमिनीलगत पुढे सरकत होती. मला मध्येच फिक्कट पांढरा रंगही दिसला. त्याचक्षणी मला काहीतरी विचित्र पाहत असल्याची जाणीव झाली.

बॉबीलाही ते जाणवले असणार. त्याने भराभरा दुर्बिण बाहेर काढून ती डोळ्यांना लावली. ''नाही...प्राणी नाही...''

आता आम्हाला पांढरा रंग हलताना दिसत होता. अचानक माझ्या लक्षात आले की तो माणसाचा हात होता.

''जीझस!'' बॉबी म्हणाला.

''काय आहे ते?''

''शरीर ओढून नेलं जातंय...ती रोझी आहे!''

❑

सहावा दिवस
रात्री १० वाजून ५८ मिनिटे

मी बाईक सुरू केली. मी आणि मे उतारावरून नाल्याच्या पात्रात आलो. बॉबी मात्र जागीच उभा होता. काही मिनिटात मी नाला ओलांडून पलीकडच्या तीरावर गेलो. आता मी बॉबीच्या समोर पण पलीकडच्या बाजूला होतो.

मे म्हणाली, "जॅक...थोडी सावकाश चालव."

मी वेग कमी केला. मी खाली पाहत पुढे जाऊ लागलो. अचानक मेच्या हातातला रेडिएशन काऊंटर क्लिक् क्लिक् आवाज करू लागला.

"उत्तम." मी म्हणालो.

मी बॉबीला पुढे येण्याची खूण केली. ती पाहून तो खाली उतरू लागला. त्यामुळे त्याच्या दिव्यांचा प्रकाश आमच्या समोरच्या नाल्याच्या पात्रातून नाहीसा झाला. त्या ठिकाणी अंधारात आम्हाला अचानक रोझी कास्ट्रो दिसली.

रोझी उताणी पडलेली होती. तिचा हात पसरलेला होता. डोळे सताड उघडे होते. जणू ती माझ्याकडे रोखून पाहात होती. तिच्या चेहेऱ्यावर प्रचंड दहशतीची किंवा विनवणी करत असल्याची भावना दिसत होती. मेल्यानंतर शरीर कडक व्हायला सुरवात झाली होती. त्यामुळे खुरटी झुडपे आणि निवडुंगावरून ओढली जात असताना तिच्या शरीरातला कडकपणा जाणवत होता. ती ओढली जात होती. पण कोणता प्राणी तिला ओढतोय हे दिसत नव्हते.

"तू दिवे बंद केलेस तर बरं." मे म्हणाली.

"पण तिला कोण ओढत नेतंय ते मला दिसत नाही...तिच्या अंगाखाली काहीतरी सावलीसारखं..."

"ती सावली नाही...ते...ते आहेत."

"थवे तिला ओढत नेत आहेत?"

मेने मान डोलावली, "दिवे बंद कर."

मी बाईकचा हेडलॅम्प बंद केला. सगळीकडे अंधार पसरला. "माझी अशी समजूत होती की थव्यांमध्ये तीन तासांपेक्षा जास्त वेळ उर्जा राहत नाही."

"तसं रिकी म्हणाला होता."

"तो खोटं बोलला असेल?"

"किंवा ह्या थव्यांनी ती समस्या आपली आपण सोडवली असावी." ह्याचा अर्थ फार अस्वस्थ करणारा होता. जर थव्यांमध्ये रात्रीही उर्जा राहू शकत असेल तर आम्ही त्यांच्यापाशी पोहोचू तेव्हा ते कार्यक्षम असणार. मी त्यांना झोपेत गाठून खलास करण्याचा बेत केलेला होता. पण आता कळत होते की ते झोपतच नव्हते.

आम्ही अंधारात उभे राहून विचार करू लागलो. बऱ्याच वेळानंतर मे म्हणाली, "ह्या थव्यांचा प्रोग्रॅम लिहिताना कीटकांच्या वर्तनाचा वापर केला गेला होता ना?"

"तसं म्हणता येणार नाही. त्यासाठी शिकारी-सावज ह्यांच्यातील संबंधांचा मॉडेल म्हणून उपयोग केला होता. पण हे एकमेकांशी संबंध ठेवणारे कण असल्याने काही प्रमाणात त्यांचे वर्तन कीटकांप्रमाणे होणे स्वाभाविक आहे. पण हे का विचारलंस?"

"कारण स्वत:च्या पिढीत न संपणाऱ्या कामांचे नियोजन कीटक करू शकतात. उदाहरणार्थ ज्यासाठी कित्येक पिढ्या काम करावे लागेल अशा घरांची रचना कीटक करताना दिसतात. हे बरोबर आहे ना?"

"तसं आहे म्हणा..."

"तेव्हा अशी शक्यता आहे की एका थव्याने मृतदेह थोडा ओढून नेला, आणि मग दुसऱ्या थव्याने तेच काम पुढे सुरू ठेवले. कदाचित त्यासाठी तीनचार थवेही काम करत असतील. तसं असेल तर त्यांना तीन तासच काम करत राहण्याची गरज भासत नसेल. सगळे मिळून त्यापेक्षा जास्त वेळापर्यंत उर्जा सहज वापरू शकत असावेत."

ही कल्पनादेखील फार अस्वस्थ करणारी होती. "त्याचा अर्थ थवे एकमेकांच्या सहकार्याने काम करत आहेत." मी म्हणालो, "आणि त्यांच्यामध्ये सूसुत्रपणा आहे."

"होय. तसा तो आहेच."

"पण ते कसं शक्य आहे? कारण त्यांच्यात संदेशवहनाची यंत्रणाच नाही."

"काही पिढ्यांपूर्वी कदाचित नव्हती. पण आता ती त्यांनी मिळवली आहे. तुझ्या अंगावर हल्ला करायला व्ही आकारात कसे आले होते आठव. त्यांच्यात नक्कीच सूसूत्रपणा आलेला आहे."

मेचे म्हणणे बरोबर होते. त्यावेळी ती गोष्ट माझ्या लक्षात आली नव्हती.

"ते तिला कुठं नेत आहेत?" मी म्हणालो.

मेने भराभरा माझ्या पाठीवरच्या पिशवीतून नाईट व्हिजन गॉगल बाहेर काढून माझ्या हातात ठेवला. मी तिच्या पिशवीतून काढण्यासाठी पुढे हात करेपर्यंत तिने तो बाहेर काढलाही होता.

मी गॉगल डोळ्यावर नीट बसवला. हे चौथ्या पिढीचे गॉगल रंगीत प्रतिमा दाखवत होते. मी गॉगल चढवताच मला तत्काळ रोझीचा मृतदेह नीट दिसू लागला. तिचा मृतदेह झुडपांमधून दूर जाताना दिसला.

"हं...ते तिला कुठं घेऊन जात आहेत?" मी पुन्हा म्हणालो. हे म्हणतानाच मी नजर आणखी वर केली. तिला ते कुठे नेत होते ते माझ्या लक्षात आले.

लांबून ती जागा नैसर्गिक वाटावी अशीच होती. पंधरा फूट रुंदीचा आणि सहा फूट उंचीचा मातीचा उंचवटा. त्याची झीज होऊन मध्येमध्ये उभ्या भेगा पडलेल्या होत्या. पण ही जागा नैसर्गिक नव्हती. शिवाय उभ्या भेगांमुळे जरी झीज झालीय असे वाटत असले तरी प्रत्यक्षात ते तसे नव्हते. आफ्रिकेतील वाळवी किंवा तत्सम सामाजिक कीटक बांधतात तसे ते वारुळ होते. मे त्या वारूळाकडे काही वेळ पाहत होती. मग ती म्हणाली, "अशा प्रकारे रचना करण्याचे वर्तन त्यांच्यात नव्याने उद्‌भवलेले आहे की काय?"

"होय. अगदी नेमकं तसंच घडलेलं आहे."

"विश्वास बसत नाही."

"खरं आहे."

मे जरी उत्तम जीवशास्त्रज्ञ असली तरी तिचा विशेष अभ्यास हा प्रायमेट प्राण्यांचा होता. तिला अत्यंत बुद्धिमान असणाऱ्या अगदी थोड्या प्राण्यांचा अभ्यास करण्याची सवय होती. ह्या प्राण्यांमध्ये अधिकारांची वाटणी आणि नेतृत्त्वावर आधारित वर्तनशैली असते. पण तिला अत्यंत कमी बुद्धी असणाऱ्या ह्या असंख्य सजीवांच्या एकत्रित स्वसंघटित वर्तनाची ताकद कळणे अवघड जात होते.

अर्थात ह्याला मानवी मनामधील मूळ पूर्वग्रह कारणीभूत आहे. कोणत्याही संघटनात आपल्याला एक मध्यवर्ती नियंत्रण केंद्र असतेच असे नेहमी वाटते. राज्यामध्ये राज्यप्रमुख असतो. कंपन्यांमध्ये कार्यकारी अध्यक्ष असतो. शाळेला मुख्याध्यापक असतो. लष्करात सेनापती असतात. माणसाला वाटते की मध्यवर्ती नियंत्रण नसेल तर सगळीकडे गोंधळ उडेल. म्हणूनच एखाद्या टाचणीच्या डोक्याएवढ्या मेंदू नसणाऱ्या लक्षावधी पण निर्बुद्ध सजीवांना एवढी गुंतागुंतीची

रचना करता येते ह्यावर आमचा विश्वास बसत नव्हता.

आफ्रिकेतील वाळवी हे त्याचे एक उत्तम उदाहरण आहे. हे कीटक शंभर-शंभर फूट व्यासाची मातीची वारुळे बांधतात. त्यांचे मनोरे चांगले वीस-वीस फूट उंचीचे असतात. तुलनाच करायची तर असे म्हणता येईल की आपल्याला एवढ्या मोठ्या रचना करायची वेळ पडली तर त्या कशा असतील, तर आपल्याला एक मैल उंच आणि पाच मैल व्यासाची रचना करावी लागेल. आपल्या उत्तुंग इमारतींप्रमाणेच ह्या वारुळामध्येही हवा खेळती राहण्यासाठी उत्तम व्यवस्था केलेली असते. ह्या मातीच्या किल्ल्यासारख्या भागाच्या आतमध्ये अन्न निर्माण करण्यासाठी बागा असतात. त्यांच्यामधल्या प्रमुखासाठी राहाण्याची खास व्यवस्था केलेली असते. अशा वारुळांमध्ये वीस लाख प्राणी राहू शकतात. तसेच कोणत्याही दोन वारुळांची रचना तंतोतंत सारखी कधीच नसते. स्थानिक पातळीवरच्या गरजा लक्षात घेऊनच ही वारुळे बांधली जातात.

आणि हे सगळे करत असताना त्या ठिकाणी कोणी वास्तुरचनातज्ज्ञ, पर्यवेक्षक किंवा तत्सम अधिकारी नसतात. तसेच रचना कशी करायची याचा आराखडाही नसतो. हे सगळे अगदी साध्या नियमांचे पालन करून शक्य होत असते. उदाहरणार्थ एखादा नियम असा आहे, "जर तुम्हाला ह्या ठिकाणी अगोदर दुसरी वाळवी येऊन गेली असल्याचा वास आला तर त्या जागी जवळचा मातीचा गोळा टाका." आणि अशा अगदी साध्यासोप्या नियमांच्या पालनाने अशी थक्क करणारी रचना निर्माण होते आणि आम्ही त्यावेळी पाहत होतो ती रचना तर सर्वस्वी नव्या सजीवाने केलेली होती. त्यामुळे ती कशी साध्य झाली असेल याचा अंदाज बांधता येत नव्हता. थव्यांना अशी वारुळे कशी बांधता येतील? पण त्यावेळी वाळवंटातील सगळी परिस्थिती पाहता हे कसे शक्य आहे हा प्रश्न विचारणे मूर्खपणाचे ठरेल याची मला कल्पना होती. थवे सतत म्हणजे अगदी मिनिटागणिक बदलत होते. ते काय करतील याचा साधा अंदाज घेईपर्यंत ते कितीतरी वेगळे झालेले होते.

बॉबीची ए.टी.व्ही. खडखडत माझ्याजवळ आली. त्याने दिवे बंद केले.

"आपण आता पुढे काय करायचं?"

"रोझीच्या मागोमाग जायचं." मी म्हणालो.

"रोझी त्या वारुळात नेली जातीय. म्हणजे आपणही आत शिरायचं की काय?"

"होय." मी म्हणालो.

मेच्या सूचनेप्रमाणे आम्ही पिशव्या पाठीला लटकवून वारुळाच्या दिशेने निघालो. पाठीवर वजन असल्याने आम्हाला जायला चांगली दहा मिनिटे लागली. वारुळापासून पन्नास फूटांवर आम्ही थांबलो. आम्हाला आतून अत्यंत सडका वास येत होता. तो एवढा तीव्र होता की मला उलटी होईल की काय असे वाटत होते. आतून फिक्कट हिरव्या रंगाचा प्रकाश बाहेर पडत होता.

बॉबी हलक्या आवाजात म्हणाला, "आपण खरंच तिथं आत जायचंय?"

"अजून नाही." मे कुजबुजत्या आवाजात म्हणाली. तिने समोर बोट दाखवले. रोझीचे शरीर चढावरून हळूहळू वर जात कडेपाशी गेले होते. क्षणभर ती जणू श्वास घेण्यासाठी थांबली आहे अशा प्रकारे ती वारुळाच्या कडेवर जवळजवळ उभी राहिली होती. मग ती पलीकडे घरंगळत गेली आणि दिसेनाशी झाली.

बॉबी ते दृश्य पाहून थरथरू लागला.

मे म्हणाली, "चला."

मे तिच्या नेहमीच्या सवयीप्रमाणे आवाज न करता पुढे निघाली. मी देखील शक्यतो आवाज होऊ नये अशा बेताने चालू लागलो. पण बॉबी मात्र धडपडत, आवाज करत चालू लागलेला पाहून मेने त्याच्याकडे कडक नजर टाकली.

आपला इलाज नाही अशा अर्थी बॉबीने हात उडवले.

"पाय कुठं टाकतो आहेस ते नीट पाहा."

"मी पाहतोय."

"नाही. तू पाहत नाहीस..."

"अंधारात मला कसं दिसणार?"

"प्रयत्न केलास तर नीट दिसू लागेल."

मी मेला कधीही एवढी वैतागाने बोलताना पाहिलेले नव्हते. पण त्यावेळी आमच्यावर फार ताण होता. मे पुन्हा सावधपणे चालू लागली. बॉबीही चालू लागला. पण तो पूर्वीएवढाच आवाज करतोय हे पाहून मेने त्याला जागीच थांब अशी खूण केली.

बॉबीला एकट्याला थांबायचे नव्हते. त्याने नकारार्थी मान हलवली. मेने त्याच्या खांद्यावर हात दाबून त्याला थांबवले, "इथंच थांब."

"नको..."

"तू आपल्याला मृत्यूकडे नेशील अशानं."

"नको. मी..."

मेने मानेने नकार दर्शवला आणि त्याला जमिनीवर बसण्याची खूण केली. अखेर बॉबी खाली बसला.

मेने माझ्याकडे पाहून इशारा केला. आम्ही चालू लागलो. आता आम्ही वारुळाच्या कडेपासून साधारण वीस फूटांवर होतो. सडका वास आता आणखी तीव्र झाला होता. तसेच आम्हाला आता ढोल बडवल्यासारखा आवाज ऐकू येऊ लागला होता. तो भीती वाटण्याजोगा होता. पण मे चालतच राहिली. आम्ही वारुळाच्या कडेपाशी जाऊन पोहोचलो. त्या जागी आम्ही पालथे पडून खाली पाहू लागलो. मेने खिशातून एक अंगठ्याएवढा कॅमेरा आणि तो बसवण्यासाठी अगदी पातळ अशी लांब करता येईल अशा प्रकारची एक दांडी बाहेर काढली. मग एक छोटा एल.सी.डी. मॉनिटर काढून तो तिने आमच्या दोघांच्यामध्ये ठेवला, आणि दांडी हळूहळू खाली सरकवायला सुरवात केली.

पडद्यावर आम्हाला आतल्या भागाचे दृश्य दिसत होते. आतल्या भिंती चढउतार असणाऱ्या हिरव्या रंगाच्या होत्या. त्या गुळगुळीतही दिसत होत्या. आतमध्ये हालचाल मात्र कशाचीही होत नव्हती. रोझीचाही कुठे पत्ता नव्हता.

मेने डोळ्यांकडे बोट दाखवून प्रत्यक्ष पाहायचे का म्हणून विचारले. मी मान डोलावली. आम्ही किंचित पुढे सरकलो आणि खाली वाकून पाहू लागलो.

मी जे पाहिले ते मला सर्वस्वी अनपेक्षित होते.

आमच्यासमोर उतार होता आणि त्या उताराच्या खाली एक मोठे भोक होते. हिरवा प्रकाश त्याच भोकातून येत होता. आम्ही गुहेचे तोंड पाहत आहोत हे आमच्या लक्षात आले. मेने कॅमेरा आणखी पुढे सरकवून तो तोंडातून आत सोडला. कारण आम्ही होतो त्या जागेवरून आम्हाला गुहेच्या आतला भाग नीट दिसत नव्हता.

कॅमेऱ्यामुळे लवकरच आम्हाला आतले दृश्य दिसू लागले. ही गुहा नक्कीच नैसर्गिक होती. आठ फूट उंच आणि दहा फूट रूंदीच्या त्या गुहेच्या भिंती फिक्कट पांढऱ्या रंगाच्या होत्या. आम्ही रोझीच्या शरीरावर जे पांढरे आवरण तयार होताना पाहिले होते. बहुधा त्यामुळे हा पांढरा रंग आलेला होता. रोझीचा मृतदेह थोडा पुढे दिसत होता. एका वळणावरून फक्त तिचा हात बाहेर आलेला आम्हाला दिसला.

मेने मला खुणेनेच आत जायचे का ते विचारले. मी मान डोलावली. कारण त्याखेरीज काही दुसरा पर्यायच नव्हता. तिने पुन्हा मानेनेच बॉबीला बोलावण्याविषयी विचारले. मी नकार दिला.

मेने आवाज न करता पाठीवरची पिशवी उतरवायला सुरवात केली. पण

ती त्याचक्षणी जागच्याजागी अक्षरश: गोठून गेली. तिच्या शरीरातला एकही स्नायू हलत नव्हता.

मी पडद्याकडे पाहिले आणि माझीही तीच अवस्था झाली. आतून एकजण बाहेर आला होता आणि तो गुहेच्या दारापाशी उभा राहून सावधपणे इकडेतिकडे पाहत होता.

तो रिकी होता.

रिकी सावधगिरीने इकडेतिकडे पाहत जणू कानोसा घेत होता. कॅमेरा छोटा होता आणि त्याचा मॉनिटरही छोटा असल्याने प्रतिमा फार उत्कृष्ट नव्हती. तरीही तो रिकी आहे हे अगदी स्पष्ट दिसत होते. रिकी त्या जागी काय करत होता? मुळात तो तिथे गेलाच कसा?

आता मागच्या वळणावरून आणखी एक जण पुढे आला.

हा सुद्धा रिकीच होता!

मी मेकडे नजर टाकली. पण ती तशीच स्तब्ध होती. फक्त तिच्या डोळ्यांची हालचाल होत होती.

मी डोळे किलकिले करून पडद्याकडे नीट निरखून पाहिले. दोन्ही माणसांच्यात काडीचाही फरक नव्हता. दोघांनीही बहुधा कॅमेरा पाहिलेला नसावा. त्यांनी एकदा आकाशाकडे आणि मग उतारावरून घसरलेल्या एका दगडाकडे नजर टाकली आणि आमच्याकडे पाठ करून ते आत निघून गेले.

मेने अजूनही अजिबात हालचाल केलेली नव्हती. आता ते दोघे आत गेलेले पाहून ती काहीतरी हालचाल करणार होती. एवढ्यात आणखी एकजण बाहेर आला.

तो डेव्हिड ब्रूक्स होता. त्याची हालचाल किंचित चमत्कारिक भासत होती. मधूनच त्याच्या शरीराच्या रेषा भरकटत जात होत्या. माणसासारखे वागण्याचा प्रयोग करून पाहिला जात असावा असे मला वाटले. अचानक डेव्हिडच्या जागी रिकी दिसू लागला. क्षणभरात तो पुन्हा डेव्हिड झाला, आणि तसाच मागे वळून आत निघून गेला.

आम्ही ह्या नंतर चांगली दोन मिनिटे तसेच थांबलो. मेने कॅमेरा हळूहळू बाहेर ओढून घेतला. तिने मला मागे परतण्यासाठी खूण केली. आम्ही हलकेच मागे सरकत सरकत अजिबात आवाज न करता पुन्हा मूळ जागी आलो.

आम्ही आता वारूळापासून शंभर यार्ड अंतरावर आमच्या गाड्यांपाशी जमा झालो होतो. मेने पिशवीतून एक पॅड बाहेर काढले. पेन टॉर्चच्या प्रकाशात ती रेखाचित्र काढू लागली.

"आपण पाहतोय ती गुहा ही अशी आहे." मे म्हणाली, "गुहेचे तोंड हे असे आहे. वळण पार करून आत गेलो की मग जमिनीमध्ये खाली जाणारी एक पोकळी दिसेल. ही पोकळी वळसे घेत चांगली शंभर यार्ड आत जाते. त्याच्या शेवटी आपण एका मोठ्या पोकळीत जाऊ. ही पोकळी चांगली शंभर फूट उंच आणि कदाचित दोनचारशे फूट रुंदीची आहे. त्यापासून कुठेही जाणारे मार्ग नाहीत. म्हणजे निदान मला तरी दिसले नाहीत."

"दिसले नाहीत म्हणजे?"

"मी आत गेलेली आहे." मेने मान डोलावत सांगितले.

"कधी?"

"दोनतीन आठवड्यांअगोदर. पहिल्याखेपेस आम्ही थव्यांच्या लपण्याच्या जागेचा शोध घेण्यासाठी इकडे आलो होतो तेव्हा. आम्ही दिवसा इथं आलो होतो. मी आत जाऊन आले होते. पण मला कुठेही थवा तिथे राहत असल्याच्या खुणा आढळल्या नव्हत्या. मे म्हणाली की त्यावेळी तिने गुहेत हजारो वटवाघळे पाहिली होती.

"पण गुहेच्या दारापाशी मला एकही वटवाघूळ दिसले नाही."

"त्यांना हुसकावून लावण्यात आले असेल की काय?"

"कदाचित ती खाऊन फस्त केलेली आहेत."

"जीझस." बॉबी मान हलवत म्हणाला, "मी एक साधा प्रोग्रॅमर आहे. मला नाही वाटत मी हे सगळं करू शकेन."

मेने त्याच्याकडे पूर्ण दुर्लक्ष केले. ती मला म्हणाली, "आपण जर आत जाणार असू तर आत जाईपर्यंत आपल्याला सतत थर्माइट उडवावे लागतील. आपल्याजवळ तेवढे आहेत की नाही कोण जाणे."

"कदाचित नाहीत पुरेसे." मी म्हणालो. माझ्या मनात निराळीच चिंता होती, "मला आधी वाटत होतं तसं नाही हे दिसतंय. रात्र पडल्यानंतर त्यांची उर्जा नष्ट होत नाही. म्हणजे निदान एका थव्याची तरी नाही हे आपण पाहिलंय. जर त्यांच्यापैकी एखादा जरी निसटला तरी..." मी खांदे उडवले, "तर मग आपण निव्वळ वेळ वाया घालवला असं होईल."

"बरोबर." बॉबी म्हणाला, "निष्कारण वेळ वाया जाईल."

मे म्हणाली, "नाही, आपण त्यांना आतून बाहेर पडून द्यायचं नाही असं करता येईल."

"कसं करणार?" बॉबी म्हणाला.

"करता येईल." मे तिच्या पिशवीतून काहीतरी शोधू लागली, "आपण तिघांनी विखरून जायला हवं."

"कशासाठी?" बॉबी एकदम सावध होत म्हणाला.

"सांगितलं तेवढं कर." मे म्हणाली, "आता चालायला सुरवात कर."

मी पाठीवरची पिशवी सावरली. नाईट व्हिजन गॉगल नीट बसवला आणि मी पुढे जाऊ लागलो. मी वारुळाच्या जवळ थोड्या अंतरापर्यंत गेलो असताना अचानक आतून एक आकृती बाहेर आली. ती रोझीची होती. ती सगळीकडे पाहत अतिशय सावधपणाने हालचाल करत होती. फरक एवढाच होता की तिची हालचाल एखाद्या पुरुषाप्रमाणे होती. ती खाली वाकली आणि कडेवरून पाहू लागली. ती कशासाठी बाहेर आली होती ते मला कळेना. पण मला त्यासाठी फार वेळ वाट पाहावी लागली नाही.

ती आकृती आता रिकी झाली होती आणि तिची हालचालही रिकीसारखी होती. त्या आकृतीच्या मागच्या बाजूला पश्चिम क्षितिजावर पांढरा प्रकाश दिसू लागला होता. पाहाता-पाहाता त्याचा प्रखरपणा वाढला. मग हेलिकॉप्टरची घरघर ऐकू येऊ लागली. बहुधा ज्युलिआ त्यामधून येत होती. डॉक्टरांचा सल्ला धुडकावून मध्यरात्री इकडे येण्याएवढे महत्त्वाचे काय काम होते ते मला कळेना.

हेलिकॉप्टर जवळ आले. त्याने सर्चलाईट सुरू केला. त्याचा निळसर पांढरा प्रकाश वाळूवर पडून चमकू लागला. ते आता आमच्याच दिशेने येत होते. ती रिकी झालेली आकृतीही हेलिकॉप्टरकडे पाहत होती. बघता-बघता हेलिकॉप्टर आमच्या डोक्यावरून धाड्धाड् आवाज करत पुढे गेले. त्याच्या प्रखर प्रकाशाने माझे डोळे दिपून गेले.

हेलिकॉप्टरने एक गिरकी मारली आणि ते वळून परत आमच्या दिशेने येऊ लागले. पुन्हा एकदा ते माझ्या डोक्यावर आले. मी लपलो होतो ती जागा निळसर पांढऱ्या प्रकाशात न्हाऊन निघाली. मी उताणा झालो आणि हातवारे करून हेलिकॉप्टरमधल्या लोकांना लॅबकडे जा अशी खूण केली.

हेलिकॉप्टर खाली आले. ते माझ्या एवढे जवळ आले होते की मला

वाटले ते माझ्या अगदी शेजारी येऊन उतरते की काय. पण ते लगेचच पुन्हा वर गेले आणि जमिनीपासून थोड्या उंचीवरून ते हेलिपॅडच्या दिशेने निघून गेले. हेलिकॉप्टरचा आवाजही हळूहळू विरून गेला.

मी आता माझी जागा ताबडतोब बदलायची असे ठरवले. मी एखाद्या खेकड्यासारखा चारपायांवर भराभरा चालत डावीकडे तीस यार्ड अंतरावर गेलो. मग मी पुन्हा जमिनीवर चिकटून पडून राहिलो.

मी मागे वळून नजर टाकली. वारुळाच्या कडेपाशी चार आकृती वर आलेल्या होत्या. ते सगळे रिकीच होते. ते ताबडतोब वारुळाच्या सगळ्या भागात पसरले आणि मग बाहेर पडून झुडपांमध्ये शिरले. माझे हृदय वेगाने धडधडू लागले. कारण त्यामधली एक आकृती माझ्याच दिशेने येत होती. पण अचानक ती वळली आणि मी अगोदर ज्या जागी होतो तिकडे गेली. मग त्या जागी उभी राहून ती आकृती सगळीकडे पाहू लागली.

रिकीची ती आकृती माझ्यापासून फार दूर नव्हती. त्यामुळे मला आता तिचा चेहेरा स्पष्ट पाहता आला. चेहेऱ्यावरचे सर्व तपशील अगदी व्यवस्थित तयार झालेले होते. कपडेही आता तपशीलांसकट व्यवस्थित दिसत होते. इतकेच नाही तर त्या आकृतीची हालचाल खऱ्याखुऱ्या माणसाच्या हालचालीसारखी होती. म्हणजे ह्या रिकीचे वजनही भरपूर असणार. कदाचित हा माझ्या दृष्टीचा भ्रम असेल. पण आता थव्यांचे वस्तुमान वाढले असण्याची शक्यता होती. आता थवे कमी वजनाने राहिलेले नसून ते कदाचित पन्नास किंवा शंभर पौंड वजनाचे वाटत होते. म्हणजेच आता थव्यांजवळ कोणालाही धक्का मारून आडवे करण्याएवढी ताकद होती.

रिकीची ती आकृती आता माझ्या दिशेने मान वळवून पाहू लागली होती. मला क्षणभर रिकीच माझ्याकडे पाहतोय असा भास झाला.

खरोखरच ती आकृती माझ्याकडेच पाहत होती. कारण ती आता सरळ माझ्या दिशेने येऊ लागली. मला वाटले आता सारे संपले. मी कसलेही संरक्षण नसताना त्या उघड्या वाळवंटात थव्यांच्या तावडीत सापडलो होतो. आता काही क्षणांचाच प्रश्न होता. थवे माझी शिकार करणार होते. एवढ्यात प्रचंड गर्जना करत ते हेलिकॉप्टर परत आले.

रिकीच्या त्या आकृतीने हेलिकॉप्टरकडे पाहिले आणि ती खरोखरच वेगाने उडत मागे निघाली. आता तिला त्याक्षणी मानवी हालचालीची नक्कल करण्याएवढी सवड नव्हती. त्याचवेळी रिकीच्या इतर तिन्ही आकृती वेगाने पळू लागलेल्या दिसल्या. थवे हेलिकॉप्टरला घाबरत होते का? विचार करताच माझ्या लक्षात त्याचे कारणही आले. हेलिकॉप्टर जरी शंभर फूट उंचीवर असले तरी त्याच्या

पात्यांमुळे निर्माण होणारा वारा एवढा जोराचा होता की त्यात थव्यांची रचना टिकू शकत नव्हती.

बघता बघता सगळ्या आकृती वारुळाच्या आत नाहीशा झाल्या.

मे आता उठून उभी राहिलेली दिसली. ती रेडिओमधून हेलिकॉप्टरमधल्या लोकांना काहीतरी सांगत होती. मग ती मला ओरडून म्हणाली, "चल!" बॉबी त्यावेळी वारुळापासून दूर त्याच्या ए.टी.व्ही.कडे पळत जात होता. पण त्यावेळी त्याच्याकडे लक्ष द्यायला आम्हाला वेळ नव्हता.

हेलिकॉप्टर आता वारुळाच्या अगदी वर उभे राहिलेले होते. उडणारी धूळ डोळ्यांना झोंबत होती. गॉगल्स काढून आम्ही ऑक्सिजन मास्क चढवले. मग पुन्हा त्यावर गॉगल्स लावले. मेने माझ्या पट्ट्यात एक हॅलोजन फ्लॅशलाईट अडकवला. तसाच स्वत:च्या पट्ट्यात अडकवून झाल्यावर ती म्हणाली, "तयार?"

"होय."

"चल तर मग."

आता विचार करायला वेळ नव्हता. मेने माझा हात धरला आणि आम्ही वारुळाच्या आत उडी मारली.

❑

सहावा दिवस
रात्री ११ वाजून २२ मिनिटे

मी गुहेमधल्या दगडांवर घसरत जाऊन पडलो. मग धडपडत उठण्याचा प्रयत्न करत असताना उतारावरून खाली सरकून गुहेच्या दारापाशी जाऊ लागलो. आमच्या डोक्यावर घरघरणाऱ्या हेलिकॉप्टरचा आवाज खूपच मोठा होता. मे माझ्या अगदी शेजारी असूनही उडणाऱ्या धुळीमुळे मला ती नीट दिसत नव्हती. रिकीची एकही आकृती जवळपास कुठेही दिसली नाही. आम्ही गुहेच्या दारापाशी जाऊन थांबलो. मेने थर्माइट कॅप्सूल बाहेर काढल्या आणि माझ्या हातात मॅग्नेशियम फ्यूज दिले. तिने माझ्याकडे प्लॅस्टिकचा सिगारेट लायटर टाकला. तोंडावर मास्क असल्याने आणि डोळ्यावर नाईट व्हिजन गॉगल असल्याने मला तिचे डोळे नीट दिसत नव्हते. मेने गुहेच्या आतल्या दिशेला बोट दाखवले. मी मान डोलावली. तिने माझ्या खांद्यावर टकटक करून गॉगलकडे बोट दाखवले. मला ती काय म्हणते आहे ते कळेना. मग मे पुढे झाली आणि तिने माझ्या गालापाशी असणारे बटण सुरू केले.

"....आता ऐकू येतंय ना?"

"होय. येतंय." मी म्हणालो.

"ठीक तर मग, चल."

आम्ही गुहेमध्ये आत शिरलो. धुळीच्या दाट आवरणामुळे हिरवा प्रकाश आता नाहीसा झालेला होता. आम्हाला हेलिकॉप्टरच्या आवाजाखेरीज काहीही ऐकू येत नव्हते. तसेच कोणीही दिसत नव्हते. आम्ही आत जाऊ लागताच हेलिकॉप्टरचा आवाज हळूहळू कमी होत गेला. त्याचबरोबर वाराही कमी होत गेला.

मे बॉबीला उद्देशून म्हणाली, "बॉबी? तुला ऐकू येतंय का?"

"होय."

"मग ×××× जरा बूड हलवून इथं ये."

"मी प्रयत्न करतोय—"

"प्रयत्न नकोय...इकडं ये."

मी नकारार्थी मान हलवत होतो. कारण बॉबी आत येणार नाही ह्याची मला पक्की खात्री होती.

आम्ही गुहेच्या आतल्या वळणावरून आत शिरलो. गुहेच्या भिंती गुळगुळीत होत्या आणि कुठेही लपायला जागा नव्हती. अचानक मला समोर रिकीची आकृती बाहेर येताना दिसली. त्याच्या चेहेऱ्यावर काहीही भावना नव्हती. फक्त ती सरळ आमच्याकडे येत होती. मग डावीकडून आणि उजवीकडून आणखी रिकी आले. तिघांनी एका रेषेत आमच्या दिशेने निर्विकारपणे येण्यास प्रारंभ केला.

"आता पहिला धडा." मे म्हणाली. तिच्या हातात थर्माइट कॅप्सूल होती.

"पण त्यांनी हे शिकू नये म्हणजे मिळवली." मी म्हणालो आणि फ्यूज पेटवला. त्यातून पांढऱ्या ठिणग्या उडू लागल्या. मेने कॅप्सूल समोर फेकली. ती त्या तिघांच्या समोर थोड्या अंतरावर पडली. पण त्याच्याकडे दुर्लक्ष करत ते पुढे येतच होते.

मे म्हणाली, "तीन आकडे मोज...तीन...दोन...एक...आणि आता पाठ फिरव!"

मी मागे वळलो आणि डोके खाली घालून हातांनी आडोसा केला. त्याच क्षणी गुहेत प्रखर झगझगाट झाला. माझे डोळे मिटलेले असूनही प्रकाश एवढा प्रखर होता की मी डोळे उघडले तेव्हा समोर पांढरे ठिपके चमकताना दिसले. मी मागे वळलो. मेने पुढे यायला सुरवात केलेली होती. गुहेमधली धूळ किंचित गडद झालेली वाटत होती. तिन्ही रिकींचा पत्ता नव्हता.

"ते पळून गेले की काय?" मी विचारले.

"नाही. वाफ झाली त्यांची." मे आनंदी स्वरात म्हणाली.

"हं...नवीन परिस्थिती..." मी म्हणालो.

मला आता जरासा हुरूप आला होता. जर मूळच्या प्रोग्रॅममधील गृहितके अजून टिकून असतील तर नवीन परिस्थितीचा सामना करताना थवे दुबळे ठरणार होते. खरोखरीच नवीन परिस्थिती समोर आली की ते शिकू लागतात. पण त्याला वेळ लागतो. ते नवीन योजना बनवतात. परंतु सुरवातीला त्यांची प्रतिक्रिया सावकाश होणार, कारण सुरवातीस ते विस्कळीत आणि असंघटित होतात. हा वितरीत बुद्धिमत्तेचा कच्चा दुवा आहे. वितरीत बुद्धिमत्ता फार ताकदवान आणि लवचिक असते. पण पूर्वी कधी न अनुभवलेल्या परिस्थितीला सामोरी जाताना तिचा प्रतिसाद हळू असतो.

आम्ही आत गुहेच्या आत जमिनीवर असणाऱ्या भोकापाशी आलो होतो. आतून चारपाच आकृती आमच्या दिशेने वर येताना दिसल्या. त्यांच्यामागे आणखी देखील आहेत हे कळत होते. त्यांचे सगळ्यांचे रूप सारखेच म्हणजे रिकीसारखे होते. पण मागच्या काही आकृती नीट तयार झालेल्या नव्हत्या. अगदी मागच्या बाजूला तर केवळ ढगच होते. धप्धप् असा आवाज आता

चांगलाच मोठा झालेला होता.

"आता दुसरा धडा." मे म्हणाली. मी तिच्या हातातली कॅप्सूल पेटवली. ती झगमगू लागताच मेने ती उतारावरून खाली सोडली. त्या आकृती ते पाहून बिचकल्या.

तिथल्या अरुंद जागेत प्रचंड आवाज झाला. माझ्या पाठीवर गरम हवेचा एक झोत वेगाने आदळला. मी पुन्हा मागे वळून पाहिले तर बऱ्याचशा आकृती नाहीशा झालेल्या होत्या. पण काही मात्र कसलेही नुकसान न झालेल्या दिसल्या. ते शिकत होते.

आणि फार वेगाने.

"आता पुढचा धडा." मे म्हणाली. तिच्या हातात दोन कॅप्सूल होत्या. मी त्या दोन्ही एकदम पेटवल्या. तिने एक उतारावरून गडगडत सोडली आणि दुसरी खूप आत लांब अंतरावर पडेल अशा बेताने फेकली. क्षणार्धात एकाचवेळी दोन्हींचा जबरदस्त स्फोट झाला. त्यावेळी पुन्हा एकदा अतितप्त हवेचा मोठा लोट आमच्यावर आदळला. माझा शर्ट पेटला. मेने भराभरा फटके मारून शर्ट विझवला.

आम्ही खाली नजर टाकली. आता कोणीही त्या जागी दिसले नाही. मग आम्ही उतारावरून गुहेत आणखी खोलवर जाऊ लागलो.

आम्ही वीसपैकी चार कॅप्सूल वापरल्या होत्या. पण आम्ही तसे कमी अंतर आत गेलो होतो. मे भराभरा पुढे जात होती. मला तिच्याएवढ्या वेगाने जाणे अवघड जात होते. काही थवे तयार होऊन आमच्यासमोर येत होते. पण आम्हाला पाहताच ते मागे सरकताना दिसले.

प्राण्यांना हाकलत नेल्याप्रमाणे आम्ही थव्यांना मागेमागे नेत पुढे जाऊ लागलो. आतमध्ये धूळ खूप असल्याने आमच्या गॉगलमधले इन्फ्रारेडचे झोत मध्येच विखरून जात होते. त्यामुळे आम्हाला खूप आतले नीट दिसत नव्हते. आत अंधार होता. अंधार आणि आम्ही खूप आत आलोय ही कल्पना भेदरवून टाकणारी होती.

आम्ही आता सपाट जमिनीजवळ येत होतो. सडका वास पुन्हा एकदा तीव्रतेने नाकावर आदळला. मे शांत होती. तिच्यासमोर सहा-सात थवे आलेले पाहूनही तिने शांतपणे माझ्यासमोर कॅप्सूल धरली. पण मी ती पेटवण्याच्या आतच थवे मागे सरकले. मे ताबडतोब पुढे झाली.

"सिंहांना माणसाळवतात तसं..." मे म्हणाली.

"निदान आत्तापर्यंत तरी बरोबर आहे." मी म्हणालो.

आमच्या पायांखाली काहीतरी चिरडत असल्याचा आवाज येत होता. मी खाली नजर टाकली. जमिनीवर हजारो छोटीछोटी पिवळी हाडे पडलेली होती. ही पक्ष्यांच्या हाडांसारखी वाटणारी हाडे वटवाघळांची होती. मेचा अंदाज बरोबर होता. त्यांनी वटवाघळे खाऊन फक्त करून टाकली होती.

माझ्या गॉगल्सच्या वरच्या कोपऱ्यात एक छोटा लाल दिवा चमकू लागला होता. कदाचित बॅटरी संपत आल्याचा तो इशारा होता. "मे..." मी सुरवात केली. पण तेवढ्यात दिवा चमकणे बंद झाले.

"काय झालं?"

"काही नाही."

आम्ही आता गुहेच्या मध्यवर्ती भागात आलो होतो. त्या ठिकाणी जमिनीपासून छतापर्यंत दोन फूट व्यासाचे गडद रंगांचे गोलाकार भरलेले दिसले. त्यांच्यामधून काटेरी भाग बाहेर आलेले होते. त्यांना पाहून सी अर्चिन ह्या काटेरी प्राण्यांची आठवण येत होती. हे गोळे अगदी व्यवस्थित रचल्याप्रमाणे वाटत होते.

हे गोळे म्हणजे झायमॉसने बनवलेल्या फॅब प्लॅन्टची सेंद्रीय आवृत्ती होती.

"अस्सं...म्हणजे अशा प्रकारे त्यांचं पुनरुत्पादन होतं तर..." मी पुढे झालो.

"आपण पुढं जावं की नाही ह्याबद्दल..." मे म्हणाली.

"मे, आपल्याला जायलाच हवं पुढे. पाहा त्यांची रचना कशी सुनियोजित आहे."

"त्यांच्यात एखादे केंद्र असेल काय?"

"कदाचित असेल आणि असेल तर मला त्याच्यावर एक थर्माइट टाकायला आवडेल" मी आणखी पुढे गेलो.

त्या गोळ्यांमधून जात राहाणे हा भयंकर अनुभव होता. त्या गोळ्यांना असणाऱ्या काट्यांच्या टोकांमधून चिकट द्रव खाली पडत होता. त्या गोळ्यांभोवती एक प्रकारच्या चिकट द्रवाचे आवरण पसरलेले होते. त्यामुळे ते हलत असल्यासारखे वाटत होते. मी आणखी जवळ गेलो आणि पाहिले. तर खरोखरच त्या ठिकाणी अनेक कृमी वळवळत होत्या. "जीझस..."

"हे किडे अगोदरदेखील इथं होते." मे शांतपणाने म्हणाली.

"काय म्हणालीस?"

"हे किडे मागच्यावेळीही मी पाहिले होते. ते वटवाघळांच्या विष्ठेच्या थरात होते. ते सेंद्रीय पदार्थ खातात आणि भरपूर प्रमाणात फॉस्फरसची संयुगे बाहेर टाकतात."

"आणि आता ते थव्यांच्या निर्मितीत सहभागी झालेले आहेत." मी म्हणालो, "हे व्हायला फार वेळ लागलेला नाही. सहउत्क्रांती...हे गोळे त्या किड्यांना अन्न पुरवतात आणि त्यांनी बाहेर टाकलेले पदार्थ गोळा करतात."

"किंवा त्यांनाच गोळा करतात." मे म्हणाली. तिचे म्हणणे अशक्य वाटण्याजोगे नव्हते. कारण आपण जशी गुरे पाळतो त्याप्रमाणे काही प्रकारच्या मुंग्या अफीड हे किडे पाळतात. काही कीटक अन्नासाठी बुरशींना मुद्दाम जोपासतात. आम्ही आणखी खोलवर जात असताना आजूबाजूला अनेक थवे घोंघावत होते. पण ते आमच्यापासून अंतर राखून होते. नवीन परिस्थिती. त्यांच्या घरट्यात नवीन घुसखोर आलेले होते. त्यावर काय करावे हे अद्याप त्यांना ठरवता आलेले नसावे. आम्हाला आता जमिनीवर हिरव्या चमकणाऱ्या रेषा दिसत होत्या. त्या बहुधा एका मध्यवर्ती बिंदूकडे जात होत्या. आम्ही थोडे पुढे गेलो आणि अचानक खरोखरच मध्यभागी जाऊन पोहोचलो.

मधल्या मोकळ्या भागात बाहेरच्या वारुळासारखीच छोटी रचना होती. त्या ठिकाणी फार उष्णता होती. चार फूट व्यासाच्या त्या रचनेतून किंचित धूरही येत होता. त्याला अनेक नळ्या जोडल्याप्रमाणे वाटत होते. ह्या नळ्या सगळीकडून येताना दिसल्या.

"हे काय असावं?"

"असेंब्लरची रचना." मी म्हणालो, "ह्याच ठिकाणी अखेरची रचना पूर्ण होत असावी."

"म्हणजे हेच हृदय दिसतंय."

"होय. तसं म्हणता येईल."

आमच्या सगळ्या बाजूंना थवे गर्दी करून उभे होते. पण कोणीही मधल्या भागात येत नव्हते. ते आमची वाट पाहत थांबले होते.

"किती लागतील?" मे पिशवीतून शांतपणाने कॅप्सूल काढत म्हणाली.

"इथल्यासाठी पाच." मी म्हणालो, "बाहेर पडण्यासाठी उरलेल्या लागतील."

"पण पाच आपण एकदम कशा पेटवणार..."

"ठीक आहे. दे मला."

"पण जॅक..."

"मे...फक्त दे तू मला."

मी तिच्याकडून पाच कॅप्सूल घेतल्या आणि त्या मध्यभागी न पेटवताच फेकल्या. आता माझा हेतू तिच्या लक्षात आला होता. ती आणखी कॅप्सूल बाहेर काढत म्हणाली, "ठीक आहे."

"आणखी चार दे. तीन तुझ्यासाठी एक माझ्यासाठी. तू थव्यांकडे पाहा."

"ठीक...." मेने एक कॅप्सूल मला दिली. मी तिच्या हातातल्या तीन कॅप्सूल एकामागोमाग एक पेटवल्या. तिने त्या कॅप्सूल आम्ही आलो होतो त्या दिशेने टाकल्या. थवे मागे सरकले. प्रत्येक धडाक्याबरोबर गोळ्यांची सगळी मांडणी कोलमडून पडताना दिसली.

मी आता वेळ न घालवता हातातली कॅप्सूल पेटवून मध्यभागी टाकली. आम्ही पळू लागलो. "तीन...दोन...एक..."

एकदम अत्यंत कर्कश्य किंकाळीसारखा आवाज आला आणि मग प्रचंड जोराचा धमाका झाला. गरम हवेचा झोत एवढा प्रचंड रेट्याचा होता की मी धक्क्याने खालच्या निसरड्या जमिनीवरून पुढे फेकला गेलो. माझा गॉगल उडाला होता. काळोख.

सगळीकडे गडद काळोख होता. मी तोंडावर लागलेला चिकट द्रव पुसून टाकला. मी उठण्याचा प्रयत्न केला. पण लगेच घसरून पडलो.

"मे...मे. कुठं आहेस तू?" मी विलक्षण घाबरलो होतो.

"ठीक आहे" मे म्हणाली. बहुधा तिला मी दिसत होतो. तिचा हात पुढे झाला. "फ्लॅशलाईट तुझ्या पट्ट्यात अडकवलेला आहे. हा बघ." मेने माझा हात पट्ट्याकडे नेला. थोडे चाचपडल्यानंतर मला तो सापडला. पण माझ्या हाताला एवढा घाम आला होता की मला बटण नीट दाबता येईना. अखेर मला बटण दाबता आले. मी सुटकेचा निःश्वास टाकला. मला मे जवळच उभी दिसली. मी फ्लॅशलाईटचा झोत सगळीकडे फिरवला. आतले सगळे उध्वस्त झालेले होते. जमिनीवर पडलेला कसलातरी द्रव पेटला होता. नाकाला झोंबणारा उग्र वास तेथे भरू लागला होता. मी एक पाऊल मागे सरकलो. माझा पाय कसल्यातरी भुसभुशीत वस्तूत आत गेला होता. मी खाली पाहिले. मला डेव्हिडचा शर्ट दिसला. मग माझ्या लक्षात आले की माझा पाय आता डेव्हिडचे जे काही शरीर उरले होते त्याच्या पोटात शिरला होता. मला एकदम मळमळून आले.

भीती आणि उमासा यांच्याशी झगडत मी पाय बाहेर काढला. मला पळाले पाहिजे एवढेच समजत होते. मे काहीतरी बोलत होती. पण त्यातला एकही शब्द मला कळत नव्हता. त्याचवेळी सगळीकडून भराभरा अनेक थवे आमच्याभोवती गोळा होताना दिसले.—

"जॅक..." मेने माझ्यासमोर चार कॅप्सूल धरल्या होत्या. मी थरथरत्या हातांनी त्या कशाबश्या पेटवल्या. मेने त्या सगळीकडे विखरून फेकल्या. थवे तात्पुरते नाहीसे होत होते. पण ते पुन्हा गोळा होऊ लागले होते. ते आता प्रचंड चिडून आम्हाला घेरण्यासाठी पुढे सरकू लागले.

“किती कॅप्सूल उरल्या आहेत?”

“आठ.” मे म्हणाली. येवढ्या पुरणार नाहीत आणि आपण काही इथून बाहेर पडू शकत नाही हा विचार माझ्या मनात आला. पण मेचा आत्मविश्वास अजिबात डळमळीत झालेला नव्हता. आम्ही एक-एक करून तीन कॅप्सूल फेकत गुहेच्या तोंडाकडे धावत होतो. प्रत्येकवेळी धक्क्याने थवे नष्ट होत होते. पण क्षणार्धात उरलेले त्या जागी येऊन आमच्या मागे येतच होते.

मला आता गुहेचे तोंड दिसू लागले होते. मी मेला विचारले “अजून किती उरल्या आहेत?”

पण मेने उत्तर दिले नाही. ती वरच्या दिशेने धावत होती. मला आता गुहेच्या तोंडाजवळ उभ्या असलेल्या ए.टी.व्ही. गाडीच्या इंजिनाची गर्जना ऐकू आली. बॉबी 'बाहेर पडा' असे ओरडत होता. त्याने काहीतरी पेटती वस्तू हातात घेतलेली दिसली. —

पुढच्या क्षणी बॉबीने गाडी खाली ढकलली होती. तिच्या पेट्रोल-टाकीवर त्याने पेटते कापड बांधलेले होते. मेने मला भिंतीकडे ढकलले. आम्हाला अगदी घासून गाडी धडधडत खाली गेली. ती म्हणजे एक मोठा **मोलोटोव्ह कॉकटेल** बॉम्ब.

मे म्हणाली, “पळ.”

मी जिवाच्या आकांताने बाहेर पडून पळत सुटलो. मी धडपडत, पुन्हा उठत, गुहेच्या तोंडातून जेमतेम बाहेर पडलेलो असताना प्रचंड मोठा धडाका झाला. त्या दणक्याने आम्ही आडवे झालो. मी उठून उभा राहत असताना पाहिले तर बॉबी आणि मे तसेच धडपडत उभे राहत होते. आमच्या डोक्यावर हेलिकॉप्टर घरघरत होते. आम्ही वारुळाच्या काठावरून बाहेर पडलो. त्यानंतर काय घडले ते मला आठवत नाही. मला अखेरचे आठवते आहे त्यानुसार मे हातवारे करून हेलिकॉप्टरला “जा...जा...जा...!” अशा खुणा करत होती.

आणि मग गुहा प्रचंड स्फोटाने उद्ध्वस्त झाली.

❑

सावज

सातवा दिवस
रात्रीचे १२ वाजून १२ मिनिटे

"**जॅ**क." मी कॉरिडॉरमधून पुढे येताच ज्युलिआ घाईघाईने माझ्याकडे आली. वरच्या बाजूने प्रकाश येत असल्याने तिचा चेहेरा निराळाच, रेखीव आणि सुंदर दिसत होता. ती खरोखरच त्यावेळी अप्रतिम सुंदर दिसत होती. तिच्या घोट्याला बॅन्डेज होते आणि मनगटावर प्लॅस्टर घातलेले होते. तिने माझ्या गळ्याभोवती हात गुंफले आणि माझ्या खांद्यावर डोके टेकवले. तिच्या केसांना लव्हेंडरचा सुगंध येत होता.

"ओह जॅक! जॅक....तू सुखरूप आहेस...थँक गॉड!"

"होय...मी ठीक आहे." मी घोगऱ्या आवाजात म्हणालो.

"मला फार आनंद झालाय....फार आनंद..."

मी क्षणभर उभा राहिलो आणि मग तिला मिठीत घेतले. त्या क्षणी काय करावे हे मला कळेना. ती प्रचंड उत्साहात होती आणि मी दमल्यामुळे आडवा पडायच्या बेतात होतो.

"जॅक...तू खरंच ठीक आहेस ना?"

"होय ज्युलिआ...मी ठीक आहे." माझा आवाज कुजबुजल्याएवढा हलका झाला होता.

"तुझ्या आवाजाला काय झालंय?" किंचित मागे सरकून माझ्याकडे निरखून पाहत ती म्हणाली, "आवाज असा का येतोय?"

"बहुधा त्याचे स्वरयंत्राचे तंतू जळून गेलेत." मे म्हणाली. तिचाही आवाज घोगरा झाला होता. तिच्या चेहेऱ्यावर काजळी लागल्याने चेहेरा काळा दिसत होता. तिच्या गालावर आणि कपाळावर कापलेले होते.

ज्युलिआने पुन्हा मला मिठी मारली. तिची बोटे माझ्या शर्टावर फिरत होती. "डार्लिंग...तुला जखमा झालेल्या आहेत..."

"नाही...फक्त शर्टावर..."

"जॅक...तू नक्की ठीक आहेस ना? मला तरी वाटतं की..."

"नाही...मी खरंच ठीक आहे." मी किंचित अवघडल्याप्रमाणे मागे सरकलो.

"जॅक. तू आज रात्री जे काही केलंस त्याबद्दल मला किती कृतज्ञता वाटते आहे हे तुला मी सांगू शकत नाही. तू जे जे काही केलंस त्याबद्दल." ती मग

इतरांकडे वळली, "मे तू आणि बॉबी तुम्हीदेखील...मी इथं मदत करण्यासाठी नव्हते म्हणून मला वाईट वाटतंय आणि ह्यात माझा दोष आहे हे मला माहिती आहे. मी आभारी आहे तुमची. कंपनी तुमची आभारी आहे."

कंपनी? हा विचार माझ्या मनात आला. पण मी एवढेच म्हणालो, "होय...हं...पण ते करायलाच हवं होतं."

"होय. जॅक तू अगदी वेळेत आणि नेमकं काम पार पाडलंस जॅक. थँक गॉड."

रिकी मागे उभा राहून डोके वरखाली करत होता. पाण्याच्या ग्लासमधून पाणी पिणारा पक्षी असतो तसा तो खेळण्यातल्या पक्ष्यासारखा मान हलवत होता. हे मला खरे नसून एखादे नाटक पाहत आहोत असे वाटू लागले.

"मला वाटतं आपण थोडी शॅम्पेन घेऊन सेलिब्रेट केलं पाहिजे." आम्ही कॉरिडॉरमधून चालत जात असताना ज्युलिआ म्हणाली, "इथं नक्कीच शॅम्पेन असणार. काय रिकी? आहे का नाही? आहे ना...मला तुम्ही लोकांनी जे केलेय ते सेलिब्रेट करायचं आहे."

"मला झोप घ्यायची आहे." मी म्हणालो.

"हे काय जॅक....? फक्त एक ग्लास." ज्युलिआ म्हणाली.

मला ज्युलिआचा हा स्वभाव परिचयाचा होता. स्वत:ला काय वाटेल ते करत राहायचे. दुसऱ्याला काय वाटत असेल ह्याचा जराही विचार करायचा नाही. त्यावेळी आम्हाला कोणालाही शॅम्पेन पिण्याची अजिबात इच्छा नव्हती.

"हे म्हणल्याबद्दल धन्यवाद." मे मान हलवत म्हणाली.

"नक्की नको? पाहा...मजा येईल जरा....बरं बॉबी तुझं काय?"

"उद्या पाहू." बॉबी म्हणाला.

"ओह...बरं ठीक आहे. अखेर जिंकून आलेले विजयीवीर तुम्ही आहात! आपण उद्या सेलिब्रेट करू."

ज्युलिआची हालचाल वेगाने होत आहे आणि ती नेहमीपेक्षा भराभरा बोलते आहे हे माझ्या लक्षात आले. एलेन म्हणाली होती की ज्युलिआ ड्रग घेत असावी ते मला आठवले. ती नक्कीच कोणतेतरी ड्रग घेते आहे ह्याबद्दल माझी खात्री पटली. पण मी एवढा दमलो होतो की मी त्यावेळी तो विषय मनातून दूर केला.

"मी घडलेल्या गोष्टींची माहिती कंपनीचे प्रमुख लॅरी हॅन्डलर यांना कळवली आहे." ज्युलिआ म्हणाली, "ते तुमचे ऋणी आहेत."

"उत्तम." मी म्हणालो, "बरं ते लष्कराला बोलावणार आहेत ना?"

"लष्कर? ते कशाला, आणि काय कळवणार त्यांना?"

"हेच, त्या बंडखोर थव्यांबद्दल."

"हं...जॅक. पण आता त्या सगळ्याचा बंदोबस्त झालाय ना? तू ते काम पार पाडलं आहेस."

"मला त्याची खात्री वाटत नाही." मी म्हणालो, "काही थवे निसटले असतील किंवा त्यांचं आणखी एखादं घरटं असेल. आपण लष्कराला पाचारण करणं हे योग्य होईल." मला खरोखर हे असे वाटत नव्हते. पण मला त्यावेळी बाहेरून कोणीतरी मदतीसाठी यावे असे वाटत होते. मी थकून गेलो होतो आणि दुसऱ्या कोणीतरी ह्या प्रकरणाचा शेवट करावा अशी माझी इच्छा होती.

"लष्कर?" रिकी आणि ज्युलिआची क्षणभर नजरानजर झाली. "जॅक...तुझं म्हणणं अगदी योग्य आहे." ज्युलिआ ठाम स्वरात म्हणाली, "ही परिस्थिती खरोखरच गंभीर आहे. जर थवे निसटण्याची जराशीही शक्यता राहू द्यायची नसेल तर आपण ताबडतोब लष्कराला कळवायला हवं."

"ताबडतोब, म्हणजे आजच रात्री." मी म्हणालो.

"अगदी बरोबर जॅक." ज्युलिआ म्हणाली, "आजच रात्री....पण ते कशाला? मी तर आत्ताच्या आत्ता कळवते."

मी रिकीकडे पाहिले. तो बाजूने चालता-चालता अजूनही तसाच कृत्रिमपणे मान डोलावत होता. मला हे समजेना, पूर्वी रिकीला लष्कराला कळवण्याची कल्पना पसंत पडली नव्हती. इथल्या प्रयोगांचा गाजावाजा होऊ नये असे तो म्हणाला होता आणि आत्ता मात्र त्याला त्याची फिकीर वाटत नव्हती.

"तुम्ही तिघं जरा झोप घ्या. मी पेन्टागॉनमधल्या माझ्या परिचिताला फोन करते."

"मी तुमच्याबरोबर येतो." मी म्हणालो.

"त्याची खरंच आवश्यकता नाही." ज्युलिआ म्हणाली.

"पण मी येणार."

ज्युलिआने माझ्याकडे नजर टाकली आणि स्मितहास्य केले. "तुझा माझ्यावर विश्वास नाही जॅक?"

"तसं नाही. पण त्यांच्या मनात जर काही प्रश्न असतील तर मी त्याची उत्तरे देऊ शकेन."

"ठीक आहे....चांगली कल्पना आहे....उत्तमच आहे."

मला काहीतरी चमत्कारिक घडत असल्याची जाणीव झाली. मी एखाद्या नाटकाच्या सेटवर उभा आहे आणि माझ्याभोवती लोक नाटक करत आहेत असा मला भास झाला. फक्त फरक एवढाच होता की हे नाटक काय आहे त्याची मला बिलकूल कल्पना नव्हती. मी मेकडे पाहिले. तिच्या कपाळावर

किंचित आठ्या होत्या. बहुधा माझ्यासारखीच जाणीव तिलाही झाली असावी.

आम्ही एअर लॉकमधून बाहेर पडून राहण्याच्या जागेत आलो. इथली हवा मला फार थंड वाटली. माझ्या अंगावर शहारा आला. आम्ही किचनमध्ये जाताच ज्युलिआ फोनपाशी गेली.

"जॅक...मी फोन करते."

मी जिंजर आल् आणण्यासाठी फ्रीजपाशी गेलो. मेने आईसड् टी आणि बॉबीने बियर घेतली. आम्हा सगळ्यांनाच तहान लागली होती. मला फ्रीजमध्ये शॅम्पेनची बाटली ठेवलेली दिसली. मी तिला हात लावून पाहिला. ती चांगली थंडगार होती. बाजूला सहा ग्लास होते. तेदेखील गार होण्यासाठी ठेवलेले आहेत हे स्पष्ट कळत होते. म्हणजेच सेलिब्रेशन पार्टीची सगळी तयारी ज्युलिआने अगोदरच केलेली होती.

ज्युलिआने स्पीकरफोनचे बटण दाबले. तिने काही नंबरची बटणे दाबली. पण फोन लागला नाही. लाईन एकदम डेड झाली होती.

"हूं...परत पाहते..."

ज्युलिआने पुन्हा केलेला फोनही लागला नाही. लाईन पुन्हा डेड झाली होती.

"हे काय चाललंय रिकी?...फोन का लागत नाही?"

"पुन्हा एकदा प्रयत्न करून पाहा." रिकी म्हणाला.

मी जिंजर आल्चे घुटके घेत सगळे पाहत होतो. हा सगळा खेळ केवळ आमच्यासाठी चालू आहे हे मला स्पष्ट कळत होते. ज्युलिआने आज्ञाधारक असल्याप्रमाणे तिसऱ्यांदा फोन लावला. ती कोणत्या नंबरला फोन करते आहे हा प्रश्न माझ्या मनात आला. पेन्टागॉनचा नंबर ज्युलिआला तोंडपाठ होता की काय?

"हूं...काहीही. उपयोग नाही."

रिकीने उठून फोन उलटा करून परत जागेवर ठेवला, "लागायला हवा." तो गोंधळल्याची बतावणी करत होता.

"ओह....काहीतरी गडबड आहे. आपण बाहेर फोन करू शकत नाही."

"नाही...असं कसं असेल...आपण फोन करू शकतो." रिकी म्हणाला.

"मी आत्ता फोन करून पाहिला." ज्युलिआ म्हणाली.

"मी पाहतो. मला जरा कॉम लाईन्स् तपासून पाहू देत." रिकी म्हणाला.

"पाहाच तू." मी जळजळीत नजरेने रिकीकडे पाहत म्हणालो.

ज्युलिआ माझ्याकडे रोखून पाहत होती. "जॅक...मला तुझी काळजी वाटते..."

"होय का..."

"तू चिडलेला दिसतोस."

"माझी ×××× मारली जातीय असं मला वाटू लागलंय."

"मी तुला खात्री देते....जॅक...तसं काहीही नाही." माझ्या नजरेला शांतपणाने नजर भिडवत ज्युलिआ म्हणाली.

मला शॉवर घ्यायचा आहे असे म्हणून मे तिथून उठली. बॉबी रेंगाळल्याप्रमाणे हालचाल करत लाऊंजमध्ये व्हिडिओ गेम खेळायला निघून गेला. तो नेहमीच मन हलके करण्यासाठी गेम खेळत बसायचा.

किचनमध्ये मी आणि ज्युलिआ दोघेच उरलो.

ज्युलिआ टेबलावर पुढे झुकली आणि हलक्या आवाजात कळकळीने सांगत असल्याप्रमाणे म्हणाली, "जॅक...मी तुला काही स्पष्टीकरण देणं गरजेचं आहे."

"नाही. त्याची गरज नाही."

"म्हणजे माझं वागणं...गेल्या काही दिवसांमधले माझे काही निर्णय—"

"त्यानं काहीही फरक पडत नाही."

"पण मला पडणार आहे."

"ठीक आहे. ज्युलिआ, नंतर पाहू ते."

"मी तुला आत्ताच सांगणं आवश्यक आहे. त्याचं असं आहे जॅक...मला फक्त कंपनी वाचवायची होती. बस्स. कॅमेरा अयशस्वी झाला. आम्ही तो नीट बनवू शकत नव्हतो. आम्ही आमचं कॉन्ट्रॅक्ट गमावलं. कंपनी खलास होऊ लागली होती. मी कधीच अशाप्रकारे कंपनी हातातून जाताना पाहिलेली नाही. मला झायमॉस बुडून चालणार नव्हतं. कारण मी त्यात भांडवल घातलं आहे. शिवाय माझी प्रतिष्ठा देखील त्यात गुंतलेली असल्यानं मला कंपनी वाचवणं भागच होतं. माझे निर्णय फार चांगले नव्हते हे मला कळत होतं. पण मी जीवावर उदार होऊन प्रयत्न करत होते. जॅक. दुसऱ्या कोणाचाही ह्यात दोष नाही. त्या सर्वांना हे सारं असं होऊन देणं आवडत नव्हतं. पण मी त्यांना भाग पाडलं. ही सारी माझी...माझी मोहीम होती...हे माझ्यासाठी धर्मयुद्ध होतं." ज्युलिआने खांदे उडवले. "अर्थात ह्या सगळ्याचाही काही उपयोग झालेला नाहीच. कंपनी काही दिवसात कोलमडून पडणार आहे. मी हरले आहे." ज्युलिआ आणखी जवळ आली, "पण मला तुझ्याबाबतीत हरायचं नाही जॅक....मला माझं कुटुंब उध्वस्त व्हायला नको आहे. मला आपल्यामधली जवळीक नष्ट होऊ द्यायची नाही..."

ज्युलिआचा आवाज आता आणखी हलका झाला. तिने हात पुढे करून

माझ्या हातावर ठेवला. "जॅक...मला चुकीची दुरुस्ती करायची आहे. मला सर्वकाही पुन्हा पहिल्यासारखे व्हायला हवं आहे." ती क्षणभर थांबली, "मला वाटतं...तुलाही तसंच वाटत असणार."

"मला नक्की काही सांगता येत नाही."

"तू थकला आहेस जॅक."

"होय. ते बरोबर आहे. पण मला आता खात्री वाटत नाही."

"कशाबद्दल? आपल्याबद्दल म्हणतोस की काय?"

"मला हे ××× संभाषण आत्ता नको आहे." मला खरोखरच तिटकारा आला होता. मी काही वेळापूर्वी अक्षरशः मरणाच्या दारातून परत आलो होतो आणि त्याचे कारण ती होती.

"ओह जॅक...आपण पूर्वी होतो तसे होऊ या." हे म्हणत ती अचानक पुढे झाली आणि तिने माझे चुंबन घेण्याचा प्रयत्न केला. मी मागे सरकलो आणि दुसरीकडे मान फिरवली.

ज्युलिआ माझ्याकडे रोखून पाहत विनवणी करत होती, "जॅक...प्लीज..."

"ही त्याची जागा नाही नि ही वेळही नाही, ज्युलिआ..."

ती काही क्षण गप्प बसली. मग म्हणाली, "मुलांना तुझी आठवण येते जॅक."

"होय. मलाही त्यांची आठवण येते."

ज्युलिआ एकदम स्फुंदून रडू लागली, "आणि त्यांना माझ्याबद्दल काहीच वाटत नाही!...त्यांच्या मनात माझा विचारही येत नसणार...त्यांच्या आईबद्दल..." ज्युलिआ हुंदके देत होती. ती पुन्हा पुढे झाली आणि तिने माझे डोके जवळ घेतले. मी तिला विरोध केला नाही. पण मला चमत्कारिक वाटत होते. मी तिला रडणे थांबव असे सांगण्यासाठी सुरवात केली, "ज्युलिआ..." पण तेवढ्यात इंटरकॉमचा आवाज आला.

"लोकहो.... आपल्या इथे कॉम लाईन्सची गडबड झालीय. तुम्ही स्वतःच येऊन पाहिलंत तर बरं." रिकीचा आवाज किचनमध्ये घुमला.

मेन्टेनन्सच्या खोलीत एका बाजूला कॉमरूम होती. त्याला जाड पोलादी दार बसवलेले होते. त्यात वरच्या बाजूला छोटीशी काच लावलेली खिडकी होती. त्या खिडकीमधून मला दिसले की आतले स्वीचबोर्ड आणि वायरिंग उपटून काढलेले आहेत. त्या कॉमरूमच्या एका कोपऱ्यात चार्ली डेव्हेनपोर्ट

अस्ताव्यस्त पडलेला होता. तो मेला आहे असे वाटत होते. त्याचे तोंड उघडे होते. त्याची त्वचा जांभळी-करडी झालेली होती. त्याच्या डोक्याभोवती काळा थवा घोंघावत होता.

"हे कसं काय झालं असेल?" रिकी म्हणाला. "मी त्याला पाहिलं तेव्हा तर तो गाढ झोपलेला होता..."

"केव्हा?" मी विचारले.

"साधारण अर्ध्या तासापूर्वी असेल."

"आणि तो थवा? तो आत कसा काय आला?"

"कोणास ठाऊक?....कदाचित तो त्याच्या शरीरातून आत आला असेल."

"पण कसा?" मी म्हणालो, "कारण चार्ली तर सगळ्या एअर लॉकमधून आत आला होता."

"होय....पण—"

"पण काय रिकी? सांग ना ते कसं काय शक्य आहे."

"कदाचित...नाही, मला सांगता येत नाही. कदाचित तो थवा त्याच्या घशात वगैरे असेल अगोदरपासूनच."

"घशात? म्हणजे तो थवा त्याच्या जीभेपाशी घोंघावत होता असं तुला म्हणायचं आहे का?...ते कसं शक्य आहे. ते सरळ ठार करतात हे माहिती आहे ना?"

"होय, माहिती आहे. अर्थातच मला ते माहिती आहे." रिकीने खांदे उडवले, "कोण जाणे..."

मी रिकीकडे पाहून त्याच्या वागण्याबोलण्याचा अर्थ लावू लागलो. त्याला आत्ता काही क्षणांपूर्वी कळले होते की त्याच्या लॅबमध्ये विनाशकारी थवा शिरला आहे आणि तरीही त्याला त्याचे विशेष काहीही वाटलेले नव्हते.

मे घाईघाईने त्या ठिकाणी आली. एकाच नजरेत सगळी परिस्थिती तिच्या लक्षात आली असावी. "कोणी व्हिडिओ प्लेबॅक करून पाहिला का?"

"नाही. ते शक्य नाही. पाहा..." त्याने आतल्या दृश्याकडे बोट दाखवले, "सगळं नियंत्रण नष्ट झालं आहे."

"म्हणजे तो तिथं कसा गेला ते आपल्याला माहिती नाही?"

"नाही. पण त्याला आपल्याला ते कळू द्यायचं नव्हतं...म्हणजे दिसतंय तरी तसंच."

मे म्हणाली, "पण चार्ली तिथं कशासाठी गेला असेल?"

मी नकारार्थी मान हलवत होतो.

ज्युलिआ म्हणाली, "ही रूम हवाबंद होणारी आहे. कदाचित आपल्याला

लागण झाली आहे ह्याची त्याला कल्पना असावी. म्हणूनच तो स्वत:ला वेगळं करण्यासाठी इथं आला असावा. पाहा म्हणजे असं की त्यानं दार आतून लावून घेतलेलं आहे.''

मी म्हणालो, ''होय का?...पण ते तुला कसं समजलं?''

ज्युलिआ म्हणाली, ''अं...अं...म्हणजे मी केवळ तशी शक्यता गृहीत धरून बोलले.'' ती खिडकीतून आत डोकावत म्हणाली, ''ओह...पाहा त्या समोरच्या फिटिंगमध्ये दाराच्या कुलपाचं प्रतिबिंब दिसतंय पाहा...''

मी पुढे होऊन ते पाहिले नाही. पण मेने ते पाहिले. ''ओह! खरंच की....ज्युलिआ तुझं निरीक्षण छान आहे.'' मेच्या बोलण्यात नाटकीपणा होता. पण ज्युलिआच्या तो लक्षात आला नाही.

म्हणजे आता सगळेजणच नाटकातली आपापली भूमिका करत होते तर. पण मला मात्र त्याचे कारण कळत नव्हते. मी ज्युलिआबरोबरच्या मेच्या वागण्याचे नीट निरीक्षण केले. ती ज्युलिआशी बोलताना फार सावधगिरीने वागत होती. जणू ती ज्युलिआला घाबरत असावी.

ते फार चमत्कारिक होते, आणि त्यामुळे मी एकदम सावध झालो.

मी रिकीला म्हणालो, ''हे दार उघडता येईल का?''

''होय. विंसजवळ मूळची किल्ली आहे. पण जॅक आता दार उघडलं जाणार नाही. तो थवा तिथं असताना नाहीच.''

''म्हणजेच आपण इथं अडकून पडलो आहोत. आपण बाहेरच्या कोणाशीही संपर्क साधू शकत नाही?''

''होय. उद्या सकाळपर्यंत. हेलिकॉप्टरची नेहमीची फेरी सकाळी होईल.'' रिकीने काचेतून दिसणारा विध्वंस पाहिला, ''जीझस! चार्लीनं चांगलाच उपद्व्याप केलाय, त्या स्वीचबोर्डांची...''

''पण त्यानं असं करायचं कारण काय असेल?''

रिकी डोके हलवत म्हणाला, ''चार्ली वेडपटच होता. तो तसा जरासा रंगेल होताच. त्याचं ते सतत गुणगुणणं...मला तो ढिला वाटला.''

''मला तसा वाटला नाही तो.''

''मी फक्त माझं मत सांगितलं.''

मी रिकीच्याजवळ उभा राहून आत नजर टाकली. थवा चार्लीच्या डोक्याभोवती घोंघावत होताच. त्याच्या शरीरावर पांढरे आवरण पडू लागल्याचे मला दिसले.

हे पूर्वी पाहिल्यासारखे होते.

"आपण आत द्रवरूप नायट्रोजन सोडून त्या थव्याला जागच्याजागी गोठवून टाकलं तर?" मी म्हणालो.

"तसं करता येईल." रिकी म्हणाला, "पण त्यामुळे आतल्या उपकरणांचं नुकसान होईल."

"तू हवा खेळवण्याचा वेग वाढवून त्या कणांना शोषून घेतलंस तर?"

"हवा खेळवणारी यंत्रणा सर्व शक्तीनिशी काम करते आहे."

"आणि तू आग विझवण्याचे नळकांडे वापरणार नाहीस...."

"होय." रिकी डोके हलवत म्हणाला, "कारण त्यात हॅलॉन असतो आणि त्याचा त्या कणांवर काहीही परिणाम होणार नाही."

"म्हणजे आपण त्या खोलीबाबत काहीही करू शकत नाही...."

"होय. माझ्या मते काहीच करता येणार नाही."

"सेलफोनचं काय?"

"काही फायदा नाही. सेलफोन, इंटरनेट, हाय-स्पीड डाटा चॅनेल्स...सर्वकाही ह्याच रूममधून जोडलेलं आहे."

"चार्लीला ही खोली हवाबंद आहे हे माहिती होतं....म्हणूनच तर त्याने अत्यंत धाडसाने ही निस्वार्थी कृती केली असणार" ज्युलिआ म्हणाली. ती आता चार्लीबद्दल तिच्या मते काय घडले असावे ते तपशीलवार सांगत होती. दार कसं उघडायचे ही मुख्य समस्या अजून आहे तशीच असताना ज्युलिआ मुद्दाम विषय बदलत होती. मी म्हणालो, "ह्या खोलीला आणखी एखादी खिडकी आहे का?"

"नाही."

"ही एकच आहे?"

"होय."

"ठीक आहे. आपण ही खिडकी झाकून टाकू. आतले दिवे बंद करू. म्हणजे मग काही वेळानं थव्यांमधल्या कणांची शक्ती संपून जाईल..."

"जीझस! ....नाही....मला माहिती नाही की..."

"रिकी काय बोलतोस तू?" ज्युलिआ म्हणाली, "ही कल्पना चांगली आहे. ती नक्कीच वापरण्याजोगी आहे. चला लगेच ते काम करून टाकू या."

"ठीक आहे." रिकी म्हणाला, "छानच आहे....पण आपल्याला सहा तास वाट पाहावी लागेल." रिकीने एकदम ज्युलिआच्या म्हणण्याला होकार दिला होता.

"माझी समजूत होती की तीन तास..."

"होय जॅक. पण खबरदारी म्हणून आणखी तास वाट पाहून मगच दार उघडू जर तो थवा इथं मोकाट सुटला तर मग खलास."

अखेर आम्ही काचेवर काळे कापड आणि पुठ्ठा लावून ती खिडकी बंद करून टाकली. दिवे मालवून टाकले आणि बटणालाही टेप लावून टाकला. "आपण आता सगळे झोपायला जाऊ. सकाळी परत येऊन पाहू काय करायचं ते." ज्युलिआ म्हणाली.

आम्ही तिथून निघालो. मे माझ्या बाजूने चालता-चालता म्हणाली, "जॅक...तुला बरं वाटतंय का?"

"तसं बरं आहे. पण, पाठ मात्र थोडी दुखतीय."

मेने मान डोलावली, "मला जरा पाहू दे."

"कशासाठी?"

"तू झोपायला जायच्या अगोदर मला एकदा नजर टाकायची आहे."

"ओह जॅक....जॅक डार्लिंग...बिच्चारा!" ज्युलिआ म्हणाली.

"काय म्हणालीस?"

मे आणि ज्युलिआ माझी पाठ तपासत होत्या. मी किचनटेबलावर शर्ट काढून बसलो होतो.

"काय म्हणालीस?" मी पुन्हा विचारले.

"फोड आले आहेत." मे म्हणाली.

"फोड?" ज्युलिआ म्हणाली, "त्याच्या सगळ्या पाठीवरच —"

"आपल्याजवळ सगळ्या वस्तू आहेत वाटतं." मेने ज्युलिआचे वाक्य मध्येच तोडले. ती प्रथमोपचारासाठीची सामुग्री सिंकखालच्या पोकळीतून बाहेर काढू लागली.

"जॅक..." ज्युलिआ माझ्याकडे पाहून स्मितहास्य करत होती, "मला किती वाईट वाटतंय ते तुला सांगता येणार नाही मला."

"ह्यामुळे थोडी आग होईल." मे म्हणाली.

मेला माझ्या एकट्याशी बोलायचे आहे हे मला कळले. पण तशी संधी मिळणे शक्य नव्हते. ज्युलिआ आम्हाला क्षणभरही एकटे सोडत नव्हती. तिला फार पूर्वीपासूनच मे विषयी मत्सर वाटत होता.

मेने पाठीवर जे काही लावले ते प्रथम थंड वाटले. पण मग भयंकर आग होऊ लागली. मी कळवळलो.

"आपल्याकडे कोणती वेदनाशामक औषधं आहेत कोण जाणे." मे म्हणाली. "पण जॅक तुला अनेक ठिकाणी गंभीर स्वरूपाचं भाजलेलं आहे."

ज्युलिआ घाईघाईने प्रथमोपचाराच्या पेटीतून वस्तू बाहेर काढून शोधू लागली. ती उजवीकडे-डावीकडे भराभरा वस्तू फेकत होती, "हं...मॉर्फिन आहे खरं." हातातली बाटली दाखवत ती हसली, "हे पुरेल."

"मला मॉर्फिन नकोय." मी म्हणालो. मी अस्वस्थ झालो होतो. मला ती तिथून निघून जायला हवी होती. मला मेशी बोलायचे होते.

"पण इथं तर ॲस्पिरीनशिवाय आणखी काही नाही." ज्युलिआ म्हणाली.

"ते उत्तम होईल."

"मला काळजी वाटते की—"

"*ॲस्पिरीन उत्तम होईल.*"

"मग एवढं ओरडायची काय गरज आहे."

"मला माफ कर....मला बरं वाटत नाही."

"हं....मी फक्त तुला मदत करायचा प्रयत्न करते आहे...." ज्युलिआ मागे सरकली, "अर्थात, तुम्हाला दोघांनाच बोलायचं असेल तर तसं सांगा."

"नाही. तसं काही नाही." मी म्हणालो.

"कदाचित आणखी काहीतरी असेल...." ज्युलिआ पुन्हा उचकापाचक करू लागली.

"ज्युलिआ....बस्स कर ते." मी म्हणालो.

"का?....मी काय केलं आता?"

"बस्स कर."

"मी फक्त मदत व्हावी म्हणून—"

"मला ते माहिती आहे."

पाठीमागून मे म्हणाली, "हं....झालंय जवळजवळ." तिने जांभई दिली आणि म्हणाली, "आणि आता तुमची हरकत नसेल तर मी झोपायला जाते आहे."

मी मेचे आभार मानले. ती तिथून निघून गेली. मी मागे वळलो. ज्युलिआ हातात दोन ॲस्पिरिनच्या गोळ्या आणि पाण्याचा ग्लास घेऊन उभी आहे हे मला दिसले.

"धन्यवाद."

"मला ही बाई कधीच आवडली नाही."

"आपण थोडी झोप घेऊ या आता." मी म्हणालो.

"इथं फक्त एकट्यासाठीच पलंग आहेत."

"मला माहिती आहे."

ज्युलिआ माझ्याजवळ आली, "जॅक....मला तुझ्याबरोबर राहायला आवडेल..."

"मी फार दमलोय....ज्युलिआ. उद्या सकाळी बोलू आपण."

मी माझ्या खोलीत आलो. पलंगाकडे एक नजर टाकली आणि कपडे न उतरवता सरळ पलंगावर पडलो.

माझे डोके उशीवर टेकल्याचेही मला आठवत नाही.

❑

सातवा दिवस
पहाटे ४ वाजून ४२ मिनिटे

माझी झोप सतत भयंकर स्वप्नांनी मोडत होती.

मी पुन्हा एकदा लग्नविधीसाठी उभा होतो. मी मिनिस्टरशेजारी उभा असताना ती तिथे आली. ज्युलिआने वधूचा पोशाख परिधान केला होता. तिने तोंडावरचे आवरण मागे टाकताच मी स्तिमित होऊन पाहत राहिलो. सडसडीत बांध्याच्या ज्युलिआचे रेखीव लावण्य पाहून मी थक्क झालो होतो. ती हसली. मी हसण्याचा कसाबसा प्रयत्न केला, कारण आता ज्युलिआच्या सुंदर चेहेऱ्याच्या जागी कवटी हसत होती.

मी जागा झालो तेव्हा चांगलाच घामाघूम झालो होतो. उशी घामाने भिजली होती. मी ती उलटी केली आणि पुन्हा झोपलो.

आता मला दिसत होते की मी पलंगावर झोपलेलो आहे. मी पाहिले तर माझ्या खोलीचे दार उघडे होते. त्यातून बाहेरच्या दिव्याचा प्रकाश आत येत होता. माझ्या पलंगावर कोणाची तरी सावली पडली. रिकी आत आला आणि माझ्या डोक्यावर उभा राहून माझ्याकडे पाहू लागला. प्रकाश मागून येत असल्याने त्याच्या चेहेऱ्यावरचे भाव मला दिसत नव्हते. पण तो म्हणाला, ‘‘जॅक...मला तू नेहमी आवडत होतास.’’ रिकी खाली वाकला. माझ्या कानापाशी काहीतरी कुजबुज करत त्याने त्याचे तोंड माझ्या तोंडाजवळ आणले. ते पाहून मला धक्का बसला कारण तो माझ्या ओठांचे चुंबन घेण्याच्या तयारीत होता. त्याचे तोंड उघडे होते. लघळपणाने तो ओठांवरून जीभ फिरवत माझ्या आणखी जवळ आला. मला काय करावे ते कळेना. मी त्या धक्क्याने जागीच खिळून बसलो होतो. पण तेवढ्यात ज्युलिआ आत आली. ‘‘हे काय चाललंय?’’ हे ऐकताच रिकी घाईघाईने मागे सरकला. त्याने चमत्कारिक चोरटी हालचाल केली. ज्युलिआ भयंकर चिडलेली होती. ती म्हणाली, ‘‘अजून नाही...मूर्खा!’’ मग ती पुढे म्हणाली, ‘‘हे करायची अजिबात गरज नाही. त्याची काळजी तो घेईल स्वत:....’’

त्यावर रिकी म्हणाला, ‘‘निश्चितीकरणाच्या अल्गोरिथमचे गुणोत्तर मिळेल जर तुम्ही जागतिक पातळीवर उपयोगाची खंडित मांडणी....’’ ह्यावर ज्युलिआ म्हणाली, ‘‘जर तू झगडला नाहीस तर तुला काहीसुद्धा त्रास होणार नाही.’’ मग दिवा लावून ज्युलिआ खोलीतून निघून गेली.

मी आता पुन्हा लग्नासाठी उभा होतो. पांढराशुभ्र वधूवेष परिधान केलेली ज्युलिआ माझ्याशेजारी उभी होती. मी समोर नजर टाकली. माझी तिन्ही मुले पहिल्या रांगेत बसून माझ्याकडे आनंदी चेहेऱ्यांनी पाहत हसत होती. मला त्यांच्या ओठांभोवती काळी रेषा उमटलेली दिसली. ती रेषा खाली सरकली. आता जणू काळा अंगरखा घातल्याप्रमाणे पूर्ण काळी झालेली असूनही ती हसत होती. माझा थरकाप उडाला होता. मी त्यांच्याकडे धावलो आणि काळा रंग पुसू लागलो. पण तो जाईना. मग निकोल शांतपणे म्हणाली, "डॅड...त्या स्प्रिंकलरना विसरू नका."

मी घामाघूम होऊन जागा झालो. माझ्या खोलीचे दार उघडे होते. बाहेरून येणाऱ्या प्रकाशाचा चौकोन जमिनीवर पडलेला होता. मी बाजूला असणाऱ्या वर्कस्टेशनच्या मॉनिटरकडे नजर टाकली. सकाळचे चार वाजून पंचावन्न मिनिटे झालेली होती. मी डोळे मिटले आणि थोडा वेळ तसाच अंथरुणात पडून राहिलो. पण मला पुन्हा झोप लागली नाही. घामाने भिजल्याने मी अस्वस्थ झालो होतो. मी अंघोळ करायची असे ठरवले.

मी पलंगावरून उठून अंघोळीसाठी निघालो.

मी कॉरिडॉरमधून जात असताना तिथे पूर्ण शांतता होती. सगळ्या बेडरूमची दारे उघडी होती. मला ते जरा चमत्कारिक वाटले. सगळ्याच बेडरूममधले दिवे चालू होते. मला रिकी, बॉबी, ज्युलिआ आणि विंस सर्वजण झोपलेले दिसले. मे खोलीत नव्हती आणि अर्थातच चार्लीची जागा रिकामी होती.

मी किचनमध्ये जिंजर आल् घेण्यासाठी गेलो. मला खूप तहान लागली होती. घसा सुकला होता आणि दुखतही होता. मला पोटातही अस्वस्थ वाटत होते. मला फ्रीजमधली शॅम्पेनची बाटली दिसली. ती पाहून मला उगीचच वाटले की कोणीतरी ह्या बाटलीशी खेळ केलेला आहे. मी बूच नीट निरखून पाहिले. त्यात मला कुठेही सुई खुपसल्याची किंवा कशाचीही खूण आढळली नाही. मी बाटली पुन्हा जागेवर ठेवली.

मी विचार करू लागलो की मी ज्युलिआबद्दल उगीचच शंकाकुशंका तर काढत नाही ना. कदाचित खरोखरच तिला तिची चूक कळून आली असेल आणि ती त्याची भरपाई करण्याचा प्रयत्न करत असेल. तिला खरोखरच माझ्याविषयी कृतज्ञता वाटत असेल आणि मी मात्र तिच्यावर जरूरीपेक्षा चिडलो असेन.

त्यावेळी विचार करताना मला तिच्या वागण्यात काही शंकास्पद वाटेना. तिला अपघात झालेला असूनही ती मला भेटण्यासाठी आली होती. तिला मला पाहून आनंद झाला होता. तिने त्या प्रयोगांची जबाबदारी स्वीकारून क्षमाही मागितली होती. तिने तत्काळ लष्कराला बोलवण्याची सूचना स्वीकारली होती. कॉमरूममधल्या थव्याला मारण्याच्या माझ्या म्हणण्यालाही तिने पाठिंबा दिला होता. ती मला मदत करू इच्छित आहे हे दाखवण्यासाठी जे जे करायला पाहिजे ते सारे तिने केले होते.

तरीही मी मनोमन बेचैन होतो.

कारण कॉमरूममध्ये शिरलेल्या थव्याचे गूढ उकलत नव्हते. तो चार्लीबरोबर आत आला ही रिकीची कल्पना मला पटत नव्हती. हे थवे काही सेकंदात ठार करतात हे मी पाहिले होते. मग त्याने इतरांना का ठार केले नाही. मुळात तो थवा त्या ठिकाणी पोहोचलाच कसा?

मी अंघोळीचा विचार बदलला. मी कॉमरूमजवळ जाऊन पुन्हा एकदा नीट पाहावे असा विचार केला. कदाचित रात्री काही महत्त्वाच्या खुणा माझ्या नजरेतून निसटल्या असण्याची शक्यता होती. कारण त्यावेळी ज्युलिआच्या सततच्या बडबडीमुळे मला सलग विचार करता येत नव्हता. जणू मी कशाचा तरी विचार करू नये म्हणून ती धडपडत होती....

पुन्हा एकदा मी ज्युलिआच्या बाबतीत कठोर झालो होतो.

मी एका एअर लॉकमधून पुढे गेलो. नंतर कॉरिडॉर ओलांडून गेल्यावर आणखी एका एअर लॉकमधून गेलो. नंतर मी कॉमरूमपाशी आलो. ह्या सगळ्या चालण्यात मला कुठेही काही विशेष आढळले नाही.

मला की-बोर्डचा आवाज आला. मे तिच्या प्रयोगशाळेत वर्कस्टेशनपाशी काम करत होती.

"काय करते आहेस?"

"मी व्हिडिओ प्लेबॅक करून पाहते आहे."

"पण चार्लीने वायर उपटल्या होत्या ना. मला वाटतं की आपल्याला तो पाहता येणार नाही."

"रिकी तसं म्हणाला होता. पण ते खरं नाही."

मी तिच्या पाठीमागे उभा राहून मॉनिटर पाहण्यासाठी जाऊ लागलो. तर मे ने हाताने मला थांबण्याची खूण केली. "जॅक....मला वाटतं तू हे पाहिलं नाहीस तर बरं..."

"काय?....का पाहू नको?"

"कारण....ओह...तुला कदाचित आत्ता हे पाहावणार नाही. उद्या कदाचित—"

अर्थात एवढे ती बोलल्यावर मी वेगाने टेबलाला वळसा घालून मॉनिटरच्या समोर गेलो आणि पडद्यावरचे दृश्य पाहून म्हणालो. "मला हे...हे तू पाहू नये असं सांगत होतीस?" पडद्यावर मला रिकामा कॉरिडॉर दिसत होता.

"नाही." मे म्हणाली, "हे पाहा जॅक. आपण इथल्या सुरक्षा यंत्रणेच्या कॅमेऱ्यांच्या समोरून जातो तेव्हा कॅमेरा दर सेकंदाला फक्त दहा फ्रेम या प्रमाणात रेकॉर्ड करत असतो. तेव्हा आपण जे काही पाहतोय ते नक्की तसंच असेल असं..."

"मला फक्त दाखव तू..."

"मला थोडं मागं जायला लागेल." मे म्हणाली. आणि मागची दृश्ये बघण्यासाठी आवश्यक ती बटणे दाबू लागली. पडद्यावरची दृश्ये वेगाने सरकू लागली. त्यात कॉरिडॉर, मुख्य निर्मिती विभाग, एअर लॉक, पुन्हा आणखी एक कॉरिडॉर, किचन, लाऊंज. आम्ही राहात होतो त्या ठिकाणचा हॉल....अशी अनेक दृश्ये भराभरा सरकत होती.

मी डोळे किलकिले करत विचारले, "मे....तू हे किती वेळापासून पाहाते आहेस?"

"साधारण एक तास."

"जीझस."

आता मला एका कॉरिडॉरमधून चालणारा रिकी दिसला. मग प्रकाशझोतात ज्युलिआ आलेली दिसली. पुन्हा एक कॉरिडॉर दिसला. रिकी आणि ज्युलिआ एकत्र दिसले. त्यांनी एकमेकांना मिठी मारली—

"थांब."

माझ्याकडे एक नजर टाकत मेने काही न बोलता एक बटण दाबले. आता दृश्ये कमी वेगात पुढे सरकू लागली. दर सेकंदाला दहा फ्रेम्स असल्याने प्रतिमा जराशी फरकटलेली भासत होती. पण तरीही जे काही दिसत होते ते स्पष्टपणाने कळण्याजोगे होते.

ज्युलिआ आणि रिकीने एकमेकांना मिठी मारली आणि अत्यंत आवेगाने चुंबन घेतले.

"ऑ...शिट्" मी तोंड फिरवून म्हणालो, "शिट्....शिट्..शिट्!"

"माफ कर जॅक..." मे म्हणाली, "काय बोलावं ते मला कळत नाही."

मला एकदम चक्कर आल्यासारखे वाटले. आपण खाली कोसळणार असे

वाटल्याने मी पडद्याकडे पाठ करून टेबलावर बसलो. मे काहीतरी म्हणत होती. पण मला ते शब्द नीट ऐकू आले नाहीत. मी एक खोल श्वास घेतला. केसांवर हात फिरवला आणि मी विचारले, "तुला हे माहिती होतं?"

"नाही. म्हणजे काही मिनिटांपर्यंत नव्हतं."

"इतर कोणाला?"

"नाही. आम्ही कधीकधी दोघांचं काहीतरी लफडं आहे अशी चेष्टा करायचो. पण कोणाचाही त्यावर विश्वास मात्र नव्हता."

"जीझस." मी पुन्हा केसांमध्ये बोटे खुपसून हात फिरवला, "मे मला खरं काय ते कळू दे. तुला हे माहिती होतं की नव्हतं?"

"नाही जॅक. मला माहिती नव्हतं."

मी गप्प बसलो. मग जरा वेळाने म्हणालो, "मे काय विचित्र गोष्ट आहे पाहा....मला काही दिवसांपूर्वी याची शंका आली होती. म्हणजे मला तशी खात्रीच वाटत होती. पण कोणाबरोबर भानगड आहे ते कळत नव्हतं...अर्थात मला थोडीफार तशी शंका वाटत असली तरी हा धक्का फार मोठा आहे."

"मी समजू शकते."

"मला रिकीचा कधीच संशय आला नव्हता. म्हणजे तो इतका सरळ...पण मला माहिती नाही...पण रिकी काही उच्च पदावरचा नाही. मला वाटत होतं की तिला उच्च पदावरच्या एखादया माणसाबद्दल आकर्षण वाटत असावं."

मी मान हलवत होतो. मी चिडलो होतो तसाच गोंधळून गेलो होतो. मला शरमही वाटत होती. दर सेकंदाला माझ्या भावना सतत बदलत होत्या. मे गप्प होती. जरा वेळाने ती म्हणाली, "तुला आणखी पाहायचं आहे का?"

"आणखी काही आहे?"

"होय."

"नाही....मला वाटतं नकोच...आणखी पाहायची इच्छा नाही."

"पाहावंस तू."

"नको."

"म्हणजे कदाचित तुला ते पाहून बरं वाटेल."

"नाही. मी ते पाहूच शकणार नाही."

"जॅक. तुला वाटतंय तसं नाही. म्हणजे नेमकं तसं नाही जॅक..."

"माफ कर मे. पण मला लपवाछपवी करत राहण्याची गरज नाही. मी ते पाहिलंय आणि आणखी काय असेल ते माझ्या लक्षात आलंय."

मी आणि ज्युलिआ आयुष्यभर एकमेकांबरोबर राहू असे मला वाटत होते. मी समजत होतो की आमचे एक घर आहे, कुटुंब आहे. मुलांवर आम्ही दोघे सारखेच प्रेम करतो आणि माझे हे कुटुंब कायमचेच असे राहणार आहे. रिकीलाही छोटे बाळ होते. त्यामुळे ह्या सगळ्या गोष्टी निरर्थक वाटत होत्या. असे घडू शकेल ह्यावर माझा विश्वास बसत नव्हता.

पण आपल्या अपेक्षेप्रमाणे गोष्टी कधीच घडत नाहीत.

मे काही बटणे भराभरा दाबत होती. मी पडद्याकडे पाहत नव्हतो. मी तिला विचारले, "तू आता काय करते आहेस?"

"मी चार्लीला शोधायचा प्रयत्न करते आहे."

मी एक दीर्घ श्वास घेतला. मेचे म्हणणे बरोबर होते. माझ्या वैयक्तिक आयुष्यात जे काही घडायचे ते घडून गेले होते. निदान त्यावेळी तरी मी त्याबद्दल काहीही करू शकत नव्हतो.

मी वळलो आणि पडद्याकडे पाहत म्हणालो, "ठीक आहे. चार्लीचं काय झालं ते पाहू."

पडद्यावर येणारी दृश्ये पाहाताना नीट संगती लावणे अवघड जात होते. मध्येच कोणाचा तरी चेहरा येई आणि वेगळेच काहीतरी दृश्य दिसू लागे. एका दृश्यात ज्युलिआ किचनमध्ये असल्याचे दिसले. रिकीही तिथे होता. फ्रीजचे दार उघडे होते. मग ते बंद झाले. मुख्य निर्मिती विभागात असणारा विंस दिसला. मग तो एकदम नाहीसा होऊन गेला. पुन्हा एकदा तो कॉरिडॉरमध्ये दिसला आणि दिसेनासा झाला.

"चार्ली कुठेच दिसत नाही."

"कदाचित तो झोपलेला असेल." मे म्हणाली.

"तुला बेडरूममधली रेकॉर्ड केलेली दृश्ये मिळतील का?"

"नाही. सर्वसाधारणपणे तशी ती मिळणार नाहीत. त्यासाठी काही बदल करावे लागतील, आणि ते रिकीलाच माहिती आहे. पण आपण सर्वसाधारण चित्रण पाहून त्यात कुठे चार्ली दिसतो का ते पाहू."

मग आम्ही दहा मिनिटे निरनिराळ्या कॅमेऱ्यांनी टिपलेली दृश्ये पाहू लागलो. काही दृश्ये पाहिल्यावर मी मान फिरवत होतो. पण मे निर्विकारपणे काम करत होती. अचानक आम्हाला चार्ली डोळे चोळत बेडरूमसमोरच्या

कॉरिडॉरमधून चालत जाताना दिसला. तो नुकताच झोपेतून उठला असावा.

'किती वाजता हे दृश्य टिपलेले आहे पाहा.'' मी म्हणालो.

मेने दृश्य जागीच गोठवले. आम्ही वेळ पाहिली. रात्रीचे बारा वाजून दहा मिनिटे.

''म्हणजे आपण परत आलो त्याच्या अगोदर फक्त अर्धा तास.''

''होय.'' मे दृश्ये पुढे सरकवत म्हणाली. चार्ली आता बाथरूमच्या दिशेने जाताना दिसला. मग पुढचे दृश्य किचनमधले होते. त्यात रिकी आणि ज्युलिआ होते. ते पाहून मी अस्वस्थ झालो. पण ते फक्त एकमेकांशी बोलत होते. मग ज्युलिआने फ्रीजमध्ये शॅम्पेनची बाटली ठेवली. रिकीने तिला आत ठेवण्यासाठी ग्लास दिले.

त्यानंतर प्रतिमा नीट दिसत नव्हत्या. दृश्यांचा वेग दहा दृश्ये प्रती सेकंद असल्याने नेमके काय घडले ते समजत नव्हते. पण मला जे वाटले ते असे होते. चार्ली किचनमध्ये आला आणि दोघांशी बोलू लागला. त्यावेळी त्याचा चेहेरा हसरा होता. त्याने ग्लासकडे बोट दाखवले. ज्युलिआ ग्लास आत ठेवत असताना चार्लीने तिला थांबवण्यासाठी हात वर केला. तो काहीतरी म्हणाला. ज्युलिआने नकारार्थी मान हलवली आणि ग्लास आत ठेवला.

चार्ली गोंधळलेला दिसला. त्याने पुन्हा ग्लासकडे बोट दाखवले. ज्युलिआने पुन्हा मानेने नकार देत तो ग्लासही आत ठेवला.

आता चार्ली रागावलेला दिसला. त्याने हनुवटी पुढे काढली होती. त्याने दोन-तीन वेळा टेबलावर मुद्दा पटवण्यासाठी गुद्दे हाणले. रिकी ज्युलिआ आणि चार्ली ह्यांच्यामध्ये येऊन उभा राहिला. त्याने चार्लीला समजावण्यासाठी हातांची हालचाल केली. पण चार्ली गप्प बसत नव्हता. त्याने सिंकमध्ये पडलेल्या उष्ट्या प्लेटच्या ढिगाऱ्याकडे बोट दाखवले.

रिकीने चार्लीच्या खांद्यावर हात ठेवला. पण तो त्याने झटकून टाकला. आता चार्ली आणि रिकी ह्यांच्यात बोलाचाली सुरू झाली होती. पण त्यांच्याकडे संपूर्ण दुर्लक्ष करत ज्युलिआने आपले ग्लास आत ठेवण्याचे काम पुरे केले. रिकी चार्लीला फ्रीजपाशी जाऊ देत नव्हता. त्याच्या वागण्याची पद्धत एखाद्या बेभान झालेल्या माणसाशी वागण्यासारखी होती.

मे म्हणाली, ''चार्लीवर थव्यांचा काही परिणाम झाला आहे की काय? म्हणून तो तसा वागतोय वाटतं?''

''नाही. मला तर कुठं थवा दिसत नाही.'' मी दृश्य नीट निरखून पाहिले.

''नाही...पण तो खूपच चिडलेला दिसतोय.''

''त्याला काय म्हणायचं आहे?''

मेने डोके हलवले, "कोण जाणे....ग्लास बाहेर काढायचे? ग्लास धुवायला हवेत की वेगळे ग्लास वापरायला सांगतोय तो?"

"पण चार्लीला त्याबद्दल फारशी फिकीर नसते." मी म्हणालो, "दुसऱ्या कोणाच्या खरकट्या प्लेटमधून बिनदिक्कतपणे खाताना मी त्याला पाहिलंय."

अचानक चार्ली मागे सरकला आणि काहीतरी धक्कादायक पाहिल्याप्रमाणे जागीच गोठल्यासारखा झाला. रिकी त्याला काहीतरी म्हणाला. त्यावर चार्ली त्या दोघांना उद्देशून काहीतरी ओरडू लागला.

रिकी आता चार्लीच्या दिशेने पुढे येऊ लागला. चार्ली एकेक पाऊल मागे घेत भिंतीपाशी गेला. त्याने भिंतीवर अडकवलेला फोन काढून रिसिव्हर हातात घेतला होता. एवढ्यात रिकीने झडप घालून तो हिसकावला आणि पुन्हा मूळ जागी आदळला. पाठोपाठ त्याने चार्लीला जोराने मागे ढकलले. चार्ली चांगला दांडगा होता. पण रिकीची ताकद आश्चर्यजनक होती. कारण त्याच्या तडाख्यामुळे चार्ली खाली पडून काही फूट घसरत गेलेला दिसला.

चार्ली धडपडत उठून उभा राहिला. तो काहीतरी जोरात ओरडला आणि मागे वळून पळू लागला.

रिकी आणि ज्युलिआची नजरानजर झाली. ज्युलिआ काहीतरी बोललीसुद्धा. मग रिकी चार्लीच्या मागे आणि त्यामागोमाग ज्युलिआ धावताना दिसले. ह्यानंतर काहीवेळ कॅमेऱ्याने इतर काही दृश्ये क्रमाक्रमाने दाखवली. आम्ही अस्वस्थपणाने पुन्हा चार्ली दिसण्याची वाट पाहू लागलो. अखेर काही वेळाने पुन्हा कॅमेऱ्याने कॉरिडॉरमधले दृश्य दाखवले.

चार्ली पळतपळत युटिलिटी रूममध्ये शिरला आणि त्याने फोन उचलला. तो डायल करणार तोच रिकी त्या ठिकाणी आला. ते पाहून चार्लीने फोन तसाच टाकला आणि तो पळत सुटला.

पुढच्या दृश्यात चार्लीने एक फावडे उचललेले दिसले. त्याने ते मागून येणाऱ्या रिकीच्या डोक्याच्या दिशेने फिरवले. पहिल्यावेळी रिकीने तडाखा चुकवला. पण दुसऱ्या खेपेस मात्र त्याच्या खांद्यावर फावडे लागून रिकी खाली कोलमडला. चार्लीने आता पुन्हा फार जोराने फावडे फिरवले. त्याची ती कृती प्राणघातक हल्ला करण्याचीच होती. पण हा तडाखा रिकीने चुकवला. फावडे खालच्या काँक्रीटवर आदळले.

"माय गॉड!" मे म्हणाली.

रिकी उठून बसत असतानाच चार्लीला ज्युलिआ येताना दिसली. ती चार्लीला बहुधा फावडे टाकण्यासाठी विनवत होती. चार्ली आळीपाळीने त्या दोघांकडे पाहत असतानाच विंस त्या ठिकाणी आला. आता त्या तिघांनी

चार्लीला घेरले. ते पाहून चार्ली एकदम तीरासारखा तिथून निसटला आणि कॉमरूममध्ये शिरला. त्याला दार नीट बंद करता आले नाही कारण अक्षरश: विजेच्या वेगाने हालचाल करून रिकीने दारात पाय आडवा घातला होता. पाठोपाठ विंसही तेथे आला. बघता-बघता दार पूर्ण उघडले. ज्युलिआ त्यावेळी दृश्यात नव्हती. पण बहुधा ती आज्ञा सोडत होती.

आता हालचाली वेगाने घडत असल्याने दृश्ये फार स्पष्ट दिसत नव्हती. पण तिघांची बाचाबाची चालली आहे हे स्पष्ट कळत होते. अवघ्या काही सेकंदात रिकी चार्लीच्या मागे गेलेला दिसला. त्याने चार्लीचा हात मागे पिरगाळून गच्च धरला. पाठोपाठ विंसने दुसरा हात धरून चार्लीला जागच्याजागी खिळवून टाकले.

"हे काय चाललंय?" मे म्हणाली, "त्यांनी आपल्याला ह्यातलं काहीही सांगितलेलं नाही."

रिकी आणि विंसने चार्लीला घट्ट धरून ठेवले होते. चार्ली धापा टाकत होता. पण तो आता अजिबात धडपड करत नव्हता. ज्युलिआ आत शिरली. ती चार्लीशी काहीतरी बोलली. चार्लीही काहीतरी म्हणाला.

मग ज्युलिआ पुढे झाली. तिने त्याच्या ओठांवर ओठ टेकवून त्याचे चुंबन घेतले.

चार्ली धडपड करत होता. विंसने त्याचे केस धरून ठेवले आणि त्याला हलू दिले नाही. ज्युलिआने चुंबन घेणे संपवले. ती मागे सरकली. त्याचवेळी ज्युलिआ आणि चार्लीच्या तोंडांमधल्या भागात काळा प्रवाह वाहताना दिसला. हे क्षणभरच टिकले असेल.

ज्युलिआने ओठ पुसले आणि ती हसली.

चार्ली खाली कोलमडला. त्याच्या तोंडामधून एक काळा थवा बाहेर पडला आणि त्याच्या डोक्याभोवती घोंघावू लागला. विंसने चार्लीच्या डोक्यावर थोपटल्यासारखे केले आणि तो तेथून निघून गेला.

रिकी पुढे झाला आणि त्याने ताकदीने वायर, उपकरणे वगैरे उचकटून भरपूर मोडतोड केली. मग चार्लीकडे पाहून तो काहीतरी म्हणाला आणि निघून गेला.

रिकी निघून जाताच चार्ली एकदम उसळी मारून उभा राहिला. त्याने झेप टाकून दार बंद करून घेतले. पण हे निरुपयोगी आहे अशा अर्थाने रिकी आणि ज्युलिआ त्याच्याकडे पाहून हसले. चार्ली पुन्हा मोडून पडल्याप्रमाणे खाली

कोसळला. त्यानंतर चार्ली पुन्हा कॅमेऱ्यात दिसला नाही.

रिकीने ज्युलिआच्या खांद्यावर हात ठेवला आणि ते दोघे तिथून निघून गेले.

"हं...तुम्ही दोघं लवकर उठलेले दिसता!"

मी मागे वळून पाहिले.

ज्युलिआ लॅबच्या दारात उभी होती.

❑

सातवा दिवस
पहाटे ५ वाजून १२ मिनिटे

ज्युलिआ हसतहसत खोलीत आली, "जॅक...माझा जर तुझ्यावर पूर्ण विश्वास नसता ना तर मला नक्की तुमच्या दोघांमध्ये काहीतरी भानगड चालू आहे असा संशय आला असता."

"अस्सं?" मी म्हणालो आणि मे जवळून किंचित मागे सरकलो. ती भराभरा बटणे दाबत होती. मी फार अस्वस्थ झालो होतो, "आणि तुला तसा संशय येण्याचं कारण काय?"

"कारण तुम्ही दोघं डोक्याला डोकं लावून काहीतरी पाहत होतात." ज्युलिआ माझ्याकडे आली, "तुम्ही पाहण्यात अगदी रंगून गेला होतात. काय पाहत होतात नेमकं?"

"अं...हं. ते सगळं तांत्रिक आहे."

"मला पाहू दे. मला तांत्रिक गोष्टींमध्ये रस आहे. रिकीनं तुला सांगितलं नाही का की मला अलीकडे तांत्रिक गोष्टी आवडू लागल्या आहेत? मी ह्या नवीन तंत्रज्ञानामुळे मोहित झाले आहे. हे अगदी नवीन जग आहे. होय ना? एकविसावे शतक आलेले आहे....मे उठू नकोस, मी तुझ्या पाठीमागे उभी राहून पाहते."

ज्युलिआ आता मेच्या मागे उभी असल्याने तिला मॉनिटर नीट दिसत होता. त्यावरचे दृश्य पाहून तिच्या कपाळावर आठ्या पडल्या. त्यावर लाल रंगाच्या माध्यमात वाढणाऱ्या जीवाणूंच्या वसाहती होत्या. जीवाणूंचे पांढरे ठिपके पाहून ती म्हणाली, "हे काय आहे?"

"जीवाणूंच्या वसाहती." मे म्हणाली, "आपल्या कोलाय जीवाणूंच्या साठ्यामध्ये संदूषण झालेले आहे. मी एक टाकी अगोदरच उत्पादन प्रक्रियेतून वेगळी केलेली आहे. नेमकी काय गडबड आहे ते आम्ही पाहतो आहोत."

"फाजमुळे असेल का? तुला काय वाटतं?" ज्युलिआने विचारले, "जीवाणूंच्या बाबतीत नेहमी हीच समस्या असते ना? ....विषाणू...?" ज्युलिआने एक उसासा टाकला, "ह्या रेणू पातळीवरील उत्पादनात सगळंच फार नाजूक असतं. कुठेही सहज बिघाड होऊ शकतो. हे कधीही घडू शकत असल्याने सतत सावधगिरी बाळगावी लागते." तिने माझ्याकडे आणि मेकडे रोखून

पाहिले, "पण तुम्ही एवढा वेळ नक्कीच हे पाहत नव्हतात..."

"पाहत होतो." मी म्हणालो.

"काय पाहत होतात?"

"जीवाणू."

"जीवाणू होय...तुम्ही इतका वेळ जीवाणू पाहत होतात? काय मे?"

मेने खांदे उडवले. मान डोलावत ती म्हणाली, "होय ज्युलिआ. ते माझे कामच आहे."

"तुझ्या कामावरच्या निष्ठेबद्दल मला जराही शंका नाही." ज्युलिआ म्हणाली, "पण, जरा मला हे करू देतेस का?" ज्युलिआ पुढे झाली आणि तिने अगोदर काय चालू होते ते बघण्यासाठी 'बॅक' लिहिलेले बटण दाबले. पडद्यावरचे चित्र बदलले. त्या जागी जीवाणूंची आणखी प्रतिमा आली. ज्युलिआ बटण दाबत होती, त्याप्रमाणे पाठोपाठ तशाच आणखी प्रतिमा येत राहिल्या. तिने जवळपास सहासात वेळा बटण दाबले. अखेर पडद्यावर जीवाणूंची, विषाणूंची रचना, काही माहितीचे तक्ते वगैरे येत राहिलेले पाहून ज्युलिआ मागे सरकली, "तू खरोखरच ह्या कामात बराच वेळ खर्च केलेला दिसतोय. खरंच हे एवढं महत्त्वाचं आहे का?"

"हे पाहा इथं संदूषण झालेलं आहे आणि त्यावर नियंत्रण ठेवायला हवंच आहे. तसं करण्यासाठी सगळी यंत्रणाच बंद ठेवायला लागेल."

"तसं असेल तर तुझं काम जरूर चालू राहू दे." ज्युलिआ म्हणाली आणि माझ्याकडे वळली, "ब्रेकफास्ट हवाय का? तुला भूक लागली असेल ना?"

"जरूर घेईन मी ब्रेकफास्ट."

"चल तर मग. आपण बरोबरच घेऊ."

"ठीक आहे. चल." मी मग मेकडे वळलो, "मी नंतर तुला परत भेटेन. माझी मदत हवी असेल तर मला कळव."

मी आणि ज्युलिआ कॉरिडॉरमधून चालू लागलो.

"मला कारण कळत नाही. पण ह्या बाईचा मला त्रास होतो." ज्युलिआ म्हणाली.

"मलाही कळत नाही की असं तुला का वाटावं ते. ती चांगली आहे. विचारी आणि विवेकी आहे."

"आणि सुंदरदेखील."

"ज्युलिआ...."

"म्हणून तू माझं चुंबन टाळलंस जॅक? तू तिच्यामध्ये गुंतला आहेस म्हणूनच ना?"

“ज्युलिआ...”

ती माझ्याकडे रोखून पाहत माझ्या बोलण्याची वाट पाहत होती.

“हे बघ...” मी म्हणालो, “गेले काही आठवडे आपण सगळेजणच अवघड परिस्थितीतून जात आहोत. खरं सांगायचं तर ज्युलिआ तुझ्याबरोबर राहणं अवघड होत चाललं आहे.”

“तुला तसंच वाटणार.”

“खरंच सांगतोय ज्युलिआ. मी तुझ्यावर चांगलाच रागावलो होतो.”

“त्याचं कारण मी समजू शकते. माझ्यामुळे तुला जे काही भोगावं लागलं त्याबद्दल मी माफी मागते.” ज्युलिआने बाजूला सरकून माझ्या गालावर ओठ टेकवले, “पण आता ते इतिहासजमा झालंय. मला आपल्या दोघांमधला तणाव सहन होत नाही. जॅक...आपण चुंबन घेऊन समेट केला तर...?”

“नंतर पाहू.” मी म्हणालो, “अजून बरंच काही करायचं बाकी आहे.”

ज्युलिआने खेळकरपणाने ओठांचा चंबू केला. “ओह...जॅक...ये ना...पट्कन चुंबन घे... त्यानं तू काही मरणार नाहीस.”

“नंतर.”

ज्युलिआने उसासा टाकला. तिने आता माघार घेतली होती. काही वेळ आम्ही न बोलता चालत राहिलो. मग ती अतिशय गंभीरपणाने म्हणाली, “जॅक तू मला टाळतो आहेस....आणि मला त्याचं कारण हवं आहे.”

मी तिच्या प्रश्नाचे उत्तर दिले नाही. जणू हा प्रश्न तेवढा महत्त्वाचा नाही असे भासवत मी देखील एक उसासा टाकून पुढे चालत राहिलो. प्रत्यक्षात मी विलक्षण काळजीत पडलो होतो.

मी ज्युलिआला फार वेळ टाळू शकणार नव्हतो. तिला केव्हातरी मी टाळण्याचे कारण समजणार होते. कदाचित तिला ते अगोदरच माहिती असण्याची शक्यता होती. ज्युलिआ जरी लहान मुलीसारखी खेळकरपणा करत असली तरी ती अत्यंत तीक्ष्णपणाने लक्ष ठेऊन आहे. हे मला मनोमन जाणवत होते. रिकीच्याही बाबतीत तो अतिशय सावध झालेला आहे हे मला असेच जाणवले होते.

मेच्या मॉनिटरवर मी जे काही पाहिले होते ते धक्कादायक आणि मला चिंतेत पाडणारे होते. ज्युलिआच्या तोंडातून खरोखरच काळा ढग बाहेर पडलेला होता का? कारण माझ्या माहितीनुसार शिकारी पहिली संधी मिळताच सावजाला

खलास करतात. त्याबाबतीत दयामया नसते. थवा तर ज्युलिआच्या शरीरात आहे असे वाटत होते. पण ते कसे शक्य होते? तिच्या शरीरामध्ये त्यांना प्रतिकार करण्याची शक्ती तयार झालेली होती की काय? की कोणत्यातरी कारणासाठी थवा तिला न मारता आत राहत होता? आणि मग रिकी आणि विंसचं काय? की त्यांच्याही बाबतीत असेच होत होते?

एक गोष्ट अगदी स्पष्ट होती. रिकी आणि ज्युलिआ दोघांनाही आम्ही बाहेर कोणालाही कळवू नये असे वाटत होते. आम्ही त्या तिथं वाळवंटात अडकलो होतो. पण हेलिकॉप्टर येईपर्यंत त्यांच्याजवळ काही तास होते. त्यांना तो वेळ बहुधा पुरेसा वाटत होता. पण कशासाठी? आम्हाला ठार करण्यासाठी की आम्हालाही लागण करण्यासाठी....कशासाठी? मी माझ्या बायकोबरोबर चालत असूनही मला उगीचच आपण एखाद्या परक्या व्यक्तीबरोबर आहोत असे वाटत होते. कोणीतरी अत्यंत धोकादायक परकी व्यक्ती!

मी घड्याळाकडे नजर टाकली. आता दोन तासांच्या आत तेथे हेलिकॉप्टर येणार होते.

ज्युलिआ हसली, ''कोणाशी भेट ठरली आहे का?''

''नाही. ब्रेकफास्टची वेळ झालीय हे एवढंच मी पाहत होतो.''

''जॅक...तू माझ्याशी प्रामाणिकपणानं का वागत नाहीस?''

''मी प्रामाणिकपणानेच वागतोय...''

''नाही. हेलिकॉप्टर यायला आणखी किती वेळ उरलाय याचा तू विचार करत होतास.''

मी खांदे उडवले.

''दोन तासांनी तुला इथून बाहेर पडायला आवडेल...मी ह्याबद्दल पैज मारायला तयार आहे...होय की नाही जॅक?''

''होय. पण सर्वकाही ठाकठीक होईपर्यंत मी इथून जाणार नाही.''

''का? आणखी काय करायचं राहिलंय?''

आता आम्ही राहण्याच्या जागेपाशी येऊन पोहोचलो होतो. मला अंडी आणि बेकन तयार होत असल्याचा वास आला. रिकी एका बाजूने पुढे आला. मला पाहून तो आनंदाने म्हणाला, ''हाय जॅक...झोप नीट लागली का?''

''ठीक लागली.''

''खरंच? कारण तू दमलेला दिसतो आहेस.''

''मला वाईट स्वप्नं पडत होती.''

''होय का?....वाईट स्वप्नं म्हणजे...कोणती...?''

''तसं होतं कधीकधी म्हणा.'' मी म्हणालो.

आम्ही सर्वजण किचनमध्ये गेलो. बॉबी ब्रेकफास्ट बनवत होता. 'स्क्रॅम्बल्ड् एग्ज् विथ चाईव्ह आणि क्रीम चीझ...'' तो आनंदाने सांगू लागला. ''हं...तुम्हा लोकांना टोस्ट कसे हवेत?''

ज्युलिआला व्हीट टोस्ट तर रिकीला इंग्लिश मफीन पाहिजे होते. मी मला काहीच नको म्हणालो. मी रिकीकडे पाहत होतो. तो किती दणकट आहे हे माझ्या लक्षात आले. टी-शर्ट घातलेल्या रिकीचे स्नायू अगदी पिळदार दिसत होते. मी त्याच्याकडे पाहतोय हे त्याच्या लक्षात आले,

''काही गडबड आहे का जॅक?''

''नाही. तू पिळदार स्नायूंमुळे कसा दणकट दिसतो आहेस ते मी कौतुकानं पाहतोय इतकंच.'' मी हे म्हणालो खरा. पण प्रत्यक्षात ते तिघे तिथे असल्यामुळे मला अस्वस्थ वाटत होते. चार्लीवर त्यांनी कसा हल्ला केला होता ते मला राहूनराहून आठवत होते. मला काहीही खावेसे वाटत नव्हतेच. मला काहीही करून तिथून निसटायचे होते. अर्थात तसे करताना त्यांना संशय येऊन चालणार नव्हता.

ज्युलिआ फ्रीजपाशी गेली. आत शॅम्पेनची बाटली होतीच. ती म्हणाली, ''तुम्ही लोक सेलिब्रेट करायला तयार आहात ना?''

''वाहवा! उत्तमच.'' बॉबी म्हणाला.

''अजिबात नाही.'' मी म्हणालो, ''ज्युलिआ तू परिस्थिती गंभीर आहे हे नीट समजून घे. अजून धोका टळलेला नाही. आपल्याला लष्कराला बोलवावं लागणार आहे आणि आपण त्यांना फोन करू शकलेलो नाही. ही वेळ शॅम्पेन पिण्याची नाही....''

ज्युलिआने तोंड वाकडे केले, ''जॅक तू इतका विचका करतोस....''

''विचका केला मी? हॅट्.... तूच इतकी हास्यास्पद वागते आहेस.''

''हॅ....अरेरे...काय हे? उगीच रागावू नकोस पोरा! चुंबन घे माझं....कळलं?'' ज्युलिआने ओठ आतुरतेने माझ्याकडे केले आणि ती पुढे झुकली. आता फक्त रागावणे एवढेच मी करू शकत होतो. ''डॅम इट ज्युलिआ!'' मी मोठ्या आवाजात म्हणालो, ''आपण ह्या परिस्थितीत आहोत याचं एकमेव कारण म्हणजे तू मुळात परिस्थिती गंभीरपणानं घेतली नाहीस. तुमच्या इथं बंडखोर थवा वाळवंटात मोकाट सुटला होता....कधीपासून बरं?...हं. दोन आठवडे ना? आणि त्याचा नाश करायच्या ऐवजी तू त्याच्याशी खेळत बसलीस. तो हाताबाहेर जाईपर्यंत तू हा मूर्खपणा करत राहिलीस आणि त्यातून काय घडलं? तर तीनजण मेले...ही परिस्थिती काय सेलिब्रेशन करण्याजोगी वाटते? ज्युलिआ हे फार भीषण संकट आहे. मी ती ××× शॅम्पेन पिणार नाही आणि कोणालाही पिऊ देणार नाही.'' मी बाटली बाहेर घेतली आणि सिंकपाशी जाऊन आपटून

फोडून टाकली. मग मी ज्युलिआकडे वळलो, "समजलं?"

ज्युलिआचा चेहेरा दगडासारखा झाला होता, "हे करणं अनावश्यक होतं."

रिकी माझ्याकडे बारकाईने पाहत होता. जणू तो कसलातरी विचार करत होता. बॉबी पाठ वळवून पदार्थ बनवण्याचे काम करत होता. त्यांनी बॉबीलाही त्यांच्यात सामील करून घेतले होते की काय? मला त्याच्या गळ्यापाशी सूक्ष्म रेषा दिसली. पण मला खात्रीपूर्वक काही समजत नव्हते, आणि पुन्हा निरखून पाहणे संशयास्पद ठरले असते. "अनावश्यक म्हणालीस तू?" मी जास्तच ओरडत म्हणालो, "जे मेले ते माझे मित्र होते. ते तुझेही मित्र होते बॉबी आणि तुझेही होते रिकी. मला पुन्हा तो ×××× सेलिब्रेशन शब्द पुन्हा कानावर यायला नकोय." मी पाय आपटत खोलीबाहेर पडलो.

विंस समोरून येत होता, "हो...हो...जरा दमानं घे..."

"××××" मी शिवी हासडून पुढे झालो. विंसने भुवया उंचावल्या होत्या.

"जॅक...तू कोणालाही फसवू शकत नाहीस." मागून ज्युलिआच्या ओरडण्याचा आवाज आला, "तू काय करणार आहेस ते मला चांगलं माहिती आहे!"

माझ्या पोटात गोळा आला. पण मी चालतच राहिलो.

"मी तुझ्या मनातले विचार वाचू शकते जॅक...तू पुन्हा तिच्याकडेच निघाला आहेस."

"अगदी बरोबर!"

ज्युलिआ जे काय म्हणाली त्यावर माझा काडीचाही विश्वास बसत नव्हता. ती कशापर्यंत तरी माझे लक्ष दुसरीकडे जावे म्हणून प्रयत्न करत होती. पण कशापर्यंत? तिच्या मनात नेमके काय होते?.... ते चौघे होते आणि आम्ही दोघे.... अर्थात त्यांनी मेला त्या अगोदरच गाठले नसेल तरच.

मे तिच्या लॅबमध्ये नव्हती. मी इकडेतिकडे नजर फिरवली. मला खाली जाणाऱ्या मार्गावरचे एक दार किलकिले दिसले. मी खाली गेलो. त्या ठिकाणी फर्मेंटेशनच्या टाक्या होत्या. सहा फूट व्यासाच्या त्या स्टेनलेस स्टीलच्या गोलाकार टाक्या जवळून फारच मोठ्या वाटत होत्या. त्या ठिकाणी खूपच गरम

वाटत होते. आवाजही खूप होता.

तिसऱ्या टाकीपाशी उभी राहून मे हातातल्या पॅडवर काहीतरी लिहिताना दिसली. तिने एक झडप बंद केली. तिच्या पायापाशी परीक्षानळ्या ठेवलेला स्टॅन्ड होता. मी तिच्याजवळ जाऊन उभा राहिलो. मेने माझ्याकडे पाहून छताच्या दिशेने इशारा केला. त्याठिकाणी कॅमेरा बसवलेला दिसत होता. ती टाकीच्या मागच्या बाजूला गेली. मी देखील तिच्या पाठोपाठ गेलो. आता कॅमेऱ्याला आम्ही दिसणार नव्हतो.

मे म्हणाली, "ते सर्वजण दिवे चालू ठेऊन झोपले होते."

मी मान डोलावली, "होय. आता मला त्याचा अर्थ समजतोय."

"त्यांना सर्वांना संसर्ग झालेला आहे."

"बरोबर."

"आणि त्यांचा त्यात बळी पडलेला नाही."

"होय. पण मला त्याचे कारण कळत नाही."

"त्यांच्यात उत्क्रांती झाली असावी." मे म्हणाली, "सहनशील होण्याची उत्क्रांती."

"एवढ्या लवकर?"

"उत्क्रांतीचा वेग खूप असू शकतो." मे म्हणाली, "तुला ते इवाल्डचं संशोधन माहिती असेलच."

मला ते माहिती होते. **पॉल इवाल्ड** याने कॉलऱ्याच्या जंतूंचा अभ्यास केला होता. त्यात असे दिसले की साथ चालू राहावी यासाठी हे जंतू पट्कन बदलतात. ज्या ठिकाणी पिण्याचे शुद्ध पाणी पुरवण्याची व्यवस्था नाही. पण एखादा नाला किंवा गटार गावामधून जात आहे अशा ठिकाणी कॉलऱ्याचे जंतू अत्यंत आक्रमक असतात. ते आपल्या सावजाला पट्कन आडवे करतात. अतीसाराने रोग्याचा बळी पडतो. त्यांच्या विष्ठेत रोगाचे लक्षावधी जंतू असतात. ते पाण्यात मिसळतात आणि इतर गावातल्या लोकांमध्ये पसरतात. अशा प्रकारे जंतूंचे पुनरुत्पादन होत राहून साथ चालू राहते.

पण जर पाणीपुरवठ्याची व्यवस्था चांगली असेल तर जंतूंचा आक्रमक प्रकार टिकू शकत नाही. रोगी मरून पडतो. पण त्याची विष्ठा पाण्यात मिसळत नसल्याने जंतूंचा प्रसार थांबतो, आणि साथ नष्ट होत जाते. अशा परिस्थितीत जंतू बदलतात. ते कमी आक्रमक होतात. मवाळ जंतूंमुळे रोगी मरत नाही. उलट तो फिरत राहिल्याने अस्वच्छपणा किंवा संपर्क ह्यामुळे रोगजंतूंचा प्रसार होत राहतो.

"हे हादरवणारे आहे." मी म्हणालो. कारण थव्यांच्या बाबतीत हे घडले

असावे असा मेच्या म्हणण्याचा अर्थ होता.

मेने मान डोलावली, "पण आता आपण काय करायचं?" एवढे बोलून ती रडू लागली. तिच्या गालावर अश्रू ओघळत होते. मे खरे तर मनाने खंबीर होती. तिला अशा प्रकारे रडताना पाहून माझाही धीर सुटू लागला होता.

"जॅक... ते चौघेजण फार ताकदवान आहेत...त्यांनी चार्लीला ठार केलं तसं ते आपल्याला करणार, आपण काहीही करू शकणार नाही."

मेने माझ्या खांद्यावर डोके ठेवले. मी तिच्याभोवती हात टाकले. पण मी तिला धीर देऊ शकलो नाही. कारण तिचे म्हणणे बरोबर आहे हे मला कळत होते.

आम्ही काहीही करू शकत नव्हतो.

विन्स्टन चर्चिल एकदा म्हणाला होता की तुमच्यावर बंदूक रोखलेली असेल तर मन उत्तम एकाग्र होते. माझा मेंदू आता वेगाने विचार करू लागला होता. मी चूक केली होती. उत्क्रांतीची दिशा समजण्यात माझी चूक झाली होती. अर्थात हा माणसाच्या विचारसरणीमधला मूलभूत दोष आहे. आपल्या समोर सतत बदल होत असूनही आपल्याला तो समजत नाही. आपण बदलत्या वास्तवाचा स्वीकार करत नाही. म्हणूनच मुले वयाने वाढली तरी त्यांचे आई-बाप त्यांना लहान समजूनच वागत राहतात. बदलाचे वास्तव न स्वीकारल्याने मग कधीतरी बदल समोर आला की आपण चकित होऊन जातो.

त्या थव्यांच्या बाबतीत माझी हीच चूक झाली होती. एकाचवेळी हे थवे दोन किंवा त्यापेक्षा जास्त दिशांनी उत्क्रांत होऊ शकतात ही गोष्ट माझ्या लक्षात आलेली नव्हती. तसे झाले असते तर कदाचित मी त्यांचा मुकाबला अधिक चांगल्या प्रकारे करू शकलो असतो.

ह्याला नाकारण्याची प्रतिक्रिया म्हणतात जॅक.

माझे मन आणखी काय काय नाकारत होते हे मी पाहू लागलो. माझ्या नजरेतून आणखी काय सुटले होते? मी कोणती खूण नीट समजू शकलो नव्हतो बरं? माझा त्या कणांशी सर्वप्रथम संबंध आला तेव्हा माझ्या शरीराने ॲलर्जीसारखी प्रतिक्रिया दिली होती. त्या शॉकमुळे मी जवळजवळ मृत्यूच्या दारात पोहोचलो होतो. थव्यांमध्ये असणाऱ्या जीवाणूंनी बनवलेल्या टॉक्सिनचा तो परिणाम होता असे मे तेव्हा म्हणाली होती. हे टॉक्सिन तयार झाले त्याचे कारण थव्यांमध्ये असणाऱ्या इ.कोलाय जीवाणूंमध्ये उत्क्रांती झालेली होती.

त्याचप्रमाणे मला त्यावेळी टाकीत जीवाणूंना संसर्ग घडवणारे जे फाज विषाणू होते ते पाहून लक्षात आले की त्यांच्यातही उत्क्रांती झालेली होती. म्हणजेच—

"मे....एक मिनिट." मी म्हणालो.

"काय?"

"आपण त्यांना थांबवू शकू."

मेला माझे म्हणणे पटत नव्हते. ते मला तिच्या चेहेऱ्यावर स्पष्टपणे जाणवले. पण तिने आपले डोळे कोरडे केले आणि माझे म्हणणे ऐकू लागली.

"ह्या थव्यांमध्ये नॅनोकण आणि जीवाणू आहेत. बरोबर?"

"होय."

"जीवाणूच त्या कणांना पुनरुत्पादनासाठी सर्वकाही पुरवतात. बरोबर ना? म्हणजेच जीवाणू मेले की थवेदेखील खलास होतील."

"शक्य आहे." मे विचारात पडली होती. "तू एखादे अ‍ॅन्टीबायोटिक वापरावं म्हणतोस की काय? पण त्यासाठी फार प्रचंड प्रमाणात ते लागेल. ह्या लोकांना कितीतरी दिवस ते घ्यावं लागेल आणि मला नाही वाटत की—"

"नाही. मी अ‍ॅन्टीबायोटिकबद्दल बोलत नाही." मी समोरच्या टाकीवर बोटाने टकटक करत म्हणालो. "मी ह्याबद्दल बोलतोय."

"फाज?"

"होय. काय हरकत आहे?"

"त्याचा उपयोग कदाचित होईल....पण त्याचा प्रत्यक्ष उपयोग करणार तरी कसा?"

"आपण हवेत फाज सोडून देऊ. ते श्वासावाटे आत जातील आणि त्यांना ते कळणारही नाही."

"पण हवेत कसे मिसळणार आपण?"

"ही टाकी बंद करायची नाही. म्हणजे मग असेंब्ली लाईनमधून प्रचंड प्रमाणात विषाणू निर्माण होतील. आपण ते घेऊन हवेत पसरवायचे."

मेने सुस्कारा टाकला, "नाही जॅक. हे शक्य नाही."

"का नाही?"

"कारण असेंब्ली लाईन मोठ्या प्रमाणात विषाणूंची निर्मिती करणार नाही."

"पण का?"

"त्याचं कारण विषाणूच्या पुनरुत्पादन क्रियेतच आहे. विषाणू पेशीला

चिकटतो. मग तो आपले डी.एन.ए. रेणू आत सोडून पेशीच्या संपूर्ण निर्मिती यंत्रणेचा वापर करून स्वत:चे पुनरुत्पादन करवून घेतो. बघताबघता पेशीमध्ये विषाणूच्या लक्षावधी प्रती तयार होतात. मग त्या बाहेर पडतात आणि हे चक्र चालू राहते.''

''होय...मग?''

''जर असेंब्ली लाईनमध्ये विषाणू सोडले तर जीवाणूंच्या अनेक पेशी फुटून त्यांची आवरणे साचतील. त्यामुळे गाळण्यांची भोके बुजतील. एकदोन तासांनी असेंब्ली लाईन गरम होऊ लागेल. मग सुरक्षा यंत्रणा काम सुरू करेल आणि सगळी निर्मिती थांबवेल. बस्स...''

''सुरक्षा यंत्रणा बंद करता येते का?''

''येते. पण कशी ते मला माहिती नाही.''

''कोणाला माहिती आहे ते?''

''फक्त रिकी.''

मी डोके हलवले. ''त्याचा काही उपयोग नाही. तुला नक्की तसा प्रयत्न करता येणार नाही—''

''नाही आणि सुरक्षा यंत्रणा बंद करणं फार धोकादायक आहे जॅक. ह्या ठिकाणी उच्च उष्णतामान आणि उच्च विद्युतप्रवाहामध्ये अनेक क्रिया घडतात. मोठ्या प्रमाणात किटोन आणि मिथेन तयार होतात. त्यांची पातळी सतत खाली राखावी लागते. जर हे प्रमाण वाढले तर त्यातून स्फोटासारखा अनर्थ....'' मेने खांदे उडवले.

''ह्या ठिकाणी स्फोट होऊ शकेल असं तुला म्हणायचं आहे का?''

''नाही जॅक. स्फोट होईल असंच मी म्हणतेय. सुरक्षा यंत्रणा बंद झाली तर सहासात मिनिटात स्फोट होईल हे नक्की. आपण त्या ठिकाणी त्या वेळी असणं नक्कीच आवडणारी गोष्ट नाही. तेव्हा—''

मी हताश होऊन गप्प बसलो.

मी इकडेतिकडे पाहून विचार करू लागलो. काहीही करून त्यांना थांबवणे अत्यावश्यकच होते. मला कोपऱ्यात फरशी पुसण्याची बादली आणि बोळा ठेवलेले दिसले. त्याजवळच एक लीटरची प्लॅस्टिकची एक बाटली होती. ते पाहून माझ्या डोक्यात एकदम कल्पना चमकली.

मला मे ह्या सगळ्यात मदत करत होती. तरीही मी माझ्या डोक्यात शिजणारा बेत तिला सांगणार नव्हतो. मला तसे करणे बरोबर नाही हे कळत होते. पण माझा इलाज नव्हता. त्यांना चकवण्यासाठी मी जे काय करणार होतो ते मेला देखील त्यावेळी कळू न देणे योग्य होते.

मी म्हणालो, "मे, आपण त्यांना झुलवलं पाहिजे. तू असेंब्ली लाईनमध्ये विषाणू सोड. त्यामुळे त्यांचं सर्व लक्ष तिकडेच जाईल. दरम्यान मी विषाणू घेऊन छतापाशी जाईन आणि स्प्रिंकलरमध्ये ते सोडून देईल."

"म्हणजे ते सुरू झाले की इथले सर्वजण विषाणू असलेल्या पाण्याने चिंब भिजतील—"

"बरोबर."

"ह्याचा उपयोग होईल असं वाटतंय."

मी मग मे ला काय करायचे ते समजावून सांगितले. आम्ही टाकीच्या दुसऱ्या बाजूला गेलो. नळीला जोडलेला व्हॉल्व उघडून मेने परीक्षानळ्या भरल्या. माझ्या सांगण्याप्रमाणे तिने एक गॅलनचा एक जग आणला. त्यात पाणी होते. त्या चिकटसर वाटणाऱ्या तपकिरी रंगाच्या द्रवाला विष्ठेसारखा वास येत होता.

मे मला म्हणाली, "जॅक...हे नक्की करायचं आहे ना?"

"त्याला काही इलाज नाही."

"तू अगोदर—"

मी एक परीक्षानळी उचलली. एकदा एक खोल श्वास घेतला आणि तो भयंकर द्रव गिळून टाकला. माझ्या पोटात ढवळून आले. मी त्यावर थोडे पाणी प्यायलो आणि मेकडे पाहिले.

"भयंकर आहे ना?"

"होय." मी म्हणालो.

मेने परीक्षानळी उचलली. नाक दाबून धरले आणि तो द्रव गिळून टाकला. तिला ठसका लागला. तिने थोडे पाणी प्यायले. मग उरलेले पाणी ओतून टाकले आणि जगमध्ये तोच तपकिरी द्रव भरून घेतला. नंतर तिने मोठा व्हॉल्व उघडला. "हं...आता विषाणू संपूर्ण यंत्रणेत शिरले."

"ठीक आहे." मी दोन परीक्षानळ्या घेतल्या आणि शर्टच्या खिशात खुपसल्या. जग उचलला आणि 'नंतर भेटू' असे म्हणून तिथून निघालो. मला यश मिळण्याची शक्यता कदाचित हजारात एक ह्या प्रमाणात होती.

पण तरीही मला हे काम करायलाच हवे होतं!

नंतर मी सुरक्षा कॅमेऱ्यांनी रेकॉर्ड केलेली सगळी दृश्ये पाहिली. त्यामुळे मला मेच्या बाबतीत काय घडले ते समजले.

मे हातात परीक्षानळ्या घेऊन किचनमध्ये गेली. सर्वजण खात होते. ज्युलिआने तिच्याकडे थंडपणाने पाहिले. विंसने तिच्याकडे दुर्लक्ष केले. रिकी म्हणाला, "मे...तुझ्या हातात काय आहे?"

"फाज."

"कशासाठी?"

आता ज्युलिआने तिच्याकडे लक्ष वळवले.

मे म्हणाली, "हा द्रव फर्मेंटेशनच्या टाक्यांमधला आहे."

"तरीच. एवढा घाण वास येतोय."

"जॅकने आत्ताच एका नळीतला द्रव प्यायला. त्याने मलाही प्यायला लावला."

"जीझस..." रिकी गुरगुरला, "आणि ते कशासाठी?....तुम्हाला उलटी झाली नाही?"

"तशी व्हायची वेळ आली होती. तुम्हीही प्यावं अशी जॅकची इच्छा आहे."

बॉबी हसला, "ते कशाला?"

"तुम्हाला कोणालाही संसर्ग झालेला नाही याची खात्री करण्यासाठी."

रिकीच्या कपाळावर आठ्या पडल्या. "संसर्ग? म्हणजे काय म्हणायचंय तुला?"

"जॅक सांगत होता की चार्लीच्या शरीरात थवा राहत होता. तेव्हा तसाच तो आपल्यापैकी काहीजणांच्या शरीरात असण्याची शक्यता आहे. म्हणून हे विषाणू प्यायले की त्यामुळे आतला थवा मरून जाईल."

आता ज्युलिआच्या कपाळावर आठ्या दिसू लागल्या होत्या, "जॅक कुठंय मे आत्ता?"

"मला माहिती नाही. मी त्याला अखेरचं पाहिलं तेव्हा तो फर्मेंटेशनच्या टाकीपाशी होता. आत्ता कुठंय त्याची मला कल्पना नाही."

"आहे." ज्युलिआ थंडपणाने म्हणाली, "तुला तो कुठंय ते नेमकं माहिती आहे."

"नाही. त्यानं मला सांगितलं नाही."

"त्यानं तुला सांगितलंय मे! तो तुला सगळं काही सांगतो. खरं म्हणजे तुम्ही दोघांनी मिळून हा नाटकाचा लहानसा प्रवेश बसवलेला आहे. होय ना? आम्ही हे पिणार नाही याची तुम्हाला पक्की कल्पना आहे."

"मे, जॅक कुठं आहे?"

ज्युलिआ बॉबीला म्हणाली, "जा. मॉनिटर पाहून तो कुठं असेल तिथून

शोधून काढ.'' मग ती टेबलाला वळसा घालून मे जवळ आली, ''हं...मे आता मला खरं काय ते सांग.'' तिचा आवाज शांत पण अतिशय विखारी होता.

मे मागे सरकली. रिकी आणि विंस तिच्या दोन्ही बाजूंनी पुढे येऊ लागले. ज्युलिआ सावकाश पुढे येत होती, ''मे....आता तरी सांग....तू सहकार्य करणं तुझ्याच हिताचं आहे.''

मॉनिटरजवळून बॉबी म्हणाला, ''सापडला. तो फॅब रूममध्ये आहे आणि त्याच्या हातात असल्याच घाणीने भरलेला एक जग आहे.''

''सांग...मे....सांग.'' ज्युलिआ आता मेच्या इतकी जवळ आली होती की तिचे ओठ जवळजवळ मेच्या ओठांना स्पर्श करणार होते. मेने ओठ आवळून घेतलेले होते. तिचे शरीर भीतीने थरथरू लागले होते. ज्युलिआने तिच्या केसांवर हात फिरवला, ''घाबरायचं काही कारण नाही....फक्त तो जग जॅक कशासाठी घेऊन चाललाय ते सांग.'' मे आता उन्माद झाल्याप्रमाणे हुंदके देत होती, ''....मी म्हणत होते त्याला की तुम्हाला ते समजणार...''

''अर्थातच मे.....आम्ही सगळं काही शोधून काढूच. आता तरी बोल.''

''जॅक तो जग स्प्रिंकलरमध्ये टाकणार आहे.''

''उत्तम...जॅक खरंच हुशार आहे.....बरं गोड पोरी....त्याबद्दल आभार.'' हे म्हणून ज्युलिआने मेचे चुंबन घेतले. मे धडपड करत होती. पण ज्युलिआने तिचे डोके घट्ट धरून ठेवले होते.

चुंबन संपल्यावर ज्युलिआ मागे झाली आणि म्हणाली, ''शांत रहा. एक गोष्ट लक्षात ठेव. तू प्रतिकार केला नाहीस तर तुला काहीही होणार नाही.''

ज्युलिआ एवढे बोलून निघून गेली.

❑

सातवा दिवस
सकाळचे ६ वाजून १२ मिनिटे

माझ्या अपेक्षेपेक्षा घटना फार वेगाने घडत गेल्या.

ते सर्वजण माझ्या दिशेने धावत येत असल्याचा आवाज मला ऐकू येत होता. मी हातात जग घट्ट धरून फॅब रूममधून पळत जात होतो. त्याचवेळी ते सर्वजण मला गाठणार हे दिसू लागले. मी घाईघाईने जग लपवला. विंसने मागून येऊन माझ्यावर झेप टाकली. मी दाणकन् खालच्या कॉंक्रीटवर आदळलो. मी खाली पडल्यानंतर रिकीनेही माझ्यावर झडप घातली. तो माझ्या अंगावरच बसला. विंसने माझ्या बरगड्यांमध्ये दोनचार लाथा मारल्या. माझी शक्ती क्षीण झाली होती. त्यांनी मला दरादरा ओढत नेऊन ज्युलिआच्या पुढे उभे केले.

"हाय जॅक..." ती हसत म्हणाली, "कसं काय जॅक?"

"छान आहे की."

"आम्ही मेशी बोललो आहोत. तेव्हा उगीच लपवाछपवी करण्यात काही अर्थ नाही." तिने आजूबाजूला नजर टाकली, "जॅक जग कुठे आहे?"

"कसला जग?"

"जॅक..." ती खेदाने डोके हलवत म्हणाली, "तू हे कशाला करतोस?...तू स्प्रिंकलरमध्ये टाकायला फाजचा जो जग घेऊन चालला होतास तो कुठं आहे?"

"माझ्याजवळ कसलाही जग नाही."

ती माझ्या अगदी जवळ आली. मला तिचा श्वास जाणवू लागला, "जॅक...मला तुझ्या चेहेऱ्यावर ती भावना स्पष्ट दिसते आहे...तुझ्या मनात काहीतरी बेत शिजलेला आहे. होय की नाही? आता मला सांग, जग कुठं ठेवला आहेस?"

"कसला जग?"

ज्युलिआचे ओठ आता माझ्या ओठांवर चिकटले होते. मी एखाद्या पुतळ्यासारखा स्तब्ध उभा होतो.

"जॅक डार्लिंग...." ज्युलिआ कुजबुजत म्हणाली, "कशाला भयंकर गोष्टींशी खेळ करतोस बरं...मला जग दे पाहू."

मी काहीही बोललो नाही.

“जॅक...फक्त एकच चुंबन आणि....” ज्युलिआ मला भुलवत होती.

रिकी म्हणाला, “ज्युलिआ जाऊ दे...त्याला तुझी भीती वाटत नाही. आपण तो विषाणू प्यायल्यामुळे सुरक्षित राहू असं त्याला वाटतंय.”

“अस्सं?” ज्युलिआ एक पाऊल मागे सरकली.

“कदाचित मिळेलही संरक्षण.” रिकी म्हणाला, “पण मी पैज लावायला तयार आहे....त्याला मरणाची भीती वाटते.”

मग रिकी आणि विंस मला फॅब रूममधून ओढत घेऊन जाऊ लागले. त्यांचा हेतू मला अतीउच्च चुंबकीय क्षेत्र असणाऱ्या खोलीत नेणे हा होता. मी सुटण्यासाठी धडपड करू लागलो.

“तुला आता आपल्यापुढे काय वाढून ठेवलंय ते समजलंय. होय ना?” रिकी म्हणाला. हे सगळे मला अनपेक्षित होते. अशावेळी काय करायचे ह्यावर मी काहीच विचार केलेला नव्हता. मी लाथा झाडत सुटण्याचा निकराचा प्रयत्न करू लागलो. पण त्यांची ताकद फार प्रचंड होती. ते मला ओढत नेतच होते. ज्युलिआने पुढे होऊन चुंबक खोलीचे जाडजूड दार उघडले. मला आतला सहा फूट व्यासाचा अवाढव्य चुंबक दिसला. त्यांनी मला धसमुसळेपणाने आत ढकलले. मागे दार घट्ट बंद झाल्याचा आवाज आला.

मी उठून उभा राहिलो.

मला शीतकरण यंत्रणेच्या पंपांचा आवाज ऐकू आला. पाठोपाठ इंटरकॉम सुरू झाल्याचा क्लिक् असा आवाज आला. रिकी बोलू लागला. “ह्या खोलीच्या भिंती एवढ्या जाडजूड पोलादाच्या का आहेत माहिती आहे का जॅक? पल्स फील्ड मॅग्नेट हे फार धोकादायक असतात. ते सतत चालू ठेवले तर त्यांचे तुकडे होतात. त्याचे कपॅसिटर्स पूर्ण क्षमतेने लोड व्हायला एक मिनिट वेळ लागतो. म्हणजेच तुझ्यापाशी विचार करायला एक मिनिट आहे.”

मी रिकीबरोबर ह्या ठिकाणी पूर्वी आलो होतो. त्याने मला ही खोली दाखवताना खालच्या बाजूला गुडघ्याने बंद करण्यासाठीचे बटण दाखवले होते. हे बटण दाबले की चुंबकाचे काम बंद होते असे मला त्याने सांगितले होते. मी गुडघ्याने ते बटण दाबले.

“त्याचा काही उपयोग नाही जॅक.” रिकी तुटकपणे म्हणाला, “मी त्याचे स्वीच उलटे बसवले आहेत आता. ते दाबलं की चुंबक सुरू होतो. तुझ्या हे कानावर घालावं म्हणून सांगितलं.”

आता धडधड आवाज मोठे झाले होते. खोली किंचित थरथरू लागली. हवा अचानक खूप गार झालेली मला जाणवली. एक क्षणात मला माझा श्वास चक्क दिसू लागला होता.

"तुला त्रास होतोय त्याबद्दल वाईट वाटतंय. पण हे तात्पुरतं आहे जॅक." रिकी म्हणाला, "एकदा का पल्स सुरू झाले की आत गरम होईल. हं...किती वेळ उरलाय बरं....सत्तेचाळीस सेकंद."

दबका चंक्...चंक्...चंक् असा आवाज आता हळूहळू मोठा होऊ लागला होता. मला त्या आवाजात रिकीचे बोलणे जेमतेम ऐकू येत होते.

"जॅक...तुला कुटुंब आहे....तुझ्या कुटुंबाला तुझी गरज आहे. तेव्हा नीट विचार कर."

"मला ज्युलिआशी बोलायचं आहे."

"नाही जॅक. तिला तुझ्याशी बोलायचं नाही. तिचा तुझ्या बाबतीत फार मोठा भ्रमनिरास झालेला आहे."

"मला तिच्याशी बोलू दे."

"जॅक...तुला ऐकू आलं नाही का? मी म्हणालो की तिला तुझ्याशी बोलायचं नाही. तू विषाणूंचा जग कुठं ठेवला आहेस ते सांगेपर्यंत नाही."

चंक्...चंक्...चंक्.

आता खोली गरम होऊ लागली होती. पाईपमधून फिरणाऱ्या शीतकाचा खळखळ असा आवाज मला ऐकू येत होता. मी पुन्हा सुरक्षा यंत्रणा सुरू व्हावी म्हणून बसवलेले बटण दाबले.

"मी तुला सांगितलं जॅक....त्या बटणाचा काहीही उपयोग होणार नाही...तुला माझं म्हणणं ऐकू येतंय का नाही?"

"येतंय." मी ओरडलो, "नीट नाही...."

"अरेरे...हे फार वाईट झालं."

म्हणजे रिकी म्हणाला ते असेच असावे मला वाटले. चंक् चंक् चंक् आवाजाने आता खोली भरून गेली होती. मला पंपांचे आवाज ऐकून आपण एखाद्या राक्षसी आकाराच्या एम.आर.आय. यंत्रात आहोत असे वाटले. मी तो चुंबक बसवलेला होता त्या पोलादी भागाकडे नजर टाकली. त्याला मोठमोठे बोल्ट लावलेले दिसले. काही क्षणांमध्ये ह्या बोल्टची क्षेपणास्त्रे होणार होती.

"आम्ही इथं ×××× करायला बसलोय असं समजू नकोस जॅक. तू मेलास तरी आम्हाला काही वाटणार नाही....फक्त वीस सेकंद जॅक..."

त्या चुंबकामध्ये चार्ज पूर्ण भरला की त्यातून मिलिसेकंदांपुरते पल्स निर्माण होतात. पण कपॅसिटर्स पूर्ण लोड झाल्यानंतर प्रत्यक्ष पल्स तयार व्हायला किती वेळ लागेल ह्याचा मी विचार करू लागलो. चुंबकाचा स्फोट व्हायला कदाचित काही सेकंद लागणार होते. म्हणजे माझ्यापाशी अवघे काही सेकंद उरले होते. मुख्य म्हणजे त्यांचे लक्ष विषाणूंकडे जाऊ नये हा माझा बेत साफ फसला

होता. ते आता काहीही करून विषाणू शोधणार आणि ते नष्ट करणार हे निश्चित होते.

मी आता काहीही करू शकत नव्हतो.

मे कुठे आहे ते मला माहिती नव्हते. ती कदाचित जिवंतही नसण्याची शक्यता होती. मी एका वेगाने गरम होत चाललेल्या राक्षसी एम.आर.आय. यंत्रात बसलो होतो. माझ्या मनात अलिप्तपणाची भावना निर्माण होत होती. मला त्यावेळी अमान्डाची आठवण झाली. तिला त्यावेळी एम.आर.आय. यंत्रात असताना असेच वाटले असणार... माझे मन भरकटू लागले होते.

''दहा सेकंद जॅक...उगाच हिरो व्हायची गरज नाही...तुला ते शोभत नाही. जग कुठं आहे सांग...सहा सेकंद जॅक...''

आता चंक् चंक् आवाज थांबला होता. अचानक व्हँग! असा आवाज आला. काही मिलिसेकंदासाठी चुंबक सुरू झाला होता.

''पहिला पल्स जॅक...''

पुन्हा एकदा व्हँग आवाज आला. आणखी एक व्हँग! आता पल्स निर्माण व्हायची गती वाढली होती. शीतकावरचे आवरण वितळून वाकडे व्हायला लागले आहे हे मला दिसले.

व्हँग! व्हँग!

आता मात्र माझा धीर सुटला. मी ओरडलो, ''ओके! रिकी. मी सांगतो.''

''सांग...मी ऐकतोय.''

''नाही! अगोदर मॅग्नेट बंद कर. मी फक्त ज्युलिआलाच सांगेन.''

''हे बरोबर नाही जॅक.''

व्हँग! व्हँग!

''जॅक...तू वाटाघाटी करण्याच्या परिस्थितीत नाहीस.''

व्हँग! व्हँग!

''रिकी, तुम्हाला विषाणू कुठं आहेत ते हवंय की त्यांनी अचानक तुम्हाला गाठलेलं आवडेल ते ठरव...''

व्हँग! व्हँग!

अचानक सर्व आवाज थांबले. चुंबक अजून प्रचंड तापलेला होता. पण निदान त्याचा एम.आर.आय.सारखा आवाज तरी बंद झाला होता.

एम.आर.आय.....

मी ज्युलिआ आत येण्याची वाट पाहत बसलो.

दार उघडल्याचा आवाज आला. ज्युलिआ आत आली. "जॅक...तुला काही इजा तर झाली नाही ना?"

"नाही. फक्त माझ्या मेंदूच्या चिंधड्या उडाल्या आहेत."

"तू हे सगळं कशासाठी करतोस ते मला कळत नाही. हे सगळं करायची काहीच गरज नव्हती...बरं. माझ्याकडे एक चांगली बातमी आहे. काय असेल ओळख पाहू. हेलिकॉप्टर आत्ताच येऊन पोहोचलंय."

"होय का?"

"होय. ते नेहमीपेक्षा जरा लवकर आलंय. विचार कर. त्यात बसून परत जाणं किती सुखाचं असेल? तुझ्या घरी परत...तुझ्या कुटुंबात परत. छान होईल नाही जॅक?"

मी भिंतीला पाठ लावून बसलो होतो. ज्युलिआ माझ्यासमोर उभी होती. मी तिला विचारले, "मी जाऊ शकतो असं तू म्हणते आहेस?"

"अर्थातच जॅक. तुला इथं राहण्याची काहीच गरज नाही. मला फक्त तो विषाणूंचा जग दे आणि घरी जा."

माझा तिच्या शब्दांवर काडीचाही विश्वास बसत नव्हता. माझ्यासमोरची ज्युलिआ खेळकर होती, कामूक होती. पण माझा तिच्यावर विश्वास बसत नव्हता. "मे कुठं आहे?"

"विश्रांती घेतीय."

"तुम्ही तिला मारलंत की काय?"

"नाही...नाही...नाही. मी कशाला मारू तिला?" ज्युलिआने नकारार्थी मान हलवली, "जॅक. तुला खरोखरच काही समजतंय का? मी कोणालाही इजा करणार नाही. तुला, मेला किंवा कोणालाही जॅक. विशेषत: तुला तर नाहीच."

"हे तू रिकीला का सांगत नाहीस?"

"जॅक...जरा भावना बाजूला ठेवून आपण तर्कशुद्ध विचार करू या का? हे तू सगळं स्वत:वर आपणहून ओढावून घेतो आहेस. तू नवीन परिस्थिती का स्वीकारू शकत नाहीस?"

ज्युलिआने माझ्यापुढे हात केला. मी तो धरून उठून उभा राहिलो. तिचा हात चांगलाच बळकट वाटत होता. ज्युलिआ एवढी बळकट असल्याचे मी कधीच पाहिले नव्हते. "अखेर जॅक. तू ह्या सगळ्याचा एक भाग आहेसच. तू आमच्यासाठी आक्रमक प्रकार नष्ट केलास—"

"म्हणजे मग मवाळ प्रकार टिकेल...बरोबर?"

"अगदी बरोबर जॅक. मवाळ प्रकार टिकावा म्हणूनच आणि ह्या मवाळ प्रकाराने मानवांबरोबर मिळून नवीन एकात्मता साधावी म्हणून."

"म्हणजे आत्ता तुमच्यात जशी एकात्मता आहे तशी?"

"होय जॅक." ज्युलिआ हसली. ते हसणे काळजाचा थरकाप उडवणारे होते."

"तुम्ही काय आहात? एकत्र जगणारे ....एकत्र उत्क्रांत होणारे?"

"सहजीवन जगणारे." ज्युलिआ अजून हसत होती.

"ज्युलिआ..हा मूर्खपणा आहे. हा रोग आहे ज्युलिआ."

"अर्थात तू तसंच म्हणणार. पण जॅक तुला अजून पुरेशी कल्पना आलेली नाही म्हणून तू असं म्हणतो आहेस. तुला अनुभव नाही..." ज्युलिआ आणखी पुढे झाली आणि तिने मला मिठी मारली. मी तिला तसे करू दिले.

"तुला तुझ्यापुढे काय भविष्य आहे त्याची माहिती नाही जॅक."

"माझ्या जीवनाची चित्तरकथा?"

"जॅक, निदान एकदातरी आडमुठेपणा सोड. आमच्याबरोबर ये. जॅक तू फार थकलेला दिसतोस."

मी उसासा टाकला. "होय. मी थकलोय." मी म्हणालो आणि ते खरेच होते. मला पूर्ण शक्तीहीन झाल्यासारखे वाटत होते. माझ्या मिठीतल्या ज्युलिआला ते नक्कीच जाणवले असणार.

"तर मग तू हे सगळं सोडून दे जॅक..."

"मला कळत नाही...कदाचित तुझं म्हणणं बरोबर आहे."

"आहेच." ज्युलिआ हसली. माझ्या केसात हात फिरवत म्हणाली, "ओह जॅक!...मी तुझ्याविना किती तडफडत होते."

मी ज्युलिआला आणखी जवळ घेतले. आमचे चेहेरे एकमेकांजवळ होते. ती खूपच सुंदर होती. तिचे ओठ विलग झालेले होते. माझ्याकडे ती मृदूपणे पाहात मला आमंत्रण देत होती. तिचे शरीर किंचित सैलावले आहे हे लक्षात येताच मी म्हणालो, "ज्युलिआ. मला एक गोष्ट सतत सतावते आहे."

"कोणती, जॅक?"

"सांगशील?"

"जरूर."

"तू हॉस्पिटलमध्ये असताना एम.आर.आय.ला नकार का दिला होतास?" ज्युलिआ किंचित मागे सरकली. तिच्या कपाळावर आठ्या दिसू लागल्या.

"काय म्हणालास?...काय म्हणालास?"

"तू अमान्डाप्रमाणेच आहेस का?"

"अमान्डा."

“आपली छोटी मुलगी...अमान्डा...तुला आठवतंय का?...एम.आर.आय. मुळे ती एका क्षणात बरी झाली होती....आठवतंय?”

“तू कशाबद्दल बोलतो आहेस?”

“ज्युलिआ, थव्यांना चुंबकीय क्षेत्रामुळे काही त्रास होतो का?”

ज्युलिआने डोळे विस्फारले. ती सुटण्यासाठी धडपड करू लागली, “सोड मला!...रिकी! ....रिकी!”

“मला माफ कर हनी.” मी म्हणालो आणि गुडघ्याने बटण दाबले. चुंबकाच्या पल्सचा मोठा व्हँग असा आवाज आला.

ज्युलिआ किंचाळली.

किंचाळताना तिचे तोंड उघडे पडले होते. त्यातून सतत किंचाळण्याचा आवाज येत होता. चेहेरा कडक झालेला होता. मी तिला घट्ट धरून ठेवले होते. तिच्या चेहेऱ्याची त्वचा जोराजोरात थरथरू लागली. तिच्या डोळ्यात भीती होती. तिचा चेहेरा सुजल्याप्रमाणे मोठा होत जात होता. आता चेहेऱ्यावर भेगा पडायला लागल्या.

अचानक माझ्या डोळ्यादेखत ज्युलिआ भंग पावली.

तिच्या चेहेऱ्यावरची आणि अंगावरची त्वचा उडून गेली. वाळूच्या उंचवट्यातून वाळू उडते त्याप्रमाणे काळे कण निघून गेले होते. ते कण खोलीत कडेपाशी अर्धवर्तुळाकारात फिरू लागले.

काही क्षणातच ज्युलिआचे वजन कमीकमी होत गेले होते. माझ्या हातात असलेली ज्युलिआ फिक्कुटलेली आणि दुबळी ज्युलिआ होती. तिचे डोळे खोल गेलेले होते. तिचा चेहेरा पारदर्शक आणि विशविशीत दिसत होता. केसांना कसलाही रंग नव्हता. तिच्या मानेची हाडे ठशठशीतपणे बाहेर आल्यासारखी वाटली. ती कर्करोगाने मृत्यूमुखी पडणाऱ्या रोग्यासारखी दिसली. ज्युलिआचे पातळ ओठ हलत होते. ती काहीतरी सांगत होती. मी ऐकण्यासाठी माझा कान तिच्या ओठांजवळ नेला.

“जॅक...ते मला खाऊन टाकत आहेत....” ज्युलिआ हलक्या आवाजात म्हणाली.

“मला कळतंय.”

“तू माझ्यासाठी काही करशील का?”

“सांग.”

"जॅक....मुलं..."

"ठीक आहेत."

"जॅक...मी त्यांचं चुंबन घेतलं होतं..."

"माझ्या पोरांना वाचव जॅक..."

"ठीक आहे."

माझ्या आजूबाजूला ज्युलिआचा चेहेरा आणि शरीर ताणले जाऊन भिंतीच्या कडांना घट्ट चिकटून बसले होते. ज्युलिआच्या बोलताना होणाऱ्या हालचालीप्रमाणे भिंतीकडेच्या ओठांचीही हालचाल होत होती. आता ते भाग पुन्हा ज्युलिआकडे परत येताना दिसले.

बाहेरून रिकीचा आवाज आला, "ज्युलिआ! ज्युलिआ!" त्याने दारावर चार-पाच लाथा मारल्या. पण तो आत आला नाही. तो येणार नाही हे मला माहिती होते. मी ज्युलिआला घट्ट धरून ठेवले होते. मी चांगला मिनिटभर वेळ काढला होता. कपॅसिटर्स पुन्हा चार्ज झाले असल्याने मी पुन्हा पल्स निर्माण करू शकणार होतो. अर्थात असे कितीवेळा करता येईल याची मला कल्पना नव्हती.

"जॅक...."

मी ज्युलिआकडे पाहिले. तिचे डोळे करूण दिसत होते. ती विनवणी करत होती.

"जॅक....मला माहिती नव्हतं की—"

"ठीक आहे." मी म्हणालो.

माझ्या डोळ्यासमोर आता कण पुन्हा तिचा चेहेरा बनवत होते. ती आता पुन्हा कणखर आणि सुंदर होत चालली होती.

मी पुन्हा गुडघ्याने बटण दाबले.

"व्हॅंग!"

कण पुन्हा भिंतीकडे फेकले गेले. माझ्या हातात पुन्हा दुर्बळ, पांढुरकी ज्युलिआ उरली होती. मी खिशातून विषाणू असणारी परीक्षानळी बाहेर काढली, "ज्युलिआ हे पी."

"नको...नको...." ज्युलिआ चिडल्यासारखी झाली होती, "आता फार उशीर..."

"प्रयत्न करून पाहा." मी परीक्षानळी तिच्या ओठांशी नेली, "डार्लिंग...घे...घे."

"नको...नको....जॅक...हे महत्त्वाचे नाही—"

बाहेरून रिकी "ज्युलिआ! ज्युलिआ!" असे किंचाळतच होता.

ज्युलिआचे एखाद्या प्रेताप्रमाणे वाटणारे डोळे दाराकडे वळले. तिची फक्त हाडे उरलेली बोटे माझ्या शर्टावर खरवडत होती. ती मला काहीतरी सांगत होती. मी पुन्हा तिच्या जवळ झुकलो.

"जॅक...त्यांना आता तुला ठार करणं भाग आहे."

"मला माहिती आहे."

"त्यांना तसं करू देऊ नको....मुलं माझी..."

"होय. ज्युलिआ."

तिची बोटे माझ्या गालांवरून फिरली, "जॅक...माझं तुझ्यावर प्रेम आहे...मी तुला कधीच इजा करणार नाही...."

"मला माहिती आहे ज्युलिआ."

आता भिंतीजवळून कण वेगाने तिच्या शरीराकडे येऊन जमा होऊ लागले होते. मी पुन्हा गुडघ्याने बटण दाबले. फक्त थंक् असा आवाज झाला.

कपॅसिटर्समधला चार्ज संपला होता.

एका क्षणात वूऽऽशऽ असा आवाज करत कण परतले. पूर्वीची सुंदर आणि दणकट ज्युलिआ अवतरली. तिने मला जोराने ढकलले. माझ्याकडे तिरस्काराने पहात ती मोठ्या आवाजात म्हणाली. "तुला हे दिसलं म्हणून वाईट वाटतंय जॅक..."

"मलाही वाटतंय."

"त्याला आता काही इलाज नाही....पण आपण विनाकारण वेळ वाया घालवतो आहे. मला विषाणूंचा तो जग हवाय जॅक....आणि आत्ताच्या आत्ता."

❑

सातवा दिवस
सकाळचे ७ वाजून १२ मिनिटे

मी जे पाहिले होते त्यातून एक गोष्ट मात्र झाली. माझे काम सोपे झाले. कारण आता मी माझ्या ज्युलिआबरोबर वागत नाही हे मला समजून आले होते! समोरची ज्युलिआ माझी ज्युलिआ नाही हे स्पष्ट झाले होते. आता मला तिचे पुढे काय होईल याची काळजी करायचे कारण नव्हते. मला आता स्वत:बद्दल आणि अद्याप मे जिवंत असेल तर तिच्याबद्दल फिकीर करायची होती. अर्थात पुढची काही मिनिटे मी जिवंत असेन हे मी गृहीत धरत होतो.

"ठीक आहे." मी ज्युलिआला म्हणालो, "मी तुला विषाणू देतो."

तिच्या कपाळावर आठ्या पडल्या, "मला पुन्हा तुझ्या चेहेऱ्यावर तसा भाव दिसतोय जॅक!"

"तसं काही नाही ज्युलिआ. मी हरलोय. मी तुझं म्हणणं मान्य करतो."

"उत्तम. तर मग आपण सुरुवात तुझ्या खिशातल्या त्या नळ्यांपासून करू."

"कशापासून? ....ह्या इथं आहेत त्यापासून म्हणतेस?" मी म्हणालो. मी खिशात हात घातला. आम्ही बाहेर पडत होतो. रिकी आणि विंस माझी वाट पाहत तयारीतच उभे होते.

"हे ×××× काय जॅक? तू तिला ठार करणार होतास. स्वत:च्या बायकोला ठार करणार होतास."

"असं म्हणतोस—"

मी खिशात हात घालून चाचपडत होतो. जणू त्या परीक्षानळ्या माझ्या खिशात अडकल्या असाव्यात असा माझा अविर्भाव होता. मी काय करतोय ते त्यांना कळत नसल्याने त्यांनी मला गच्च धरून ठेवले.

"लोक हो..." मी म्हणालो, "तुम्ही मला असं धरून ठेवलंत तर—"

"सोडा त्याला." खोलीतून बाहेर येत ज्युलिआ म्हणाली.

"तो काहीतरी नक्की करणार." विंस म्हणाला.

मी अजून खिशात चाचपडत होतो. अखेर मी एक नळी बाहेर काढली आणि जमिनीवर टाकली. ती फुटून त्यातला तपकिरी चिकट द्रव खालच्या फरशीवर उडाला.

"जीझस!" मला सोडून देऊन ते सगळे एकदम उड्या मारून मागे झाले. आपल्या पायांवर काही उडाले तर नाही ना हे पाहण्यासाठी ते वाकले. त्याच क्षणी मी पळ काढला.

मी लपवलेल्या जागेमधून जग घेतला आणि मी दुसऱ्या टोकाला असणाऱ्या लिफ्टच्या दिशेने पळू लागलो. मी त्यातून वर जाऊन छतापाशी असणाऱ्या स्प्रिंकलरकडे जाणार होतो. मी ते जवळ येण्याच्या आत सहासात फूट वर गेलो तरी काम होणार होते. ते मला पकडू शकणार नव्हते. मी होतो त्या जागेपासून लिफ्टचा पिंजरा दीडशे फूट लांब होता. मी पळू लागताच ज्युलिआ ओरडली होती, "तो स्प्रिंकलरकडे चाललाय!"

मी अचानक ऑक्टोपससारख्या वाटणाऱ्या यंत्राच्या एका हाताला धडकून खाली पडलो. हातातला जग घसरून पुढे पडला. मी घाईघाईने उठून जग मिळवला, आणि पळू लागलो. ते माझ्या मागेच होते. पण मागे वळून पाहण्याचे धाडस माझ्यात नव्हते.

ज्युलिआ ओरडली, "जॅक...हा नाद सोडून दे. त्याचा काही उपयोग होणार नाही!" एका दृष्टीने तिचे म्हणणे बरोबर होते. विंस आणि रिकीच्या ताकदीपुढे आणि पळण्याच्या वेगापुढे माझा निभाव लागणे शक्यच नव्हते. मी मधे आलेल्या एका पाईपवरून उडी मारली आणि चट्‌कन खाली बसलो. माझ्या पाठोपाठ रिकीने तशीच उडी घेतली. त्याचक्षणी मी हात वर करून पुढे झालो आणि जास्तीतजास्त ताकदीने रिकीच्या डोक्यावर लाथ मारली. ही लाथ चार्लीसाठी चा बदला म्हणून होती.

मी पुन्हा पळू लागलो.

लिफ्टपाशी मुठी आवळून विंस हाणामारीच्या तयारीत उभा होता. मी सरळ त्याच्या दिशेने येतोय हे पाहून दात विचकत तो हसला. मी तत्काळ डावीकडे उडी मारली आणि शिडीवर चढू लागलो.

ज्युलिआ किंचाळली, "त्याला थांबव! थांबव त्याला"

मला चढायला अवघड जात होते कारण माझ्या हातात जग होता. शिवाय मला उंचीची भीती वाटते. त्यामुळे मी खाली न पाहता वर जाऊ लागलो.

कोणीतरी मला खाली ओढत होते. मी तशीच लाथ मारून जे काही होते ते झटकले आणि वर गेलो.

जमिनीपासून साधारण दहा फूटांवर असताना मी वळून खाली पाहिले. रिकीने माझ्या घोट्यापाशी विळखा घातलेला होता. मी पुन्हा पाय झटकला. त्याचे हात पायापासून दूर झाले. मी देखील या प्रयत्नात थोडा घसरलो. हातात वेदना झाली. पण मी तरीही हात सोडले नाहीत. मी वर चढण्याचा प्रयत्न केला. पण ते शक्य नव्हते. कारण रिकीने माझे पाय घट्ट धरून ठेवले होते. मी कसाबसा एक पाय सोडवला आणि त्याच्या हातावर जोरात पाय दिला. रिकी ओरडला. मी पुन्हा लाथ मारली. ह्यावेळी मी त्याच्या हनुवटीखाली बसली. तो पाच पायऱ्या घसरून खाली गेला.

मी पुन्हा वर चढू लागलो.

मला लिफ्ट सुरू झाल्याचा आवाज आला. विंस माझ्याजवळून वर जात होता. तो वर माझी वाट पाहात थांबणार हे उघड होते. तरीही मी वर चढत राहिलो.

खालून रिकी शिडीवरून चढत येतच होता. तो माझ्यापर्यंत पोहोचू शकणार नाही असे मला वाटले. एवढ्यात अचानक ज्युलिआ हवेतून वळसे घेत घोंघावत माझ्या दिशेने आली. तिने शिडी पकडली. अर्थात ही ज्युलिआ नव्हती तर थवा होता. मी खाली पाहिले. प्रेताप्रमाणे पांढरी दिसणारी ज्युलिआ वर पाहत उभी होती. तिची आता फक्त कवटी दिसत होती.

माझ्या दिशेने लटकणारा थवा आता पक्का होत चालला होता. आता तो ज्युलिआसारखा दिसत होता. त्याचे ओठ हलले. मला ज्युलिआच्या तोंडातून चमत्कारिक आवाज ऐकू आला, "सॉरी, जॅक."

आता थवा कमीकमी आकाराचा होत चालला होता. बघताबघता माझ्या शेजारी चार फूट उंचीची ज्युलिआ लटकताना दिसली आणि एकदम तिने झोका घेऊन मला धक्का दिला. मला एकदम सिमेंटच्या पोत्याचा मार लागल्यासारखे वाटले. माझा हात निसटला. पण तरीही मी जीव खाऊन वर चढण्याचा प्रयत्न केला.

छोट्या आकाराच्या ज्युलिआने मला पुन्हा दणका दिला. मी वेदनेने कळवळलो. माझा श्वास छातीत कोंडल्यासारखा झाला. तरीही मी वर चढू लागलो.

थव्याकडे भरपूर वस्तुमान असले तरी मला खाली पाडण्याएवढे नाही हे माझ्या लक्षात आले.

पण आता छोटी ज्युलिआ आणखी छोटी झाली आणि तिच्या जागी एक

भक्कम गोळा तयार झाला. हा गोळा घोंघावत माझ्या डोक्याभोवती आला. मला काही दिसेनासे झाले. मी जणू एखाद्या धुळीच्या वादळात सापडलो आहे असे वाटत होते. तरीही मी शिडीच्या पुढच्या पायऱ्या धरून वर चढत राहिलो.

मला आता असंख्या सुया टोचल्यासारखी वेदना होत होती. बहुधा ह्या थव्यांनी वेदना देण्याचे तंत्र आत्मसात केले होते. पण अजून तरी ते गुदमरवण्याचे तंत्र शिकले नसावेत. मला श्वास घ्यायला तसा काही त्रास होत नव्हता.

मी वर चढतच होतो. अवतीभोवती संपूर्ण काळोख होता.

माझा हात निसटण्याच्या बेतात होता. कारण रिकीने मला पुन्हा खालून पाय धरून खेचले होते. मी पंचवीस फूटांवर होतो. मला वाटले आता सारे संपले. कारण मी थकलेला असल्याने रिकीच्या ताकदीचा मुकाबला करू शकत नव्हतो. पण त्याचवेळी मला थोड्यावेळापूर्वी बोलणारी ज्युलिआ आठवली. भुतासारखी वाटणारी ज्युलिआ मला क्षीण आवाजात सांगत होती की, 'माझ्या मुलांना वाचव.' मला ते आठवले. मला माझी मुले आठवली. माझी वाट पाहत जेवणाच्या टेबलापाशी ती बसली आहेत हे दृश्य मनात तरळले. त्याचक्षणी मी काय वाट्टेल ते झाले तरी मी वर जाणारच हे मनोमन ठरवले.

त्याप्रमाणे मी वर जाऊ लागलो.

मी त्यावेळी नेमके काय केले ते आता मला आठवत नाही. मी त्याला फार जोराने लाथ मारली असणार, कारण रिकी मला खाली पडताना दिसला.

"रिकी...." असा आवाज आला आणि माझ्या डोक्याभोवतीचा थवा निघून गेलेला होता. मला आता नीट दिसू लागले होते. रिकीच्या शेजारी ज्युलिआचा थवा लटकताना दिसला. तो जमिनीपासून दहा-बारा फूटांवर एका पायरीवर लटकत होता आणि माझ्याकडे रागाने पाहत होता. तो परत वर चढू लागला. पण तेवढ्यात ज्युलिआ थवा म्हणाला, "नको रिकी....नको. तुला जमणार नाही. विंसला करू दे..."

मग रिकी घसरत खाली गेला आणि जमिनीवर उभा राहिला. ज्युलिआ थवा पुन्हा फिक्कट चेहेऱ्याने वर बघणाऱ्या ज्युलिआच्या शरीरात शिरला. पुन्हा सुंदर चेहेऱ्याची ज्युलिआ आणि रिकी माझ्याकडे वर पाहताना दिसू लागले. मी वर नजर टाकली.

शिडीच्या वर पाच फुटांवर विंस माझ्याकडे पाहात उभा होता.

सर्वात वरच्या पायरीवर उभा राहून विंस माझ्याकडे वाकून पाहत होता. मी विचार करत थांबलो. मी एका पायावरला भार दुसऱ्या पायावर घेतला. त्यावेळी मला माझ्या खिशातली नळी जाणवली.

माझ्याजवळ फाज विषाणूंनी भरलेली अजून एक परीक्षानळी होती. मी ती नळी बाहेर काढली आणि विंसला दाखवली, "विंस हाय! ह्या गुवाचा शॉवर कसा छान होईल नाही?"

विंस हलला नाही. पण त्याचे डोळे बारीक झाले होते.

मी एक पायरी वर गेलो.

"विंस...मागे सरक. नाहीतर ह्यानं भिजशील..."

मी आणखी एक पायरी वर चढलो. आता मी त्याच्यापासून फक्त तीन पायऱ्या खाली होतो.

"मी तुझ्या तोंडावर हे मारू शकत नाही. पण विंस मी तुझ्या पायांवर आणि बुटांवर हे उडवतो. कसं काय करायचं म्हणतोस?"

मी आणखी एक पायरी वर गेलो.

मला तो आता सहज लाथ मारू शकत होता. पण तो माझ्याकडे एकटक पाहत होता.

"विंस काय करतोस? उभा राहतोस की मागे जातोस?"

विंसने आळीपाळीने माझ्या चेहेऱ्याकडे आणि हातातल्या नळीकडे पाहिले. मग तो मागे सरकला.

"शहाणा पोर!...."

मी आणखी एक पायरी वर चढलो. विंस आणखी मागे सरकला. मी शेवटच्या पायरीवर चढणार होतो. मला वाटले की विंस माझ्यावर अचानक हल्ला करेल. म्हणून मी सावधपणे वर गेलो. पण विंसचा तसा काही विचार नाही हे माझ्या लक्षात आले. तो खूप मागे अंधारात घाबरलेल्या प्राण्यासारखा दडून बसला होता. मला त्याचे डोळे दिसले नाहीत. पण त्याचे शरीर थरथरत होते.

"विंस....मी आलो पाहा." मी म्हणालो आणि वरच्या जाळीसारख्या प्लॅटफॉर्मवर पाय ठेवला. माझ्यापासून वीस पावलांवर स्प्रिंकलरसाठी बनवलेल्या दोन टाक्या होत्या. मी खाली पाहिले. ज्युलिआ आणि रिकी वर पाहत होते. मी आता माझे उद्दिष्ट पूर्ण करण्याच्या किती जवळ आहे हे त्यांना कळते आहे की नाही ते मला समजत नव्हते.

मी पुन्हा विंसकडे नजर टाकली. हा क्षण अगदी नेमका होता. कारण मला विंसने अंगाभोवती पारदर्शक आवरण गुंडाळून घेतलेले दिसले. पुढच्याच क्षणी विंस विलक्षण गर्जना करत माझ्या दिशेने धावत आला. मी पायरीजवळून बाजूला सरकलो आणि एका पाईपला चिकटून उभा राहिलो.

विंसची धडक मला बसली. माझ्या हातातला जग पडला आणि घसरत एका टोकाला गेला. हातातली नळी फुटली. मी धडपडत उठायचा प्रयत्न करत असतानाच विंस पुन्हा माझ्यावर धावून आला. त्याच्या धडकेने माझे डोके मागच्या लोखंडी पाईपवर आदळले.

विंस स्वत: एवढा भेदरलेला होता की माझ्याजवळ माझी शस्त्रे नाहीत हे देखील त्याच्या लक्षात आले नव्हते. तो मला जोराने दणके देत होता. अखेर मी गुडघ्यांवर बसलो आणि जगच्या दिशेने सरकू लागलो. विंस क्षणभर थांबला. त्याने एकदा जगकडे नजर टाकली आणि सारा जीव एकवटून त्याच्याकडे झेप घेतली.

पण आता उशीर झाला होता. मी जग काढून बाजूला घेतला होता. ज्या जागी जग होता त्या जागी वॉक-वेच्या अगदी कडेला विंस आदळला. काही कळायच्या आत पुढे होऊन मी प्लॅस्टिकचे आवरण खेचले.

विंस ओरडला आणि खाली पडला.

विंस खाली आदळला. त्यानंतर त्याचे शरीर अजिबात हलत नव्हते. मग एखाद्या भुताप्रमाणे त्याच्या शरीरातून थवा बाहेर पडला. तो रिकी आणि ज्युलिआच्या जवळ गेला. लगेचच तिघेही फॅब रूममधल्या आक्टोपसच्या शेकडो हातांना चुकवत धावू लागले. त्यांची हालचाल ते घाबरलेले आहेत हे स्पष्ट दाखवत होती.

त्यांनी घाबरणे आवश्यकच होते. कारण मी माझ्या उद्दिष्टापर्यंत आलो होतो. मी स्प्रिंकलरच्या टाकीचा व्हॉल्व उघडला. त्यात जगमधला द्रव उपडा केला. व्हॉल्व पुन्हा लावून टाकला.

एक खोल श्वास घेऊन मी लिफ्टमधून खाली जाऊ लागलो.

त्या दिवसात पहिल्यांदाच मला बरे वाटत होते.

❑

सातवा दिवस
सकाळचे ८ वाजून १२ मिनिटे

ते सर्वजण आता एका जागी जमा झाले होते. मॉनिटर ठेवलेल्या त्या जागी रिकी आणि ज्युलिआबरोबर बॉबीही होता. मागच्या बाजूला विंस थवा घुटमळत होता. ह्यांच्यापैकी फक्त थवे कोणकोण आहेत हे मला माहिती नव्हते. अर्थात ते कळून आता काही फरक पडणार नव्हताच.

विविध मॉनिटरवर उत्पादनाच्या निरनिराळ्या प्रक्रियांची माहिती आणि आलेख सतत येत होते. पण त्या सर्वांची तिकडे पाठ होती. ते सगळेजण माझ्याकडेच पाहत होते.

मी एकएक पाऊल जाणीवपूर्वक टाकत त्यांच्या दिशेने चालत गेलो. मला अजिबात घाई नव्हती. मला त्यांच्यापर्यंत पोहोचायला चांगली दोन मिनिटे लागली होती. अगोदर गोंधळून आणि मग ते माझ्याकडे आश्चर्याने पाहत उभे होते.

"हं...जॅक..." ज्युलिआ म्हणाली, "कसं काय? आजचा दिवस कसा जातोय?"

"फार वाईट नाही." मी म्हणालो, "सर्वकाही छान जमून येतंय."

"तू ठाम विश्वासानं बोलतो आहेस."

मी खांदे उडवले.

"बरं ते राहू दे, जॅक मे कुठं आहे?"

"मला माहिती नाही. कशासाठी?"

"बॉबी तिला शोधतोय. पण ती कुठंच दिसत नाही."

"मला कल्पना नाही." मी म्हणालो, "तुम्ही तिला का शोधता आहात."

"आमचं इथलं काम संपत आलंय. त्यावेळी आपण सर्वजण एकत्र असलो तर बरं होईल." ज्युलिआ म्हणाली.

"अस्सं?....म्हणजे आता घडणार आहे तर....काम संपणार म्हणतेस?"

ज्युलिआने संथपणे मान डोलावली, "होय जॅक."

मी घड्याळाकडे नजर टाकण्याचा धोका पत्करू शकत नव्हतो. पण माझ्या अंदाजानुसार तीन-चार मिनिटे झाली होती. मी म्हणालो, "तर मग, तुमचा विचार तरी काय आहे?"

ज्युलिआ येरझाऱ्या घालत होती. ती म्हणाली, "जॅक...तुझ्या बाबतीत जे काही होत गेलं त्यामुळे मी फार निराश झाले आहे. मला तुझ्याबद्दल किती काळजी वाटते ते तुला माहिती आहेच. तुला काही व्हावं असं मला खरोखरच वाटत नाही. पण तू आमच्याशी लढतो आहेस. तू लढणं थांबवणार नाहीस आणि जॅक आम्हाला ते चालू देता येणार नाही."

"अस्स..."

"नाही जॅक. ते शक्य नाही."

मी खिशातून प्लॅस्टिकचा सिगारेट लायटर बाहेर काढला. त्या कोणी तो पाहिला असला तरी तसे दाखवले मात्र नाही. ज्युलिआ अजून येरझाऱ्या घालतच होती.

"जॅक, तू मला फार अवघड परिस्थितीत टाकलं आहेस."

"ते कसं काय?"

"तू एका सर्वस्वी नवीन आणि आश्चर्यकारक गोष्टीच्या जन्माचा साक्षीदार आहेस. खऱ्या अर्थाने नवीन आणि थक्क करणारी गोष्ट. पण जॅक तू त्याकडे सहानुभूतीने पाहत नाहीस."

"नाही. मी तसा पाहत नाही."

"जन्म होणं वेदनादायक असतं."

"आणि मृत्यूही."

ज्युलिआ चालताचालता म्हणाली, "होय...मृत्यूसुद्धा." मग तिच्या कपाळावर मला आठ्या दिसल्या.

"काय झालं?"

"मे कुठं आहे?" ज्युलिआने पुन्हा प्रश्न केला.

"मला जराशीही कल्पना नाही."

ज्युलिआ तशीच पाहत होती. "आम्हाला तिचा शोध घेतलाच पाहिजे जॅक..."

"तो तुम्ही घ्यालच म्हणा."

"होय. तिला आम्ही शोधून काढूच."

"म्हणजे तुम्हाला माझी गरज नाही. तुमचं तुम्ही हे काम करू शकता." मी म्हणालो, "तुम्ही उद्याचे भविष्य आहात. मी जर चुकत नसेन तर तुम्ही श्रेष्ठ आणि अजिंक्य असणार आहात. मी तर एक साधा माणूस आहे."

ज्युलिआ आता माझ्याजवळ आली. माझ्याभोवती फिरून ती मला निरखून पाहत होती. माझ्या वागण्यामुळे ती एकतर गोंधळली होती किंवा मला जोखून पाहत होती. बहुधा माझे नाटक जरूरीपेक्षा जास्त झाले होते. तिला कशाचा तरी संशय आला होता. मी तिच्या त्या पाहण्याने अस्वस्थ झालो.

“जॅक...तू मला फार निराश केलेस.”

“हे तू मघाशी सांगितलंस.”

“होय,” ती म्हणाली, “पण मला अजूनही खात्री वाटत नाही....”

जणू काही कसलातरी गुप्त इशारा मिळावा त्याप्रमाणे ते सगळेजण माझ्याभोवती गोलगोल फिरू लागले. ते त्याप्रकारे फिरून काही शोधत होते की त्याचा आणखी काही अर्थ होता?

मी वेळेचा अंदाज घेत होतो. पाच मिनिटे उलटली असावीत. ज्युलिआ मला म्हणाली, “चल जॅक. मला जरा नीट पाहू दे.” मग ती मला खांद्यावर हात टाकून एका ऑक्टोपसच्या हातासमोर घेऊन गेली. तो चांगला सहा फूट रूंदीचा होता. त्याच्या आरश्यासारख्या पृष्ठभागावर मला आमची दोघांची प्रतिबिंबे दिसली.

“आपली जोडी किती छान दिसते नाही जॅक? अरेरे....आपल्याला किती सुंदर भविष्य आहे आणि —”

“अं...अं...” मी म्हणालो, “होय...”

मी हे बोलत असतानाच ज्युलिआपासून एकदम फिक्कट रंगाच्या कणांचा एक प्रवाह सुटा झाला. हे कण हवेत गिरकी मारून खाली उतरले. माझ्या सर्व अंगावर त्यांचा वर्षाव झाला. काही माझ्या तोंडातही गेले. तरी मी तोंड घट्ट मिटून घेण्याचा प्रयत्न केला. अर्थात त्याचा काही फायदा नव्हता. कारण समोरच्या आरशात मला माझे शरीर विरघळत जाताना दिसले. त्या जागी आता ज्युलिआचे शरीर आले होते. जणू काही तिची त्वचा उडून माझ्या अंगावर चिकटून बसली होती. आरशात आता दोन ज्युलिआ दिसू लागल्या होत्या.

“ज्युलिआ...हे काढून टाक!” मी ओरडलो.

“कशाला?” ज्युलिआ मोठ्या आवाजात हसली. “मला तर ही गंमत वाटतीय.”

“थांबव ज्युलिआ!” मी जरी ज्युलिआसारखा दिसत असलो तरी आवाज माझाच होता.

“तुला नाही आवडली ही गंमत? किती मजा येतेय पहा. थोडा वेळ तू मी हो.”

“थांबव ज्युलिआ.”

“जॅक तुला अजिबात गंमत कळेनाशी झालीय बघ.”

मी माझ्या चेहेऱ्यावरून ज्युलिआचे आवरण ओरबाडून काढण्याचा प्रयत्न केला. पण माझ्या बोटांनी फक्त माझीच त्वचा ओढलीय हे लक्षात आले. मी गालावर ओरखडा काढून पाहिला. तर आरशात ज्युलिआच्या गालावर तो

उमटलेला दिसला. मी विलक्षण भेदरलो. त्या गडबडीत माझ्या हातून लायटर निसटून खाली पडला.

"काढून टाक.... काढून टाक हे..."

मला वूऽऽशऽऽ असा आवाज ऐकू आला. ज्युलिआचे आवरण निघून गेले होते. ते हवेत वर उडाले आणि खाली येऊन ज्युलिआच्या अंगावर जाऊन बसले. फरक आता एवढाच होता की आरशात आता दोन जॅक उभे असलेले दिसले.

"आता तरी ठीक आहे ना?"

"तू काय सिद्ध करायचा प्रयत्न करते आहेस?" मी एक दीर्घ श्वास घेत विचारले. मी खाली वाकून लायटर उचलला.

"काहीच सिद्ध करायचं नाही मला. जॅक, मी फक्त तुझ्या आत डोकावून पाहते आहे." ज्युलिआ म्हणाली, "आणि मला काय दिसलं माहिती आहे जॅक? तुझ्या आत काहीतरी गुपित दडलेलं आहे. तुला काय वाटलं, मला ते कळणार नाही?"

"होय का?"

"होय. मला कळलंय जॅक."

मला काय बोलावे ते समजेना. बाह्य रूपात पडलेल्या फरकामुळे मी पार मुळापासून हादरून गेलो होतो. मला वेळेचेही भान राहिलेले नव्हते. "तुला वेळेबद्दल काळजी वाटतीय ना जॅक? पण त्याची काही गरज नाही. आपल्याजवळ भरपूर वेळ आहे. सर्व काही आमच्या ताब्यात आहे. तेव्हा आता तू मनातलं गुपित सांगतोस की तुला सांगायला भाग पाडण्याची वेळ येऊ देतोस बोल."

ज्युलिआच्या मागच्या मॉनिटरवरच्या आलेखातील रेषा पिवळी आणि मग लाल रंगाची झाली. ती वर चढत होती. कोपऱ्यात काहीतरी अक्षरे आली होती, पण मला ती वाचता आली नाहीत. मी काहीही बोललो नाही.

ज्युलिआ इतरांकडे वळली, "हं, ठीक तर मग. त्याला बोलतं करा."

ते तिघे मला घेरण्यासाठी पुढे झाले.

आता त्यांना धडा देण्याची वेळ आली होती.

"हरकत नाही..." मी लायटरची ज्योत पेटवली आणि जवळच्या स्प्रिंकलरच्या तोंडापाशी धरली.

तिघे जागच्याजागी थबकून माझ्याकडे पाहू लागले.

मी ज्योत तोंडापाशी नेली. तोंड काळे झाले, पण पुढे काहीच झाले नाही. ज्योतीमुळे तोंडावर असणारे धातूचे पातळ टोपण वितळून चंदेरी थेंब माझ्या

पायाशी पडत होते. तरीही काही झाले नाही. स्प्रिंकलर सुरू होईना. "अॅ...शिट्!" मी म्हणालो.

ज्युलिआ बारीक नजरेने माझ्याकडे पाहत होती, "प्रयत्न चांगला होता जॅक आणि नावीन्यही भरपूर होतं. कल्पना चांगली होती. पण तू एक गोष्ट मात्र विसरलास."

"कोणती?"

"ह्या ठिकाणी सुरक्षा यंत्रणा आहे. तू स्प्रिंकलरकडे जाताना दिसलास तेव्हाच रिकीने ती यंत्रणा बंद करून टाकली होती. तेव्हा स्प्रिंकलर बंद!" ज्युलिआने खांदे उडवले, "जॅक अरेरे ...तुझं सुदैव संपलं..."

मी लायटर बंद केला. मला आता आणखी काही करणे शक्यच नव्हते. मी खुळ्यासारखा पाहत नुसता उभा राहिलो.

मला खोलीत उमासा आणणारा गोडसर वास जाणवत होता. पण मला खात्री वाटत नव्हती.

"तुझा प्रयत्न चांगला होता जॅक." ज्युलिआ म्हणाली, "पण आता पुरे झालं."

ज्युलिआने तिघांकडे पाहून मानेला किंचित झटका दिला. ते माझ्याजवळ आले, "या....या..." मी उगीचच त्यांना उद्देशून बोलू लागलो. पण त्यावर काहीही प्रतिसाद न देता त्यांनी मला धरले. मी धडपड करू लागलो.

"उगीच आम्हाला त्रास देऊ नकोस जॅक." रिकी म्हणाला.

"×××× रिकी." मी शिवी दिली आणि त्यांनी मला जमिनीवर फेकत असताना मी रिकीच्या तोंडावर थुंकलो. माझ्या थुंकीतून थोडेफार तरी विषाणू त्याच्या शरीरात शिरतील हा माझा बेत होता.

त्यांनी मला खाली पाडले आणि तिघेही मला बुकलू लागले. त्यांचा विचार माझा गळा आवळण्याचा होता. बॉबीने माझे तोंड आणि नाक दाबून धरले होते. बॉबी माझ्याकडे रोखून पाहत होता. तर रिकी हसत होता. जणू तो मला ओळखत नसावा. ते सगळेच जण परके असल्याप्रमाणे बघत होते आणि मला सफाईदारपणे ठार करणार होते. मी लाथा झाडत होतो. रिकीने एक पाय एका हातावर तर बॉबीने त्याचा पाय दुसऱ्या हातावर दाबून धरला. त्यामुळे आता मी काहीही करू शकत नव्हतो. ज्युलिआ माझ्या पायांवर बसली.

माझ्या डोळ्यांसमोर आता धूसर पडदा पडू लागला होता.

मला काहीतरी फुटल्याचा हलका आवाज येत होता. लाह्या फुटतात तसा काचा फुटल्याचा तडतड आवाज ऐकू येऊ लागला. ज्युलिआ किंचाळली, "कसला आवाज...काय झालं?"

तत्काळ सगळेजण माझ्या अंगावरून उठले आणि निघून गेले. मी तसाच खोकत-ठसकत पडून राहिलो.

"काय झालं?" ज्युलिआ किंचाळली.

खूप उंचावर असणारा ऑक्टोपसचा एक हात फुटला होता. त्यातून तपकिरी द्रव बाहेर ओघळला. मग आणखी एक फट्कन फुटला. आता हवेत गडद तपकिरी रंगाची छटा येऊ लागली होती.

ज्युलिआ अजून किंचाळतच होती, "कशाचा हा आवाज?"

"असेंब्ली लाईन..." रिकी म्हणाला, "जास्त तापल्यामुळे ती फुटू लागलीय."

"पण कशी?....ते कसं काय शक्य आहे?"

मी उठून बसलो आणि ठसकतच उभा राहिलो, "सुरक्षा यंत्रणा बंद आहे. आठवत नाही का? तुम्हीच तर ती बंद केलीत ना....आता असेंब्ली लाईन मधून विषाणूंचं उत्पादन होतंय. प्रचंड प्रमाणात...ही सगळी जागा त्यांनी भरून जाईल."

"हे फार काळ चालू शकणार नाही." ज्युलिआ म्हणाली, "आम्ही सुरक्षा यंत्रणा पुन्हा सुरू करू."

रिकी अगोदरच नियंत्रण प्रणालीपाशी जाऊन काहीतरी करू लागला होता.

"कल्पना उत्तम आहे ज्युलिआ." मी लायटर पेटवला आणि स्प्रिंकलरच्या तोंडापाशी ज्योत नेली.

ज्युलिआ किंचाळली, "थांब...रिकी थांब!"

रिकी थांबला.

मी म्हणालो, "आता तुम्ही यंत्रणा सुरू केलीत तरी खलास होणार आणि नाही केली तरी खलास होणार."

ज्युलिआने माझ्याकडे बघून फुत्कार टाकला. "*जॅक*—"

ज्युलिआचे शरीर अगोदरच पांढुरके होऊ लागले होते. रिकीचा रंगही झपाट्याने फिक्का होऊ लागला होता. हवेतल्या विषाणूंचा प्रभाव सुरू झाला होता.

आता ऑक्टोपसच्या हातात ठिणग्या पडल्याचा आवाज आला. मग आणखी एका ठिकाणी ठिणग्या पडल्या. ते पाहून रिकी ओरडला, "आता ते जाऊ दे...आपल्याला धोका पत्करलाच पाहिजे."

रिकीने भराभरा काही बटणे दाबली. मॉनिटरवर लाल अक्षरात मिथेन इतर

वायूंचे प्रमाण जरूरीपेक्षा जास्त असल्याची सूचना आली. मग सुरक्षा यंत्रणा चालू अशी अक्षरे चमकू लागली.

त्याचक्षणी छताजवळच्या स्प्रिंकलर मधून तपकिरी रंगाचे तुषार उडू लागले होते.

तपकरी रंगाच्या पाण्याचा स्पर्श होताच ते किंचाळू लागले. ते माझ्या नजरेसमोर विरघळून जात होते. ज्युलिआचा चेहेरा पिळवटल्यासारखा झाला होता. ती माझ्याकडे विलक्षण तिरस्काराने रोखून पहात होती. पण अगोदरच तिचे शरीर विरघळू लागले होते. ती कोलमडून खाली पडली. इतर सर्वजणही किंकाळ्या फोडत जमिनीवर गडाबडा लोळत होते.

"जॅक...." कोणीतरी माझ्या बाहीला धरून मागे ओढत होते. ती मे होती, "जॅक....ह्या ठिकाणी मिथेन ठासून भरलेला आहे...आपण इथून बाहेर पडायला हवं...चल."

मी क्षणभर घुटमळलो. एकवार ज्युलिआकडे नजर टाकली. मग वळलो आणि धावत निघालो.

❑

सातवा दिवस
सकाळचे ९ वाजून ११ मिनिटे

आम्ही हेलिपॅडवरून धावत जात असताना पायलटने दार उघडले. आम्ही आत उडी टाकली. मे पायलटला म्हणाली, "चला—"

पायलट म्हणाला, "तुम्ही अगोदर पट्टे बांधा—"

"हे ××× हेलिकॉप्टर सुरू कर." मी ओरडलो.

"माफ करा. पण तसा नियमच आहे आणि ते—"

आम्ही काही क्षणांपूर्वी बाहेर पडलो होतो त्या पॉवर स्टेशनच्या दारातून काळा धूर बाहेर पडू लागला होता. पायलटला तो दिसला, "चला. सावरून बसा."

हेलिकॉप्टर उडाले आणि उत्तरेकडे जाऊ लागले. आम्ही इमारतींच्या बाजूने उडत जात होतो. आता मुख्य इमारतीमधून गडद काळ्या धुराचे लोटच्या लोट बाहेर पडू लागले होते. हवा करडी झाली होती.

"आगीत नॅनोकण आणि जीवाणू जळून जातील. तेव्हा काळजी करू नकोस." मे मला म्हणाली.

पायलटने विचारले, "आपण कुठं जायचं आहे?"

"घरी."

पायलटने हेलिकॉप्टर पश्चिमेकडे वळवले. काही मिनिटातच इमारत क्षितिजाच्या रेषेमागे अदृष्य झाली. मे डोळे मिटून मागे रेलून बसली होती. मी तिला म्हणालो, "मला वाटलं होतं की स्फोट होईल. पण त्यांनी सुरक्षा यंत्रणा सुरू केली होती. तेव्हा बहुधा स्फोट होणार नाही."

मे काहीच बोलली नाही.

"पण मग घाईघाईनं आपण उगीच बाहेर पडलो." मी म्हणालो, "आणि हो...तू कुठं होतीस? कोणालाच कशी सापडली नाहीस?"

"मी बाहेर होते. स्टोअरच्या शेडमध्ये."

"तिथं काय करत होतीस?"

"आणखी थर्माइट शोधत होते."

"मिळाल्या का आणखी काही?"

आवाज आला नाही. पण क्षितिजावर एकदम पिवळा झगझगीत प्रकाश पसरला. क्षणभरात तो विरूनदेखील गेला. तो होता की नव्हता हे कळण्याएवढाही त्याचा अवधी नव्हता. पण काही क्षणात त्या बाजूने आलेल्या धक्क्याच्या लहरीमुळे हेलिकॉप्टर थरथरले होते.

पायलट म्हणाला, "होली मदर ऑफ गॉड! ...हा काय प्रकार होता?"

"औद्योगिक अपघात," मी म्हणालो, "अत्यंत दुर्दैवी अपघात."

पायलटने रेडिओला हात घातला, "मला ह्याचा रिपोर्ट करायला हवा."

"होय. तसं केलेलं बरं."

आम्ही पश्चिमेकडे उडत जात होतो. मला जंगलाची हिरवी रेषा दिसली. पाठोपाठ सिएराच्या टेकड्या दिसू लागल्या. आम्ही कॅलिफोर्नियाच्या हद्दीत प्रवेश केला होता.

❑

सातवा दिवस
रात्रीचे ११ वाजून ५७ मिनिटे

जवळजवळ मध्यरात्र झालेली आहे.

माझ्या घरात सगळीकडे शांतता आहे. ह्यातून पुढे काय होणार आहे त्याची मला कल्पना नाही. पोरे भयंकर आजारी पडलेली आहेत. मी त्यांना विषाणू पाजल्यापासून ते सतत उलट्या करत आहेत. त्यांच्या ओकण्याचे आवाज माझ्या कानावर येत आहेत. मी काही मिनिटांपूर्वी त्यांना पाहून आलो आहे. त्यांचे चेहेरे प्रेतकळेप्रमाणे पांढुरके झालेले आहेत. ते घाबरून गेलेले आहेत. पोरे घाबरली आहेत कारण मी घाबरलो आहे हे त्यांना दिसत आहे. मी अजून त्यांना ज्युलिआबद्दल काहीही सांगितलेले नाही. त्यांनीही विचारलेले नाही. आत्ता तर काही विचारण्याएवढेही त्राण त्यांच्यात नाही.

मला सर्वात जास्त काळजी छोटीची आहे. कारण मला तिलाही त्या विषाणूचा डोस पाजावा लागला. तिला वाचवण्याचा तोच एक मार्ग माझ्यापाशी होता. एलेन तिच्याजवळ आहे. पण स्वत: एलेनही ओकते आहेच. छोटीला अजून ओकारी झालेली नाही. हे लक्षण चांगले की वाईट ते मला माहिती नाही. लहान मुलांचे शरीर नेहमीच निराळ्या प्रकारे प्रतिसाद देते.

निदान आत्तातरी मी ठीक आहे. फक्त फार-फार दमलोय. मी मधून मधून डुलक्या काढतोय. आत्ता मी मागच्या खिडकीपाशी बसून बाहेर पाहतोय. मी मेची वाट पाहतोय. तिने मागच्या बाजूला असणाऱ्या छोट्या कुंपणावरून उडी मारली. ती आता बहुधा उतारावरून स्प्रिंकलर आहेत त्या ठिकाणी जात आहे. माझी तिला एकटीला तिकडे जाऊ द्यायची तयारी नव्हती. पण मी इतका दमलोय की मला तिच्याबरोबर जाणे शक्यच झाले नाही. ती तिकडे गेलीय कारण तिला तिथून फिक्कट हिरव्या रंगाचा प्रकाश येतोय असे वाटले होते. उद्यापर्यंत थांबलो तर लष्कराचे लोक येऊन जे काही तिथे असेल ते नष्ट करतील असे मी म्हणत होतो. पण मे तरीही तिकडे गेलीच.

लष्कराचे लोक अगदी मूर्खपणाने वागत आहेत. पण माझ्याजवळ ज्युलिआच्या घरच्या कंम्प्युटरची हार्ड डिस्क आहे. त्यावर तिची ई-मेल आहे. मी सावधगिरीचा उपाय म्हणून हार्ड डिस्क काढून घेतलीय. इतकेच नाही तर मूळची हार्डडिस्क मी माझ्या लॉकरमध्ये शहरात सुरक्षित ठेवली आहे. मला लष्करांच्या लोकांबद्दल

फारशी फिकीर वाटत नाही. पण लॅरी हँडलर आणि झायमॉसमधल्या इतरांची मला खात्री वाटत नाही. त्यांना भयंकर अशा खटल्यांना तोंड द्यावे लागणार आहे आणि हे त्यांना माहिती आहे. झायमॉस कंपनी या आठवड्यात केंव्हातरी दिवाळे जाहीर करणार आहे. तरीही फौजदारी खटल्यांमधून ते वाचू शकणार नाहीत. विशेषत: लॅरी तुरुंगात गेला तर फारसे आश्चर्य वाटणार नाही.

मे आणि मी दोघांनी गेल्या काही दिवसांमधल्या घटनांचा सुसंगत अर्थ लावण्याचा प्रयत्न केला. माझ्या छोट्या मुलीच्या अंगावर जे पुरळ उठले होते ते गॅमा असेंब्लरमुळे होते. हे गॅमा असेंब्लर म्हणजे अतीसूक्ष्म यंत्रे असून ती घटक रेणूंपासून प्रत्यक्ष उत्पादन करतात. ज्युलिआ लॅबमधून घरी आली होती तेव्हा ते तिच्या कपड्यांवर असणार. तिला असे काही होऊ शकेल याची कल्पना असणार म्हणूनच ती घरी आल्याबरोबर अंघोळ करायला जात असे. लॅबमध्ये ते कण दूर ठेवण्याची सगळी यंत्रणा असली तरी ज्युलिआ मात्र लॅबच्या बाहेर त्या थव्यांशी खेळत होती. तिला त्यामधला धोका माहिती होता.

त्या रात्री चुकून गॅमा असेंब्लर छोटीच्या खोलीत शिरले. त्यांची रचना सिलिकॉनचे सूक्ष्म तुकडे कापण्यासाठी झालेली असली तरी त्यांचा संपर्क त्वचेसारख्या मृदू पृष्ठभागाशी आला. त्यामुळे त्यांनी त्या ठिकाणी फक्त चिमटे घेतल्याप्रमाणे क्रिया केली असणार. त्याचा परिणाम म्हणून ह्या अगोदर कोणीही कधी विचार देखील केला नसेल अशा प्रकारच्या अतीसूक्ष्म आणि महाभयंकर वेदना देणाऱ्या जखमा झाल्या. अमान्डाला त्यावेळी ताप आला नव्हता. कारण तिला संसर्ग झालेला नव्हता. फक्त तिच्या अंगावर कण चिकटलेले होते. एम.आर.आय. यंत्रात जाताच आतल्या चुंबकीय क्षेत्रामुळे ते कण फेकले गेले, आणि अमान्डा एका क्षणात बरी झाली. वाळवंटात काम करणाऱ्या त्या दुसऱ्या माणसाच्या बाबतीतही हेच घडले असणार.

अमान्डाला काय झाले होते हे ज्युलिआला माहिती होते. पण तिने ते कोणालाही सांगितले नाही. उलट तिने झायमॉसच्या लोकांना बोलावले. मी हॉस्पिटलमध्ये अमान्डाला घेऊन गेलो असताना ते लोक मध्यरात्री घरी आले होते. एरिकने त्यांना पाहिले होते. आता माझ्या लक्षात येते आहे की एरिकचे म्हणणे बरोबर आहे. कारण काही तासांपूर्वी हेच लोक माझ्या घरी घर स्वच्छ करायला आले होते. हेच लोक ज्युलिआला अपघात झाला त्या जागीही व्हॅनमधून आले होते. अंगावर चुंबकविरोधी आवरण आणि चंदेरी रंगाचा मास्क

ह्यामुळे ते फार चमत्कारिक आणि भुतांप्रमाणे वाटले होते. त्यांनी व्हॅक्यूम क्लीनर वापरून सगळे कण शोषून घेतले असणार. जाताना त्यांनी काही गॅमा असेंब्लर उरले असतील तर त्यांना शोधून काढण्यासाठी ती चौकोनी डबी बसवली होती. ती प्रत्यक्षात ह्या कामासाठी ठेवली असली तरी आम्हाला ती व्होल्टेज नियंत्रक वाटली होती.

हे सगळे समजल्यावर मला ज्युलिआचा राग आला. तिने मला पूर्ण अंधारात ठेवले होते. अर्थात तिच्यावर रागावूनही काही उपयोग नाही म्हणा. कारण तिला विकार झालेला होता. ती निरोगी नव्हती.

त्या गॅमा असेंब्लरनीच एरिकचा एम.पी-थ्री प्लेअर आणि एम.आर.आय. यंत्रामधली मेमरी चिप कुरतडून टाकली होती. वाळवंटात पार्क केलेल्या गाड्यांच्या बाबतीत देखील हेच घडले होते. हे गॅमा असेंब्लर फक्त मेमरी चिप कापत होते. असे का याचे उत्तर मात्र मला अजून सापडलेले नाही.

ज्युलिआ घरी आली त्यावेळी तिच्याबरोबर गाडीत थवा होता. तो चुकून आला की तिने मुद्दाम आणला होता हे सांगता येणार नाही. तो केंव्हाही खाली सपाट होऊ शकत असल्याने एरिकला दिसला नव्हता. पण मला मात्र तो नक्की दिसला होता. एलेनच्या मते तो माझ्या मत्सरी मनाचा खेळ होता. गाडीला अपघात कशामुळे झाला ते सांगता येणार नाही. पण अपघात झाल्यानंतर ज्युलिआने साफ करणाऱ्यांना बोलावून घेतले होते. ते खाली गाडी पडली त्या जागी जाऊन साफसफाई करण्यासाठीच थांबले होते.

झायमॉसची वाळवंटामधली संपूर्ण फॅसिलिटी नष्ट झाली. त्या ठिकाणी एवढा मिथेन होता की त्यातून लागलेल्या आगीच्या लोळाचे तापमान दोन हजार डिग्री फॅरनहीट होते. त्या तापमानाला कोणताही सजीव टिकूच शकत नाही. तरीही मला थोडी काळजी वाटतेच. त्याजागी कोणाचाही मृतदेह सापडला नाही. इतकेच नव्हे तर सांगाडेही मिळाले नाहीत.

मेने ते फाज विषाणू तिच्या पालो अल्टोमधल्या प्रयोगशाळेत नेले आहेत. परिस्थिती किती गंभीर आहे हे तिने त्यांना समजावून सांगितले असणार. पण ते काय करतील ते सांगणे शक्य नाही. माझे मत असे आहे की आपण त्या विषाणूंना सार्वजनिक पाणीपुरवठ्यात सोडून देणे गरजेचे आहे. पण मेच्या मताने हे शक्य होणार नाही. कारण पाण्यामधल्या क्लोरीनमुळे ते टिकू शकणार नाहीत. कदाचित लसीकरणाचा कार्यक्रम हाती घ्यावा लागेल. पण

मला हे नक्की माहिती आहे की निदान हे विषाणू त्या थव्यांचा नाश करण्यास सक्षम आहेत.

कधीकधी माझ्या कानात घंटा वाजवल्याप्रमाणे वाटते. हे लक्षण चिंताजनक आहे. कधीकधी माझ्या छातीत आणि पोटात थरथर होते. मी विनाकारण जास्त घाबरतो म्हणून हे होते की काय ते मला कळत नाही. कदाचित खरोखरच काहीतरी होतही असेल. काहीही झाले तरी मुलांसमोर मात्र काहीच होत नसल्याप्रमाणे वावरतो. तरीही मुलांना चकवणे सोपे नसतेच कधी. मी घाबरलो आहे हे त्यांना चांगले ठाऊक आहे.

हे एवढे सगळे कळले तरी अजून एका गोष्टीचा उलगडा झालेला नव्हता. थवे पुन:पुन्हा प्रयोगशाळेच्या इमारतीकडे का येत होते ते समजत नव्हते. मला त्याचा अर्थच समजत नव्हता. मूळच्या प्रेड-प्रे प्रोग्रॅमला हे विसंगत वर्तन होते. एखादा शिकारी पुन्हापुन्हा त्याच ठिकाणी कशासाठी यावा? अर्थात आता त्याचे उत्तर शोधताना हे कळते आहे की एकच शक्यता आहे. त्या थव्यांमध्ये मुद्दाम त्याच ठिकाणी परतण्याचा प्रोग्रॅम लिहिण्यात आला असावा.

पण कोणी असा प्रोग्रॅम का लिहावा?

काही तासांपर्यंत मला याचे उत्तर माहिती नव्हते.

रिकीने मला जे कोड दाखवले होते ते आणि त्यांनी थव्यांसाठी तयार केलेले कोड ह्यात फरक होता. त्याने मला खरे कोड दाखवले नव्हते कारण मला खरे काय ते तत्काळ समजले असते. मला कोणीही खरे काय ते सांगितले नव्हते.

मला सगळ्यात जास्त त्रास होतोय तो ज्युलिआच्या हार्डडिस्कवर मिळालेल्या एका ई-मेलचा. तिने ही मेल रिकीला पाठवली होती आणि त्याची एक प्रत लॅरी हँडलरसाठी रवाना केलेली होती. तिने जास्त वारा असतानाही कॅमेऱ्यांच्या थव्यांनी काम करण्यासाठी काय करायचे याची माहिती कळवली होती. एक थवा मुद्दामच बाहेर सोडायचा अशी ती योजना होती.

आणि नेमके हेच त्यांनी केले होते.

झायमॉसच्या सर्वांनी तो अपघात होता असा कांगावा केला होता. त्यांनी

त्यासाठी इमारत बांधणाऱ्यांनीच सदोष बांधकाम केले असे सांगितले होते. पण थवा बाहेर पडावा अशीच योजना होती. सर्व काही पूर्वनियोजित होते.

जास्त वाऱ्यामध्ये नॅनोकणांचे थवे काम करू शकत नव्हते. त्यांनी त्यावर उपाय करून पाहिले. पण यश आले नाही. मग त्यांनी आपली कंपनी वाचवण्यासाठी स्वत:च्या सदोष रचनेकडे दुर्लक्ष केले आणि थव्यांना स्वत:लाच ह्या समस्येची उकल करायला बाहेर सोडून दिले.

ह्यासाठी त्यांनी नॅनोकणांमध्ये सूर्यप्रकाशापासून उर्जा मिळवण्याची व्यवस्था केली. त्यांच्यात मेमरी बसवली. आनुवंशिक अल्गोरिथमचा समावेश असलेला प्रोग्रॅम त्यांनी लिहिला आणि थव्यांच्या मूळच्या प्रोग्रॅम कोडमध्ये तसे बदल केले. आता त्यांचे कण पुनरुत्पादन करू शकत होते. ते शिकत जाऊन उत्क्रांत होतात का हे त्यांना पाहायचे होते. त्यातून त्यांना त्यांचा प्रकल्प वाचवण्याची संधी मिळणार होती आणि त्यात ते यशस्वी झाले.

हा मद्दडपणा त्यांनी कसा केला हे मला कळत नाही. आपण करतोय त्याचे काय परिणाम होतील याचा विचार न करता त्यांनी हा उप्दव्याप केलाच तरी कसा? मी झायमॉसमध्ये प्रत्यक्ष पाहिले होते त्याप्रमाणे त्यांची सगळी कामे घाईघाईने समस्या तात्पुरती सुटावी ह्यासाठी केली जात होती. त्यांनी भविष्यात काय होईल याचा जराही विचार केला नव्हता. आज उद्योगाच्या क्षेत्रात गोष्टी गळ्याशी आल्या की कदाचित लोक अशाच प्रकारे वागतात हे खरे असले तरी असल्या तंत्रज्ञानांच्या संबंधात ते अत्यंत धोकदायक ठरू शकते.

अर्थात ह्यामधले सत्य आणखी गुंतागुंतीचे आहे. या ठिकाणी तर तंत्रज्ञानामुळे असे वर्तन घडले. वितरीत बुद्धीमत्ता प्रणाली ह्या आपल्या आपण काम करतात. ती त्यांची कामाची पद्धतच आहे. त्यांच्यात स्वायत्तता आणि आपले आपण काम करण्याची क्षमता असल्याने आपल्याला त्यांच्यावर कामे ढकलण्याची सवय लागते.

काही समस्या सोडवण्यासाठी संगणकाच्या आत आभासी एजंट सोडणे ही एक गोष्ट झाली. पण खरे एजंट खऱ्या जगात सोडणे ही मात्र फार निराळी बाब आहे.

त्यांना नेमका हाच फरक समजला नाही, किंवा त्यांनी त्याकडे दुर्लक्ष केले होते.

त्यांनी खरे थवे मोकाट सोडून दिले होते.

ह्या प्रकाराला तांत्रिक भाषेत 'स्व-अनुकूलन' असे म्हणतात. थवा उत्क्रांत होत जातो. अयशस्वी ठरणारे एजंट मरण पावतात, तर यशस्वी एजंटचे पुनरूत्पादन होते. दहा किंवा शंभर पिढ्या उलटल्यानंतर सर्वोत्तम उत्तर सापडलेले असते. हे सर्वात चांगले उत्तर असते.

अशा प्रकारची प्रक्रिया संगणकाच्या आत सातत्याने चालू असते. इतकेच नव्हे तर नवीन अल्गोरिथम बनवण्यासाठी त्याचा उपयोग केला जातो. **डॅनी हिलीसने** कित्येक वर्षांपूर्वी हे करून दाखवले होते. निवडण्याचा किंवा वेगवेगळे करण्याचा प्रोग्रॅम लिहिण्यासाठी त्याचा वापर करण्यात आला होता. त्याचा उद्देश संगणकाला आपले काम अधिक चांगले होण्यासाठी स्वत:हून काही करता येते का हे पाहणे हा होता. त्याच्या प्रोग्रॅमने नवीन पद्धत निर्माण केली आणि इतरांनी लगोलग त्याचे अनुकरण केले.

पण हे सगळे कोणीही खऱ्या जगातल्या स्वयंचलित यंत्रमानवांच्या बाबतीत केलेले नाही. माझ्या माहितीप्रमाणे हा त्या प्रकारचा पहिलाच प्रयोग होता. कदाचित असे अगोदरही घडले असावे आणि ते फारसे कानावर आलेले नसेल. पण मला खात्री आहे की खऱ्या जगातल्या यंत्रमानवांच्या बाबतीत हे पुन्हा निश्चित केले जाणार आहे.

कदाचित फारच नजीकच्या काळात हे होईल.

आता रात्रीचे दोन वाजलेले आहेत. पोरांच्या उलट्या आता थांबल्या आहेत. ती सारी झोपी गेलेली आहेत. छोटीही शांत झोपलेली आहे. एलेनला अजून बरे वाटलेले नाही.

मला पुन्हा डुलकी लागली असणार. मला जाग कशाने आली कोणास ठाऊक. मला माझ्या घरामागच्या टेकडावर मे येताना दिसत आहे. तिच्या बरोबर चंदेरी पोशाख केलेला तो प्रमुख आणि एस.एस.व्ही.टी. मधली आणखी आहेत. ती माझ्या दिशेने येत आहेत. ती काहीतरी चांगली बातमी सांगणार असे तिच्या चेहेऱ्यावरून वाटत आहे.

मला आत्ता एखादी चांगली बातमी मिळाली तर हवीच आहे.

ज्युलिआच्या मूळच्या ई-मेलमध्ये असे लिहिलेले होते, "आपले काहीच

नुकसान होणार नाही.'' पण अखेर त्यांचे सर्वस्व नाहीसे झाले. त्यांची कंपनी, त्यांची आयुष्ये आणि सगळ्यांचा नाश झाला. ह्यामधला सर्वात मोठा दैवदुर्विलास असा आहे की त्यांचे काम यशस्वी झाले होते. त्यांच्या अपेक्षेप्रमाणे थव्याने खरोखरच समस्या सोडवली होती. पण तो थवा काम करतच राहिला आणि उत्क्रांती होत गेली. त्यांनी ते होऊ दिले.

'ते काय करत होते ते त्यांना कळत नव्हते.'

किंवा

'आपण काय करतोय हे त्यांना समजले नाही.'

मला वाटते की हे शब्द मानवजातीच्या थडग्यावर कोरले जातील. तसे होऊ नये अशी आशा करू या.

कदाचित आपण ह्या बाबतीत सुदैवी ठरू.

❑

अधिक माहितीसाठी संदर्भ

ही कादंबरी पूर्णपणे काल्पनिक असली तरी त्याला प्रत्यक्ष संशोधनाचा आधार आहे. जैवतंत्रज्ञान, कृत्रिम बुद्धिमत्ता आणि नॅनोतंत्रज्ञान ह्यांच्यामधील प्रगतीची अधिक माहिती जाणून घेण्याचे कुतुहल असणाऱ्या वाचकांना हे संदर्भ उपयोगी पडतील.

Adami, Christoph. *Introduction to Artificial Life.* New York: Springer-Verlag, 1998.

Bedau, Mark A., John S. McCaskill, Norman H. Packard, and Steen Rasmusen. *Artificial Life VII, Proceedings of the Seventh International Conference on Artificial Life.* Cambridge, Mass.: MIT Press, 2000.

Bentley, Peter, ed. *Evolutionary Design by Computers.* San Francisco: Morgan Kaufmann, 1999.

Bonabeau, Eric, Marco Dorigo, and Guy Theraulaz. *Swarm Intelligence: From Natural to Artificial Systems.* New York: Oxford Univ. Press, 1999.

Brams, Steven J. *Theory of Moves.* New York: Cambridge Univ. Press, 1994.

Brooks, Rodney A. *Cambrian Intelligence.* Cambridge, Mass.: MIT Press, 1999.

Camazine, Scott, Jean-Louis Deneubourg, Nigel R. Franks, James Sneyd, Guy Theraulaz, and Eric Bonabeau. *Self-Organization in Biological Systems.* Princeton, N.J.: Princeton, 2001. See especially chapter 19.

Caro, T.M., and Clare D. Fitzgibbon. "Large Carnivores and Their Prey." In Crawley, *Natural Enemies,* 1992.

Carnadall, B.C. "Molecular Engineering," in B.C. Crandall, ed., *Nanotechnology,* Cambridge, Mass.: MIT Press 1996.

Crawley, Michael J., ed. *Natural Enemies: The Population Biology of Predators, Parasites, and Diseases.* London: Blackwell, 1992.

Devennport, Guy, tran. *7 Greeks.* New York: New Directions, 1995.

Dobson, Andrew P., Peter J. Hudson, and Annarie M. Lyles. "Macroparasites," from Crawley, *Natural Enemies,* 1992.

Drexler, K. Eric. *Nanosystems, Molecular Machinery, Manufacturing, and Computation.* New York: Wiley & Sons, 1992.

— "Intoduciton to Nanotechnology," in Krummenacker and Lewis,

Prospects in Nanotechnology.

Ewald, Paul W. *Evolution of Infections Deisease.* New York: Oxford Unic. Press, 1994.

Ferber, Jacques. *Multi-Agent Systems: An Introduction to Disrtibuted Artificial Intelligence.* Reading, Mass.: Addison-Wesley, 1999.

Goldberg, David E. *Genetic Algorithms in Search, Optimization and Machine Learning.* Boston: Addison-Wesley, 1989.

Hassell, Michael P. *The Dynamics of Competition and Predation.* Institute of Biology, Studies in Biology No. 72, London: Edward Arnold, 1976.

Hassell, Michael P., and H. Charles J. Godfary. "The Population Biology of Insect Parasitoids," in Crawley, *Natural Enemies,* 1992.

Holland, John H. *Hidden Order: How Adaptation Builds Complexity.* Cambridge, Mass.: Perseus, 1996.

Koza, John R. "Artificial Life: Spontaneous Emergence of Self-Replicating and Evolutionary Self-Improving Computer Programs," in Langton, ed., *Artificial Life III.*

Kelly, Kavin. *Out of Control.* Cambridge, Mass.: Perseus, 1994.

Kennedy, James, and Russell C. Eberhart. *Swarm Intelligence.* San Diego: Academic Press, 2001.

Kohler, Timothy A., and George J. Gurmerman. *Dynamics in Human and Primate Societies: Agent-Based Modeling of Social and Spatial Processes.* New York: Oxford Univ. Press, 2000.

Kortenkamp, David, R. Peter Bonasso, and Robin Murphy. *Artificial Intelligence and Mobile Robots.* Cambridge, Mass.: MIT Press, 1998.

Krummenacker, Markus, and James Lewis, eds. *Prospects in Nanotechnology: Toward Molecular Manufacturing.* New York: Wiley & Sons, 1995.

Kruuk, Hans. *The Spotted Hyena: A Study of Predation and Social Behavior.* Chicago: Univ. Chicago Press, 1972.

Langton, Christopher G., ed. *Artificial Life.* Santa Fe Institute Studies in the Sciences of Complexity, Proc. Vol. VI. Reading, Mass. Addison-Wesley, 1989.

Langton, Christopher G., Charles Taylor,J. Doyne Farmer, and Steen Rasmussen, eds. *Artificial Life II.* Santa Fe Institute Studies in the Sceinces of Complexity, Proc. Vol. X. Redwood City, Calif.: Addison-Wesley, 1992.

Langton Christopher G., ed. *Artificial Life III.* Santa Fe Institute Studies in the Sciences of Complexity, Proc. Vol. XVII. Reading, Mass.: Addison-Wesley, 1994.

Levy, Steven. *Artificial Life.* New York: Pantheon, 1992.

Lyshevski, Sergey edward. *Nano-and microelectromechanical Systems: Fundamentals of Nano-and Mictroengineering.* New York: CRC Press, 2001.

Millonas, Mark M., "Swarms, Phase Transitions, and Collective Intelligence," in Langton, ed., *Artificial Life III.*

Mitchell, Melanie. *An Introduction to Genetic Algorithms.* Cambridge, Mass.: MIT Press, 1996.

Nishimura Shin I. "Studying Attention Dynamic of a predator in a Prey-Predator Systems," in Bedau et al., *Artificial Life VII.*

Nishimura Shin I. and Takashi Ikegami. "Emergence of Collective Strategies in a Prey-Predator Game Model." *Artificial Life,* V.3, no. 4, 1997, p. 423 ff.

Nolfi, Stefano. "Coevolving Predator and Prey Robots: Do 'Arms Races' Arise in Artificial Evoluction?" *Artificial Life,* Fall 98, V.4, 1998, p. 311 ff.

Nolfi, Stefano, and Dario Floreano. *Evolutionary Robotics: The Biology, Intelligence,and Technology of Self-Organizing Machines.* Cambridge, Mass.: MIT Press, 2000.

Reggia, James A. Renier Schulz, Gerald S. Wilkinson, and Juan Uriagereka. "Conditions Enabling the Evolution of Inter-Agent Signaling in an Artificial World." *Artificial Life,* V.7,2001, p. 3.

Reynolds, Craig R. "An Evolved, Vision-Based Model of Obstacle Avoidance Behavior" in Langton, ed., *Artificial Life III.*

Schelling, Thomas C. *Micromotives and Macrobehavior.* New York: Norton, 1978.

Solem, Johndale C. "The Motility of Microrobots," in Langton, et al., *Artificial Life III.*

Wooldridge, Michael. *Reasoning About Rational Agents.* Cambridge, Mass.: MIT Press, 2000.

Yaeger, Larry. "Computational Genetics, Physiology, Metabolism, Neural System, Learning, Vision, and Behavior or PolyWorld: Life in a New Context," in Langton, ed., *Artificial Life III.*

❑

टीपा

१. जैवमंडल (Biosphere)
पृथ्वीवरील सर्व प्राणी, वनस्पती आणि सूक्ष्मजीव यांची मिळून परस्परांवर अवलंबून असणारी प्रणाली म्हणजे जैवमंडल.

२. नॅनोतंत्रज्ञान (Nanotechnology)
छोट्या आकारांचा निर्देश करण्यासाठी मायक्रो (micro) म्हणजे एक दशलक्षांश हे परिमाण वापरले जाते. एक अब्जांश भाग ह्या अतीसूक्ष्म पातळीचा निर्देश करण्यासाठी नॅनो (nano) हे परिमाण वापरले जाते. एक नॅनोमीटर ही लांबी एवढी सूक्ष्म आहे की त्यात शंभर लाल रक्तपेशी मावतील. पदार्थांचे गुणधर्म ह्या पातळीवर आश्चर्यकारकपणे निराळे होतात. अतीसूक्ष्म पातळीवरील तंत्रज्ञान आता अनेक क्षेत्रांत वेगाने विकसित होत असून भविष्यकाळात त्यामुळे मानवी जीवनात क्रांती होईल असे मानले जात आहे.

३. जैवतंत्रज्ञान (Biotechnology)
सजीवांचा आणि सजीवांमधील शरीरक्रियांचा उपयोग मानवाच्या फायद्यासाठी उद्योगांमध्ये करण्याच्या तंत्रज्ञानाला जैवतंत्रज्ञान म्हणतात.

४. हॅकर्स (Hackers)
आत्ताच्या युगात माहितीचा साठा संगणकांमध्ये डिजिटल स्वरूपात साठवला जातो. दुसऱ्याच्या माहितीवर हल्ला करून ती चोरणाऱ्या किंवा नष्ट करणाऱ्या बुद्धिमान परंतु विकृत मनोवृत्तीच्या संगणक वैज्ञानिकांना हॅकर्स म्हणतात. अशाच प्रकारे दुसऱ्यांना उपद्रव देण्यासाठी काही जण विध्वंसक असे संगणक विषाणू निर्माण करतात. जगभरात संगणक वापरणाऱ्यांमध्ये हे मानवनिर्मित उपद्रवी विषाणू धुमाकूळ घालत असतात.

५. सोर्स कोड (Source Code)
संगणकीय परिभाषेत एखादा प्रोग्रॅम किंवा आज्ञावली लिहिण्यासाठी विविध संगणकीय भाषांचा वापर करतात. ही आज्ञावली अथवा प्रोग्रॅम नंतर प्रत्यक्ष कामासाठी तयार होतो. ह्या आज्ञावलीला सोर्स कोड किंवा मूळ आज्ञावली असे म्हणतात. कोणत्याही सॉफ्टवेअर अथवा प्रोग्रॅमचा हा सर्वात महत्त्वाचा भाग मानला जातो.

६. अल्गोरिथम (Algorithm)

हा शब्द संगणकीय परिभाषेत प्रोग्रॅम लिहिण्यासाठी वापरल्या जाणाऱ्या एका संकल्पनेला उद्देशून उपयोगात आणला जातो. विशिष्ट परिस्थिती समोर असताना त्यापासून एखादे निर्देशित उद्दिष्ट गाठण्यासाठी निर्माण कराव्या लागणाऱ्या पायऱ्यांचा अथवा टप्प्यांचा संच म्हणजे अल्गोरिथम. एखाद्या संगणक प्रोग्रॅमचे यश त्याचा अल्गोरिथम कसा आहे ह्यावर अवलंबून असते. त्यात जर चुका असतील तर प्रोग्रॅममध्ये देखील अडचणी उद्भवतात. एखादे विशिष्ट काम पूर्ण करण्यासाठी दोन किंवा जास्त प्रकारचे अल्गोरिथम लिहिता येतात. तार्किक पद्धतीने एकामागोमाग एक प्रक्रिया अथवा टप्पे नेमके कशा प्रकारे पार पाडले म्हणजे उद्दिष्ट गाठता येईल याची केलेली मांडणी ह्यालाच अल्गोरिथम म्हणतात.

७. बग (Bug)

संगणकीय विज्ञानात सॉफ्टवेअर अथवा प्रोग्रॅम लिहिताना प्रोग्रॅमर त्यांच्या कल्पनेप्रमाणे रचना करत जातात. तथापि त्यात चुका अथवा त्रुटी राहतात. त्यामुळे प्रोग्रॅम नीट काम करत नाही, किंवा काही वेळा तो बंद पडतो. अशा त्रुटींना उद्देशून बग हा शब्द वापरला जातो. प्रोग्रॅम लिहिल्यानंतर तो वारंवार वापरून त्याची चाचणी घेतली जाते. ह्या दरम्यान चुका अथवा गफलती आढळल्या की त्या दूर केल्या जातात. अशा प्रकारे बग शोधून काढणे आणि ते काढून टाकून पुन्हा प्रोग्रॅम दुरुस्त करणे ह्यालाच डी-बगिंग (Debugging) असे म्हणतात. प्रोग्रॅम लिहिताना करण्याची ही अनिवार्य प्रक्रिया आहे.

८. मॅग्नेटिक रेझोनन्स इमेजिंग (M.R.I.)

एम.आर.आय. ह्या अद्याक्षरांनी ओळखले जाणारे हे प्रगत तंत्रज्ञान वैद्यकीय क्षेत्रात वापरले जाणारे महत्त्वाचे तंत्रज्ञान आहे. ह्या तंत्रज्ञानामुळे अधिक उर्जा असणारे किरण न वापरताही शरीरातल्या अवयवांचे चित्रण करता येते. त्याचप्रमाणे भूशास्त्रातही हे तंत्र खडकांच्या अभ्यासात उपयोगी पडते.

९. जैविक प्रकाश (Bioluminescence)

काही सजीव रासायनिक क्रियांचा वापर करून जो प्रकाश निर्माण करतात त्याला जैविक प्रकाश असे म्हटले जाते. काही प्रकारचे जीवाणू, बुरशी, सागरी प्राणी, मासे आणि कीटक असा प्रकाश निर्माण करू शकतात. काजवा हे अशाच प्राण्यांचे एक परिचित उदाहरण आहे.

जैविक प्रकाश निर्मितीचा उद्देश प्राण्यांमधील संदेशवहन हा असतो. जैविक प्रकाशाच्या मुळाशी ल्सुसिफेरिन हा प्रकाश निर्माण करणारा घटक असून ह्या रासायनिक क्रियेमध्ये ल्युसिफेरेज हे विकर भाग घेते.

१०. ए.टी.पी. (ATP)

ए.टी.पी. हे ॲडिनोसीन ट्रायफॉस्फेट या रासायनिक रेणूच्या नावाचे लघुरूप आहे. सजीवांच्या पेशींमधील उर्जेचे वहन या रेणूद्वारा केले जाते. पेशीला जेव्हा उर्जा लागते तेव्हा ह्या रेणूचा वापर केला जातो. पाणी आणि ए.टी.पी. रेणू यांच्या रासायनिक क्रियेत ए.डी.पी. (ॲडिनेसीन डायफॉस्फेट) हा रेणू तयार होतो आणि त्याचवेळी वापरण्याजोगी उर्जा मुक्त होते. ए.टी.पी. ह्या रेणूला उर्जेचे चलन असे म्हंटले जाते.

११. ब्लास्टुला (Blastula)

लैंगिक पुनरुत्पादनात स्त्रीबीज आणि पुरुष बीज यांचे मीलन होऊन तयार होणाऱ्या पहिल्या पेशीपासून विभाजन होऊन पेशींचा एक गोळा तयार होतो. हा गोळा पोकळ असतो. ह्या गोळ्यापासूनच गर्भाची पुढील वाढ होत जाते.

१२. न्यूरल नेटवर्क (Neural Network)

मानवी मेंदूमध्ये चेतापेशींचे जाळे असते. त्याच तत्त्वाचा वापर करून संगणकात प्रक्रिया करण्यासाठी कृत्रिम चेताजाल अथवा न्यूरल नेटवर्क या विषयावर भरपूर संशोधन केले जात आहे. मेंदूमधील लक्षावधी पेशी जाळ्याच्या स्वरूपात काम करतात. त्यामुळे मेंदू निर्णय फार वेगाने घेतो. त्याचप्रमाणे कृत्रिम बुद्धिमत्तेच्या क्षेत्रात आता अशा इलेक्ट्रॉनिक रचनांच्या जाळ्याचा वापर केला जात आहे.

१३. ट्रायलॅटरल कमिशन (TC)

जगातल्या समस्या सोडवण्यासाठी अमेरिका व कॅनडा, युरोप आणि जपान यांनी एकत्र काम केले पाहिजे ह्या विचारांमधून १९७३ मध्ये डेव्हिड रॉकफेलर आणि झिग्नॅव ब्रेझींस्की यांनी मिळून ट्रायलॅटरल कमिशन ही स्वतंत्र संस्था स्थापन केली. या संस्थेत जगातल्या उच्च पदांवरच्या राजकीय व औद्योगिक क्षेत्रातील नेत्यांचा समावेश आहे. राजकीय यंत्रणा व सरकारे ह्यांच्या पलीकडे जाऊन परस्पर सहकार्य करावे ही या संस्थेची भूमिका आहे. काही लोक मात्र या संस्थेला तेवढी निरागस मानत नाहीत. जगात अनेक राष्ट्रांमध्ये आपल्याला अनुकूल गोष्टी घडवण्यासाठी ही संस्था छुप्या व बेकायदेशीर हालचाली करते असा आरोप अनेकजण करतात.

१४. कोयोट (Koyote)

कोयोट हा कुत्र्यांच्या कुळातील, वाळवंटात राहणारा जंगली कुत्रा आहे. त्याचे शास्त्रीय नाव कॅनिस लाट्रान्स आहे. मध्यम आकाराच्या पाळीव कुत्र्याएवढा हा प्राणी उत्तर अमेरिकेत वाळवंटात आणि उंचीवरील प्रदेशात आढळतो. हा अत्यंत चपळ प्राणी उत्तम शिकारी आहे. त्याचा आवाज लांडग्याप्रमाणे वाटतो.

१५. कत्तल झालेली गुरे

गेली कित्येक वर्षे परग्रहांवरून येणारे लोक आणि त्यांच्या उडत्या तबकड्या हा विषय लोकप्रिय आहे. आकाशात उडणाऱ्या अशा गूढ वस्तूंना यू.एफ.ओ. (UFO) असे म्हटले जाते. अनेकदा माणसे आणि प्राण्यांवर गूढ प्रकारे हल्ले झाले आहेत असे यावर विश्वास ठेवणारे मानतात. त्यामध्येच अशा 'कत्तल झालेल्या गुरांचा' समावेश होतो. अमेरिकेत १९७५ ते १९९० ह्या काळात अनेक ठिकाणी गुरांची शरीरे छिन्नविछिन्न अवस्थेत मिळाली असल्याची नोंद आहे. अनेक गुरांची शरीरे अक्षरश: दुभंगलेली आढळली होती. उडत्या तबकड्यांमधील परग्रहवासी हे करतात असे काहीजण मानतात. तथापि मृत्यूनंतर शरीर कुजण्याच्या नैसर्गिक प्रक्रियेमुळे असे घडू शकत असल्याचे स्पष्टीकरण वैज्ञानिक देतात.

१६. रिअल टाइम (Real Time)

रिअल टाइम ही संकल्पना कालमापनाशी निगडित आहे. एखादी गोष्ट घडत असताना तिची नोंद तत्काळ ती पुरी व्हायच्या आत करता आल्यास किंवा ताबडतोब करता आल्यास त्या नोंदीला रिअल टाइममध्ये झालेली नोंद म्हणतात. म्हणजेच एखादी गोष्ट घडणे आणि तिची आपण नोंद करणे ह्यामध्ये जवळपास काहीही कालावधी जात नाही. उदाहरणार्थ गाडीला ब्रेक लावण्याची क्रिया सुरू केल्यापासून तो गाडीला प्रत्यक्ष ब्रेक लागणे ह्यामध्ये अवघी गेला नाही तर ब्रेक लावण्याची क्रिया रिअलटाइममध्ये घडली असे म्हणता येईल.

१७. टेस्ला (Tesla)

टेस्ला हे एकक चुंबकीय क्षेत्राची घनता मोजण्यासाठी वापरले जाते. सन १९६० मध्ये चुंबकीय विज्ञानात महत्त्वाचे संशोधन करणाऱ्या निकोला टेस्ला ह्या वैज्ञानिकाच्या स्मरणार्थ ह्या एककाचे नामकरण करण्यात आले.

१८. पेन्टागॉन (Pentagon)

अमेरिकेची राजधानी वॉशिंग्टन डी.सी.जवळ पोटोमॅक नदीजवळ असलेल्या अमेरिकेच्या संरक्षण विभागाच्या कार्यालयाला पेन्टागॉन म्हणतात. अमेरिकेची लष्करी शक्ती ह्या ठिकाणी एकवटलेली दिसते. पेन्टागॉनची इमारत जगातली सर्वात मोठी कार्यालयीन इमारत असून तिचे बांधकाम १९४३ मध्ये करण्यात आले आहे. ११ सप्टेंबर २००१ मधील दहशतवादी हल्ल्यात पेन्टागॉनचे थोडेफार नुकसान झाले होते.

१९. कपॅसिटर (Capacitor)

विद्युतभार साठवून ठेवण्यासाठी वापरल्या जाणाऱ्या उपकरणाला कपॅसिटर असे म्हणतात. दोन पृष्ठभागामध्ये विद्युतभार साठवला जातो. त्या धातूंच्या दोन पृष्ठभागादरम्यान विद्युतवहन होऊ दिले जात नाही.

२०. ॲनाफायलेक्टिक शॉक (Anaphylactic shock)

ॲलर्जी ही शरीराने दिलेली प्रतिक्रिया असते. बाहेरून एखादा परका पदार्थ रक्तात शिरला की त्याचा मुकाबला करण्यासाठी शरीर सज्ज होते. ही प्रतिक्रिया जेव्हा फार जोराने होते तेव्हा निर्माण होणाऱ्या गंभीर परिस्थितीला उद्देशून ॲनाफायलेक्टिक शॉक हा शब्द वापरला जातो. ह्या प्रतिक्रियेमुळे त्वचेवर लाल पुरळ उठणे, खाज येणे, रक्तदाब अचानक कमी होणे, श्वासमार्गाच्या आतील त्वचेला सूज येणे ही लक्षणे दिसतात. ह्या परिस्थितीत रुग्णाचा मृत्यूदेखील होऊ शकतो.

२१. पाईझो विद्युत (Piezo-electricity)

काही विशिष्ट प्रकारचे पदार्थ आकुंचित झाल्यास त्यांच्यात पृष्ठभागावर विद्युतप्रवाह तयार होतो. या परिणामाला पाईझो विद्युत असे म्हणतात. हा परिणाम १८८० मध्येच जॅकी आणि पिअरे क्यूरी यांनी दाखवून दिला होता. बेरिअम टिटानेट, झिर्कोनिअम पदार्थ, व लेड नायट्रेट अशा काही पदार्थांमध्ये पाईझो विद्युत निर्माण होते. अत्यंत प्रगत तंत्रज्ञानात वापरल्या जाणाऱ्या संवेदकांमध्ये ह्या परिणामाचा वापर केला जातो.

२२. फाज (Phage)

जीवाणूंवर जगणाऱ्या परोपजीवी विषाणूंच्या एका गटाला बॅक्टेरिओफाज अथवा नुसतेच फाज असे म्हणतात. त्यांना वेगवेगळी नावे आहेत. इ. कोलाय जीवाणूवर जगणाऱ्या फाज विषाणूंना टी-१ ते टी-७ अशी नावे आहेत. लॅंबडा (λ) फाज विषाणूंचा उपयोग जैवतंत्रज्ञानात केला जातो.

२३. फिरामोन (Pheramone)

सजीवांमध्ये परस्परांना संदेश देण्यासाठी निर्माण होणाऱ्या रसायनांना फिरामोन असे म्हणतात. लैंगिक पुनरुत्पादनात योग्य जोडीदाराचा शोध घेण्याच्या कामी ही रसायने उपयोगी पडतात. सर्वप्रथम १९५६ मध्ये रेशीम किड्यांमधील फिरामोनचा शोध लागला. सस्तन प्राण्यांमध्ये आणि माणसांमध्येही अशा प्रकारे रासायनिक संदेशांचा वापर होतो असे आढळले आहे.

२४. कंपायलेशन (Compilation)

संगणकाच्या एका भाषेत लिहिलेला प्रोग्रॅम (आज्ञावली) दुसऱ्या भाषेत रूपांतरित करण्याच्या क्रियेला कंपायलेशन असे म्हणतात. संगणकाचे प्रोग्रॅम उच्च पातळीवरच्या भाषेत लिहिले जातात. तथापि ते संगणकाच्या भाषेत अथवा 'मशीन लँग्वेज'मध्ये रूपांतरित करून घेण्याची गरज असते. कारण ह्याच भाषेतील आज्ञा संगणकाला समजतात. कंपायलेशन केल्यावर मूळची आज्ञावली (सोर्स कोड) संगणकीय भाषेत निर्माण होऊन थेट वापरण्याजोगा प्रोग्रॅम तयार होतो. कंपायलर हे देखील प्रोग्रॅमच असतात, आणि त्यांचे अनेक प्रकार आहेत.

२५. किरणोत्सारी समस्थानिके (Radio-isotopes)

एखाद्या मूलद्रव्याच्या केंद्रकातील न्यूट्रॉन कणांची संख्या वेगवेगळी असू शकते. अशा केंद्रकांमुळे त्या मूलद्रव्याचे समस्थानिक तयार होते. काही समस्थानिके नैसर्गिक तर काही प्रयोगशाळेत कृत्रिमरित्या तयार केली जातात. उदाहरणार्थ युरेनिअम-२३५ व युरेनिअम-२३८ ही नैसर्गिक किरणोत्सारी समस्थानिके आहेत. त्यांच्यामधून किरणोत्सर्ग होत राहतो. किरणोत्सर्ग होत गेल्याने त्यांचे रूपांतर दुसऱ्या मूलद्रव्यात होते. समजा एखाद्या समस्थानिकाचे एक ग्रॅम एवढे रेणू असतील तर त्यांच्यातील अर्ध्या रेणूंचे विघटन होऊन अर्धे उरण्याच्या काळाला त्या समस्थानिकाचे अर्धायुष्य (half-life) असे म्हणतात. युरेनियम-२३५ याचे अर्धायुष्य ७१ कोटी वर्षे आहे, तर कार्बन-१४ चे अर्धायुष्य ५७०० वर्षे आहे. संशोधनात लागणाऱ्या समस्थानिकांची अर्धायुष्ये मुद्दाम कमी ठेवलेली असतात. सजीवांमधील शरीरक्रियांचा मागोवा घेण्यासाठी अशी कृत्रिम समस्थानिके वापरली जातात. किरणोत्सारी समस्थानिकांमधून बाहेर पडणाऱ्या कणांची (अल्फा किंवा बीटा) आणि किरणांची (गॅमा) नोंद घेण्यासाठी वापरल्या जाणाऱ्या उपकरणांना रेडिएशन काउंटर असे म्हणतात.

२६. मोलोटोव्ह कॉकटेल (Molotov Cocktail)

समाजवादी क्रांतीकारक चळवळी करत असताना रशियन साम्यवादी नेता मोलोटोव्ह याने पेट्रोल आणि तत्सम सामग्री बाटलीत भरून तयार केलेल्या गावठी बॉम्बला मोलोटोव्ह कॉकटेल असे म्हणतात.

२७. पॉल इवाल्ड

पॉल इवाल्ड जीवशास्त्राचे प्राध्यापक आहेत. त्यांनी 'उत्क्रांतीवादी वैद्यकशास्त्र' (Evolutionary Medicine) या नवीन ज्ञानशाखेचा पाया घातला आहे. संसर्गजन्य रोगांची उत्क्रांती ह्यावरचे त्यांचे संशोधन प्रसिद्ध आहे.

२८. डॅनी हिलीस उर्फ डब्ल्यू. डॅनियल हिलीस हे संगणकविज्ञानाच्या क्षेत्रातील आघाडीच्या संशोधकांपैकी एक आहेत. समांतर संगणनाच्या (Parallel processing) अथवा महासंगणकाच्या विकासात डॅनी हिलीसनी अत्यंत मोलाची कामगिरी बजावलेली आहे. त्यांना अनेक पुरस्कार मिळाले आहेत. उपयोजित गणितासाठीचा रामानुजन पुरस्कार त्यांना देण्यात आला आहे.

❑